D9900292

लढा
संयुक्त महाराष्ट्राचा

रविकिरण साने

प्रस्तावना
प्रा. डॉ. शं. ना. नवलगुंदकर

डायमंड पब्लिकेशन्स

लढा संयुक्त महाराष्ट्राचा

रविकिरण साने

प्रथम आवृत्ती : ऑक्टोबर २००९

ISBN 978-81-8483-138-2

© डायमंड पब्लिकेशन्स

मुखपृष्ठ
शाम भालेकर

प्रकाशक
डायमंड पब्लिकेशन्स
२६४/३ शनिवार पेठ, ३०२ अनुग्रह अपार्टमेंट
ओंकारेश्वर मंदिराजवळ, पुणे-४११०३०.
☎ ०२०-२४४५२३८७, २४४६६६४२
info@diamondbookspune.com
www.diamondbookspune.com

या पुस्तकातील कोणत्याही भागाचे पुनर्निर्माण अथवा वापर इलेक्ट्रॉनिक अथवा यांत्रिकी साधनांनी–
फोटोकॉपिंग, रेकॉर्डिंग किंवा कोणत्याही प्रकारे माहिती साठवणुकीच्या तंत्रज्ञानातून प्रकाशकाच्या
आणि लेखकाच्या लेखी परवानगीशिवाय करता येणार नाही. सर्व हक्क राखून ठेवले आहेत.

संयुक्त महाराष्ट्राच्या लढ्यात
हुतात्मा झालेल्या आणि या लढ्यात
प्रत्यक्ष वा अप्रत्यक्षपणे सहभागी झालेल्या
सर्व ज्ञात-अज्ञात सैनिकांना...

मनोगत

या ग्रंथाचं लेखन करण्याची जबाबदारी माझ्याकडे अगदी अचानकपणे आली आणि तीही प्रकल्प शेवटच्या टप्प्यात असताना. मी गेली दोन वर्षं गेल्या दोनशे वर्षांतील महाराष्ट्राच्या इतिहासाचा अभ्यास एका प्रकल्पाच्या निमित्तानं करत होतो. त्यामुळे ही नवी जबाबदारी मी आनंदानं स्वीकारली. त्यामागे आणखी एक महत्त्वाचं कारण होतं. संयुक्त महाराष्ट्राच्या लढ्यावर आजवर खूप पुस्तकं प्रसिद्ध झाली आहेत, ती लढ्यात सहभागी असलेल्या विविध पक्षांच्या नेत्यांनी आणि पत्रकारांनी लिहिली आहेत. काही नेत्यांनी आपापल्या पक्षाच्या संदर्भातही या लढ्यावर लेखन केलं आहे. अनेकांच्या आत्मचरित्रांत या लढ्याबद्दलचे अनुभव आणि संदर्भ आले आहेत. पण हे सर्व साहित्य वाचताना लढ्याचा समग्र इतिहास डोळ्यांसमोर येत नाही. ही उणीव मला अनेक वर्षं जाणवत होती. हा ग्रंथ लिहून ही उणीव भरून काढण्याचा अल्पसा प्रयत्न मी केला आहे.

महाराष्ट्र राज्याचा मंगल कलश आणण्याचं श्रेय काँग्रेसनं उपटलं असा आरोप केला जातो. या संपूर्ण लढ्याची कागदपत्रं आणि साहित्य वाचताना हा आरोप अन्यायकारक आहे, हे माझ्या लक्षात आलं; आणि म्हणूनच संयुक्त महाराष्ट्राचा लढा म्हणजे फक्त समितीचा लढा, असं सोपं समीकरण न मांडता मी १९१२ पासून काँग्रेसनं घेतलेल्या भूमिकेचा संदर्भ दिला आहे. मुळात संयुक्त महाराष्ट्र परिषद ही सर्वपक्षीय समिती काँग्रेसच्या पुढाकारानं स्थापन झाली होती आणि शंकरराव देव तिचे अध्यक्ष होते. शांततामय मार्गानं काँग्रेसश्रेष्ठींना अनुकूल करून घेऊन संयुक्त महाराष्ट्र मिळवण्याचा प्रयत्न या परिषदेनं केला. हा या लढ्याचा पहिला आणि महत्त्वाचा टप्पा होता. परिषदेचे

प्रयत्न अयशस्वी झाल्यावर विरोधी पक्षांनी एकत्र येऊन संयुक्त महाराष्ट्र समिती स्थापन केली आणि सत्याग्रह, निदर्शनांचा धडाका लावला. यावेळी मुंबईत आणि इतरत्र झालेल्या गोळीबारात १०५ हुतात्मे झाले; पण त्यामुळे महाराष्ट्र मिळाला नाही.

समितीनं १९५७च्या निवडणुका लढवून लोकसभा आणि विधानसभेत मोठा विजय मिळवल्यामुळेच काँग्रेस सत्तेला आणि पक्षश्रेष्ठींना हादरा बसला. निवडून गेल्यानंतर समितीनं सत्याग्रह आणि निदर्शनांना पूर्णविराम दिला आणि बेळगावपुरता सत्याग्रह मर्यादित केला. एका अर्थानं समितीचा लढा इथेच संपला. खरं तर समितीनं विधिमंडळात, संसदेत संयुक्त महाराष्ट्राच्या प्रश्नावर रान उठवायला हवं होतं. बी.टी. रणदिव्यांनी तसं सुचवलंही होतं. अत्रे, वा. रा. कोठारी यांचाही असाच आग्रह होता; पण समितीचे आमदार, कोठारींनी म्हटल्याप्रमाणे, शेळपटासारखे वागले. दुसरा मार्ग महाराष्ट्रभर निदर्शनं आणि सत्याग्रह यांचा धडाका लावून देण्याचा होता; पण समितीनं तेही केलं नाही. उलट समितीनं काय करावं, यावरच घटकपक्षांत भांडण माजलं आणि समितीत विघटन सुरू झालं. सत्ता जाण्याच्या भीतीनं का होईना, काँग्रेसनं विशाल द्विभाषिक मुंबई राज्याचं विभाजन करायचं ठरवलं नसतं, तर संयुक्त महाराष्ट्र निर्माणच झाला नसता, ही वस्तुस्थिती आहे. समितीनं आपल्या नाकर्तेपणानं महाराष्ट्राचा मंगल कलश अलगदपणे यशवंतराव चव्हाणांच्या झोळीत टाकला.

समितीतल्या अंतर्गत वादाची कारणं आणि तपशील या ग्रंथात सविस्तर दिले आहेत. ते वाचत असताना समिती का फुटली, हे तर वाचकांना समजलेच; पण पुढे वीस वर्षांनी जनता पक्षाचे तीनतेरा का वाजले, याचाही खुलासा आणि पार्श्वभूमी समजू शकेल. संयुक्त महाराष्ट्र समितीच्या प्रयोगातून काहीही न शिकता काँग्रेसविरोधी आघाडीचे तसेच प्रयोग डावे आणि उजवे पक्ष गेल्या पन्नास वर्षांत पुन्हापुन्हा करताना दिसत आहेत. आणीबाणीनंतरचा जनता पक्ष असो, व्ही. पी. सिंग यांचं आघाडी सरकार असो, नंतर भाजपला वगळून काँग्रेस पाठिंब्यावर बनलेली तिसऱ्या आघाडीची सरकारं असोत, प्रयोगाचं स्वरूप समितीसारखंच राहिलं आणि समितीप्रमाणेच हे सगळे प्रयोग अल्पजीवी ठरले. फरक असता तर इतकाच की, समितीला सत्ता मिळवता आली नाही आणि पुढचे सगळे प्रयोग आंदोलनासाठी नव्हे, तर सत्तेसाठी झाले.

संयुक्त महाराष्ट्राच्या लढ्याबद्दल लिहिताना बहुतेकजण १ मे १९६० रोजी महाराष्ट्र नावाचं राज्य अस्तित्वात आलं, असं मानतात. पण ज्या मनोभूमिकेतून महाराष्ट्रातला सर्वसामान्य माणूस समितीच्या आंदोलनात उरला, त्याकडे आज दुर्लक्ष केलं जातं. महाराष्ट्राचा इतिहास आणि संस्कृती कालपरवाची नसून, दोन हजार वर्षांहून

जास्त काळ त्याची परंपरा आणि अस्मिता तयार होत आली आहे, हे या निमित्तानं सांगणं मला आवश्यक वाटलं. म्हणूनच ग्रंथाच्या आरंभी दोन महत्त्वाची प्रकरणं मी आग्रहानं समाविष्ट केली आहेत. त्यात महाराष्ट्राची कुळकथा आणि ब्रिटिश राजवटीत महाराष्ट्राची अस्मिता अधिक तेजस्वी आणि प्रखर करण्याचा झालेला प्रयत्न यांचा जाणीवपूर्वक समावेश केला जातो.

संयुक्त महाराष्ट्राच्या लढ्याचा सर्वांगीण इतिहास या ग्रंथातून वाचकांना उलगडेलच; पण हा इतिहास वाचताना गेल्या ५० वर्षांतले महाराष्ट्रातल्या आणि देशातल्या घडामोडींशी हे संदर्भ जोडून पाहिले, तर आजच्या परिस्थितीचंही एक वेगळं आकलन वाचकांना होईल, अशी मला खात्री वाटते.

गुरुवर्य डॉ. शं. ना. नवलगुंदकर आणि जेष्ठ मित्र सु. ह. जोशी यांनी माझ्यावर विश्वास टाकून हा इतिहास लिहिण्याची संधी मला दिली, त्याबद्दल मी या दोघांचा ऋणी आहे. माझी पत्नी नीलिमा आणि धाकटी भावजय साधना साने यांच्या लेखनसहकार्याशिवाय हा ग्रंथ अल्पावधीत लिहून पूर्ण करणं अशक्य होतं. यापैकी कोणाचेही आभार मानण्यापेक्षा त्यांच्या ऋणात राहणंच मला आवडेल.

रविकिरण साने
१ सप्टेंबर २००९

प्रस्तावना

श्री. रविकिरण साने यांनी परिश्रमपूर्वक व अभ्यासपूर्ण लिहिलेल्या 'लढा संयुक्त महाराष्ट्राचा' या अनमोल ग्रंथाला प्रस्तावना लिहिताना मला अतिशय आनंद होत आहे. त्यांनी महाराष्ट्र या शब्दाच्या उत्पत्तीपासून संयुक्त महाराष्ट्राच्या निर्मितीपर्यंतचा सप्रमाण व सटीक आढावा घेतला आहे. त्यांचे मन:पूर्वक अभिनंदन.

ब्रिटिशांच्या भारतातील आगमनापूर्वी भारतात अनेक राजवटी होत्या. त्यांचा एकमेकात संघर्ष होत असे. त्यातून त्या राजवटीत दुर्बलता निर्माण झाली होती. त्याचा फायदा ब्रिटिशांनी घेतला व एक एक प्रदेश आपल्या अमलाखाली आणला. देशाच्या मोठ्या भूप्रदेशावर ब्रिटिशांचा एकछत्री अंमल प्रस्थापित झाला. आपली राजवट स्थिर व बळकट होण्याच्या दृष्टीने १९३५ मध्ये भारतात संघराज्यात्मक शासनपद्धती निर्माण केली गेली. त्यात मुंबई इलाख्याचा समावेश होता. मराठीभाषक महाराष्ट्राबरोबरच अन्य प्रदेशांचाही मुंबई इलाख्यात समावेश होता. १९४७ मध्ये भारत स्वतंत्र झाला. २६ नोव्हेंबर १९४९ रोजी स्वतंत्र भारताची राज्यघटना निर्माण झाली व २६ जानेवारी १९५० रोजी त्या घटनेची कार्यवाही झाली. या राज्यघटनेने भारतात संघराज्य निर्माण केले. घटनेतील तरतुदीतून केंद्र सरकार अधिकाराच्या दृष्टीने अधिक बलवान ठरवले गेले. भाषा, लिपी, वाङ्मय इत्यादी घटकांच्या बाबतीत प्रादेशिक भिन्नता असल्याने घटनाकारांसमोर राष्ट्रीय एकात्मतेचा प्रश्न होताच. अधिकाराच्या बाबतीत केंद्र सरकारला झुकते माप देऊन त्यांनी तो प्रश्न सोडवण्याचा प्रयत्न केला. भाषेच्या आधाराने संघराज्यात प्रांतरचना निर्माण केली गेली. भाषावार प्रांतरचनेचे सूत्र १९५० मध्ये प्रस्थापित होऊनदेखील मराठीभाषकांचा एक प्रांत निर्माण होण्यास १ मे १९६० हा दिवस उजाडावा लागला. आता तो दिवस 'महाराष्ट्र दिन' म्हणून साजरा केला जातो.

मराठी भाषेचा अभिमान मराठी माणसाला आहे. त्याला साधुसंतही अपवाद नाहीत. 'माझा मराठाची बोले कौतुके। परी अमृतातेही पैजा जिंके', असे संतश्रेष्ठ ज्ञानदेवांनी म्हटले आहे. भाषेमुळे ती भाषा बोलणारे लोक मनाने एकमेकांशी जोडले जातात. त्यांच्यात 'आपण एक आहोत' ही एकात्मतेची भावना निर्माण होऊ शकते. याची प्रचीती विशेषत: परदेशात दोन मराठी माणसे एकमेकांस भेटतात तेव्हा येते. 'हा माणूस आपला आहे' ही भावना जागृत होऊन त्यांचा परस्परांशी संवाद होत असतो. मराठी भाषेतून समृद्ध वाङ्मय निर्माण झाले आहे व त्याचा वाचकवर्ग दिवसेंदिवस वाढत असल्याचे दिसून येते. अन्य भाषांतून अनेक ग्रंथांचे मराठीत रूपांतर झाले आहे. त्यांच्या अभ्यासातून मराठी माणसांच्या ज्ञान-विज्ञान कक्षा रुंदावल्या जात आहेत. एक प्रगत प्रांत म्हणून महाराष्ट्राकडे अभिमानाने पाहिले जाते.

भाषावार प्रांतरचनेचे तत्त्व राज्यघटनेने प्रस्थापित केले असतानादेखील महाराष्ट्र राज्यनिर्मितीला इतका विलंब का लागला? त्यासाठी लोकांना संघर्ष का करावा लागला? मुंबईचा समावेश मराठीभाषक महाराष्ट्रात करावयाचा की नाही? महाराष्ट्राच्या सरहद्दीवरील बेळगावसारख्या मराठीभाषक शहराचा समावेश महाराष्ट्रात का केला जात नाही? या व यासारख्या अनेक प्रश्नांची उत्तरे शोधण्यासाठी संयुक्त महाराष्ट्राचा इतिहास लक्षात घ्यावा लागेल. प्रस्तुत ग्रंथाला त्यादृष्टीने महत्त्व आहे. हे प्रश्न प्रामुख्याने राष्ट्रीय व प्रादेशिक राजकारणाशी संबंधित आहेत. मॉरगेन्था या विचारवंत लेखकाने त्याच्या 'पॉलिटिक्स अमंग नेशन्स' या ग्रंथात म्हटले आहे की सर्व राजकारण हे सत्तेशी संबंधित असते. भारतीय संघराज्यात सत्तेचे विभाजन झाले आहे. संपूर्ण देशासाठी केंद्रीय शासनसंस्था व राज्यांसाठी प्रादेशिक शासनसंस्था कार्य करत आहे. केंद्रात व घटक राज्यात लोक प्रतिनिधींच्या हाती सत्ता असते. केंद्रीय सरकारवर अनेक वर्ष काँग्रेस या पक्षाचे नियंत्रण होते. त्या पक्षातील काही नेत्यांचा संयुक्त महाराष्ट्राच्या स्थापनेस विरोध होता. त्याची कारणे विविध स्वरूपाची होती. त्यामुळे काँग्रेस पक्षाच्या मराठी लोकनेत्यांची मानसिक कुचंबणा झाली होती. काँग्रेस पक्षाच्या काही महत्त्वाच्या केंद्रीय लोकनेत्यांचा संयुक्त महाराष्ट्राच्या स्थापनेला विरोध व संयुक्त महाराष्ट्राच्या स्थापनेसाठी मराठी माणसांनी चालवलेला संघर्ष यांच्या कात्रीत ते सापडले होते. त्यांना केंद्रीय लोकनेत्यांना दुखवायचे नव्हते व मराठी समाजातील आपली लोकप्रियता टिकवून धरायची होती. या सर्व घडामोडींचे सम्यक् समालोचन प्रस्तुत ग्रंथात नोंदवले असल्यामुळे तो वाचनीय झाला आहे.

मुंबईत व महाराष्ट्राबाहेरून नोकरीसाठी व अन्य कारणांसाठी आलेल्यांची संख्या लक्षणीय आहे. महाराष्ट्रातील काही अन्य शहरांची स्थिती कमी-अधिक प्रमाणात अशीच आहे. त्यांच्या हितसंबंधाचे रक्षण कोण करणार? त्याच्या जपणुकीची जबाबदारी

मराठी माणसावरच आहे. इतिहास असे दर्शवतो की महाराष्ट्राने त्या जबाबदारीचा व्यापक दृष्टिकोन ठेवून तत्त्वत: व व्यवहारत: स्वीकार केला आहे. मराठीवर प्रेम करणारे संत ज्ञानदेव ज्ञानेश्वरीच्या शेवटच्या अध्यायात 'जो जे वांच्छिल तो ते लाहो' असे म्हणतात. मूठभर राजकारणी व्यक्ती स्वहितासाठी याला अपवाद आहेत. 'महाराष्ट्र शब्दातच राष्ट्र शब्द असल्याने महाराष्ट्र हे राष्ट्रच आहे', अशी भूमिका व्यासपीठावरील एका राजकारणातील नेत्याने घेतली. त्यानंतरच्या वक्त्याने ती भूमिका खोडून काढली. तो म्हणाला की, 'तोच निकष वापरला तर धृतराष्ट्र राष्ट्र होऊन बसेल.' संयुक्त महाराष्ट्राचा संघर्ष हा प्रादेशिक न्याय प्रस्थापित करण्यासाठी होता. तो राष्ट्रीय अस्मितेला धक्का देण्यासाठी नव्हता. स्वातंत्र्यपूर्व कालातील अनेक मराठी विचारवंत लोकनेत्यांची यासंबंधीची भूमिका लक्षात घेण्यासारखी आहे. त्यांनी व्यापक राष्ट्रीय हितसंबंधाचा प्राधान्याने विचार करून स्वातंत्र्यासाठी संघर्ष केला. काही मराठी नेत्यांनी त्यासाठी आत्मार्पणही केले आहे. स्वातंत्र्योत्तर काळात भारतीय समाजाची एकात्मता, राष्ट्रीय स्वातंत्र्याची जपणूक व समग्र समाजाचा सर्वांगीण उत्कर्ष ही तीन मुख्य आव्हाने आपणासमोर आहेत. महाराष्ट्राचा इतिहास गौरवशाली आहे. तीच परंपरा गतीने पुढे नेण्याचे दायित्व आपणावर आहे.

प्रा. डॉ. शं. ना. नवलगुंदकर
उपकुलगुरू, पुणे विद्यापीठ (निवृत्त)
रेणुका कांचनगंगा सोसायटी,
बिबवेवाडी, पुणे ३७
फोन : २४२६१३१४

लेखक परिचय

रविकिरण साने हे आपल्या विविधांगी कर्तृत्वाने महाराष्ट्रात व महाराष्ट्राबाहेर ३७ वर्षे परिचित आहेत. विद्यार्थी वार्ताहर ते संपादक असा प्रवास करताना मासिके, साप्ताहिके व दैनिकांत त्यांनी विविध पदांवर काम केले. मुंबई दूरदर्शनवरील निर्मिती साहाय्यक म्हणून काम करताना त्यांनी अनेक स्वतंत्र अनुबोधपटांची निर्मिती केली. आकाशवाणीवर वृत्तनिवेदक, मुलाखतकार, चर्चा व कार्यक्रमांचा संचालक म्हणून त्यांनी बरेच कार्यक्रम केले. महाराष्ट्र कृष्णा खोरे विकास महामंडळाचे जनसंपर्क अधिकारी म्हणूनही त्यांनी महत्त्वपूर्ण कामगिरी केली.

विविध माध्यमांतून काम करीत असतानाच अनेक चळवळींशी त्यांचा जवळून संबंध आला. बिहार व गुजरातची नवनिर्माण चळवळ व आसाम आंदोलन त्यांनी प्रत्यक्ष अनुभवले व त्यावर विस्तृत लेखन केले. ग्रामायन व ग्राहक चळवळीचे ते संस्थापक व संघटक होते. म्हैसाळ दलितमुक्ती प्रकल्पाशीही ते संबंधित होते.

अभ्यासपूर्ण भाषणे हे त्यांचे आणखी एक वैशिष्ट्य. आसाम प्रश्नावर जागृती करण्यासाठी त्यांनी हिंदी व मराठीतून पंधराशे भाषणे दिली. अनेक विषयांवर तीन दिवसांच्या व्याख्यानमाला गुंफल्या. सध्या विविध विषयांवरची त्यांची प्रवचने सर्वत्र गाजत आहेत.

प्रकाशित साहित्य

१) आसामचे आव्हान
२) नॉस्ट्राडेमस : पुढील ५० वर्षांचे भविष्य
३) दूरदृष्टीचा जाणता नेता : शरद पवार – चरित्र
४) जनसंपर्क : तंत्र आणि मंत्र
५) सुशीलकुमार : एक प्रवास – चरित्र

नाट्यलेखन

१) जन आंदोलन २) मार्केट

अनुक्रमणिका

१
महाराष्ट्राची कुळकथा

स्वातंत्र्यानंतर भारतीय संघराज्यातील एक स्वतंत्र राज्य म्हणून महाराष्ट्राची १ मे १९६० ला स्थापना झाली; पण महाराष्ट्र हे नाव मात्र गेल्या दोन हजार वर्षांपासून प्रचलित आहे. महाराष्ट्राच्या या कुळकथेचा मागोवा आपल्याला प्रारंभी घ्यावयाचा आहे. अखंड हिंदुस्थानचे प्राकृतिक मानचित्र पाहिले, तर आर्यावर्त आणि दक्षिणापथ असे दोन नैसर्गिक व सांस्कृतिक विभाग स्पष्टपणाने दिसतात. विंध्य सातपुडाच्या पर्वतरांगा आणि नर्मदा नदी ही या दोन्ही विभागांना अलग करणारी नैसर्गिक सीमारेषा आहे. आर्य संस्कृती किंवा यज्ञ-संस्कृतीचा जन्म सप्तसिंधूच्या प्रदेशात म्हणजे अफगाणिस्थान ते पंजाबपर्यंतच्या भागात झाला. त्यानंतर ही संस्कृती गंगा-यमुनेच्या तीराने संपूर्ण उत्तर भारतात पसरली आणि या विभागाला आर्यावर्त असे नाव पडले. त्यामुळे साहजिकच वैदिक वाङ्मयामध्ये दक्षिणापथाचे उल्लेख क्वचितच काही ठिकाणी येतात. मात्र विश्वामित्र आणि अगस्ती या ऋषींच्या कथांवरून आर्य संस्कृतीने विंध्य, सातपुडाची रांग वैदिक काळातच ओलांडली असावी. ब्रह्मर्षी विश्वामित्राने आपले पाच पुत्र आंध्र, उष्ड्र, शबर, मूतीब, पुलिंद यांना आर्यावार्तामधून बहिष्कृत केले होते. हे पाचहीजण प्रथम विंध्य परिसरात स्थिरावले आणि नंतर दक्षिणेकडे उतरून त्यांनी दक्षिणपथात वसाहती स्थापन केल्या. अशी कथा ऐतरेय बाह्मणात आली आहे. दक्षिणापथातील आर्यीकरणाचा प्रारंभ अगस्ती ऋषींनी केला. म्हणूनच त्यांचा उल्लेख दक्षिणापथपती असा केला जातो. नाणेघाटातील शिलालेखात गौतमीपुत्र सातकर्णीला दक्षिणापथपती असे म्हटले गेले आहे. ही संज्ञा अर्थातच महाराष्ट्राहून अधिक व्यापक प्रदेश दाखवणारी आहे. 'दक्षिणापथ' हे नाव देखील हळूहळू अधिक

दक्षिणेकडे सरकले असावे. कारण चाणक्याने अश्मक, अपरान्त यांच्याबरोबर दक्षिणापथ असा स्वतंत्र उल्लेख केला आहे. त्या अधिक तो दक्षिणेकडील प्रदेशांचा उल्लेख असावा.

रामायणात आलेले 'दंडकारण्य' हे नावही असेच व्यापक आहे. सध्याचा महाराष्ट्र आणि कर्नाटक मिळून दंडकारण्य होत असावे, असे मत ल. रा. पांगारकर यांनी नोंदविले आहे. बाकी काही विद्वानांच्या मते मात्र दंडकारण्य म्हणजे केवळ आजचा महाराष्ट्रच असावा. आजही महाराष्ट्रात पूजापाठ करताना पूजेच्या प्रारंभी स्थलदर्शक शब्दसंहिता वापरली जाते. जो संकल्प सांगितला जातो त्यामध्ये 'नर्मदाया दक्षिणेतीरे देशे दण्डकारण्ये' असे वर्णन येते. हे उल्लेख दंडकारण्य आणि महाराष्ट्र यांची एकरूपताच दाखवतात. दिक्पाल देवांच्या संवत १७६०च्या शिलालेखात एक महत्त्वाचा उल्लेख आहे. त्यात 'दण्डकारण्य निकिटे बरुरदेशे राज्यमूचकार।' असा उल्लेख येतो. यामुळेच पार्जिटर या तज्ज्ञाच्या मताचे महत्त्व नाकारता येत नाही. त्याच्या मते, 'उत्तरेत बुंदेलखंडापासून कृष्णा नदीपर्यंतचे जंगल म्हणजे दंडकारण्य.'

महाभारतामध्ये महाराष्ट्राचा जसा उल्लेख नाही, तसा दंडकारण्य या संज्ञेचाही नाही. बहुधा मधल्या काळात दंडकारण्यातील घनदाट जंगल कमी होऊन मोठ्या प्रमाणात लोकवस्ती व नागर संस्कृती अस्तित्वात आली असावी. यामुळे महाभारतात अपरान्त, विदर्भ, अश्मक, मूलक, कुंतल, गोपराष्ट्र, पण्डुराष्ट्र, मल्लराष्ट्र इ. महाराष्ट्राच्या पोटविभागांचा उल्लेख प्रसंगपरत्वे आला आहे. आज उपलब्ध असलेली अठरा पुराणे आणि उपपुराणे ही इ.स.पूर्व तिसऱ्या-चौथ्या शतकापासून इ.स. आठव्या शतकापर्यंतच्या काळात लिहिली गेली आहेत. या पुराणांमधून विविध सम्राट घराण्यांच्या वंशावळी व महत्त्वाच्या स्थानिक सत्तांचे निर्देश जागोजागी येतात. वायू, मार्कंडेय, ब्रह्म, मत्स्य इ. पुराणात अभिर, अश्मक, कुंतल, दण्डक, नासिक, मूशीक, मौलिक, वनवासी, विदर्भ, शूर्परिक इ. महाराष्ट्राच्या पोटविभागांची नावे अनेकदा आलेली आहेत. महाभारताच्या सभापर्वात 'नरराष्ट्र' म्हणून आलेला उल्लेख किंवा मत्स्यपुराणातील 'नवराष्ट्र' हा उल्लेख अप्रत्यक्षपणे महाराष्ट्रातील नववसाहतींचा असावा, असे मत 'महाराष्ट्र परिचय' या ग्रंथाने नोंदविले आहे.

बौद्ध वाङ्मयात राष्ट्रिक आणि महारठ्ठ हे महाराष्ट्राशी संबंधित शब्द पहिल्यांदा आले आहेत. सम्राट अशोकाने आणि त्यानंतर मोगलीउत्ताने दक्षिणेकडे बौद्ध धर्मप्रचारक पाठवले होते. हे प्रचारक जिथे गेले, त्यामध्ये राष्ट्रिक किंवा

महारठ्ठ असे प्रदेशनाम आले आहे. अशोकाचा नातू संप्रती याने आपले गुप्तहेर भिक्षूंच्या वेशात जागोजागी पाठविले होते. त्यामध्ये मरहठ्ठ असे नाव आहे. यावरून बौद्ध काळात 'महाराष्ट्र' असे देशनाम अस्तित्वात आले असावे असे मत डॉ. केतकरांनी नोंदविले आहे. 'महावंश' या बौद्धग्रंथामध्ये महारठ्ठ या प्रदेशाचा नि:संदिग्ध उल्लेख आलेला आहे. त्यामध्ये महारठ्ठ देश म्हणजे गोदा व कृष्णा यांच्या दुआबातील भूप्रदेश, मरहठ्ठ देश म्हणजेच उत्तरेस नर्मदा, पश्चिमेस कोकण व दक्षिणेस वनवासी राज्ये यांमधील प्रदेश असाही उल्लेख येतो.

महारठ्ठ हे महाराष्ट्राचे प्राकृत रूप आहे, असे प्राकृत व्याकरणकारांचे मत आहे. संस्कृत व्याकरणकार पाणिनी यांनी अश्मक व कलिंग यांचा उल्लेख केलेला असला तरी महाराष्ट्राचा उल्लेख मात्र केलेला नाही. प्राकृत भाषांचा व्याकरणकार वररुची हा इ.स.च्या पहिल्या शतकात होऊन गेला. सम्राट सातवाहनांचा कालखंड इ.स. पूर्व ते २३० ते इ.स. २३० असा मानला जातो. सम्राट शालिवाहनाने महाराष्ट्री या भाषेला राजभाषा बनवले होते. या कालखंडात महाराष्ट्री भाषा अत्यंत समृद्ध झाली आणि अनेक महत्त्वाचे ग्रंथ त्या भाषेत लिहिले गेले. म्हणून साहजिकच वररुचीने आपल्या 'प्राकृतप्रकाश' या व्याकरणविषयक ग्रंथात महाराष्ट्राला अग्रस्थान दिले आहे. या ग्रंथात महाराष्ट्री भाषेचे व्याकरण तो सविस्तरपणे लिहितो आणि इतर प्राकृत भाषांची वेगळी वैशिष्ट्ये नमूद करून पुढे 'शेषम् महारराष्ट्रीवत्' असे सांगून टाकतो. त्यावरून पहिल्या शतकातील महाराष्ट्राचे महत्त्व तर लक्षात येतेच; पण भूप्रदेशावरून भाषांना नाव मिळण्याची प्रक्रिया सुरू झाली असावी, असे दिसते.

सातवाहन काळात महाराष्ट्रीबरोबरच महारठी, महारठींनी असे शब्दप्रयोग वापरात आले असावेत. म्हणूनच त्यांचा उल्लेख शिलालेखातूनही येतो. इ.स. पूर्व दुसऱ्या शतकातील एक महत्त्वाचा शिलालेख नाणेघाटात सापडला. त्यामध्ये तो कोरवणारी सातकर्णी सम्राज्ञी 'नायनिका' स्वत:चा उल्लेख महारठ्ठी असा करते. याशिवाय कार्ले, बेडसा येथील शिलालेखातही असाच उल्लेख येतो.

महाराष्ट्र असा पहिला स्पष्ट उल्लेख सातवाहन काळातील शिलालेखातच आढळतो. हा शिलालेख इ.स. १८० मधला आहे. या शिलालेखात शकवंशीय महाक्षत्रप राजन् श्रीधर वर्मा यांचा आरक्षिक सत्यनाद याने ऐरण येथे झालेल्या युद्धात धारातीर्थी पडलेल्या नाग सैनिकांच्या स्मृतीमध्ये एक यष्टी उभारल्याचा उल्लेख आहे. या शिलालेखात प्रथम सत्यनागास महाराष्ट्रक असे म्हटले आहे. दुसरा महत्त्वाचा शिलालेखीय उल्लेख आहे तो विजापूर जिल्ह्यातील मलयप्रभेच्या तीरी

असलेल्या ऐहोळी येथील जितेंद्र मंदिराच्या कोरीव लेखात. पंडित रवीकीर्ती याचे प्रशस्ती श्लोक या कोरीव लेखात आहेत. त्यातील एका श्लोकात सत्याश्रयपुलकेशीने ९९ हजार गावे असणाऱ्या व महाराष्ट्रक या नावाने ओळखल्या जाणाऱ्या तीनही प्रदेशांचे आधिपत्य मिळवले अशी नोंद केलेली आहे. हा कोरीव लेख इ.स. ७१२ मधील आहे. जैन मुनी संघदासगणी यांनी आपल्या बृहत्कल्पभाष्यांत महाराष्ट्रासंबंधी महत्त्वपूर्ण उल्लेख केले आहेत. जैन भिक्षूंना आचारासंबंधीचे कडक नियम घालून देताना त्यांनी प्रदेशपरत्वे काही अपवाद सांगितले आहेत. उदा. 'महाराष्ट्रात भ्रमण करीत असता हिवाळ्यात भिक्षूंनी अखंड नीलकंबल पांघरावे व कोकणात अतिवृष्टी होत असल्याने तेथे छत्री वापरावी.' याबरोबरच आणखी काही गमतीदार माहिती या ग्रंथात आहे. 'कील्लुक'परंपरा हे महाराष्ट्राचे वैशिष्ट्य आहे. 'लाट' देशांप्रमाणेच कोकणही 'गिरियज्ञा'साठी प्रसिद्ध आहे. कोकण व महाराष्ट्र दोन्ही प्रदेश अनार्य आहेत. या सर्व उल्लेखांवरून महाराष्ट्राची भौगोलिक व्याप्ती व प्रादेशिक वैशिष्ट्ये या दोन्हींसंबंधी वेगळेपणाची जाणीव त्याच काळात स्पष्ट होऊ लागली होती, असे दिसते.

महाराष्ट्राची व्याप्ती

सध्याच्या महाराष्ट्रात समाविष्ट असलेल्यांपैकी अनेक प्रदेशांचा उल्लेख पुराणवाङ्मयात आढळतो, हे आपण वर पाहिलेच. पुराणात शूर्पारक (सोपारे) अश्मक (गोदाखोरे दक्षिण भाग), कुंतल (कृष्णा खोरे), अभिर (नाशिक, खानदेश), दण्डक (डांग), विदर्भ (वऱ्हाड) इ. प्रदेशांबरोबर महाराष्ट्र अशी संज्ञा येते. याचा अर्थ पुराणकारांनी महाराष्ट्र हे नाव मर्यादित प्रदेशाला उद्देशून वापरले असावे. वर उल्लेखिलेले सर्व भाग वगळले, तर सह्याद्रीचा घाटमाथा आणि मावळ भाग एवढाच भाग शिल्लक राहतो. यालाच पुराणकारांनी महाराष्ट्र म्हटले असावे. हीच महारठींची मुख्य भूमी असावी. पुराणे आणि महावंश हा बौद्ध ग्रंथ, यामध्ये अपरान्ताचा स्वतंत्र उल्लेख आहे. याचा अर्थ तेव्हा अपरान्त हा महाराष्ट्रात समाविष्ट नसावा. एहोळच्या शिलालेखामध्ये तीन महाराष्ट्रके असा उल्लेख आला आहे. हे तीन भाग कोणते? याबाबतही विद्वानात मतभेद आहेत. डॉ. वि. वा. मिराशींच्या मते विदर्भ, उत्तर व मध्य महाराष्ट्र (खानदेश व नगर) आणि कृष्णा खोऱ्यातील दक्षिण महाराष्ट्र ही तीन महाराष्ट्रके असावीत. यातही त्यांनी अपरान्ताचा समावेश केलेला नाही. चिनी प्रवासी ह्यु एन त्संग याच काळात महाराष्ट्रात येऊन गेला. त्याने महाराष्ट्राला Mo-ha-la-cho असे संबोधले आहे आणि त्याचा विस्तार सहा

हजार ली म्हणजे एक हजार मैल एवढा सांगितला आहे. त्याच्या दृष्टीनेही विदर्भ व कोकण त्यावेळच्या महाराष्ट्रात नसावा. डॉ. एच. डी. सांकलियांचे मतही असेच आहे. पूर्वेला नागपूर, ईशान्येला विंध्य, उत्तरेला दमण, पश्चिमेला घाटमाथा आणि दक्षिणेस कोल्हापूर अशी तत्कालीन महाराष्ट्राची सीमा त्यांनी सांगितली आहे.

ऋद्धपूर माहात्म्य नावाच्या काव्यग्रंथात डिंभ कवीने महाराष्ट्राच्या व्याप्तीचे वर्णन केले आहे ते असे - 'विंध्याद्रीपासून दक्षिण दिशेसी। कृष्णा नदीपासून उत्तरेसी। झाडीमंडळापासून पश्चिमेसी। कोकणपर्यंत महाराष्ट्र बोलीजे।' यामध्ये कोकण सोडून बाकी सर्व प्रदेश महाराष्ट्रात समाविष्ट आहेत. महानुभावांचा कालखंड हा यादवांचा काळ. त्यांच्या 'आचारमहाभाष्य' या ग्रंथातील पहिल्या सूत्रातच महाराष्ट्राची व्याप्ती आणि घटक सांगितलेले आहेत. 'देशभणिजे खण्डमण्डल। जैसे कले ठाणपासोनी दक्षिणेस मराठी भाष। जेतुला ठायी वर्ते तेतुले एक मंडळ। तयासी उत्तरे बालेघाटाचा सेवट असे ऐसे एक खण्डमंडल। मंग उभयगंगातीर (गोदा व पैनगंगा यातील प्रदेश) तेही एक खण्डमंडल। आन तयापासोनी मेघकर (मेहकर) घाट ते एक मंडल। तयापासोनी आवघे वऱ्हाड तेही एक मंडल। पर अवघिची मिळवूनी महाराष्ट्रची बोलीजे। किंचित किंचित भाषेचा पालट असे म्हणोनी खण्डमंडले म्हणावी।' मराठी भाषिक मुलखांचे पाच वेगवेगळे भाग मिळून महाराष्ट्र होतो, हा या उताऱ्यातील दृष्टिकोन अत्यंत महत्त्वाचा आहे.

महाराष्ट्र नावाची उपपत्ती

महाराष्ट्र या नावाची उपपत्ती काय? यावर गेली दीडशे वर्षे महाराष्ट्रातील संशोधकांमध्ये रण माजलेले आहे. महान राष्ट्र ते महाराष्ट्र अशी व्युत्पत्ती महामहोपाध्याय डॉ. पां. वा. काणे यांनी सुचविलेली आहे. महानुभावांपैकी गुर्जर शिववासाने 'महंत' राष्ट्र म्हणोनी महाराष्ट्र' अशी व्युत्पत्ती दिलेली आहे. या दोन्हीमध्ये महाराष्ट्राचा प्रदेशविस्तार आणि त्याची गुणवाचकताही स्पष्ट आहे.

अन्य सर्व विद्वानांमध्ये उपपत्तीबाबत दोन महत्त्वाचे गट पडलेले आहेत. इतिहासाचार्य राजवाडे, डॉ. भांडारकर, डॉ. केतकर इ. प्रमुख संशोधकांच्या मतावर दोन गोष्टींचा प्रभाव दिसून येतो. हे बहुतेकजण वेदांसह पुराणग्रंथांचे अभ्यासक आहेत. नावाची उपपत्ती संस्कृतनिष्ठतेत शोधण्याचा त्यांचा प्रयत्न आहे. त्यामुळे नावांची खूप मोडतोड त्यांनी करून पाहिली आहे. या विद्वानांच्या काळात आर्य लोक मध्य आशियातून भारतात आले आणि त्यांनी स्थानिकांवर आक्रमण केले, अशी संकल्पना प्रभावी ठरली होती. त्यामुळे वेदांपासून पुराणांपर्यंत वेगवेगळ्या

वसाहतींचा संदर्भ शोधत ते त्याचा अर्थ लावू पाहतात. राष्ट्र या शब्दाला तेव्हा 'नेशन' या शब्दाचा पर्याय म्हणून स्वीकारले गेल्यामुळे राष्ट्र या शब्दाची व्याप्ती वाढविण्याकडे त्यांचा कल दिसतो. आज नव्या संशोधनातून आर्य आक्रमणाची संकल्पना त्याज्य ठरली आहे. आर्य भारतातीलच होते, त्यांना नवी यज्ञसंस्कृती स्फुरली, तिचा त्यांनी देशभर प्रसार केला, हे आता संशोधकांनी मान्य केले आहे.

पुराणातील महाराष्ट्र हा शब्द महारठ्ठ किंवा मरहट्ट याचे संस्कृतीकरण आहे. महारठी किंवा रठी म्हणजे रथी-महारथी असा संबंध अनेकांनी लावला आहे. काहींनी तर राठोड, महाराठोड याच्याशीही त्याचा संबंध जोडला आहे. राजवाड्यांनी तर महारठी थेट मगधातून आले अशीही एक कल्पना मांडली आहे. पण ही कुठलीच मते पुराव्यांवर टिकत नाहीत. उलट नाणेघाटातील शिलालेखात आलेला एक उल्लेख महत्त्वपूर्ण आहे. इ.स. पूर्व १००च्या या शिलालेखात 'महारठी गणकइरो' असा शब्द आला आहे. त्याचा अर्थ महारठ्ठाचा रहिवासी किंवा महारठ्ठ गणाचा सदस्य असा घेणे अधिक योग्य ठरेल. सातवाहन सम्राट हे ब्राह्मण असल्यामुळे महारठी हा शिलालेखातील उल्लेख त्यांच्या नजीकच्या आप्तांचा असावा असेही म्हटले गेलेले आहे; पण महाराणी नायनिकेने स्वत:चा उल्लेख महारठींनी असा केला असल्यामुळे हे ब्राह्मणही स्वत:ला महारठीच मानतात, असे दिसते.

संशोधकांचा दुसरा गट, महारठ्ठ किंवा मरहट्ट यांच्या स्थानिक भाषेतील अर्थाचा विचार करणारा आहे. मरहट्ट या कानडी शब्दाचा अर्थ झाडी मंडळ असा आहे, असे धारवाडचे संशोधक श्री. शं.पा. जोशी यांनी म्हटले आहे. हट्ट किंवा हट्टे यांचीच सत्ता आणि वसाहती दक्षिणापथात अस्तित्वात होत्या, असे त्यांचे प्रतिपादन आहे. यातही आर्य बाहेरून आले आणि हट्टे हे स्थानिक किंवा मूळचे अशीच मुख्य संकल्पना गृहीत धरलेली आहे. तिसरा एक गट महारांचे राष्ट्र ते महाराष्ट्र अशी व्युत्पत्ती देणाऱ्यांचा आहे. मुळात डॉ. जॉन विल्सन यांनी मोल्सवर्थच्या कोशात ही व्युत्पत्ती मांडली. गाव तेथे महारवाडा या लोकोक्तीचा आधार त्यासाठी घेण्यात आला. ओप्पर्ट यांनी तर मल्लराष्ट्र यामधले मल्ल हेच महार असे सांगितले. शंकरराव खरातांनी तर या सिद्धान्ताचे प्रतिपादन करण्यासाठी एक ग्रंथच लिहिला आहे; पण अजूनही यातल्या कोणत्याही विद्वानाची व्युत्पत्ती सर्वमान्य झालेली नाही.

मराठी भाषा

मराठी भाषेचा उदय कधी झाला यासंबंधी संशोधक आणि विद्वानांच्यामध्ये अनेक मतमतांतरे आहेत. त्यामध्ये भाषाशास्त्रविषयक वाद व संकल्पना हा महत्त्वाचा घटक आहे. युरोपियन भाषाशास्त्रज्ञ डॉ. बॉप यांनी 'तुलनात्मक व्याकरण' या नावाचे एक पुस्तक १८३५ मध्ये प्रकाशित केले. युरोपीय आणि आशियाई भाषांचा तुलनात्मक अभ्यास केल्यानंतर डॉ. बॉप यांना असे वाटले की युरोपातील बऱ्याचशा भाषा आणि आशियातील काही भाषा यांचे एकमेकांशी साम्य आहे. यावरून या सर्व भाषांचे मूळ एखाद्या जुन्या भाषेत असावे, असा सिद्धान्त त्यांनी मांडला. समान सूत्र असलेल्या युरोपीय व आशियाई भाषांना त्यांनी इंडो-जर्मन असे नाव दिले. जर्मन लोक स्वतःला आर्य समजत असल्यामुळे इंडो-जर्मन भाषासमूहाला आर्यन भाषा समूह असे नाव पडले. त्याबरोबर या सर्व भाषिकांचे मूळस्थान कुठेतरी वेगळ्या ठिकाणी असावे आणि तेथून ते युरोप-आशियात पसरले असावेत, असे सूचन त्यांनी या ग्रंथात केले. बॉप यांच्या ह्या सिद्धान्तावरूनच आर्य लोक मध्य आशियातून युरोप व भारतात आले, असा युरोपियन शास्त्रज्ञांचा सिद्धान्त तयार झाला. बॉप यांनी आपल्या संशोधनातून नेग्रेटे-ऑस्ट्रिक व प्रोटो-ऑस्ट्रोलॉईड, मेडिटेरियन-द्रविड, ऑस्ट्रेलियन असे अनेक भाषासमूह कल्पिले. यावरून भाषा आणि वंश ठरवण्यासाठी बॉप यांच्या सिद्धान्ताचा उपयोग होऊ लागला. याच सिद्धान्ताच्या आधाराने मराठीच्या शब्दसंग्रहात नेग्रेटे-ऑस्ट्रिक व प्रोटो-ऑस्ट्रोलाईड, मेडिटेरियन-द्रविड इ. आर्यपूर्वकालीन भाषांशी नाते सांगणारे शब्द आढळतात, असे काही भाषाशास्त्रज्ञांनी दाखवून दिले आहे.

संस्कृतपासून प्राकृतभाषा निर्माण झाल्या असा एक मतप्रवाह भाषाशास्त्रज्ञांमध्ये आहे. त्यांच्या मते, संस्कृत-महाराष्ट्री प्राकृत-महाराष्ट्री-अपभ्रंश-मराठी अशी ही मराठी उदयाची प्रक्रिया सांगितली जाते. या संदर्भातही विद्वानांमध्ये दोन मतप्रवाह आहेत. संस्कृतनिष्ठांचे म्हणणे असे की, संस्कृतचे अपभ्रष्ट रूप म्हणजे प्राकृत आणि प्राकृताच्या अपभ्रंशातून देशी भाषा उत्पन्न झाल्या. त्याउलट प्राकृत भाषा या सामान्यजनांच्या मूळ भाषा असून त्यावर व्याकरणादी संस्कार होऊन विद्वानांची ग्रंथभाषा म्हणून संस्कृत भाषा सिद्ध झाली, असे प्राकृत अभिमान्यांचे म्हणणे आहे. त्यांच्या म्हणण्याप्रमाणे भारतामध्ये भाषांचे दोन प्रवाह नेहमी अस्तित्वात होते. संस्कृतमध्येही वैदिक संस्कृत, उपनिषद व पुराणांचे संस्कृत आणि लौकिक संस्कृत असा सतत बदलणारा भाषाप्रवाह दिसतो. दुसरीकडे वेदपूर्व भाषांपासून पाली, प्राकृत महाराष्ट्री, अपभ्रंश आणि शेवटी देशी म्हणजे मराठी,

गुजराती, हिंदी असा दुसरा भाषाप्रवाह दिसतो. व्याकरणकार पाणिनीनेही छांदस (वैदिक संस्कृत) आणि भाषा (बोली भाषा) असे प्रचलित आर्यभाषेचे दोन प्रकार मानले आहेत, ते वरील दोन प्रवाहाचेच द्योतक असावेत. या सर्व भाषाविषयक घडामोडींचा मराठीच्या उदयाशी थेट संबंध आहे. वेद हे सर्वात प्राचीन आहेत, याबद्दल दुमत नसले तरी त्यांचा काळ कोणता याबद्दल विविध काळात नवे सिद्धान्त मांडले गेले. मॅक्सम्युलरने त्यांचा काळ इ.स. पूर्व १४०० ते १२०० असा निश्चित केला. मोहोंजोदाडो आणि हडप्पा इतर उत्खननातून वेदांचा काळ इ.स.पूर्व (३०००) वर्षेपर्यंत मागे गेला. नक्षत्रशास्त्र, भाषाशास्त्र, भूगोलशास्त्र आणि पुरातत्त्व यांचा विचार करून प्रा. प्रभाकर पुजारी यांनी वेदकाल इ.स. पूर्व ६०,००० वर्षांपर्यंत मागे जाऊ शकतो असे दाखवून दिले. संस्कृत भाषेचा हा प्रदीर्घ प्रवास लक्षात घेतला, तर त्यामध्ये वारंवार खंड पडणे, मरगळ येणे, अन्य भाषांचा अथवा नव्या संशोधनाचा परिणाम होणे हे स्वाभाविक मानले पाहिजे. इ.स. पूर्व सहाव्या आणि आठव्या शतकात रामायण व महाभारताची झालेली रचना आणि पुराणग्रंथांचे लेखन हे संस्कृतच्या पुनर्स्थापनेसाठी होते, असे मानणारा विद्वानांचा एक मोठा वर्ग आहे. याच काळात जैन व बौद्ध धर्माचार्यांनी पाली व अर्धमागधी या लोकभाषांना प्रतिष्ठा प्राप्त करून दिली आणि नंतर त्या राजभाषाही झाल्या.

याच कालखंडात निर्माण झालेल्या धर्मसूत्रांमध्ये संस्कृत भाषा लोप पावत चालल्याचे अनेक उल्लेख आपल्याला सापडतात. गुरुगृही यज्ञदीक्षा संपूर्ण होईपर्यंत प्राकृत भाषा बोलू नये असा दंडक सूत्रकारांनी घातला होता. याचा अर्थ विद्वान, संशोधक, साहित्यिक यांची भाषा संस्कृत आणि सर्वांचीच बोलीभाषा प्राकृत असे हे वर्गीकरण झाले असावे. महाराष्ट्राचा आद्य संस्थापक सम्राट शालिवाहन स्वत: ब्राह्मण आणि वैदिक यज्ञधर्माचा पुरस्कर्ता होता; पण त्याने संस्कृतला राजभाषा न बनवता महाराष्ट्री या प्राकृत भाषेला राजभाषा बनवली, हे या संदर्भात महत्त्वाचे आहे. महाराष्ट्री भाषेत मोठ्या प्रमाणात साहित्य निर्माण झाले, ते महत्त्वाचे आहे. सातवाहनाच्या काळात संस्कृतबरोबरच महाराष्ट्री, अपभ्रंश, पैशाची या प्राकृत भाषा बोलल्या जात. त्यानंतर महाराष्ट्री व अपभ्रंश यांचा संयोग होऊन महाराष्ट्री-अपभ्रंश अशी संयुक्त भाषा बोलली जात असे. इ.स. ८०० मध्ये कोऊहल या कवीने 'लीलावै' हे काव्य लिहिले. हे काव्य आपण 'मरहट्ट देशी भाषेत' लिहिल्याचे तो सांगतो. त्याच्यानंतर १०० वर्षांनी आलेल्या राजशेखर याचा काव्यमीमांसा ग्रंथ प्रसिद्ध आहे. त्यामध्ये राजदरबारात कोण कुठे बसत असे याचे वर्णन त्यांनी केले

आहे. ‘‘उत्तरेकडे संस्कृत कवी व त्याचे मागे वैदिक, दार्शनिक, पौराणिक व स्मृतिशास्त्री यांचे स्थान आहे. पूर्वेला प्राकृत भाषेचे कवी, त्यांच्या मागे नट, नर्तक, गायक, वादक इत्यादींच्या जागा. पश्चिमेला अपभ्रंश भाषेतील कवी आहेत. त्यांच्या मागे चित्रकार, लेणकार, मणिकार, सुतार, लोहार यांची सोय केलेली आहे. दक्षिणेकडे पैशाची भाषेतील कवी, त्यांच्यामागे वेश्या, जादूगार, पहिलवान, शिपाई यांची रांग असे, असे तो लिहितो, यावरून प्राकृत भाषा बोलणारे नट, नर्तक, वादक म्हणजे साहित्यसंस्कृतीशी संबंध असणारे घटक होते, तर अपभ्रंश भाषा चित्रकार, लेणकार, मणिकार, सुतार, लोहार अशा उत्पादक व्यवसाय करणाऱ्या लोकांची बोलीभाषा होती, असे दिसते.

मराठी भाषेतील पहिला वाक्यरूप आविष्कार श्रवणबेळगोळच्या शिलालेखातील आहे असे मानले जात असे. ‘श्रीचामुंडराये करविले’ हे ते वाक्य. हा शिलालेख शके ९०५ मधला आहे; परंतु डॉ. गुणे, श्री. चिं.ग. कर्वे यांच्या संशोधनानुसार ही वाक्ये इ.स. १११७ सालातली ठरतात. दुसरा शिलालेख शके ९३४चा आहे. केशीदे व शिलाहार यांनी कुलाबा जिल्ह्यातील अक्षी येथे तो कोरला आहे. यामुळे आद्य मराठीचे दर्शन दहाव्या, अकराव्या शतकात घडते, असे म्हणायला हरकत नाही. सातवाहनानंतर महाराष्ट्रात वाकाटक, चालुक्य, राष्ट्रकूट यांची राज्ये होती. या काळात कानडी ही राजभाषा असल्याचे दिसते. पैठणच्या यादवांनी मात्र प्रथमच मराठी ही राजभाषा केली आणि तेराव्या शतकात मराठी व कानडीला माध्यमभाषा म्हणून मान्यता दिली. नरसीपूरम विद्यापीठ स्थापून त्यासाठी प्रादेशिक भाषांचा अभ्यासक्रमही तयार करण्यात आला. यादवकाळातच महेश्वर, लक्ष्मीधर, चंगदेव, अनंतदेव असे महान ज्योतिषग्रंथकार झाले; पण त्याही आधी अकराव्या शतकात श्रीपती भट्ट यांचा ‘ज्योतिषरत्नमाला’ हा ग्रंथ मराठीत झाला होता. गोरक्षनाथांच्या ‘अमरनाथ संवाद’ या ग्रंथाला मराठीतील पहिल्या ग्रंथाचा मान जातो. त्यानंतरचा ‘ज्योतिषरत्नमाला’. म्हणूनच इ.स. १०५० ते १३५० हा मराठी वाङ्मयेतिहासाचा प्रारंभखंड मानला जातो. प्रादेशिकतेच्या व भाषेच्या पायावर महाराष्ट्रीय संस्कृती उभी करण्याचा मान मात्र महानुभाव आणि वारकरी संप्रदायाच्या धार्मिक साहित्याला जातो.

ज्ञानेश्वरांआधी दोन महत्त्वाचे धर्मग्रंथ मराठीत झाले होते. मुकुंदराजांचा ‘विवेकसिंधू’ म्हणजे शंकराचार्यांच्या मताचा सरळ मराठी अवतार. संन्यासयोगाचेच प्रतिपादन त्यात केले आहे. महानुभाव पंथाचे संस्थापक चक्रधर स्वामींचा ‘सिद्धान्त सूत्रपाठ’ हाही याच परंपरेतला; पण महानुभाव पंथाचा मराठी व महाराष्ट्र याबद्दलचा

जाज्वल्य अभिमान होता. केसोबांनी ‘उद्धरण’ प्रकरण संस्कृतात लिहू नये तर मराठीत लिहावे अशी प्रार्थना नागदेवाचार्यांनी केली आहे. कारण ‘मन श्रीचक्रधरे निरुपिले मऱ्हाटी’ अशी त्यांची श्रद्धा आहे. ज्ञानेश्वरांनी तर मराठीचा अभिमान विलक्षण सामर्थ्याने प्रकट केला आहे. ‘माझा मऱ्हाठाची बोलू कवतिके’ किंवा ‘मऱ्हाटीयेचा नगरी। ब्रह्मविद्येचा सुकाळू करी’ अशा ओवीचरणातून तो व्यक्त झाला आहे. महानुभावपंथी धर्माचार्य गद्य मराठीत लेखन करीत होते. तर ज्ञानदेवांनी ओवी या लोककाव्याचा वापर करून हे ज्ञान सर्वसामान्यांपर्यंत नेले.

मऱ्हाटी लोक

मऱ्हाटी लोक खरे कोण? याची चर्चाही गेली शंभर-सव्वाशे वर्षे सुरू आहे. ऑक्सफर्ड विद्यापीठातील संस्कृतचे प्रोफेसर डॉ. मॅक्सम्युलर यांनी आर्य नावाचा वंश असल्याचे प्रथम प्रतिपादन केले आणि आर्य वंशाचे लोक गोरे, सरळ व धारदार नाकाचे होते असे म्हटले. साहजिकच वर्ण आणि वंश या संकल्पनेला मानणाऱ्या पाश्चात्य विचारवंतांनी जगाची विभागणी वरील वर्णनानुसार आर्य आणि अनार्य यांच्यात करायला सुरुवात केली. हार्बर्ट रिस्ले हे वंशशास्त्राचे प्रमुख अभ्यासक. त्यांनी कवटीच्या मोजमापावरून आर्य कोण आणि अनार्य कोण ते ठरवायला सुरुवात केली. त्यांच्याच पावलावर पाऊल टाकून चिंतामणराव वैद्यांनी आर्यांचे चेहरे मापनांक बनवले. डॉ. इरावती कर्वे यांनी महाराष्ट्रातील विविध जाति-जमातींचा विस्तृत अभ्यास करून महाराष्ट्रीय समाजाचे कवटीच्या लहान-मोठेपणावरून चार प्रमुख गट पाडले. त्याप्रमाणे ब्राह्मण, पाठारे प्रभू आणि मुंबई किनाऱ्यावरील नागरी जाती हा मोठ्या डोक्याचा गट, मध्यम डोक्याच्या गटात प्रमुख शेतकरी जाती आणि धंदेवाईक जाती आणि काही ब्राह्मण जातींचा समावेश केला. तिसऱ्या लहान डोक्याच्या गटात त्यांनी आगरी, कुणबी, मराठे, वंजारी, हटकर, धनगर, पूर्वेकडील वन्य जमाती, अस्पृश्य, बलुतेदार, कारागीर जाती यांचा समावेश केला. तर अतिलहान डोक्याच्या गटात पश्चिमेकडील वन्य जमाती व परीट, खुटेकर, धनगर इ.चा समावेश केला. याबरोबरच लहान व मध्यम डोक्याच्या गटाचे समाजगट हे महाराष्ट्राचे मूळ वसाहतकार आहेत, असा सिद्धान्त त्यांनी मांडला.

मॅक्सम्युलरच्या आर्यविषयक प्रतिपादनाच्या चिंधड्या भारतरत्न डॉ. बाबासाहेब आंबेडकरांनी आपल्या ‘शूद्र मूळचे कोण होते?’ या ग्रंथात उडवल्या आहेत. आर्यवंश आणि आर्यांचे आक्रमण या दोन्ही संकल्पना पुराव्यांवर टिकत

नाहीत, हे त्यांनी सप्रमाण दाखवून दिले आहे. जगात निरनिराळे स्वतंत्र मानवी वंश आहेत हेच मुळात आधुनिक विज्ञानाला मान्य नाही. 'ह्यूमन बायॉलॉजी' या ग्रंथामध्ये वंश आणि मानवी विकास यांची विस्तृत चर्चा करण्यात आली आहे. 'विविध मानवी अवयवांवरून मानवाचे पूर्वज विविध प्रदेशातले होते, एवढेच सिद्ध होते; पण मानवी जीव एकच आहे, असे या ग्रंथाचे प्रतिपादन आहे. ज्या मानवी कवट्यांवरून वंशशास्त्रज्ञ वंश ठरवतात, त्या कवट्यांच्या रचनेमागे अनेकविध कारणे आहेत. नैसर्गिक निवड हे मानवातील सगळ्या वेगळेपणाचे आणि स्थित्यंतरामागचे प्रभावी निसर्गतत्त्व आहे. अन्न, पाणी, भौगोलिक रचना, सामाजिक संकल्पना यामधून मानवी रचनेत फरक पडतो. युरोपमधून अमेरिकेत गेलेल्या लोकांमध्ये असा मोठा फरक पडल्याचे शास्त्रज्ञांचे म्हणणे आहे. म्हणूनच वंश ही संकल्पनाच आधुनिक शास्त्रज्ञांनी अनैसर्गिक ठरविली आहे. मानवी टोळ्यांमध्ये (कुल/क्लॅन) वेगळेपण असते, एवढेच त्यांना मान्य आहे. भारतीय संकल्पनेतही कुलविचारच महत्त्वाचा मानलेला आहे. आपण ज्याला वंश म्हणतो तो रेस शब्दाचा पर्याय नव्हे. भारतीय भाषांतील वंश म्हणजे कुलसातत्य आहे. रॉबर्ट पी. स्टकर्ट याचे प्रतिपादन तर वंशश्रेष्ठत्ववाल्यांना धक्का देणारे आहे. तो म्हणतो, 'गौरवर्णीयांपैकी ४२ दशलक्ष लोकांचे मूळ स्थान आफ्रिका आहे.' आफ्रिकेत सापडलेले मानवी सांगाडे सर्वात जुने म्हणजे २१ लाख वर्षांपूर्वीचे आहेत, हे या संदर्भात महत्त्वाचे आहे.

प्रस्थापित पुरातत्त्वीय सिद्धान्तांना आपल्या पुरामानवशास्त्रीय संशोधनाने जबर धक्का देण्याचे काम पुण्याच्या डेक्कन कॉलेजचे प्राध्यापक डॉ. सुभाष वाळिंबे यांनी केले आहे. पूर्वीच्या संशोधन पद्धतीनुसार १९६० पर्यंत मानवी सांगाड्यांचा अभ्यास, त्यांचे वंशवर्गीकरण करण्यासाठी केला जात असे. जेव्हा उत्खननामध्ये दोन किंवा जास्त ठिकाणी एकाच प्रकारची खापरे, घरे किंवा इतर पुरावे मिळतात, तेव्हा या वेगवेगळ्या ठिकाणी वस्ती करणारा माणूस एकाच वंशाचा असावा असे गृहीत धरून मानवी वर्गीकरण केले जात असते. यासाठी उत्खननात सापडलेल्या कवटीचाच फक्त उपयोग आहे असे समजून अस्थी, लहान मुलांचे सांगाडे किंवा मोडलेले, खराब झालेल्या अस्थी अवशेष पूर्ण दुर्लक्षिल्या जात. डॉ. वाळिंब्यांनी आपल्या सुरुवातीच्याच संशोधनात केवळ वंशवर्गीकरणासाठी सांगाड्यांचा उपयोग करण्याच्या मर्यादा स्पष्ट केल्या आणि सांगाड्यांकडे व एकूण अवशेषांकडे 'जीवसांस्कृतिक' दृष्टिकोनातून पाहण्याची नवी दृष्टी दिली. एकूण अस्थिपुराव्यांवरून तत्कालीन समाजरचना, लोकसंख्याशास्त्र अशा अनेक गोष्टींची माहिती मिळू शकते

असे त्यांनी दाखवून दिल्यामुळे अस्थिपुराव्यांकडे बघण्याच्या दृष्टिकोनात मोठा वैचारिक बदल घडला.

एकाच विशिष्ट क्षेत्रातील उत्खननात वेगवेगळ्या कालखंडात सापडलेल्या मानवी सांगाड्यांमध्ये आढळणारे शारीरिक बदल म्हणजे त्या क्षेत्रात इतर ठिकाणांहून लोकांचे झालेले स्थलांतर असे मानले जात असे. या संकल्पनेलाच डॉ. वाळिंबे यांच्या संशोधनाने मोठा धक्का दिला. आजवर केवळ कवटीचे आणि चेहऱ्याचे मोजमाप महत्त्वाचे मानले जात असे डॉ. वाळिंबे यांनी कवटीच्या व चेहऱ्याच्या हाडांवरील आणि दातांवरील १२० गुणविशेषांचे वर्गीकरण करून त्यांचा अभ्यास केला, तेव्हा त्यामध्ये विविध कालखंडात मिळालेल्या कवट्यांतील गुणविशेषात आनुवंशिकता दिसून आली. त्यामुळे स्थलांतराने, आक्रमणाने व मूळ जाती नामशेष झाल्याचे सर्व सिद्धान्त कोलमडून पडले. या संशोधनावरून त्यांनी पूर्वीच्या भटक्या व शिकारी जीवनपद्धतीमधूनच पुढे शेतीप्रधान व पशुपालन संस्कृती उदयाला आली, असे दाखवून दिले. हा जो मोठा सांस्कृतिक बदल घडला. त्यामुळे तर मानवसमूहाच्या शरीराच्या ठेवणीतही मोठे बदल घडले. याचा एक महत्त्वाचा अर्थ असा की, जे समाजगट सातत्याने प्रगत होत राहिले त्याच्या शारीरिक ठेवणीत, डोक्याच्या आणि चेहऱ्याचा आकारात मोठे बदल घडले आणि जे समाजगट कोणत्या ना कोणत्या कारणाने या प्रगतीपासून वेगळे राहिले, बाजूला पडले, त्यांची शारीरिक ठेवण आणि कवटीचे चेहऱ्याचे आकार त्यांच्या त्यांच्या प्रगतीच्या विशिष्ट टप्प्यावरच थांबले. म्हणजेच एकाच वंशाचे आणि कुलाचे असूनही त्यांच्यातील बदल हे त्यांच्यातील प्रगतीवर अवलंबून राहतात, असा महत्त्वाचा सिद्धान्त सिद्ध झाला.

या नव्या सिद्धान्तामुळे मराठे खरे कोण, याची कवटीच्या आधारे आणि जातींच्या आधारे केलेली वर्गवारी आणि वंशविश्लेषण पुरावे म्हणून गृहीत धरता येत नाहीत. याचा अर्थ महाराष्ट्रात स्थलांतरे झाली नाहीत, असा मात्र अजिबात नव्हे. वर उल्लेख केलेल्या दंडकारण्याच्या निबिड जंगलापासून सुरू झालेले नागरीकरण दंडकारण्याच्या बाहेरून आलेल्यांनीच केले. उत्तरेतून आणि दक्षिणेतून विविध समाजगट इतिहासाच्या वेगवेगळ्या टप्प्यावरती महाराष्ट्रात आले व स्थिरावले. शक, हूणांपासून मोगलांपर्यंत अनेक परकीय आक्रमक थेट महाराष्ट्रापर्यंत आले. अनेक वर्ष त्यांनी राज्य केले आणि तेही इथे स्थिरावले. यामुळे मऱ्हाटे समजले जाणारे शालिवाहन कालापासूनचे लोक इथे कायम होतेच; पण बाहेरून आलेले हे सर्वही इथल्या वर्ण व जातिव्यवस्थेत सामावले गेले. आज त्यातले शक

व हूण कोण हे सांगणे अवघड आहे. आर्य व द्रविड हे वेगळ्या वंशाचे होते ही संकल्पना आता अमान्य झालेली आहे. त्यामुळे वेगवेगळ्या भारतीय गटांचे स्थलांतर घडले असले, तरी ते रूढ अर्थाने बोलायचे तर एकाच म्हणजे भारतीय वंशाचे घटक आहेत. मात्र ते येताना आपली भाषा, तत्कालीन संस्कृती व रीतिरिवाज घेऊन महाराष्ट्रात आले. त्यामुळे आजही त्यांचे वेगळेपण प्रसंगपरत्वे जाणवत असले तरी त्यातील मूळ एकात्मता सहज शोधता येते.

मऱ्हाटे म्हणून जे काही आपले वैशिष्ट्य निर्माण झाले आहे, त्यामध्ये इथला भूप्रदेश, हवामान, इथे पिकणारे अन्नधान्य या सगळ्याचा उच्चारावर व भाषेवर होणारा परिणाम, शरीराच्या ठेवणीवर होणारा परिणाम यातून एकसंधपणे तयार झाले. वेगवेगळ्या गटात ते कमी-जास्त असले तरी ते आहे हे निश्चित.

२

महाराष्ट्राच्या अस्मितेचे जागरण

ब्रिटिश काळात विविध इलाख्यांमध्ये विखुरलेल्या मराठीभाषक प्रदेशांचे मिळून संयुक्त महाराष्ट्र राज्य स्थापन व्हावे यासाठी महाराष्ट्राला मोठा लढा द्यावा लागला. त्यासाठी सुरू झालेली चळवळ हा काही अपघात नव्हता किंवा कुणाच्यातरी विरोधात उभी राहिलेली चळवळही नव्हती. या चळवळीत महत्त्वाच्या ठरलेल्या 'मराठ्यांची अस्मिता', 'महाराष्ट्र धर्म' या संकल्पनांचे जागरण आणि इतिहासाचे पुनरावलोकन त्याआधी सुमारे १०० वर्षे सतत चालू होते. या जागरणामागे महाराष्ट्राचा दोन हजार वर्षांचा उज्ज्वल इतिहास आणि समृद्ध साहित्य आणि संस्कृती उभी होती.

इ.स. १८१८ मध्ये पेशवाईचा अस्त झाला आणि ब्रिटिशांची राजवट हळूहळू महाराष्ट्रभर पसरली; पण मराठ्यांनी ती सहजासहजी स्वीकारली नाही. १८१८ ते १८५७ या काळात महाराष्ट्रात विविध समाजगटांनी ब्रिटिश विरोधात आठ-दहा मोठे सशस्त्र संघर्ष उभारले आणि ते दीर्घकाळ चालले. इंग्रजांना इंच-इंच भूमीसाठी प्रखर संघर्ष करायला लावणाऱ्या मराठ्यांचा खरा इतिहास डावलून, दडवून ठेवून, त्यांना लुटारू ठरविण्याचा मोठा उद्योग काही ब्रिटिश इतिहासकारांनी केला. 'ऑक्सफर्ड हिस्टरी ऑफ इंडिया' या स्मिथने लिहिलेल्या ग्रंथात याची प्रचीती येते. शिवछत्रपतींपासून दुसऱ्या बाजीरावांपर्यंत सर्व मराठा सत्ताधीश व्यावसायिक लुटारू होते असे सांगताना तो म्हणतो-

"The Maratha independent rule in all its varieties until 1818 was the rule of professed robbers." शिवाजीमहाराज हे मराठ्यांचे सर्वश्रेष्ठ

राजे असल्यामुळे स्मिथच्या लेखी ते अर्थातच "A robber chieftain who inflicted untold misery on hundreds of thousands of innocent people, Hindus and Mahomedans alike, merely for the sake of gain, using without scruple kinds of cruelty and treachery to attain his wicked end." असे ठरतात. इ.स. १८१८ मध्ये सातारचे स्वतंत्र राज्य झाल्यानंतर तिथे पोलिटिकल रेसिडेन्ट म्हणून काम करणाऱ्या ग्रँट डफ याने 'हिस्टरी ऑफ द मराठाज' या नावाचा ग्रंथ लिहिला. तो इ.स. १८२६ मध्ये प्रसिद्ध झाला. हा ग्रंथ लिहिताना त्याने मराठी बखरी आणि मुस्लिम इतिहासकारांच्या फार्सी बखरी यांचा अधिक उपयोग केला आहे. अस्सल कागदपत्रांचा उपयोग त्याने क्वचितच ठिकाणी केलेला असला, तरी इंग्रजीत प्रसिद्ध झालेला तीन खंडांतील मराठ्यांचा हा पहिलाच इतिहास आहे. त्यामुळे त्याला आजही महत्त्व आहे आणि युरोपात आजही त्याचाच आधार घेतला जातो. इतिहासाचार्य राजवाड्यांनी या ग्रंथाची चिरफाड करून त्यातील त्रुटी आणि चुका समोर आणल्या. हे पुस्तक अविश्वसनीय माहितीवर लिहिलेला अपूर्ण ग्रंथ असून डफने दुय्यम दर्जाच्या बखरी आणि तवारिखा ही साधने वापरून मराठ्यांची खऱ्या अर्थाने इंग्रजीत आणि एक बखर लिहिली आहे, अशी सडेतोड टीका त्यांनी केली आहे. डफने मराठ्यांच्या सुरुवातीच्या सुमारे १५० वर्षांच्या प्रदीर्घ इतिहासाला फक्त ४७५ पाने लिहिली आहेत. याउलट १७४६-१७९६ या ५० वर्षांतील घडामोडींना २०० पाने मिळाली आहेत. कारण या काळात इंग्रजांचे वकील पुणे दरबारी होते आणि तत्संबंधीची कागदपत्रे विपुल प्रमाणात उपलब्ध होती, हेही राजवाड्यांनी निदर्शनास आणले आहे. डफच्या लेखनात दोन महत्त्वाचे मुद्दे होते, ज्यामुळे महाराष्ट्रात इतिहास संशोधनाला चालना मिळाली. पहिला असा की शिवाजीमहाराजांचे राज्य हा अपघात होता. दुसरा मुद्दा असा की, मराठ्यांच्या पराक्रमाची वर्णने त्याने केली असली तरी शिवाजीमहाराजांसह सर्वच लुटारू होते असेच प्रतिपादन केले आहे.

सर्वच ब्रिटिश शासकांचे मत असेच होते असे मात्र नाही. विल्यम विल्सन हंटर याने 'Bombay 1885 to 1890 A Study in Indian Administration' नामक पुस्तक लिहिले आहे. मुळात फ्लॉरेन्स नाइटिंगेल यांना मुंबईच्या आरोग्य विषयाची माहिती देण्यासाठी हंटरने केलेले हे टिपण होते. त्याचेच पुढे विस्तृत पुस्तकात रूपांतर झाले. यामध्ये त्याने मुंबई प्रांतातील लोकसमूहांची माहिती दिली आहे. १७७९ ते १८१८ या काळात ब्रिटिश आणि मराठा या दोन बलाढ्य सत्ता

अंतिम संघर्षासाठी एकमेकासमोर उभ्या ठाकल्या होत्या, अशी माहिती देऊन हंटर पुढे सांगतो, की ''त्यांच्यातील संघर्षाचा सर्व इतिहास आपणास ठाऊकच असल्यामुळे ब्रिटिशांचा विजय हा आपणास पूर्वनिश्चित परिणामच वाटतो; परंतु समकालीन कागदपत्रे सिद्ध करतात, की आधीच्या ब्रिटिश सत्ताधाऱ्यांना तसे वाटत नव्हते. पुण्यामध्ये लढाऊ नेतृत्व असते तर शिवाजीचे वंशज शोभणाऱ्या या मराठ्यांनी हिंदुस्थानचा सध्याचा नकाशाच बदलून टाकला असता. अगदी एक-दोन शतकांपूर्वीच मराठ्यांनी प्रत्यक्ष किंवा महसूल व्यवस्थेच्या माध्यमातून जवळजवळ सर्व हिंदुस्थान काबीज केला होता आणि मोगल साम्राज्याच्या वारसदाराला, दिल्लीच्या बादशहाला आपल्या हातातील बाहुले करून ठेवले होते.''

मराठ्यांच्या या देशात प्रशासकीय कारभार करणे ही सोपी गोष्ट नाही, असे सांगताना तो म्हणतो "The problem of administration in a Maratha country is therefore to deal not with a quick-witted Hindu people like Bengalis who had long been accustomed to foreign subjection, but with an equally able Hindu people who have been accustomed to consider thesmselves a conquering and governing race."

मराठ्यांविषयी लिहिताना हंटरने 'They very nearly succeced in creating a Hindu Empire of their own' अशी नोंद केली आहे. राज्य जिंकणारी आणि राज्याचा कारभार इंग्रजांइतकाच सक्षमपणे चालवणारी जमात म्हणून हंटर मराठ्यांची ओळख करून देतो. त्यापुढे जाऊन मराठा ही समृद्ध राष्ट्रीय साहित्य असलेली जमात आहे असे सांगताना तो म्हणतो,

"The Marathas are a people proud not only of their history as a conquering and governing race but also of their national literature." त्यावेळी प्रचलित असलेल्या वंशसिद्धान्ताला अनुसरून मराठ्यांमध्ये आर्य आणि द्रविड या दोन्ही वंशाच्या सद्‌गुणांचा समुच्चय झाला आहे अशी नोंद करून तो मराठ्यांच्यात वैचारिकता आणि कृतिशीलता अशा दोन्ही गोष्टींचे उत्तम मिश्रण असल्याची नोंद करतो. मराठी भाषा ही आर्य कुलातील प्रगत अशी भाषा असून तिच्यात अभ्यासकांना आकर्षित करणारी संरचनात्मक जटिलताही आहे, असे त्याने म्हटले आहे.

समकालीन ब्रिटिश प्रशासक अल्फ्रेड लायल मराठ्यांच्या संदर्भात हंटरच्या सुरात सूर मिळवतो. ''जर मोगल साम्राज्याच्या विघटनाच्या वेळी भारताला

त्याच्या स्वतःच्या भवितव्यावर सोपवण्यात आले असते आणि जर युरोपियन लोक या भूमीत अवतरलेच नसते, तर संपूर्ण दक्षिण आणि मध्य भारत मराठ्यांच्या वर्चस्वाखाली आला असता.'' आमचे सर्वात धोकादायक प्रतिस्पर्धक मराठेच होते, असे लायलनी 'English Domain in India' या पुस्तकात लिहिले आहे. या संदर्भात त्याने मद्रास कौन्सिलच्या अध्यक्षांनी ऑक्टोबर १७५६ मध्ये लिहिलेल्या पत्रातील ओळी उद्धृत केल्या आहेत. ''युरोपीय शक्तींच्या हस्तक्षेपाच्या अभावी आम्ही मराठ्यांना संपूर्ण मोगल साम्राज्यासाठी अधिक लायक समजतो.''

भारतात ब्रिटिश सत्ता स्थापन करण्यात लक्षणीय वाटा असलेल्या वॉरन हेस्टिंग्जचे मत या संदर्भात निर्णायक समजायला हरकत नाही. तो म्हणतो, "The Marathas pussess, alone of all the people of Hindusthan and Deccan a principle of national attachment, which is strongly ingrained on the minds of alll individuals of the nation, and would probably unite their chiefs, as in on common cause, if any great danger were to threaten the general state."

ब्रिटिश इतिहासकार भले मराठ्यांना लुटारू म्हणोत व टॉडसारखे मराठ्यांचे निंदक त्यांना आधार देवोत, महत्त्वाचे असे अनेक ब्रिटिश लढवय्ये, मुत्सद्दी आणि प्रशासक मराठ्यांकडे जबरदस्त समतुल्य प्रतिस्पर्धी म्हणून पाहात होते आणि मराठे हे विजेते व प्रशासक होते, इतकेच नव्हे तर त्यांच्याकडे राष्ट्रभावनाही होती अशी कबुलीही सर्वांनी दिली आहे. मराठीत मात्र इतिहास लेखनाबद्दल त्या काळी कोणाला फारशी आस्था नव्हती. ग्रँड डफच्या ग्रंथानंतर पुढील ४०-५० वर्षे काही शालोपयोगी इतिहासग्रंथ तयार झाले. विविध ज्ञानविस्तारात काही ऐतिहासिक माहिती प्रसिद्ध होत असे. त्यातून प्रसंगानुरूप मराठ्यांची हकिकत समोर येई. मुंबई विद्यापीठाची स्थापना इ.स. १८५७ मध्ये झाली. तिथे विद्यार्थ्यांना युरोपीय देशांचे इतिहास वाचायला मिळत असत; पण त्याच धर्तीवर मराठ्यांचा इतिहास लिहावा अशी ऊर्मी मात्र कोणाला झाली नाही. यानंतरच्या काळात काही मराठी घराण्यांचे इतिहास प्रसिद्ध झाले. त्यापैकी 'आंग्रे घराण्याचा इतिहास' (१८८४), 'विंचुरकर घराण्याचा इतिहास' (१८८३), 'डफळे देशमुख व जहागीरदार यांच्या घराण्याचा इतिहास' (१८६७), 'सातारचे छत्रपती यांचे घराण्याचा इतिहास' (१८८८), 'दाभाड्यांच्या घराण्याचा इतिहास (१८८८), 'शिंद्यांच्या घराण्याचा इतिहास'

(१८६४), 'फणसे घराण्याचा इतिहास', 'शिंदे अलिजाबहादर यांचे घराण्याचा इतिहास' (१८७२) वगैरे काही घराण्यांचे इतिहास केवळ वैयक्तिक प्रयत्नांतून प्रसिद्ध झाले; पण राष्ट्रीय दृष्टीतून मराठ्यांचा व महाराष्ट्राचा इतिहास लिहावा, अशी ऊर्मी मात्र कुठेच नव्हती. अशा इतिहास लेखनासाठी काही साधने जमवावीत, हाही संकल्प फारसा नव्हता. राष्ट्रीय दृष्टीने महत्त्वाची अशी पहिली इतिहाससंशोधनाची स्फूर्ती आधुनिक मराठी गद्याचे जनक म्हणून ओळखले जाणारे विष्णुशास्त्री चिपळूणकर (१८५०-१८८२) यांच्या 'इतिहास' या निबंधाने समकालीन शिक्षितांना दिली. चिपळूणकर यांचा देशाभिमान, स्वाभिमान, स्वधर्माभिमान, 'इतिहास' या निबंधात त्यांच्या नेहमीच्या पद्धतीस अनुसरून प्रकटला आहे. इतिहास लेखनासाठी आपणच जाणूनबुजून नेटाने प्रयत्न केला, तरच आपल्या देशाचा यथार्थ इतिहास तयार होईल, असे त्यांना वाटत होते. विष्णुशास्त्री नुसतेच लेखणीबहादुर नव्हते. आपल्या ध्येयपूर्तीसाठी त्यांनी लोकमान्य टिळक आणि गोपाळ गणेश आगरकर यांच्या सहकार्याने पुण्यास 'न्यू इंग्लिश स्कूल' ही शाळा स्थापन केली. (१८८०) आणि त्याच वर्षी कडव्या राष्ट्रवादाचा पुरस्कार करणारी 'केसरी' (मराठी) आणि 'मराठा' (इंग्रजी) ही दोन वृत्तपत्रे काढली. शिवाय चित्रशाळा, आर्यभूषण छापखाना, किताबखाना ह्यांसारखे समाजशिक्षणोपयोगी उपक्रम सुरू केले. तत्पूर्वी त्यांनी 'निबंधमाला' (१८७४) हे मासिक सुरू केले. नंतर शंकर तुकाराम शाळिग्राम, का. ना. साने व ज. बा. मोडक यांच्या सहकार्याने 'काव्येतिहाससंग्रह' (१८७८) हे मासिक काढले. विशेषतः रावबहादुर काशीनाथ नारायण साने (१८५१-१९२७) यांनी या मासिकाची जोपासना, निरनिराळ्या बखरींचे शास्त्रशुद्ध व टापटिपीचे संशोधन करून केली. या मासिकाने खऱ्या इतिहाससंशोधनाचा पाया दृढ केला. सर्वसामान्य माणसास इतिहासाची गोडी स्वाभिमानपूर्वक अशा स्वरूपात 'काव्येतिहाससंग्रह' या पुस्तकाने लावली. सभासदकृत शिवाजीची बखर, मल्हारराव चिटणीसकृत शिवचरित्र, भाऊसाहेबांची बखर, पानिपतची बखर, चिटणीसकृत संभाजी, राजाराम यांची चरित्रे, मल्हार रामराव चिटणीसकृत राजनीती, पेशव्यांची बखर, नागपूरकर भोसले प्रभृती मराठा मंडळातील राजपुरुषांच्या बखरी, साष्टी बखर, राजव्यवहारकोश इत्यादी संशोधनकर्तृत्व रा. ब. का. ना. साने यांचे मोठेच कार्य म्हणावे लागेल. साने यांची दृष्टी विवेचक असून त्यांच्या टिप्पण्या मार्मिक व अर्थनिर्णायक असल्याने पुढील अभ्यासकांना त्या उपयुक्त ठरल्या. अर्थात या सर्व प्रकाशनाचे श्रेय व प्रेरणा

'काव्येतिहाससंग्रह' या मासिकाकडे आणि साने यांच्या परिश्रमाकडे जाते. याशिवाय या मासिकातून प्राचीन काव्ये, बखरी यांबरोबरच जुने कागदपत्र व जुना पत्रव्यवहार यांनाही प्रसिद्धी मिळाली. हे मासिक सुमारे बारा वर्षे चालले. यातून लहानमोठे सुमारे २३ ग्रंथ. ५०० कागदपत्रे, २० संस्कृत काव्ये वगैरे मिळून ६३०० पृष्ठांची सामग्री मराठी भाषेत प्रसिद्ध झाली आणि त्याचा प्रपंच इ.स. १८९० मध्ये संपुष्टात आला; पण त्यामुळे स्वदेश, स्वभाषा, स्वधर्म यांविषयीचा लोकांचा अभिमान जागृत झाला आणि मराठी माणसावर मराठ्यांच्या इतिहासाचा ठसा उमटवून हे मासिक बंद पडले. या मासिकाने काशीनाथ कृ. लेले, कृष्णाजी विष्णु आचार्य, भगवंतराव तोडेवाले, शंकर तुकाराम शाळिग्राम इ. जिज्ञासू अभ्यासकांना प्रोत्साहित केले.

या कालखंडात वासुदेवशास्त्री खरे, वि. का. राजवाडे, द. ब. पारसनीस असे महान इतिहासकार संशोधनात मग्न होते; पण शिवाजीमहाराज, त्यांचे गडकोट याकडे मात्र सर्वांचेच दुर्लक्ष झालेले होते. महात्मा जोतीराव फुले यांनी १८६९ साली कुळवाडीभूषण छत्रपती शिवाजीराजांचा पोवाडा प्रकाशित केला. एवढेच नव्हे तर, त्यांनी जंगल तुडवत रायगडावर जाऊन शिवछत्रपतींची समाधी साफसूफ केली; पण नंतर फारसे काही घडले नाही.

१८८३ साली जेम्स डगलसने मुंबई इलाख्यासंबंधीच्या आपल्या पुस्तकात लिहिले, "शिवाजीमहाराजांची आज कोणाला आठवण होत नाही. एकेकाळी या विस्तीर्ण प्रदेशाचा तो स्वामी होता. रक्त सांडून आणि खजिना खर्ची घालून त्याने राज्य संपादन केले होते. पुढे ते कोल्हापूर व सातारा येथील छत्रपती आणि त्यांचे पुण्यातील पेशवे यांच्या ताब्यात आले. मराठ्यांच्या साम्राज्याच्या संस्थापकाच्या समाधीची डागडुजी करण्यासाठी, तिची देखभाल करण्यासाठी आज कोणी एक रुपयाही खर्च करावयास तयार नाही. ब्रिटिश सरकार, ट्युडर आणि स्टुअर्ट या राजघराण्यांच्या वास्तूंचे भग्नावशेष जपते. शिवाजीमहाराजांची समाधी, तिच्या लगतचे मंदिर यांचे जतन करण्यासाठी मुंबई सरकार काहीच करणार नाही काय?"

परक्या सरकारवर अवलंबून राहण्यापेक्षा आपणच रायगडावरील समाधीचा जीर्णोद्धार करण्यासाठी हातपाय हलवलेले बरे म्हणून १८८५ साली न्या. रानडे यांनी हिराबागेत सभा भरवली आणि शिवजयंतीचा उत्सव साजरा करण्यासाठी निधी गोळा करावा असे सुचवले; पण लोकांचे लक्ष वेधण्यापलीकडे रानड्यांच्या प्रयत्नातून काही निष्पन्न झाले नाही. त्यावेळी नेमस्त आणि जहाल पुढाऱ्यांमध्ये चालू असलेल्या संघर्षाचा कदाचित हा परिणाम असावा.

रायगडावर शिवजयंती साजरी करण्याची कल्पना मांडण्यासाठी ३० मे १८९५ रोजी पुण्यात भरवलेल्या सभेत आपली भूमिका मांडताना टिळक म्हणाले, ''ही सभा कोणत्याही जातीची किंवा धर्माची नसून केवळ एका अलौकिक पुरुषाच्या स्मरणार्थ आहे. तीत कोणताही भेदाभेद नाही. सर्व धर्माच्या लोकांचा समावेश करण्यास सभा आनंदाने तयार आहे.'' सभेत करण्यात आलेल्या सूचनेस अनुमोदन देणारे भाषण शेख मिरासाहेब ऊर्फ शेख अब्दुल रझाक वाईकर यांनी केले. ते शिवकालातील एका मुसलमान इनामदाराचे वंशज होते. रायगडावर उभारण्यात येणाऱ्या संकल्पित शिवस्मारकासाठी निधी गोळा करण्याचे काम दहा वर्षे मंदगतीने चालले होते. मात्र १५ एप्रिल १८९६ रोजी उत्सवाला कांबळ्यात भाकऱ्या बांधून घेऊन आणि अंगात नुसती बंडी आणि कमरेस लंगोटी लावून आलेल्या गरीब मावळ्यांनी जो प्रतिसाद दिला तो उत्साहवर्धक ठरला..

२० एप्रिल १८९४ रोजी आर. पी. करकेरिया या पार्शी संशोधकाने मुंबईतील रॉयल एशियाटिक सोसायटीच्या सदस्यांसमोर प्रतापगडासंबंधी एक शोधनिबंध वाचला. त्यात इंग्रज लेखकांनी अफझलखानाला शिवाजीराजांनी विश्वासघात करून ठार मारल्याच्या आरोपाचे मुद्देसूद खंडन केले होते. त्यानंतर १८९७ पर्यंत अफझलखान वधासंबंधीचा वाद सुरूच होता. रायगडावरील शिवजयंतीच्या उत्सवाबद्दल २८ एप्रिल १८९६च्या 'केसरी'च्या अंकात टिळकांनी लिहिले, ''राष्ट्राचा अभ्युदय होण्यास रामदास, शिवाजीमहाराजांसारखे पुरुष राष्ट्रात जन्मले पाहिजेत. म्हणजे पुढे होणाऱ्या थोर पुरुषांनी रामदास, शिवाजींनी जी कृत्ये केली ती केली पाहिजेत असे नाही. श्रीशिवाजीमहाराजांनी चंद्रराव मोरे अगर अफझलखान यांचा वध करविला अगर केला म्हणून पुढे होणाऱ्या थोर पुरुषाने दुसऱ्या एखाद्या हिंदूचा अगर मुसलमानाचा वध केलाच पाहिजे असे नाही व ज्यांनी शिवजयंतीचा उत्सव प्रचारात आणण्याची खटपट केली त्यांचा असा मनोदयही नाही. शिवजयंतीचा उद्देश उद्या एका 'क्ष' व्यक्तीने उठून मी शिवाजी म्हणून 'य' स मारावयास प्रवृत्त व्हावे असा नाही. शिवजयंतीचा उत्सव आज राष्ट्रीय नसला, तरी तो लवकरच महाराष्ट्रीय होईल व तो महाराष्ट्रीय झाला म्हणजे त्यास राष्ट्रीयोत्सवाचे स्वरूप देण्यास फारशी अडचण पडणार नाही.''

मराठ्यांच्या इतिहासाचा अन्वयार्थ लावून तो एकसंधपणे पुराव्यासह मांडण्याचे काम न्या. म. गो. रानडे यांनी प्रथम केले. तत्कालीन भारतीय जीवनातील भीष्माचार्य असेच रानड्यांचे वर्णन करावे लागेल. त्यांनी सार्वजनिक

सभा, औद्योगिक परिषद, फिमेल हायस्कूल, वसंत व्याख्यानमाला, मराठी ग्रंथोत्तेजक मंडळी इ. पुण्यातील महत्त्वपूर्ण संस्था स्थापण्यात पुढाकार घेतला. त्याचबरोबर अखिल भारतीय पातळीवरील इंडियन नॅशनल काँग्रेस, अर्थशास्त्र परिषद, सामाजिक परिषद यांसारख्या संस्थांच्या स्थापनेत, वाढीत मोलाचा वाटा उचलला. मराठ्यांच्या सत्तेची त्यांनी केलेली मीमांसा मूलगामी मानली जाते. इतिहासाचा वृथा अभिमान न बाळगता वास्तव विवेचन करून त्यांनी या सत्तेच्या उदयामागे मराठी संतांच्या आध्यात्मिक समतेचा वारसा असल्याचा सिद्धान्त मांडला. साधारणत: १८९४ पासून पुढील सहा वर्षे रानड्यांनी विविध संस्था आणि सभांतून मराठ्यांच्या इतिहासासंबंधी महत्त्वपूर्ण शोधनिबंध वाचले. तेच पुढे 'राईज ऑफ द मराठा पॉवर अॅन्ड आदर एसेज्' या नावाने १९०१ मध्ये प्रसिद्ध झाले.

ग्रॅन्ट डफसारख्या ब्रिटिश इतिहासकाराने मराठ्यांसंबंधी निर्माण केलेली प्रतिमा खोडून काढून शास्त्रशुद्ध रीतीने मराठ्यांच्या इतिहासाची कारणमीमांसा करून नवे सिद्धांतन त्यांना करायचे होते म्हणूनच मराठ्यांची सत्ता म्हणजे जर लुटारूंचा इतिहास असेल आणि ते फक्त मोगल राजवटीचे तुकडे करण्याचा डाव साधणारे लुच्चे, धूर्त आणि धाडसी असतील तर त्यांच्या इतिहासाचा अभ्यास करायचाच कशाला असा पूर्वपक्ष मांडून रानडे आपल्या इतिहासविवेचनाकडे वळतात. ग्रान्ट डफने 'मराठ्यांचा उदय हा सह्याद्री पर्वतातील अरण्यात अचानक अपघाताने लागलेल्या वणव्याप्रमाणे होता', असा सिद्धान्त मांडला होता. त्याचा निर्देश करून रानडे प्रश्न विचारतात, ''हिंदुस्थानातील ब्रिटिशवर्चस्वाची उपपत्ती केवळ क्लाइव्हसाहेबांच्या धाडसी स्वभावावरून किंवा वॉरन हेस्टिंग्जच्या राज्यकारस्थानावरून कोणी करू पाहील, तर त्यास ब्रिटिश राज्याचे महत्त्व कळून येणार नाही.'' हे त्यांचे विधान पुरेसे बोचणारे आहे. ब्रिटिशांचेच उदाहरण घेऊन ते सांगतात की, ''तसेच केवळ शूर व धाडसी आणि चतुर मुत्सद्दी वीर एवढ्यांच्या हातून महाराष्ट्र मंडळासारख्या राज्याची स्थापना होणे संभवनीय नाही. केवळ लुटारू व धाडसी लोकांच्या हातून पिढ्यान्‌पिढ्या टिकणाऱ्या राज्याची उभारणी होत नसते आणि एका मोठ्या खंडाच्या राजकीय नकाशास वाटेल तो रंग देण्याचे आणि तसे कायमपणे देण्याचे घडत नाही.'' अत्यंत प्रतिकूल परिस्थितीला तोंड देऊन पुन्हा पुन्हा जन्म घेणाऱ्या मराठ्यांना न्यायमूर्ती रानडे ग्रीक पुराणातील राखेतून उठवणाऱ्या फिनिक्स पक्ष्याची उपमा देतात. महाराष्ट्र मंडळामध्ये काही जीवनतत्त्वे विशेष

जोमाची असल्याचे स्पष्ट दिसून आल्याचा दावा आहे. मराठ्यांच्या या उत्थानाचे विश्लेषण करताना ते म्हणतात "It was not the outcome of the successful enterprise of any individual adventure. It was the upheaval of the whole population, strongly bound together by the common affinities of language, race, religion and literature and seeking, further solidarity by a common independent political existence." म्हणजेच मराठ्यांचे राज्य हा अचानक लागलेला वणवा नसून, जाणीवपूर्वक चेतलेला वन्ही होता.

मराठ्यांच्या कर्तबगारीमुळे काही शतके महाराष्ट्राचा इतिहास हा भारताच्या इतिहासाशी समव्याप्त झालेला होता, या वस्तुस्थितीची जाणीव असल्यामुळेच न्यायमूर्ती निष्कर्ष काढतात की, It is the History of the formation of a true Indian Nationality आणि ''जेव्हा एकूण एक माणसाच्या हृदयात राष्ट्रत्वाचे बीज पेरले जावे किंवा स्वत्वाचा भक्कम आणि खोल पाया बसावा, तेव्हाच असे अलौकिक पराक्रम घडून येतात... एकट्यादुकट्या साहसी व्यक्तीच्या धाडसास यश येऊन मराठी सत्तेची उभारणी झाली नाही... प्रथमत: लोकांत स्वत्वाची जागृती झाली. नंतर आपण एकाच जातीचे, एकच भाषा बोलणारे आणि एकाच ग्रंथसमूहास पूज्य मानून अध्ययन करणारे लोक आहोत, अशा प्रकारची ऐक्यवर्धक बुद्धी उत्पन्न झाली.''

न्या. रानड्यांना, मराठ्यांचा इतिहास हा अपघात नाही, तर त्यामागे एक समृद्ध संस्कृतिक परंपरा आहे, वैचारिक सूत्र आहे, हे सिद्ध करावयाचे होते. म्हणून त्यांनी महाराष्ट्राचा भूगोल, महाराष्ट्रातील माणसे आणि महाराष्ट्राची भाषा यांचाही थोडक्यात विचार केला. ''महाराष्ट्राची हवा कधी उष्ण, तर कधी अतिथंड, अशी नाही.'' परंतु म्हणजेच ती 'फार चांगली असून उत्साहवर्धक आहे', 'प्रदेश डोंगराळ आहे, त्यामुळे जमीन असावी तशी सुपीक नाही; पण लोक सशक्त, काटक व काटेकोर आहेत', 'हा महाराष्ट्र देश उत्तर हिंदुस्थान व दक्षिण द्वीपकल्प यांच्या अगदी नाक्यावर असल्यामुळे, यास इतिहासात फारच महत्त्व आले आहे.' थोडक्यात सांगायचे म्हणजे, 'महाराष्ट्राची स्वभावत:च ठेवण अशी आहे, की त्यात राहणाऱ्या लोकांचा उत्कर्ष झालाच पाहिजे.'

प्रदेश जरी अनुकूल असला तरी त्या अनुकूलतेचा फायदा घेऊन आपला उत्कर्ष करण्याची इच्छा व सामर्थ्य तेथील लोकांमध्ये असेल तरच त्याचा उपयोग.

महाराष्ट्रातील लोकांसंबंधीचे न्यायमूर्तींचे मत असे - ''उत्तर हिंदुस्थानात आर्य लोकांचा प्रसार अधिक झाल्यामुळे, तेथील मूळ रहिवासी लोक बहुधा नामशेष झाले आहेत. दक्षिण द्वीपकल्पात तर मूळच्या द्रविड लोकांनी आपले वर्चस्व सोडले नाही. महाराष्ट्रातील लोकसंख्येत या दोन्ही जाती सारख्याच प्रमाणात मिसळल्यामुळे दोन्ही जातीतील अवगुण नाहीसे होऊन गुण मात्र तेथील लोकांत उतरले आहेत. या गोष्टींचे उत्तम दर्शक म्हणजे मराठी भाषा होय. मराठी भाषेचे मूळ रूप द्रविड आहे; पण आर्य लोकांनी तिच्या रचनेत बदल करून तीस पूर्णत्व आणले आहे.''

या मराठ्यांमध्ये शिवाजी निर्माण होणे हाही केवळ योगायोग नव्हता. महाराष्ट्र म्हणजे एक बरड भूमी, मराठे म्हणजे कोणी भुरटे आणि शिवरायांनी या भुरट्यांचे उत्थान घडवून त्यांच्याकडून या जमिनीची मशागत करवून तिच्यात स्वराज्याचे पीक काढले, असा मामला कधीच नव्हता. महाराष्ट्र, मराठे आणि शिवराय ही त्रिपुटी अतूट आहे. स्वत: न्यायमूर्तींनीच हे नाव वेगळ्या शब्दांत सांगितले आहे. ते म्हणतात, ''शिवाजीमहाराजांनी मराठ्यांच्या अंगी नवीन जोम किंवा शक्ती उत्पन्न केली, असे नाही. त्यांच्या अंगी ती मूळची होतीच; पण ती एकवटण्याचीच काय ती जरुरी होती. शिवाजीमहाराजांनी ती एकवटून तिचा महत्कार्याकडे उपयोग केला. त्यांनी जी देशसेवा बजावली त्याबद्दल महाराष्ट्रीयांस त्यांचे उतराई कधीच होता येणार नाही. ही मोठी कामगिरी त्यांनी बजावली म्हणून त्यांस महाराष्ट्रीयांनी पूज्य मानले पाहिजे. शिवाजीमहाराजांच्या चरित्रावरून तत्कालीन मराठ्यांच्या शक्तीचीच केवळ नव्हे, तर देशाभिमान, स्वधर्मप्रीती, समाजहित वगैरे बाबतीत ज्या उदात्त कल्पना लोकांच्या मनात खेळू लागल्या होत्या त्यांचीही बरोबर अटकळ करता येते. लोक शिवाजीमहाराजांस ईश्वरी अंश मानीत होते ते वृथा नव्हे.''

न्या. रानडे मराठ्यांच्या सत्तेची पाळेमुळे तेराव्या शतकातल्या ज्ञानेश्वरादी संतांपर्यंत नेऊन भिडवतात; पण त्यापुढे मात्र जात नाहीत. प्रसिद्ध बंगाली इतिहासकार रमेशचंद्र दत्त मराठ्यांना सम्राट पुलकेशीचे वारसदार मानतात. पुलकेशीने आठव्या शतकात उत्तरेतून आक्रमण करून येणाऱ्या शिलादित्य हर्षाचा पराभव केला होता. याची आठवण देत आपल्या 'Ancient India' पुस्तकात श्री. दत्त म्हणतात, "A thousand years later defied Aurangzeb Emperor of Northen India and restored of the Marathas their lost independence and greatness. And when the Mughal and Rajput alike declined in power it was the countrymen of pulkeshi who struggled with English for the mastery of India."

महाराष्ट्राच्या अस्मितेचे जागरण चिपळूणकर, न्या. रानडे, वि. का. राजवाडे, लोकमान्य टिळक, न्या. रानडे या सर्वांनी मोठ्या हिरिरीने केले. यातील न्या. रानडे वगळता बाकीचे चिपळूणकर संप्रदायाचे म्हणून ओळखले जाणारे विचारवंत. या सर्वांनीच इतिहास, भाषा, धर्म आणि संस्कृतीचा ऊहापोह करताना वैदिक धर्म, आर्य वंश व संस्कृत भाषा यांचे वेगळेपण आणि वर्चस्व मान्य केलेले होते. महाराष्ट्राबद्दल लिहितानाही या सर्वच नेत्यांची दृष्टी निखळ राष्ट्रीय किंवा राष्ट्रवादी अशी होती. म्हणून त्यांना 'भारतीय राष्ट्रवादाचे जनक' म्हणूनही ओळखले जाते. साहजिकच त्यांना शिवाजीमहाराजांच्या कार्यात आणि प्रतिमेतही राष्ट्रच दिसते. याच कालखंडात चिपळूणकरी संप्रदायाशी दोन हात करायला उभे राहिले ते राजारामशास्त्री भागवत. त्यांच्या विचारसरणीत वेद, आर्यवंश आणि संस्कृत भाषा यांच्या वर्चस्वाला स्थान नव्हते. महाराष्ट्र आणि मराठा यासंबंधीचा खास मराठमोळे विचार ते करीत होते. आपल्याला आपल्या ब्राह्मण जातीचा अभिमान जरूर असला, तरी त्यापेक्षा अधिक अभिमान आपल्या मराठपणाचा असल्याचे भागवत ठणकावून सांगतात. त्यांनी लिहिलेल्या 'मराठ्यांसंबंधाने चार उद्‌गार' या पुस्तकात मराठ्यांची ओळख किंवा 'आयडेंडिटी' पहिल्यांदाच आणि स्पष्टपणे अधोरेखित केलेली आहे. त्यांची ही मांडणी एवढी नेमकी आणि नेटकी आहे, की अद्याप त्याच्या पलीकडे जाऊन मराठपणाची व्याख्या कोणी केली नाही.

भागवतांच्या लिखाणाचे महत्त्वाचे वैशिष्ट्य असे, की त्यांनी मराठपणाचा निर्णय करताना भाषाविकासशास्त्र आणि व्युत्पत्तिशास्त्राचा उपयोग केलेला आहे. एका अर्थाने मराठी भाषा हाच भागवतांच्या विवेचनाचा केंद्रबिंदू आहे. भागवतांनी लिहिलेला शिवचरित्राच्या पहिल्या प्रकरणाचे नावच मुळी 'मऱ्हाटे, मराठी व महाराष्ट्र' ही त्रयी पुष्कळ जुनाट आहे.' असे आहे. या नावातच त्यांच्या विश्लेषणाचे सार सामावलेले आहे असे म्हणता येईल. एकदा महाराष्ट्र म्हणजे मराठ्यांचे राष्ट्र असे म्हटले की मराठा कोणाला म्हणायचे, असा कळीचा मुद्दा उपस्थित होतो. भागवतांचे त्यावरील उत्तर स्वच्छ आणि स्पष्ट आहे. ते म्हणजे, मराठी भाषा बोलतो तो मराठा. त्यामुळे मराठ्यांचे राज्य याचा अर्थ मराठी बोलणाऱ्यांचे राज्य. एका लेखात ते म्हणतात, "जर घरातील भाषा मराठी नव्हे,

तर जसा अतिवरिष्ठ ब्राह्मण तसाच अतिनिकृष्ट ब्राह्मणेतर मराठा ठरणे नाही. जशी ब्राह्मणांची तशीच अतिनिकृष्ट ब्राह्मणेतरांचीही घरातील भाषा ज्या प्रांती मराठी आहे तो प्रांत मराठ्यांचा होय आणि म्हणून तसल्या प्रांताचा महाराष्ट्रात समावेश झाला पाहिजे. ज्या प्रांती वस्ती उघड मराठी बोलणाऱ्या ब्राह्मणादी महारान्त लोकांची आहे तो प्रांत उघड महाराष्ट्रीय होय.'' या नियमाला शास्त्रीबोवा 'सूर्यासारखा झळकणारा महानियम' म्हणतात. हा महानियम संयुक्त महाराष्ट्राच्या चळवळीचा तात्त्विक आधारही ठरतो, हे वेगळे सांगायला नको.

मराठ्यांसंबंधी लिहितांना भागवत इतिहासात रममाण होत नाहीत. ते प्रथम मराठ्यांची स्वभाववैशिष्ट्ये सांगतात. मराठ्यांच्या सद्य:स्थितीचे परखड विश्लेषण करतात आणि त्याआधारे भविष्य उज्ज्वल असल्याचा संकेतही देतात. उत्तम खाद्याच्या अभावी किंवा अन्य काही कारणांमुळे घोडा अशक्त होऊन त्याच्या अंगच्या गुणांचा लोप होऊ शकतो; पण योग्य खुराक मिळाला, नीट काळजी घेतली तर त्या घोड्याला पूर्वीचे उत्तम रूप परत मिळू शकते, असे म्हणत मराठ्यांसाठी असेच काही करण्याची गरज आहे, असे प्रतिपादन ते करतात. भागवत जेव्हा मराठ्यांसंबंधी हे लेखन करीत होते, तेव्हा महाराष्ट्रात प्रार्थना समाजाचा उदय झाला होता. डॉ. रा. गो. भांडारकर, न्या. रानडे, तेलंग हे महत्त्वाचे विचारवंत प्रार्थना समाजवादी होते. प्रार्थना समाजावर ब्राह्मो समाजाच्या विचारांचा मोठा पगडा होता. राजा राममोहन रॉय, केशवचंद्र सेन ही नावे तेव्हा भारतभर तळपत होती. साहजिकच बंगाली आणि मराठे यांच्यामध्ये वेळोवेळी तुलना होत असे. ती लक्षात घेऊन ब्राह्मो बंगाल्यांच्या मागे लागून येथील मऱ्हाट्यांनी आपल्या मूळ स्वभावास पारखे होऊ नये असा इशारा त्यांनी दिला आहे. भागवत लिहितात, ''राममोहन गुणी होता व केशवचंद्रही गुणी होता; पण त्याच्या गुणीपणाच्या तारतम्याचा विचार करण्याची आम्हा मराठ्यांस मुळीच गरज नाही. आमच्या संत मंडळीच्या पासंगास ते लागतील की नाही, याची वानवाच आहे; पण याचा तूर्त विचार नको. तरी मऱ्हाटे काही बंगाली नव्हेत, ते प्रार्थना सामाजिकांनी अवश्यमेव लक्षात ठेवले पाहिजे. मराठ्यांना स्वलक्षणपणास आंधळे होऊन विनाकारण दुसऱ्यांचे अनुकरण करणे बिलकूल सोसत नाही. जे परक्यामध्ये अनुकरणीय दिसते, ते विचारपूर्वक हळूहळू त्याच्यावर आपली सावली पडलीसे करून घेण्याचा आम्हा मराठ्यांचा संप्रदाय अनादी आहे.''

मराठ्यांची ही गुणग्राहकता त्यांनी आणखी एका प्रकाराने स्पष्ट केली आहे. ''आम्ही मराठे पावसाच्या पाण्याप्रमाणे किंवा स्फटिकाप्रमाणे स्वच्छ आहेत. पावसाचे पाणी ज्या रंगाच्या कुपीत घालावे त्या रंगाचे दिसते. काळ्या कुपीत पावसाचे पाणी घातले म्हणजे काळेसा भास होतो. काळ्या कुपीतून तांबड्या कुपीत ओतले म्हणजे तेच तांबडे भासू लागते.'' मात्र ''हा आमचा स्वच्छपणा पारशांच्या स्वच्छपणासारखा नाही'' हे सांगायलाही भागवत विसरत नाही. पारशांचा स्वच्छपणा आत्मलोपी आहे. तसा तो मराठ्यांचा नाही. ''मराठ्यांचा स्वच्छपणा दुसऱ्याचे चांगले असेल ते तसेच्या तसेच किंवा त्यात यथारुची फेरफार करून एक प्रकारचा खमंगपणा आला म्हणजे आपणामध्ये प्रतिबिंबवण्यापुरते.''

''आम्ही बंगाल्यासारखे धांदल्ये किंवा गडबडे नव्हो,'' याची आठवण भागवत प्रार्थना समाजिस्टांना करून देतात.

''सारांश, बंगाली लोकांमधील सर्व गुण असून त्यांच्यात नाहीत असेही स्पृहणीय गुण जर मराठ्यांच्या अंगी आहेत, तर इंग्रज सरकारच्या राज्यात हळूहळू मराठ्यांस हिंदुस्थानातील सर्व लोकांना अग्रेसरता मिळण्यास अडचण कोणती?'' असा सवाल करून भागवत पुढे निदर्शनास आणतात की, 'आजपर्यंत ही अग्रेसरता मराठ्यांनी भोगली. जरी पुन: पुन: विघ्ने आली तरी लव्हाळ्याप्रमाणे प्रसंगविशेषी नमून देशकालवर्तमान लक्षातून न घालविता व उगीच बडबड न करता, सवड सापडताच आपला फायदा करून घेणे, हा गुण मराठ्यांमध्ये बराच आहे. 'तटस्थ: स्वानर्थान् घटति च नमौनं च भजते' असे भवभूतीने मालती-माधवात कामंदकीच्या तोंडी घातले आहे, ते मराठ्यांस बरोबर लागू होते', असे मराठ्यांचे एक महत्त्वाचे स्वभाववैशिष्ट्य शास्त्रीबोवा निदर्शनास आणतात.

बंगाल्यांच्याबरोबर भागवत, रजपुतांशीही मराठ्यांची तुलना करतात. रजपुतांहून मराठे वेगळे कसे हे सांगताना भागवत म्हणतात,

''रजपूतामध्ये फुशारकी मारण्याचा व वल्गना करण्याचा गुण फाजील असतो. हा गुण त्यांनी अविंधांकडून घेतलेला दिसतो. रजपूत मराठ्यांप्रमाणेच जातीचा शूर; पण आपल्या बंधूस एकवटण्याची शक्ती त्यांच्याच नाही. जितके रजपूत तितक्या चुली. राजकारणे शोधून काढणे व शत्रूचा पराभव होऊन तो हळूहळू झुरणाऱ्या कामपीडिताप्रमाणे बुडण्याच्या पंथास लागेल असा योग आणणे, हे रजपूताचे काम नाही. सारांश, रजपूतामध्ये युक्तीपाटव व योगदर्शित्व कमी. रजपूत मात्र स्थूलदर्शी, सूक्ष्मदर्शी नव्हे. जशी नर्मदेच्या उत्तरेकडील लोकांची

स्थितिशिलता आहे, तशी आम्हा मराठ्यांची नाही. वडिलांनी दाखविलेल्या मार्गाचे माहात्म्य नर्मदेच्या उत्तरेस विशेष असते, त्याचे कारण ही त्यांची स्थितिशीलता. एखादा नवीन योग मराठ्यास फायदेशीर मात्र दिसला पाहिजे, म्हणजे हळूहळू तो महाराष्ट्रभर पसरतो.''

''मराठ्यांमध्ये स्थितिशीलता बिलकूल नाही. उलट अस्थिरस्थितिता विशेष आहे'', असे म्हटल्यावर मराठ्यांची अस्थिरता बंगाल्यांच्या अस्थिरतेपेक्षा वेगळी कोठे आणि कशी आहे, हे दाखविण्याची जबाबदारी भागवत घेतात.''मराठ्यांची अस्थिरस्थितिता बंगाली लोकांची आपण पाहतो, त्या वर्गातली नव्हे.''

बंगाली लोकांत जो एक प्रकारचा उतावळेपणा दिसतो, तो मराठ्यांत दृष्टिगोचर होत नाही. मराठ्यामंध्ये एकंदरीत दृष्टी दिल्यास ते सामान्यपणे कधी घाईने काम करीत नसतात; पण एकदा त्यांनी सर्व योगांचा विचार करून कोणतेही काम पत्करले, म्हणजे मग ते इष्टसिद्धीची तड दिसल्याशिवाय प्राणांतीही हटत नाहीत.

मराठ्यांमध्ये एक प्रकारचा हट्ट स्वाभाविक असतो.

मराठ्यांच्या हट्टीपणाचे उत्तम उदाहरण म्हणून ते शहाजीराजांचा उल्लेख करतात. अहमदनगरच्या निजामशाहीचे पालक म्हणून शहाजीराजांनी दिल्लीच्या बलाढ्य मोगल सत्तेशी दिलेली झुंज, हा आकाशावर चित्र काढण्याचाच प्रयत्न होता, असे ते म्हणतात. मराठ्यांमधील सर्व गुणांचा परमोत्कर्ष शिवाजीमहाराजांमध्ये झालेला होता, असे सांगताना ते म्हणतात, ''त्यांच्या अंगी मराठ्यांचे गुण पूर्णपणे वसत होते. शिवाजीमहाराजांनी मराठेशाहीची प्रतिष्ठा करण्यास साधने शुद्ध मराठ्यांतून मिळवली व ती त्यास तशी मिळाली. महाराष्ट्र मंडळात विलक्षण प्रकारची कैद ठेवून व दुसऱ्याच्या दृष्टीने प्रसंगी नमून व प्रसंगी ताठ उभे राहून शिवाजीराजांनी मराठेशाही स्थापिली.''

शालिवाहनापासून ते पेशवाईच्या अस्तापर्यंत मराठ्यांनी वंशपरंपरागत अग्रेसरता भोगली आहे, असे विश्लेषण मांडत असतानाच या अग्रेसरत्वामागे मराठी भाषा व धर्म यांचाही मोठा वाटा असल्याचे दावा ते करतात. त्यावरून निष्कर्ष काढतात, की 'आमच्या अंगी पूर्णपणे देशकालवर्तमानाचा विचार करून या जगात वागण्याचा व ज्या लोकांबरोबर किंवा ज्या धर्माबरोबर चिरकालिक किंवा क्षणिक संबंध जडेल त्या सर्वांवर यथायोग्य आपल्या निशाण्या ठेवीत जाण्याचा असाधारण गुण वसत आहे, असे कोणासही कळून येईल. आजपर्यंत या हिंदुस्थानात

अतिप्राचीन काळापासून झालेल्या घडामोडीत मराठ्यांचे अंग सर्वत्र दिसून येते. या सर्व घडामोडींवरून पाहता आम्ही मराठे हिंदुस्थानातील इतर लोकांप्रमाणे नव्हो. आपली स्थिती सुधारण्याचे सामर्थ्य व योग्यता आम्हामध्ये आहे.'

"हे सामर्थ्य योग्यतेसहित हिंदुस्थानात एका आम्हामध्ये विशेष असावे व इतर लोकांमध्ये फारसे किंवा मुळीच नसावे, याचे कारण काय?" असा स्वाभाविक प्रश्न शास्त्रीबोवा स्वतःच उपस्थित करतात व त्याचे उत्तरही स्वतःच देतात, "याचे मुख्य कारण आमचा संकीर्णपणा, हे होय." हे त्यांचे उत्तर आहे." "आम्ही सर्व मराठे सब्राह्मण संकीर्ण आहो. आजवर सर्वांवर आम्ही ताण केली व आजमितीस आमच्यामध्ये इतर हिंदुस्थानातील लोकांपेक्षा कर्तृत्व विशेष दिसत आहे, याचे कारण हाच आमचा संकीर्णपणा होय."

राजारामशास्त्री भागवत आपल्या विवेचनात मराठ्यांची वैशिष्ट्ये आणि वेगळेपण सांगत असताना त्यांची तुलना बंगाली आणि रजपुतांशी करतात. त्याच काळात मराठे आणि गुजराती भाषकांची तुलना करणारे भाषण मुंबईमध्ये झाले होते, त्याची नोंद घेतली म्हणजे मराठ्यांचे वेगळेपण अधिक स्पष्ट होईल.

मुंबईत 'स्टुडंट्स अँड सायंटिफिक सोसायटी' ही संस्था स्थापन करण्यात आली होती. तिचे उपाध्यक्ष नारायण दीनानाथजी यांनी १८४८ च्या सुमारास मुंबईतील मराठी भाषक आणि गुजराती भाषक यांच्या आर्थिक परिस्थितीत का फरक पडला आहे याचे एका व्याख्यानात विवेचन केले होते. गुजराती भाषकांमध्ये त्यांनी सुरती, भडोची, अहमदाबादी, खंबायती, भावनगरी, गगरी, कच्छी जातींचे हिंदू, बोहरी, खोजा, मेमण वगैरे मुसलमान तसेच पारशी यांचा समावेश केला आहे. मराठी भाषकांमध्ये हिंदूप्रमाणेच कोकणी मुसलमानांचीही गणना केली आहे. गुजराती भाषक सुखवस्तू व संपन्न असल्याची आणि मराठी भाषक दरिद्री असल्याची वस्तुस्थिती मान्य करून नारायण दीनानाथजींनी पुढील कारणे दिली आहेत.

(१) मराठी लोकांची फाजील अहंमन्यताची व वाणिज्य व्यवसायाविषयीची त्यांची उपेक्षाबुद्धी, (२) मराठी लोकांच्या ऐषआरामी आळशीपणाच्या सवयी आणि काटकसरीचा अभाव, (३) गुजराती लोकांची व्यापारी वृत्ती व ब्रिटिश सरकारकडून त्यांना मिळणारा पाठिंबा व उत्तेजन, (४) गुजरात्यांचा उद्योगी व काटकसरी स्वभाव. गुजराती भाषक मराठ्यांपेक्षा अधिक मेहनती व चिवट असतो. गुजराती सोनार असो वा शिंपी असो, तो दिवसरात्र राबत असतो. मराठी

कारागिरांचे काम नेहमी मंदपणे चाललेले असते आणि दिवस मावळण्याचा अवकाश, हत्यारे आवरून दुकान बंद करून तो घराची वाट धरतो.

त्यानंतर दीडशे वर्षांचा काळ उलटला तरी मराठी भाषक व्यापार उद्योगात मागे का पडला याची चर्चा महाराष्ट्रात चालू असते! विकासाच्या क्षेत्रात गुजरात मात्र 'व्हायब्रंट' असतो आणि प्रगतिशील महाराष्ट्र मात्र राष्ट्रीय खानेसुमारीत आपला क्रमांक खाली खाली घालवत का राहतो? याचे कारणही वरील विवेचनातच सामावलेले आहे.

अशा रीतीने एकीकडे चिपळूणकर संप्रदायी विचारवंत आणि प्रार्थना समाजिस्ट नेते स्वराष्ट्र, स्वधर्म आणि स्वभाषा यांचा गजर करत होते, तर दुसरीकडे राजारामशास्त्री भागवतांसारखे विचारवंत आणि त्र्यं. शं. शेजवलकरांसारखे इतिहासकार निखळ मराठपणाची मांडणी करीत होते; पण दोघांच्याही विवेचनातून समाजमानसात जी प्रतिमा रुजली ती प्रामुख्याने शिवछत्रपतींची. ब्राह्मण तसेच ब्राह्मणेतर जातीच्या लोकांना वंदनीय वाटणाऱ्या गणपती या देवतेचे आणि शिवछत्रपती या महापुरुषाचे स्तवन केल्यामुळे एकजुटीची भावना वाढीला लागेल आणि गोऱ्यांच्या विरोधातील चळवळीला यश येईल, असे सर्वांनाच वाटत होते. स्वातंत्र्य मिळवण्याच्या आकांक्षेचे प्रतीक म्हणजे शिवाजीमहाराज, आपल्याला जो पार पाडायचा आहे तो महाराष्ट्र धर्म आणि या सर्वांची मिळून बनणारी महाराष्ट्राची अस्मिता अशी एक त्रिसूत्री या सगळ्या जागरणातून तयार झालेली होती. महाराष्ट्राच्या स्वतंत्र राज्यस्थापनेच्या चळवळीची प्रेरणाही पुढे हीच त्रिसूत्री ठरली.

□□□

३

भाषिक प्रांतरचनेची चर्चा

संपूर्ण भारत ब्रिटिशांच्या हातात गेला तो वेगवेगळ्या कालखंडामध्ये. सुमारे १०० वर्षे ही प्रक्रिया चालू होती आणि त्याची मद्रास, कोलकाता आणि मुंबई ही प्रमुख केंद्रे होती. ब्रिटिश शासनाने भारताची प्रमुख ५-६ प्रांतात विभागणी केली होती. त्यांना नॉर्थ प्रॉव्हिन्स, सेंट्रल प्रॉव्हिन्स, बॉम्बे प्रॉव्हिन्स अशी नावे होती. मराठीत त्याला इलाखा असे म्हटले जाई. इतर भागांचा उल्लेख मात्र उत्तर प्रांत, मध्य प्रांत असा केला जात असे. त्या त्या भागातल्या ब्रिटिश सेनांनी जसजसे एकेक प्रदेश जिंकले, तसे त्या प्रांतांना ते जोडले गेले. त्यामुळे या इलाख्यांना कोणतीच तर्कसंगती नव्हती. मुंबई इलाखा तर थेट उत्तरेला सिंध प्रांतापासून सुरू होऊन दक्षिणेला धारवाडपर्यंत पसरलेला होता. पुन्हा या सगळ्या प्रदेशातील संस्थाने स्वतंत्र होती. यामुळे हे अवाढव्य प्रदेश वेगळे करून छोटी राज्य करणे आवश्यक होतेच; पण ब्रिटिशांना मात्र त्यात फारसा रस नव्हता.

या सर्व पार्श्वभूमीवरती १९१२च्या राष्ट्रीय सभेत म्हणजेच काँग्रेसच्या अधिवेशनात मुंबई इलाख्यातून सिंधी भाषिकांचा प्रदेश वेगळा काढून त्याचे एक स्वतंत्र राज्य बनवावे, अशी सूचना मांडली गेली. त्याबरोबरच मुंबई प्रांतातून तेलगू भाषकांना वेगळे काढून त्यांचे वेगळे तेलगूभाषक राज्य करावे असेही सुचवले गेले. या सूचनांवर चर्चाही झाली; पण निर्णय मात्र झाला नाही. सन १९२० मध्ये नागपुरात भरलेल्या राष्ट्रीय सभेत पुन्हा भाषावार प्रांतरचनेचा मुद्दा चर्चेला आला. तोपर्यंत स्वातंत्र्य भारताच्या उंबरठ्यापर्यंत येऊन पोहोचले आहे, अशी काँग्रेसची भावना झालेली होती. साहजिकच स्वातंत्र्यानंतर देशाची रचना कशी असावी आणि या अन्य मुद्द्यांची चर्चा सुरू झाली होती. देशाला स्वातंत्र्य मिळाल्यानंतर भाषावार

प्रांतरचनेचं तत्त्व स्वीकारून त्यानुसार भाषानिहाय प्रांतांची नव्याने रचना केली जावी असे नागपूर अधिवेशनात तत्त्वतः राष्ट्रीय सभेनं मान्य केले. त्यामुळे १९२० पासूनच भाषावार प्रांतरचनेची चर्चा उघडपणे आणि वेगाने सुरू झाली.

भाषावार प्रांतरचनेची ही कल्पना काही अचानक आकाशातून पडलेली नव्हती. त्याला युरोपमधील राजकीय घडामोडींची पार्श्वभूमी होती. युरोपमध्ये 'आधुनिक राष्ट्रवाद' सतराव्या शतकातच जन्माला आला आणि पुढील २०० वर्षांत त्यामध्ये अनेक संकल्पनांचा समावेश होऊन मोठी युरोपीय राष्ट्रे अस्तित्वात आली. पूर्वी राष्ट्रे बनण्यासाठी काही किमान आकाराचा भूभाग आवश्यक आहे, असे मानले जात असे. स्वातंत्र्य, समता व बंधुता ही फ्रेंच राज्यक्रांतीतून निघालेली त्रिसूत्री हा राष्ट्रवादाचा महत्त्वाचा घटक होता; पण इ.स. १८८० पासून या सर्वच कल्पना मागे पडल्या आणि भाषा आणि वंश नव्या राष्ट्रवादाचे प्रमुख घटक बनले. इ.स. १८८० ते १९१४ या काळात युरोपातील ऑस्ट्रिया, हंगेरी आणि मध्य आशियातील तुर्कस्तान या साम्राज्यात निरनिराळ्या भागात राष्ट्रीयत्वाचे प्रश्न धुमसू लागले. आर्मेनिया, लुथिआनिया, अल्बेनिया, युगोस्लाव्हिया या देशातही राष्ट्रवादी चळवळी जोर धरू लागल्या. या सर्वांचा मुख्य भर भाषिक किंवा वांशिक ऐक्यावर होता. जर्मनीतही आर्यवंशाची चळवळ सुरू झाली होती. भारतात ब्रिटिशविरोधी संघर्षात तोपर्यंत तरी भाषिक, वांशिक अथवा धार्मिक राष्ट्रवाद महत्त्वाचा बनलेला नव्हता; पण काँग्रेसचे बहुतेक नेते उच्चशिक्षित आणि बरेचसे युरोपात शिकलेले असल्यामुळे त्यांच्यावर या युरोपातील घडामोडींचा निश्चितच प्रभाव पडलेला होता. काँग्रेसजनांपैकी कोणी सिंधी वा तेलगूभाषक राज्याची मागणी करताना युरोपचा संदर्भ दिलेला नसला, तरीही तीच पार्श्वभूमी सर्वांच्याच मनात होती हे नक्की. म्हणूनच सिंधप्रांत वेगळा करा असे न म्हणता, सिंधीभाषकांचे वेगळे राज्य असे म्हटले गेले.

महाराष्ट्रातही मराठी भाषा, संस्कृती वेगळी असल्याचे भान हळूहळू येऊ लागले होते आणि महाराष्ट्राच्या अस्मितेचे जागरण सुरू झाले होते. त्याचा पुढचा टप्पा सुरू झाला आचार्य विनोबा भावे यांच्या रूपाने. सन १९२३च्या जानेवारीत विनोबांनी 'महाराष्ट्रधर्म' या नावाचे मासिक सुरू केले. तो त्यांचा पहिला आणि शेवटचा अंक ठरला. कारण झेंडासत्याग्रहात ४ जून १९२३ ला विनोबा तुरुंगात गेले. तुरुंगातून बाहेर आल्यावर विनोबांनी 'महाराष्ट्रधर्म' मासिकाचे रूपांतर साप्ताहिकात करून १८ जून १९२४ ला पहिला अंक प्रकाशित केला. मधल्या काळात महाराष्ट्रधर्म या संकुचित नावाबद्दल विनोबांच्या अनेक निकटवर्तीयांनी

आक्षेप घेतले. साप्ताहिकाच्या पहिल्याच अंकात त्यांच्यावरील आक्षेपांचे शंकानिरसन करताना विनोबाजींनी समर्थ रामदासांचीच साक्ष काढली. महाराष्ट्रधर्म ही संज्ञा प्रथम वापरणाऱ्या समर्थ रामदासांच्या मनातही यासंबंधी आकुंचित कल्पना नव्हत्या असा निर्वाळा देत विनोबाजींनी पुढे लिहिले,

"महाराष्ट्र हा प्रथमदर्शनी जरी वामनासारखा दिसला तरी वस्तुत: तो दोन्ही पावलात विराट विश्व व्यापून टाकणाऱ्या त्रिविक्रमासारखा आहे असे दिसून येईल. या त्रिविक्रमाचे एक पाऊल महाराष्ट्रीय, दुसरे राष्ट्रीय आणि तिसरे आंतरराष्ट्रीय आहे. यशोदेचा बाळकृष्ण एका अर्थाने विश्वरूपाच्या मुखात असला तरी दुसऱ्या अर्थाने त्याच्याही मुखात विश्वरूप येते हा अनुभव जसा यशोदेच्या दृष्टीला आला त्याचप्रमाणे महाराष्ट्रधर्म हा आकुंचित अर्थाने सबंध भारतीय धर्माला पोटात घालून 'दहा अंगुळे' वर उरण्यासारखा आहे, असेच ऐतिहासिक प्रज्ञेच्या विचारी दृष्टीस दिसून येईल." ईश्वरनिष्ठा, राजकारण आणि सर्वसावधवृत्ती असे आपल्या मासिकाचे त्रिविध धोरण असल्याची ग्वाही त्यांनी पहिल्या अंकात दिली.

विनोबाजींनी आपण वाचकांशी 'मराठे बोलणार' असं म्हणून मराठे बोलणे म्हणजे काय याची व्याख्या दिली आहे. "मराठे बोलणे म्हणजे साधे, सरळ, उघडउघड बोलणे. ह्याचे नाव मराठे बोलणे. थोडक्यात, मराठे बोलणे म्हणजे खरे बोलणे." अशी व्याख्या ज्ञानेश्वरांनी अर्जुनाच्या तोंडी जे शब्द घातले ते विनोबाजींनी उद्धृत केले आहेत. 'म्हणोनि आइके देवा। हा भावार्थ आता न बोलवा।। मज विवेक सांगावा। मऱ्हाटा जी।।' (शिवाजी न. भावे : विनोबा-जीवन-दर्शन : १९८४; पृ. २८०.)

शिवछत्रपतींच्या उदयापासून ते १९२० साली लोकमान्य टिळक कालवश होईपर्यंतच्या अडीचशे वर्षांहून अधिक कालावधीत मराठीभाषक नेते भारताचा इतिहास घडवण्यात आघाडीवर होते. या वस्तुस्थितीमुळे भारताच्या इतिहासात महाराष्ट्राला एक विशेष भूमिका पार पाडावयाची असते असे एक मिथक प्रतिभावंतांनी आणि देशभक्तांनी मराठी भाषकांच्या मनात रुजवले.

कवी गोविंदाग्रजांच्या गाजलेल्या 'महाराष्ट्रगीता'मध्ये मराठावीरांनी एकेकाळी गाजवलेल्या पराक्रमाचे स्मरण करून देताना म्हटले आहे,

विळा कोयता धरी दख्खनचा हात।
इकडे कर्नाटक हांसतसे, तिकडे गुजरात।।
आणि मराठा भला घेई दख्खन कंगाल।
तिकडे इस्तंबूल थरारे, तिकडे बंगाल।।

पुण्याजवळ मुळशीत टाटांनी सरकारच्या संमतीने धरण बांधायला घेतले होते. धरणामुळे मावळ्यांच्या जमिनी पाण्याखाली बुडून मावळे देशोधडीला लागणार असे न. चिं. केळकरांनी काँग्रेसच्या नागपूर अधिवेशनात निदर्शनाला आणले आणि तिथूनच मुळशीचा लढा सुरू झाला. पांडुरंग महादेव बापट या क्रांतिकारकाकडे त्याचे नेतृत्व आले. तीन वर्षे हा अहिंसक सत्याग्रह चालला आणि बापट 'सेनापती' म्हणून ओळखले जाऊ लागले. येरवड्याच्या तुरुंगात असतांना बापटांनी सत्याग्रहात एकदा तुरुंगवास भोगलेल्यांनी पुन्हा सत्याग्रह करून तुरुंगात यावे असा निरोप एका कवितेतून पाठवला. त्यातले सहावे कडवे गाजले ते असे –

महाराष्ट्राला मेला तरी राष्ट्र मेले। मराठ्याविना राष्ट्रगाडा न चाले।।
खरा वीर वैरी पराधीनतेचा। महाराष्ट्र आधार या भारताचा।।

(सेनापती बापट वाङ्मय : समग्र ग्रंथ १९३८; पृ. २७०)

प्रस्तावनेत साने गुरुजींनी वरील ओळींबरोबरच सेनापती बापटांच्या दुसऱ्या एका कवितेतील पुढील ओळी उद्धृत केल्या आहेत. 'हिंदराष्ट्र हे सत्वर व्हावे खरेंखरें राष्ट्र। राष्ट्रीकरणी पुढे असावा थोर महाराष्ट्र।।' साने गुरुजींनी लिहिले आहे, "सेनापतींना भारताचा अभिमान वाटतो आणि महाराष्ट्राचाही वाटतो. शिवबांचा महाराष्ट्र, वीरांचा व संतांचा महाराष्ट्र मागे राहू नये म्हणून त्यांची कासाविशी होत असते. महाराष्ट्राने आघाडीवर राहिले पाहिजे." (कित्ता : पृ. २५) मुळशीच्या सत्याग्रहाच्या वेळी सेनापती बापटांनी पाठवलेल्या काव्यमय निरोपातले ते सहावे कडवे संयुक्त महाराष्ट्रासाठी झालेल्या लढ्यात एखाद्या मंत्रासारखे म्हटले जात असे.

याच सुमारास आणखी एक महत्त्वाची घटना घडली. 'महिकावतीची बखर' या नावाचे बाड इतिहासाचार्य राजवाड्यांच्या हाती मिळाले. ते त्यांनी विस्तृत प्रस्तावनेसह १९२४ मध्ये प्रसिद्ध केले. या बखरीमुळे 'महाराष्ट्र धर्म' ही संकल्पना रामदासांच्या आधी दोनशे वर्षे आचार्य केशवाचार्य यांनी प्रथम मांडली होती, असे स्पष्ट झाले.

महिकावतीच्या बखरीतील मुख्य 'महाराष्ट्रधर्म' सांगणारे प्रकरण दुसरे व तिसरे, शके १३७० म्हणजे इ.स. १४४८ मध्ये लिहिले गेले, असे राजवाड्यांनी प्रस्तावनेत म्हटले आहे. इतर प्रकरणांची भर नंतर घातली गेली. या बखरीत 'महाराष्ट्रधर्म' म्हणजे काय, तो कोणी, कुठे सांगितला याचे सारे तपशील आले आहेत. बखर सांगते की मालाडचे देसला नायकोजीराव यांनी केशवाचार्य या विद्वान व बहुश्रुत आचार्यांना सन्मानपूर्वक बोलावून जाहीर सभेत 'महाराष्ट्रधर्म'

सांगण्याची विनंती केली व नंतर ही बखर त्यांच्याकडून लिहवून घेतली.

देसला नायकोजीराव यांनी मालाड (मालहाजापूर) येथील जोगेश्वरी मंदिरापाशी मंडप उभारून ही सभा घेतली. त्याला केळवेपासून मुंबईपर्यंतचे आप्तवर्गीय देसक व मांडलिक मिळून चार हजारांवर लोक जमा झाले. त्यांच्यासमोर केशवाचार्यांनी 'महाराष्ट्रधर्म' कथन केला. हे सारे करण्याचे प्रयोजन काय? बखर म्हणते,

याउपर देसामध्ये तेहि बहुत यवन जाले!
राज्य अभिमान सांडला। शस्त्र सोडली। कृषि धरली

असे देशस्थितीचे भीषण वर्णन त्यांनी केले आहे. देशहीनता आणि अराजक निर्माण झाल्यामुळे धर्माच्या पुनर्स्थापनेसाठी ही सभा बोलवावी लागली. हे कार्यही सहज घडले नाही तर नायकोजीरावांना देवीने स्वप्नदृष्टांत देऊन आज्ञा केली. ही देवी कोण? केशवाचार्य तिचे वर्णन करतात.

श्रीदेवी आद्यशक्ती जगदंबिका। महाराष्ट्रधर्मरक्षिका
तुम्हा सुप्रसन्न असो। श्रीरस्तू।।

या आदिशक्ती जगदंबेनेच प्रेरणा देऊन हे कार्य करवले असे त्यांचे प्रतिपादन आहे. महाराष्ट्राची व्याख्या करताना केशवाचार्य आजच्या महाराष्ट्रापुरती करीत नाहीत. ते म्हणतात,

यावत् श्वेतबंधरामेश्वरापासून यावत काशी व
द्वारका श्रीतुळजापूरपरियंतमध्ये देश पुण्यक्षेत्र,
देवांचि दशावतारिक जागा महाराष्ट्रधर्माचे स्थान
कोटि तीर्थांचे महिमान।

याचा अर्थ जवळजवळ संपूर्ण भारतच 'महाराष्ट्र' म्हणून केशवाचार्यांसमोर आहे. म्हणजे 'महाराष्ट्रधर्म' ही संकल्पना प्रादेशिक नाही तर ती अखिल भारतीय स्वरूपाची आहे.

केशवाचार्यांची 'मराठी' या शब्दाची व्याख्याही अशीच व्यापक आहे. ती ९६ कुळी, ९४ कुळीपुरती तर सोडाच; पण क्षत्रियांपुरतीही मर्यादित नाही. बखरीत ते सर्व अठरापगड जातींचा तपशीलवार उल्लेख करतात आणि शेवटी म्हणतात,

सर्व वर्णावर्ण नट, भाट, बुरूड।
चर्मक अत्यंत जाति। यास सव माराष्ट्र।।

या व्याख्येनुसार या विशाल देशात राहणारा जो जो कोणी हिंदू आहे, तो 'मराठा' या संकल्पनेत मोडतो. समर्थ रामदास 'मराठा तितुका मेळवावा, महाराष्ट्रधर्म

वाढवावा' असे म्हणतात तेव्हा त्यांच्याही डोळ्यांसमोर हा विशाल भूप्रदेश आणि 'मराठा'ची व्यापक व्याख्या आहे.

महिकावतीच्या बखरीमुळे महाराष्ट्र धर्म आणि मराठा या संकल्पना व्यापक असल्याचे सिद्ध झाले. याचा परिणाम भाषावार प्रांतरचनेमध्ये अडथळा निर्माण होण्यात होणार का, असाही प्रश्न उभा राहिला. महाराष्ट्राचा व्याप्त प्रदेश केवढा असावा याच्या चर्चेत बखरीचे प्रतिबिंब पडलेले आपल्याला दिसते.

मराठीभाषकांचे स्वतंत्र राज्य असावे अशी पहिली मागणी सांगलीचे शंकर रामचंद्र शेंडे यांनी १९३३च्या नागपूर साहित्य संमेलनात प्रथम केली. त्यांच्या अनुमानानुसार महाराष्ट्र संस्कृतीचा आणि महाराष्ट्री भाषेचा जन्म सहा-सात हजार वर्षांपूर्वी अवंती म्हणजे मालव देशात, म्हणजेच माळव्यात झाला असावा. महाराष्ट्र या नावाचा उल्लेख शकपूर्व तिसऱ्या शतकात, महाराष्ट्री भाषेचा उल्लेख शकपूर्व पाचव्या शतकात व महाराष्ट्र समाजाचा उल्लेख तिसऱ्या शतकात प्रथम सापडतो. असे प्रतिपादन त्यांनी केले. 'महाराष्ट्राची क्षेत्रव्याप्ती' या शीर्षकाच्या लेखात शेंडे यांनी म्हैसूर (म्हणजे कर्नाटक), दक्षिण गुजरात, माळवा व अर्धाअधिक राजपुतांना ह्याचा महाराष्ट्रात समावेश करावा असे सुचवले. त्याच्या पुष्ट्यर्थ शेंडे यांनी पुन्हा पुलकेशीला मदतीला घेतले. सम्राट हर्षवर्धनाचा त्याने केलेला पराभव, पैठण ही त्याची राजधानी आणि ऐहोळे शिलालेखाचा संदर्भ देऊन पुलकेशी हा मराठी होता म्हणून त्याच्या अखत्यारीतील प्रदेश महाराष्ट्रात यावा असे शेंडे म्हणाले. विनायक महाराज मसूरकरांनी तर संकल्पित संयुक्त महाराष्ट्राचा नकाशाच छापला. त्यामध्ये महाराष्ट्राची व्याप्ती जवळजवळ मराठी साम्राज्याच्या व्याप्तीएवढी दाखवलेली आहे.

संयुक्त महाराष्ट्राच्या मागणीच्या आद्य पुरस्कर्त्यांमध्ये दत्तो वामन पोतदार यांची गणना केली जाते. 'महाराष्ट्राचा एक सुभा करा' या शीर्षकाच्या १९३८ सालच्या लेखात त्यांनी म्हटले आहे, ''मुंबई महाराष्ट्र, गोमंतकी महाराष्ट्र, निजामी महाराष्ट्र, विदर्भी महाराष्ट्र, मध्यप्रांती महाराष्ट्र व वसाहती महाराष्ट्र असा महाराष्ट्र सहा ठिकाणी वाटला गेला आहे. काशी, बडोदे, इंदूर, धार, देवास, उज्जयिनी प्रभृती स्थळी बराच महाराष्ट्रीय समाज आहे. तसाच कराचीसही आहे. या समाजाला प्रत्यक्ष प्रांतकक्षेत वाव मिळणे अर्थातच शक्य नाही. '' (पोतदार विविध दर्शन : १९३९; पृ. २२१) या अखेरच्या वाक्यामुळे पोतदारांनी वास्तवाचे भान राखले होते असे दिसते.

संयुक्त महाराष्ट्राच्या दृष्टिकोनातून १ मे १९४६ हा दिवस महत्त्वाचा ठरला. त्या दिवशी बेळगावात ज्येष्ठ पत्रकार आणि साहित्यिक कै. ग. त्र्यं. माडखोलकर यांच्या अध्यक्षतेखाली भरलेल्या अखिल भारतीय साहित्य संमेलनात संयुक्त महाराष्ट्राच्या निर्मितीचा अधिकृत ठराव करण्यात आला आणि तेथूनच संयुक्त महाराष्ट्राच्या लढ्याला खरी सुरुवात झाली. या ठरावासंबंधीचे वृत्त १४ मे १९४६ च्या 'केसरी'मध्ये प्रसिद्ध झाले आहे. ते असे -

मराठी साहित्य संमेलनाच्या येथील अधिवेशनांत प्रा. दत्तो वामन पोतदार यांच्या अध्यक्षतेखाली भरलेल्या विषय निर्वाचन समितीच्या बैठकीत संमेलनाध्यक्ष श्री. माडखोलकर यांनी मांडलेला महाराष्ट्र एकीकरणाचा महत्त्वाचा व मोलाचा प्रस्ताव सर्वसंमत करण्यात आला.

'हिंदुस्थानांत राष्ट्रीय सरकारच्या स्थापनेच्या आजच्या काळांत प्रांतांची सांस्कृतिक भाषेच्या आधारे पुनर्रचना अगत्याने करणे आवश्यक आहे. त्यादृष्टीने पहाता मराठी बोलणाऱ्यांचा एकजिनसी सलग प्रांत करणे जरूरीचे आहे. यांत मुंबई इलाख्यातील महाराष्ट्र, देशी संस्थाने, वऱ्हाड-मध्यप्रांतातील मराठी जिल्हे, हैद्राबादमधील मराठवाडा आणि गोवा इत्यादी विभागांचा संयुक्त महाराष्ट्र या नावाने एकजिनसी गट करण्यात यावा व सर सीमेवरील विभाग भाषेच्या दृष्टीने महाराष्ट्रास जोडण्यात यावा.' अशा आशयाचा हा प्रस्ताव आहे.

त्या ठरावाच्या अनुषंगाने भाषण करताना त्या सम्मेलनात सम्मेलनाध्यक्ष या नात्याने ज्येष्ठ पत्रकार ग. त्र्यं. माडखोलकर म्हणाले होते, 'मी महात्मा गांधींना अशी प्रार्थना करतो की, आंध्र देशाच्या स्वतंत्र प्रांतघटनेच्या मागणीचा सक्रिय पुरस्कार करून तिला ज्याप्रमाणे राष्ट्रसभेची संमती त्यांनी मिळवून दिली, त्याचप्रमाणे महाराष्ट्राची स्वतंत्र प्रांतघटनेची मागणी त्यांनी सभेकडून मंजूर करवून द्यावी.' त्यांनी याच भाषणात दिवाकर वगैरे कर्नाटक नेत्यांचा त्यांनी चालवलेल्या एकीकरणाच्या कामासाठी गौरव करीत 'राष्ट्रसभेच्या कारभारापुरता तरी नर्मदेपासून तुंगभद्रेपर्यंत पूर्व-पश्चिम पसरलेला अखिल महाराष्ट्राचा संपूर्ण संयुक्त प्रांत निर्माण करण्याची व्यवहार्यसुलभ कल्पनाही जोर धरू शकत नाही, असा माझा गेल्या दहा वर्षांचा अनुभव आहे.' अशा प्रकारची व्यथाही माडखोलकर यांनी बोलून दाखविली होती.

❒❒❒

४

दार आयोग आणि 'जवप' समिती

बेळगाव साहित्य संमेलनात झालेल्या संयुक्त महाराष्ट्र निर्मितीच्या ठरावामुळे सर्वच नेत्यांना एकत्रितपणे काहीतरी केले पाहिजे, असे वाटू लागले. त्यातूनच १८ जुलै १९४६ ला मुंबईत महाराष्ट्र एकीकरण परिषद भरली. त्यामध्ये भारतातील सर्व मराठी भाषिक प्रदेशाचे म्हणजे मुंबई प्रांत, मध्यभारत व हैदराबाद यातील सलग मराठीभाषी प्रदेश व गोमंतक या सर्वांचे मिळून एक राज्य निर्माण करण्याचे ध्येय निश्चित झाले. या महाराष्ट्र एकीकरण परिषदेने केलेल्या ठरावानुसार या ध्येयपूर्तीसाठी स्वतंत्र सर्वपक्षीय संघटना स्थापन करण्याचे ठरवले. त्यानुसार संयुक्त महाराष्ट्र परिषद (स.म.प.) ही सर्वपक्षीय संघटना ज्येष्ठ काँग्रेस नेते शंकरराव देव यांच्या अध्यक्षतेखाली स्थापन करण्यात आली. या परिषदेची सदस्य नोंदणी संपूर्ण महाराष्ट्रभर एक रुपया वर्गणी घेऊन सुरू झाली. जनतेचा उत्साह एवढा होता, की अल्पावधीत तेरा हजार आठशे तीन लोकांनी वर्गणी भरून सदस्यत्व घेतले. या सदस्यांमधून ४४ जणांचे प्रतिनिधी मंडळ नेमले गेले. याच दरम्यान १९४६च्या ऑगस्टमध्ये शंकरराव देव आणि ब्रिजलाल बियाणी यांनी या संदर्भात एक करार केला. संयुक्त महाराष्ट्रात नागपूर व वऱ्हाडचा समावेश करण्यासंबंधी हा करार होता. त्यावर पश्चिम महाराष्ट्र आणि नागपूर वऱ्हाडातील १७ नेत्यांनी सह्या केल्या होत्या.

याचवेळी संविधान सभेचे पडघम वाजू लागले होते. संविधान सभेचे अध्यक्ष राजेंद्रप्रसाद यांना भाषावार प्रांतरचनेबाबत सहानुभूती वाटत असल्यामुळे संविधान सभेने या मागणीचा विचार करावा आणि निर्णय घ्यावा, असे वाटत होते. मात्र पंडित जवाहरलाल नेहरू, सरदार पटेल, मौलाना अब्दुल कलाम आझाद, राजगोपालाचारी या प्रमुख काँग्रेस नेत्यांना भाषावार प्रांतरचनेचा मुद्दा निकडीचा

नाही असे वाटत होते. भारताच्या होऊ घातलेल्या फाळणीचे सावट या काँग्रेसश्रेष्ठींच्या मनावर अधिक गडद होते.

संविधान सभेत आंध्र, कर्नाटक आणि महाराष्ट्रातून निवडून गेलेल्या काँग्रेसच्या दुसऱ्या फळीतील नेत्यांना मात्र हा प्रश्न निकडीचा समजून काँग्रेस श्रेष्ठींनी तो लगेच हाताळावा असे वाटत होते. यामध्ये पुढाकार घेतला, तो ज्येष्ठ तेलगूभाषक नेते पट्टाभी सीतारामय्या यांनी. ते काँग्रेस कार्यकारिणीचे आणि संविधान सभेचे सदस्य होते. काहीकाळ आधीच त्यांनी काँग्रेसचे राष्ट्रीय अध्यक्षपदही भूषविले होते. संविधान सभेने भाषावार प्रांतरचनेच्या प्रश्नास अग्रक्रम देऊन तो सोडवावा असे जाहीर आवाहन त्यांनी ऑगस्ट १९४६ मध्ये केले. काँग्रेस श्रेष्ठींकडून त्याला प्रतिसाद मिळाला नसला तरी भाषावार प्रांतरचनेला पाठिंबा असणाऱ्या संविधान सभा सदस्यांची जमवाजमव मात्र सुरू झाली होती.

९ डिसेंबर १९४६ पासून संविधान सभेचे सत्र सुरू होणार होते. त्याच्या आदल्याच दिवशी ८ डिसेंबरला पट्टाभींच्या अध्यक्षतेखाली भाषावार प्रांतरचनेचा पुरस्कार करणाऱ्या संविधान सभा सदस्यांची दिल्लीत परिषद भरवली होती.

परिषदेच्या ठरावांना पाठिंबा देणाऱ्यांमध्ये भालचंद्र महेश्वर ऊर्फ बापूसाहेब गुप्ते, नलावडे, स. का. पाटील, केशवराव जेधे, ह. वि. पाटसकर आणि एस. एन. माने यांचा समावेश होता. ('ग्रेनव्हिल ऑस्टिन : द इंडियन कॉन्स्टिट्युशन : कॉर्नरस्टोन ऑफ अ नेशन; १९६६; पृ. २४१) प्रांतांची आणि संघाची (युनियन) घटना तयार करण्यासाठी नेमण्यात आलेल्या संविधानसभेच्या समित्यांनी पट्टाभींच्या अध्यक्षतेखाली एक संयुक्त उपसमिती नेमली. तिने १२ जून १९४७ रोजी एकमताने ठराव मंजूर करून स्वातंत्र्यप्राप्तीनंतर आंध्र, कर्नाटक, केरळ आणि महाराष्ट्र या वेगवेगळ्या प्रांतांच्या निर्मितीबाबत शिफारशी करण्यासाठी एक आयोग नेमावा, अशी शिफारस केली.

काँग्रेस श्रेष्ठींचे धोरण स्पष्ट होण्यास मात्र तब्बल १ वर्षाचा कालावधी लागला आणि ते स्वाभाविक होते. मधल्या काळात देशाची फाळणी होऊन खंडित भारत स्वतंत्र झाला. दोन्ही बाजूला दंगलीचे थैमान आणि निर्वासितांचे लोंढे सुरू होते. त्यामुळे या प्रश्नाचा विचार करायला कोणालाच सवड नव्हती. भारतीय संसदेच्या पहिल्याच हिवाळी अधिवेशनात आंध्रचे नेते एन. जी. रंगा यांनी भाषिक प्रांतरचनेबद्दल प्रश्न विचारला होता. त्याच प्रश्नावर महाराष्ट्राचे हरिभाऊ पाटसकर यांनी एक ठरावही दिला होता.

पंतप्रधान नेहरूंनी उत्तर देऊन भारत सरकारची भूमिका स्पष्ट केली. भाषिक व सांस्कृतिक आधारावर नव्या प्रांताची निर्मिती करावी ही मागणी कॉंग्रेसने आणि आपल्या नेतृत्वाखालच्या भारत सरकारने मान्य केली असली तरी तिला मूर्तरूप देण्यापूर्वी पुढील बाबींचा विचार व्हावा असे नेहरूंचे म्हणणे होते. (कॉन्स्टिट्युअंट असेंब्ली ऑफ इंडिया (लेजिस्लेटिव्ह) २७ नोव्हेंबर १९४७ : पृ. ७९३-७९६)

१. निर्णय घेण्यापूर्वी भाषावार प्रांतरचनेबाबत अत्यंत काळजीपूर्वक चौकशी करणे आवश्यक आहे.
२. भारताची सुरक्षितता व स्थैर्य यांना अग्रक्रम देण्याची गरज आहे.
३. त्यासाठी शासन सामर्थ्यशाली असणे आणि शासकीय यंत्रणा सुरळीत चालणे आवश्यक आहे.
४. सद्य:स्थितीत मोठ्या प्रमाणावर प्रांतांची पुनर्रचना करणे सोपे नाही. शिवाय त्यामुळे निकडीच्या कामासाठी आवश्यक अशी आपली शक्ती वाया जाण्याची शक्यता आहे.
५. एक किंवा एकाहून अधिक सीमा आयोग नेमावे लागतील. एकाच वेळी अनेक चौकशी आयोग नेमून प्रश्नाची गुंतागुंत करणे इष्ट होणार नाही.
६. वेगळ्या आंध्र प्रांतांची मागणी वाजवी असून त्या प्रांताची निर्मिती करताना तुलनेने कमी अडचणींना तोंड द्यावे लागेल. ज्याप्रमाणे १९३५ च्या कायद्यात ओरिसा आणि सिंध प्रांत वेगळे करण्याची तरतूद केली होती, तशीच आंध्रबाबत करता येईल. मात्र संविधानाचा स्वीकार झाल्यानंतर आंध्र प्रांताबाबतचा निर्णय अमलात आणला जाईल.
७. महाराष्ट्र व कर्नाटक हे वेगळे प्रांत अस्तित्वात आणण्यात अधिक अडचणी आहेत. ते वेगळे केल्यामुळे त्या प्रांतांच्या अर्थव्यवस्थेवर जे संभाव्य परिणाम होतील त्यांचा अतिशय काळजीपूर्वक, सर्वांगीण विचार करावा लागेल. अंतिम निर्णय संबंधित पक्षांना न्याय्य व स्वीकारार्ह वाटला पाहिजे.
८. अर्थात भाषावार प्रांतांसंबंधीचा प्रत्येक निर्णय घेताना संपूर्ण देशाचा विचार करावा लागेल.

नेहरूंच्या उत्तरानंतर हरिभाऊ पाटसकरांनी आपला ठराव मागे घेतला.

नेहरूंच्या या उत्तरावर तिखट प्रतिक्रिया उमटल्या. २७ नोव्हेंबरलाच महाराष्ट्राचे पाटसकर, जेधे, कर्नाटकाचे नेते रंगराव दिवाकर आणि एस. निजलिंगप्पा या चौघांनी एक संयुक्त पत्र प्रसिद्धीला दिले. त्यामध्ये नेहरूंच्या उत्तराबद्दल महाराष्ट्र व कर्नाटकातील लोकांच्या मनात संमिश्र भावना असल्याचे

म्हटले होते. आपल्या उत्तरात आंध्रच वेगळा प्रांत होण्यास पात्र आहे हा नेहरूंचा सूर आवडला नसल्याचे स्पष्ट करून या चौघांनी तुकड्यातुकड्यांनी भाषावार प्रांतरचनेचा प्रश्न सोडवणे योग्य नाही, असे म्हटले होते. वेगळ्या आंध्र प्रांताच्या सीमा निश्चित करण्यासाठी आयोग नेमला गेला तर मद्रास प्रांताचा भाग असलेल्या कन्नड भाषक जिल्ह्यांचा समावेश कर्नाटकात करावा लागेल आणि कर्नाटक महाराष्ट्राच्या सीमाही आयोगाला निश्चित कराव्या लागतील, असे या चौघा नेत्यांचे म्हणणे होते.

पंडित नेहरूंच्या उत्तराने हरिभाऊ पाटसकरांना आपला ठराव मागे घ्यावा लागला. हा महाराष्ट्राच्या पराभव आहे असे महाराष्ट्रातील अनेक नेत्यांना वाटले. संयुक्त महाराष्ट्र परिषदेचे अध्यक्ष असणाऱ्या शंकरराव देव यांना मात्र महाराष्ट्राचा पराभव झाला असे वाटले नाही. ३० नोव्हेंबर १९४७ रोजी माडखोलकरांना धाडलेल्या पत्रात शंकररावांनी लिहिले आहे, "पंडितजींच्या (नेहरूंच्या) निवेदनात आंध्रनंतर संयुक्त महाराष्ट्र व कर्नाटक हे प्रांत करण्याची आवश्यकता स्पष्टपणे व नि:संदिग्धपणे कबूल केली असून तिला मान्यताही दिली आहे. तथापि मान्यतेप्रमाणे तात्काळ कृती करण्याच्या मार्गात कित्येक अडचणी आहेत व त्यांचा विचार झाला पाहिजे असे म्हटले आहे व ते खरे आहे."

महाराष्ट्राचा पराभव झाला असे वाटणाऱ्यांत विदर्भवादी नेते प्रमुख होते शंकरराव देव आणि ब्रिजलाल बियाणी यांनी ऑगस्ट १९४७ मध्ये केलेल्या अकोला कराराला एक पुस्ती जोडण्यात आली होती आणि त्यावर फक्त देव आणि बियाणी यांच्याच सह्या होत्या. ही पुस्ती अर्थात गोपनीय होती. त्या पुस्तींचा आशय असा होता, की 'कोणत्याही परिस्थितीमुळे संयुक्त महाराष्ट्र बनविणे अशक्य झाले, तर स्वतंत्र महाविदर्भ निर्माण करण्यासाठी सर्व प्रयत्न करावेत.' पुस्तीतील हा आशय अकोला करारावर सह्या करणाऱ्या महाविदर्भाच्या नेत्यांना माहीत होता. म्हणून रामराव देशमुख, पंजाबराव देशमुख यांनी वेगळ्या महाविदर्भासाठी आता शंकरराव देवांनीच पुढाकार घ्यावा असे खाजगी पत्रव्यवहारातून म्हटले होते.

भाषावार प्रांतरचना प्रत्यक्षात यायची असेल तर महात्मा गांधी, पं. नेहरू आणि सरदार पटेलांना काय वाटते याला सर्वाधिक महत्त्व होते. या तिघांच्याही भूमिकेत वेगळेपणाच नव्हे, तर परस्परविरोधही होता. गांधीजी चालवत असलेल्या 'हरिजन'च्या ३० नोव्हेंबर १९४७च्या अंकात श्रीमन्नारायण अग्रवाल या ज्येष्ठ नेत्याचे एक पत्र प्रसिद्ध झाले. श्रीरामन्नारायण यांनी या पत्रात प्रांताची भाषावार पुनर्रचना करणे सुराज्य स्थापनेसाठी आवश्यक असल्याचे काँग्रेस १९२० पासून

म्हणत आली असल्याची आठवण त्यांनी करून दिली आणि भाषावार प्रांतरचनेचा प्रश्न संविधान सभेनेही खुंटीवर टांगून ठेवल्याबद्दल काँग्रेसश्रेष्ठींवर टीका केली. या पत्रात त्यांनी काही महत्त्वाचे मुद्दे मांडले आहेत. भाषावार प्रांतरचना केल्याशिवाय शाळांतून व महाविद्यालयांतून त्या त्या प्रांतीय भाषेत शिक्षण देणे शक्य होणार नाही. त्याशिवाय इंग्रजी भाषेने बेकायदेशीररीत्या बळकावलेल्या स्थानावरून तिला हटवताही येणार नाही. भाषावार प्रांतरचना करण्यात दिरंगाई केल्यास आंतरप्रांतीय हेवेदावे वाढतील. हा प्रश्न सोडवण्यास उशीर झाल्यास त्याचे दुष्परिणाम होतील. जे करणे योग्य आहे, ते विनाविलंब केले जावे या श्रीमन्नारायण यांच्या सूचनेला पुष्टी देत गांधीजींनी लिहिले, ''कोणत्याही दृष्टिकोनातून पाहिले तरी प्रांतांची पुनर्रचना भाषावार करणे इष्ट असल्यामुळे दिरंगाई करणे टाळावे. मात्र सभोवतालचे वातावरण मन खिन्न करणारे असताना प्रांतांची पुनर्रचना भाषेच्या आधारे करण्यास काहीजण नाखुष असतील तर तेही कदाचित समर्थनीय ठरेल,'' असेही गांधीजींनी म्हटले आहे.

भाषावार प्रांतरचना व्हावी असे गांधीजींचे मत असले तरी मुंबई मात्र स्वतंत्रच ठेवावी असे त्यांना वाटत होते. १९२० साली काँग्रेसच संघटनेची पुनर्रचना भाषावार प्रांतांमध्ये झाली होती. त्यावेळी महाराष्ट्रासाठी वेगळी प्रांतिक समिती आणि मुंबईसाठी वेगळी प्रांतिक समिती नेमण्यात आली होती. तशीच व्यवस्था राज्यांची असावी, असे गांधींचे मत होते. शंकरराव देवांनी आपल्या आत्मचरित्रात (दैव देते अन् कर्म नेते) या तिघांच्याही भूमिकांचा स्पष्टपणे उल्लेख केलेला आहे. ते म्हणतात,

''मुंबईचा महाराष्ट्रात समावेश करण्याच्या ते (गांधीजी) विरुद्ध होते. इतकेच नव्हे, तर त्याबाबतीतील माझी मते जरी त्यांना तत्त्वत: मान्य असली तरी व्यवहारात कडवी व विघातक वाटत. सरदार वल्लभभाई पटेल मुंबई वगळून संयुक्त महाराष्ट्राच्या विरुद्ध नव्हते व तो झाला तर त्याला त्यांची हरकत नव्हती. मात्र माझ्या अनुभवाप्रमाणे तो घडवून आणण्याच्या बाबतीत त्यांचा फार उत्साह होता असेही नाही. मुंबईवरचा महाराष्ट्राचा हक्क त्यांना हास्यास्पद व पोरकट वाटे व आपला विरोध असता आपण मुंबई मिळवू अशी आशा महाराष्ट्राने करणे म्हणजे आकाशातील चंद्राला हात घालण्यासारखे बालिशपणाचे द्योतक आहे, या आपल्या मताची संबंधित पक्ष आणि मंडळी यांना प्रसंगोपात्त जाणीव करून देण्यास ते चुकत नसत... मुंबई महाराष्ट्रात समाविष्ट होण्याला सरदारांच्या इतकाच पंडितजींचाही विरोध होता.'' (शंकरराव देव : दैव देते पण कर्म नेते) संविधान

मसुदा समितीचे अध्यक्ष डॉ. बाबासाहेब आंबेडकर आणि संविधान सभेचे अध्यक्ष डॉ. राजेंद्रप्रसाद यांच्या आग्रहामुळे अखेर पंडित नेहरू व सरदार पटेल यांना भाषावार प्रांतरचनेसाठी आयोग नेमावा लागला. अलाहाबाद उच्च न्यायालयाचे निवृत्त न्यायाधीश एस. के. दार यांच्या अध्यक्षतेखालील आयोगाची घोषणा १७ जून १९४८ ला करण्यात आली. बिहारमधील एक वकील जगत्नारायण लाल आणि निवृत्त आय.सी.एस. अधिकारी पन्नालाल असे दोघेजण आयोगाचे सदस्य होते. १९ जुलैला दार आयोगाची पहिली बैठक झाल्यावर आयोगाने लेखी निवेदन स्वीकारण्याचे आणि साक्षीपुरावे नोंदवण्याचे काम सुरू केले.

न्या. दार आयोगासमोर निवेदने सादर करण्यासाठी विविध गटांनी आपली तयारी सुरू केली. मुंबई प्रांतिक काँग्रेस समितीने स.का. पाटील, एम. वाय. नुरी, भवानजी अर्जुन खिमजी, नगीनदास मास्टर आणि वाय. के. परुळेकर या पाच सदस्यांची समिती नेमली. त्या समितीने भाषावार प्रांतरचनेचा प्रश्न किमान दहा वर्षांसाठी पुढे ढकलावा अशी शिफारस केली. ती २१ ऑगस्ट १९४८च्या तातडीच्या सभेत मुंबई प्रांतिक काँग्रेस समितीने स्वीकारली. त्याआधी त्या संबंधीच्या एम. वाय. नुरी यांनी मांडलेल्या प्रस्तावास दुरूस्त्या सुचवणाऱ्या उपसूचना भानुशंकर याज्ञिक, डॉ. त्र्यं. रा. नरवणे, गो. बा. महाशब्दे, यांनी चर्चेनंतर मागे घेतल्या. (मुंबई प्रांतिक काँग्रेस समिती (बीपीसीसी) कार्यवृत्त, २१ ऑगस्ट १९४८) भानुशंकर याज्ञिक यांनी मुंबई शहराचा वेगळा प्रांत बनवावा अशी उपसूचना मांडली होती; तर डॉ. नरवणे यांनी मुंबई शहराचा समावेश वेगळ्या महाराष्ट्र प्रांतात करावा असे सुचवले होते. दोन्ही उपसूचना मागे घ्यावयास लावून स.का. पाटील यांनी मुंबई शहराबाबतचा वाद टाळला.

मुंबई प्रांतिक काँग्रेसमधला वाद टळला असला तरी मुंबई महाराष्ट्रात जाऊ नये म्हणून मोठ्या प्रमाणात प्रयत्न सुरू झाले होतेच. स्वातंत्र्यदिन साजरा करण्यासाठी मुंबईतल्या कावसजी जहांगीर सभागृहात भरलेल्या सभेत मुख्यमंत्री बाळ गंगाधर खेर यांनी 'मुंबई कोणाही एका भाषिक गटाची नाही, ती सर्वांची आहे', असे सांगितले. मुंबई प्रांतातल्या विजापूर-हुबळी-धारवाड आणि बेळगाव यांचा संयुक्त कर्नाटकात समावेश करण्यास त्यांचा पाठिंबा होता; पण महाराष्ट्रात मुंबई येण्यास मात्र त्यांचा विरोध होता.

मुंबई वेगळी राहावी म्हणून मुंबईतील अमराठी उद्योजक, व्यापारीही एकत्र आले. २६ ऑगस्ट १९४८ ला त्यांची सभा भरली आणि मुंबई महाराष्ट्रात घालण्यास विरोध करण्यासाठी 'बॉम्बे सिटिझन्स कमिटी' स्थापन करण्यात आली.

या कमिटीने न्या. दारा यांच्यासमोर तसे निवेदनही दिले.

काँग्रेस नेते स. का. पाटील हे लागोपाठ तीन वर्षे मुंबई महापालिकेचे महापौर होते. त्यानंतर एन. यू. मस्करेन्हास महापौर झाले. या दोघांनी महापालिकेच्या वतीने दार आयोगासमोर साक्ष दिली. त्यामध्ये आणि महापालिकेत मंजूर झालेल्या ठरावात मुंबई महाराष्ट्रात सामील करू नये, असेच म्हटले होते. महापालिकेत स. का. पाटील यांनी केलेला युक्तिवाद विलक्षण आहे. ते आपल्या भाषणात म्हणाले,

‘‘संयुक्त महाराष्ट्रासाठी महाराष्ट्रीयांना चळवळ करण्याची विशेष आवश्यकता नाही. यावेळी महाराष्ट्रीयांनी संयम, धैर्य आणि दूरदृष्टी बाळगणे जरूर आहे. मुंबई शहर आणि वऱ्हाडसहित संयुक्त महाराष्ट्र विनासायास तयार होणार आहे. आज मुंबई इलाख्यात ६० टक्के मराठीभाषक, २५ टक्के कानडी बोलणारे आहेत. कर्नाटक स्वतंत्र झाल्यावर ७० टक्के मराठीभाषक व ३० टक्के गुजराती राहतील. अशा परिस्थितीत संयुक्त महाराष्ट्राची मागणी दूरदर्शीपणाची आहे असे मला वाटत नाही. कर्नाटक आणि गुजरात या निरनिराळ्या प्रांतांची मागणी मान्य झाल्यावर मुंबईसह महाराष्ट्र कोणतीही चळवळ न करता मराठीभाषकांच्या आपोआप पदरात पडणार आहे.’’ स. का. पाटील यांचा हा युक्तिवाद मुंबई प्रदेश काँग्रेस समितीतील त्यांच्या मराठी भाषक सहकाऱ्यांनाही पटला नाही.

१६ व १७ ऑक्टोबर १९४८ ला दार आयोग मुंबईत येईल असे जाहीर झाले. त्या निमित्ताने मुंबईतल्या शिवाजी पार्कवर संयुक्त महाराष्ट्र परिषदेचे अधिवेशन भरले. वऱ्हाडचे रामराव देशमुख हे अध्यक्षस्थानी होते. परिषदेचे अध्यक्ष आणि मुख्य प्रवर्तक शंकरराव देव यांनी ते काँग्रेस सरचिटणीस असल्यामुळे या अधिवेशनाला उपस्थित राहू नये असा सल्ला काँग्रेस अध्यक्ष राजेंद्रप्रसादांनी दिला. तो अर्थातच त्यांनी मानला. म्हणजे मुख्य प्रवर्तकाविनाच हे अधिवेशन सुरू झाले. केंद्रीय मंत्री न. वि. तथा काकासाहेब गाडगीळ अधिवेशनाला उपस्थित राहिले नाहीत; पण अधिवेशनानिमित्त भरलेल्या सांस्कृतिक प्रदर्शनाचे उद्घाटन मात्र त्यांनी केले. काँग्रेसच्या प्रमुख नेत्यांनीच अशा रीतीने अधिवेशनाकडे पाठ फिरवली होती.

अधिवेशनाचे अध्यक्ष रामराम देशमुखांचे भाषणही एकाच वेळी मुंबईसह महाराष्ट्राच्या बाजूने नाही तर महाविदर्भाच्या बाजूचे असे होते. आपल्या भाषणात ‘‘स्वातंत्र्यपूर्व काळात भाषावार प्रांतरचनेसंबंधी गांधीजींनी व काँग्रेसश्रेष्ठींनी दिलेल्या अभिवचनांना अग्रक्रम देऊन ती पुरी केली पाहिजेत. त्यांना बगल देणे किंवा ती अन्यायाने लांबणीवर टाकणे हा प्रकार अगदी कमीपणा आणणारा असून त्यामुळे

साऱ्या दक्षिण हिंदुस्थानात विफलतेची तीव्र जाणीव उत्पन्न होईल.'' असा इशारा रामरावांनी दिलेला आढळतो. ''भाषावार प्रांतरचनेचा प्रश्न टोलवाटोलवी केल्यामुळे सुटणार नाहीच, उलट तो अधिक बिकट बनेल. प्रांत हा भौगोलिक घटक असून प्रांतीयता ही एक मनोवृत्ती आहे. धर्मवेड आणि प्रांतवाद यांच्या आहारी मराठे कधीच गेले नाहीत,'' असे ठासून सांगून रामराव म्हणाले, ''ज्यांना उज्ज्वल इतिहास आहे, तेच त्याचा योग्य अभिमान वाहतात; व ज्यांची परंपरा आणि इतिहास ही दोन्ही राष्ट्ररक्षणाची आहेत, तेच पुन्हा राष्ट्ररक्षणार्थ ईर्ष्येने उभे ठाकतील. महाराष्ट्राच्या ठिकाणी या दोन्ही गोष्टी आहेत म्हणून राष्ट्रनिर्मितीच्या गुणात तो मागे पडणार नाही. किंबहुना धर्मनिरपेक्ष लोकराज्याला महाराष्ट्राचा पाठिंबा हा अधिक कळकळीचा राहील. कारण महाराष्ट्र हा बुद्धिवादी आहे.'' (संयुक्त महाराष्ट्र परिषद : मुंबईचे अधिवेशन, १६ ऑक्टोबर १९४८; पृ. १३)

काँग्रेस श्रेष्ठी अप्रमाणिपणाचे डावपेच खेळणार नाहीत अशी आशा व्यक्त करतानाच त्यांनी त्यांच्या सद्हेतूंवर विश्वास ठेवावा असे आवाहन केले. ''अकोला करारानुसार दोन उपप्रांतांसह संयुक्त महाराष्ट्राची मागणी मान्य झाली नाही तर महाविदर्भाच्या स्वतंत्र प्रांताला पाठिंबा द्यावा. मात्र घटनेमध्ये उपप्रांताची तरतूद करण्यात आली नाही आणि मध्यप्रांत-वऱ्हाडात राहावयाचे की संयुक्त महाराष्ट्रात जावयाचे असा प्रश्न आमच्यापुढे उभा राहिला तर आमची नि:संदिग्ध निवड संयुक्त महाराष्ट्राच्या बाजूने होईल.'' अशी त्यांनी ग्वाही दिली. अध्यक्षीय भाषणाच्या अखेरीस मुंबई शहराचे स्वतंत्र राज्य करावे असे सुचवणाऱ्या भांडवलवाल्यांवर त्यांनी झोड उठवली. 'मुंबईला वर्गविग्रहाचे रणक्षेत्र म्हणून वेगळी काढण्याची योजना आम्ही चालू देणार नाही', असे त्यांनी भांडवलदारांना सुनावले.

मुंबईला येण्याअगोदर दार आयोगाने २३ ते २८ ऑक्टोबरपर्यंत नागपुरात मुक्काम केला. या निमित्ताने महाविदर्भवादी आणि संयुक्त महाराष्ट्रवादी अशी फूट नागपूरकरांमध्ये पडल्याचे स्पष्ट झाले. नागपूर प्रांतिक काँग्रेस समितीच्या वतीने मारोतराव कन्नमवार, मदनगोपाळ अग्रवाल, मु. ल. वैद्य व कल्याणराव आंबेवाडीकर यांनी दार आयोगासमोर साक्ष दिली. ''पुण्याकडील काही लोक सं. म. हवा म्हणतात. महाविदर्भाची मागणी १९३८ पासूनची आहे; परंतु सं. म. ची मागणी अलीकडची आहे. मुंबईची विशाल मुंबई करा व आम्हाला स्वतंत्र महाविदर्भ द्या. एकच भाषा बोलणाऱ्यांचा एकच प्रांत असावा असे आमचे म्हणणे नाही.'' अशी आपली भूमिका स्वतंत्र महाविदर्भाची मागणी करणाऱ्यांनी मांडली. (तरुण भारत : २३ नोव्हेंबर १९४८) २२ ऑक्टोबर १९४८ रोजी

नागपूरच्या चिटणीस पार्कमध्ये गोपाळराव खेडकर यांच्या अध्यक्षतेखाली महाविदर्भ परिषदेचे अधिवेशन स्वागताध्यक्ष कन्नमवार यांनी आयोजित केले. त्याचे उद्घाटक होते ब्रिजलाल बियाणी. हे अधिवेशन भरवण्याचा विचार तहकूब केला नाही तर आम्हाला स्वतंत्र परिषद भरवावी लागेल अशा आशयाची तार पूनमचंद रांका, वीर वामनराव जोशी, गोपाळराव काळे, भिकूलाल चांडक यांनी बियाणी, खेडकर व कन्नमवार या त्रिकुटास पाठवली होती. तरीही या त्रयीने २२ ऑक्टोबरला स्वतंत्र महाविदर्भ परिषदेचे अधिवेशन आयोजित केल्यामुळे संयुक्त महाराष्ट्राचे पुरस्कर्ते पूनमचंद रांका, पंजाबराव देशमुख, आचार्य दादा धर्माधिकारी वगैरेंनी २३ ऑक्टोबरला वेगळी सभा भरवली. दादा धर्माधिकारी, गोपाळराव काळे, पु. का. देशमुख यांनी "झाला तर सं. म.च. व्हावा", असे दार आयोगासमोर साक्ष देताना सांगितले तरी भाषावार प्रांतरचनेविषयी अरुची दर्शविली. याउलट रामराव देशमुख, रा. कृ. पाटील, पंढरीनाथ पाटील, पु. य. देशपांडे, रा. अ. कानिटकर, श्रीमन्नारायण अग्रवाल, गणेश आकाजी गवई, हेमचंद्र खांडेकर वगैरेंनी हा प्रश्न ताबडतोब निकालात काढला जावा व नव्या राज्यघटनेतील यादीत सं. म. प्रांताचा स्पष्ट निर्देश करावा आणि तीन ते पाच वर्षांच्या अवधीत नवा प्रांत अस्तित्वात यावा असे दार आयोगासमोर प्रतिपादन केले.

अकोला कराराचे मुख्य कर्ते शंकरराव देव आणि ब्रिजलाल बियाणी होते. वर उल्लेख केल्याप्रमाणे देवांनी अधिवेशनाकडेच पाठ फिरवली तर मंत्री असलेल्या ब्रिजलाल बियाणींना दार आयोग नेमल्यानंतर अकोला करारच अवैध असल्याचा साक्षात्कार झाला. त्यामुळे ते दार आयोगासमोर साक्षीला गेलेच नाहीत. यामुळे संयुक्त महाराष्ट्राची बाजू खणखणीतपणे दार आयोगासमोर कोणीच मांडली नाही. त्याचा परिणाम पुढे व्हायचा तोच झाला.

दार आयोगासमोर १००० निवेदन दिली गेली आणि ७०० जणांच्या साक्षी झाल्या. त्या आधारावर १३ डिसेंबर १९४८ला दार आयोगाने आपला ५६ पानी अहवाल सादर केला. हा अहवाल म्हणजे शुद्ध फसवणूक होती. एवढा सारा खटाटोप भाषावार प्रांतरचनेची मागणी करणाऱ्यांच्या तोंडाला पाने पुसण्यासाठीच केला होता असेच स्पष्ट झाले. आपल्या अहवालाच्या शेवटी दार आयोगाने काढलेले निष्कर्ष असे,

१. केवळ किंवा मुख्यत: भाषेच्या आधारे प्रांतांची निर्मिती करणे, भारताच्या व्यापक राष्ट्रीय हितसंबंधाच्या दृष्टीने आवश्यक व इष्ट नाही. त्यामुळे हा प्रश्न तातडीने हाताळण्याची गरज नाही.

२. भारतासमोर संरक्षणाच्या, अन्नटंचाईच्या, चलनवाढीच्या, निर्वासितांचे पुनर्वसन करण्याच्या निकडीच्या समस्या उभ्या असताना प्रांतांची पुनर्रचना करण्याचा प्रश्न ताबडतोब हाती घेण्याची गरज नाही.
३. मद्रास, मुंबई आणि मध्यप्रांत-वऱ्हाड या सध्या अस्तित्वात असलेल्या प्रांतांना गंभीर प्रशासकीय समस्यांना तोंड द्यावे लागत आहे.
४. जेव्हा कधी नव्या प्रांतरचनेचा प्रश्न हाती घेतला जाईल तेव्हाही भाषेखेरीज अन्य घटकांचाही विचार करावा लागेल. भाषा हा निर्णायक किंवा मुख्य आधार समजता कामा नये. मुंबई व मद्रास या शहरांचा प्रश्न तेथील लोकांचे हितसंबंध लक्षात घेऊन सोडवू नये. संपूर्ण भारताचे हितसंबध लक्षात घेऊन त्यांना विशेष स्थान द्यावे. (रिपोर्ट ऑफ द लिंग्विस्टिक प्रॉव्हिन्सेस कमिशन : १९४८; पृ. ३४-३५) काँग्रेसने पूर्वी भाषावार प्रांतरचनेबाबत दिलेली अभिवचने बंधनकारक मानू नयेत. बदललेल्या परिस्थितीत नव्याने निर्णय घेण्याचा काँग्रेसला अधिकार आहे व तिचे कर्तव्यही आहे, असे दार आयोगाने अहवालात म्हटले आहे. (कित्ता पृ. ३२) नेहरू व पटेल हे दोघे 'भाषावार प्रांतरचनेचा प्रश्न पाच-दहा वर्षे लांबणीवर टाकावा', असे म्हणत असत. त्यांच्याही पुढची मजल दार आयोगाने गाठली. निश्चित कालमर्यादा न घालता हा प्रश्न बेमुदत लांबणीवर टाकावा असे दार आयोगाला वाटत असल्याचे स्पष्ट दिसते.

संयुक्त महाराष्ट्रवाद्यांना झोंबणारा सर्वात महत्त्वाचा भाग अहवालात होता, तो म्हणजे महाराष्ट्रातील आंदोलनाविषयी आयोगाने केलेले मतप्रदर्शन. महाराष्ट्राच्या मागणीविषयी दार आयोगाने अहवालात लिहिले होते, ''महाराष्ट्राच्या एकीकरणाची चळवळ अलीकडे वाढली असली तरी जनआंदोलन बनण्याइतकी तिला पुरेशी गती मिळालेली नाही. तसेच अद्याप मागणीबाबत भरघोस मतैक्यही झाले नाही. महाराष्ट्रात सर्वात प्रभावी असलेल्या पुण्यातील विचारसंप्रदायाचा दृष्टिकोन उर्वरित भारतातील लोकांच्या भारताच्या भवितव्याबाबतच्या दृष्टिकोनापेक्षा वेगळा. सं. म. निर्मितीची त्यांची इच्छा म्हणजे त्यांच्या विचारप्रणालीची स्वाभाविक अभिव्यक्ती आहे. गुजरात आणि महाकोशल यांच्या वर्चस्वाविषयी त्यांना वाटणाऱ्या खऱ्या तसेच काल्पनिक भीतीवर आधारलेली आहे... विदर्भातील लोकमत तयार होण्याच्या अवस्थेत असले तरी आपल्याला नेमके काय हवे आहे हे त्यांचे त्यांनाच सांगता येत नाही. अशा स्थितीत विदर्भासह महाराष्ट्राची निर्मिती करणे शक्य होणार नाही. मुंबई शहराची गणना एकभाषी शहरामध्ये करता येत

नाही. ह्या बहुभाषी, बहुरंगी शहरास एकभाषी प्रांताची राजधानी बनवणे विचित्र ठरेल. भाषावार प्रांतरचना करावयाची ठरल्यास भाषिक राजकारणापासून मुंबईस अलग ठेवले पाहिजे.'' (कित्ता : पृ. १०-१३)

या मतप्रदर्शनामुळे संयुक्त महाराष्ट्रवादी नेते संतप्त झाले आणि त्यांनी अहवालाचा जाहीर धिक्कार केला. अहवालावर मद्रास प्रांतातील तेलगू व मल्याळी भाषिक आणि मुंबई प्रांतातही कन्नड व मराठी भाषिक अशा सर्वच काँग्रेस नेत्यांनी नाराजी व्यक्त करून निषेध केला.

या पार्श्वभूमीवर १५ डिसेंबर १९४८ ला अ. भा. काँग्रेस समितीचे अधिवेशन जयपुरात भरले. दक्षिणेकडील सर्वच काँग्रेस नेत्यांनी दार आयोगाच्या अहवालावर सडकून टीका केल्यामुळे अधिवेशनाला त्याची दखल घ्यावी लागली. अखेर जयपूर अधिवेशनाचे अध्यक्ष पट्टाभी सीतारामय्या, जवाहरलाल नेहरू आणि वल्लभभाई पटेल या तिघांची समिती नेमण्यात आली. त्यांच्या आद्याक्षरावरून ती 'जवप समिती' म्हणून ओळखली जाते. जवप समितीचा अहवाल ३ महिन्यांनी ५ एप्रिल १९४८ ला प्रसिद्ध झाला. समितीने ना कुणाची साक्ष घेतली ना निवेदन स्वीकारले. अहवाल मात्र परस्पर जाहीर करून टाकला.

'स्वातंत्र्यपूर्व काळात काँग्रेसने भाषावार प्रांतरचनेचा निःसंदिग्धपणे पुरस्कार केला होता. इंग्रजी राजवटीतील कृत्रिम प्रांतरचना त्याज्य ठरवून भाषेच्या आधारे एकजिनसी सांस्कृतिक घटकराज्ये निर्माण केली जातील अशी अभिवचने काँग्रेसनेत्यांनी वारंवार दिली होती. देशाच्या फाळणीनंतर बदललेल्या देशांतर्गत तसेच जागतिक राजकीय परिस्थितीत भाषावार प्रांतरचनेच्या प्रश्नाचा नव्याने फेरविचार करण्याची गरज असल्याचे मत 'जवप समिती'ने अहवालात ठासून मांडले. नुकत्याच मिळालेल्या राजकीय स्वातंत्र्याचे रक्षण करणे हे आपले आद्य कर्तव्य असून जातीयवाद, प्रांतवाद ह्यांसारख्या फुटीर प्रवृत्तींना ज्यामुळे उत्तेजन मिळेल असे काहीही काम करता कामा नये असे जवप समितीचे म्हणणे होते. भारताच्या तत्कालीन अस्थिर परिस्थितीत भाषावार प्रांतरचनेचा प्रश्न हाती घेण्यास आपण तयार नसल्याचे जवाहरलाल, वल्लभभाई आणि पट्टाभी या त्रयीने अहवालात स्पष्ट केले. 'भाषा जशी माणसांना एकत्र आणते तशीच ती अन्य भाषकांपासून अलगही करते. भाषावार प्रांतरचनेचा प्रश्न मुख्यतः दक्षिण भारतातील प्रांतांशी निगडित आहे. एखाद्या प्रदेशात भाषावार प्रांतरचनेविषयीची लोकभावना तीव्र व व्यापक असेल तर लोकशाही सरकारला तिची दखल घेऊन कृती करावीच लागेल आणि अहवालात आम्ही काहीही म्हटले असले तरी लोकभावना लक्षात

घेऊन आम्हाला लोकांनी केलेल्या मागणीची व्यवहार्यता व संभाव्य परिणाम यांचा विचार करून ती मागणी पुरी करावीच लागेल', असे 'जवप समिती'ने म्हटले आहे.'

अन्य प्रांतांच्या मागण्यांपेक्षा आंध्र प्रांताच्या निर्मितीबाबतच्या मागणीला तेथील बहुतेक लोकांचा पाठिंबा असल्याचे दिसते. मात्र आंध्र प्रांत निर्माण करावयाचा असल्यास तेलगू भाषकांनी मद्रास शहरावर हक्क सांगणे सोडून दिले पाहिजे. महाराष्ट्रात मुंबईचा समावेश केला जाणार नाही. वऱ्हाड-नागपूर भागातील लोक महाराष्ट्रात जावयाचे की नाही हे ठरवतील. 'जवप समिती'चे निष्कर्ष काकासाहेब गाडगीळांनी थोडक्यात नमूद केले आहेत. ते पुढीलप्रमाणे – ''महाराष्ट्राला स्वतंत्र प्रांत मिळेल पण तूर्त नाही.'' (काकासाहेब गाडगीळ : समग्र काका; खंड २; पथिक भाग २; १९९६; पृ. ५१२) देण्याचा नुसता वायदा करावयाचा; पण प्रत्यक्षात काहीही द्यावयाचे नाही हे काँग्रेसश्रेष्ठींचे धोरण असल्याचे समितीच्या अहवालावरून स्पष्ट झाले.

◻◻◻

५

मतामतांचा गलबला

भाषावार प्रांतरचनेच्या प्रश्नावर संभाव्य संयुक्त महाराष्ट्रातील मराठी नेते वेगवेगळ्या दिशेला तोंड करून बसले होते आणि वेगवेगळी भाषा बोलत होते. अनेक नेत्यांच्या आणि पक्षांच्या तर भूमिकाही झपाट्याने बदलत होत्या. यामुळे 'मतामतांचा गलबला कोणी पुसेना कोणाला' अशी महाराष्ट्राची अवस्था झाली होती. त्यामुळे उद्या आंध्र-कर्नाटक आणि कदाचित गुजरातही वेगळा होईल; पण महाराष्ट्राचे काय? असा प्रश्न सर्वसामान्यांच्या समोर उभा होता.

या मतामतांच्या गलबल्याला महाराष्ट्राचा इतिहास आणि भूगोलही कारणीभूत होता. इंग्रजांच्या राज्यात उत्तर कर्नाटकसह पश्चिम महाराष्ट्र, कोकण, गुजरात हे सर्व प्रदेश मुंबई इलाख्यात होते. स्वातंत्र्य मिळेपर्यंत मराठवाडा निजामाच्या ताब्यात होता, तर वऱ्हाड सुरुवातीच्या काळात निजामाच्या ताब्यात असला तरी नंतर इंग्रजांकडे आला होता. नागपूरसह विदर्भ मध्यप्रांतात समाविष्ट होता. भौगोलिकदृष्ट्या सलग असणारा हा संपूर्ण मराठी भाषिक प्रदेश शंभर-दीडशे वर्षांहून अधिक काळ वेगवेगळा राहिला होता आणि तेथील चळवळीही स्थानिक परिस्थितीनुसार कमी-जास्त प्रभावी ठरल्या होत्या. लोकमान्य टिळकांच्या मृत्यूनंतर तर महाराष्ट्राच्या या सर्व विभागांना एकमुखी नेतृत्व देईल असा कोणी नेताच उरला नव्हता. यामुळे बहुसंख्य काँग्रेस नेत्यांचा एक डोळा पक्षश्रेष्ठींकडे आणि दुसरा महाराष्ट्राकडे अशी विचित्र अवस्था बनली होती.

शंकरराव मोरे शेतकरी कामगार पक्षाचे सरचिटणीस आणि झुंजार नेते. दार आयोगाचा अहवाल प्रसिद्ध झाल्यावर त्यांनी 'संयुक्त महाराष्ट्रासाठी लढ्याची तयारी करा', असे आवाहन करणारे एक जाहीर पत्रकच काढले. आपल्या पत्रकात ते

म्हणतात, ''मराठी भाषा बोलणाऱ्या लोकांना कायमचे अलग ठेवून त्यांचे रक्तशोषण करण्याचे भांडवलशाही कारस्थान आता मूर्त स्वरूप धारण करू लागले आहे... कर्नाटकाची मदत घेऊन गुजरात आतापर्यंत महाराष्ट्राच्या डोक्यावर यशस्वीपणे मिऱ्या वाटत आहे; पण उद्या संयुक्त कर्नाटक होऊन कर्नाटक अलग झाला की महाराष्ट्राच्या पुढे आपला टिकाव लागणार नाही या भीतीने गुजराती भांडवलदार व त्यांचे हस्तक सौराष्ट्र व बडोदा मुंबई प्रांतात विलीन करण्याची खटपट करीत आहेत.'' अधिक प्रभावी मार्गांचा अवलंब करणे वाजवी आहे सांगून मोरे यांनी पुढील कार्यक्रम सुचवला –

(१) कायदेमंडळातील मराठी भाषा बोलणाऱ्या सर्व सभासदांनी ताबडतोब राजीनामा देणे; त्याचप्रमाणे मराठी भाषा बोलणाऱ्या मंत्र्यांनी अधिकारत्याग करणे.

(२) मराठी भाषा बोलणाऱ्या प्रदेशातील सर्व स्थानिक स्वराज्यसंस्थांतील सभासदांनी या मागणीसाठी ताबडतोब राजीनामे देऊन या प्रश्नावर नवीन निवडणुका लढवणे.

(३) मराठीभाषक प्रदेशात संयुक्त महाराष्ट्राची घोषणा होईपर्यंत 'आम्ही कर देणार नाही' अशी घोषणा करून मध्यवर्ती सरकारचे व प्रांतिक सरकारचे कर देणे स्थगित करणे.

(४) मुंबई (सह?) सुद्धा सर्व मराठी प्रांतात एक दिवस हरताळ पाळणे.

(५) अन्य प्रकारे सत्याग्रहाची चळवळ करणे.

या सूचना शिफारसवजा आहेत. सर्व प्रकारच्या लोकांनी एकत्र येऊन लढ्याचा कार्यक्रम आखावा. श्री. शंकरराव देव, डॉ. गोपाळराव देशमुख, धनंजयराव गाडगीळ प्रभृती मंडळींनी या कामी ताबडतोब तजवीज करावी अशी आमच्या पक्षातर्फे त्यांना माझी जाहीर विनंती आहे. (मौज, २ फेब्रुवारी १९४९)

या कालखंडात महाराष्ट्रातील राजकारण एवढे अस्थिर आणि गुंतागुंतीचे होते, की कोण नेता कोणते पत्रक काढेल आणि काय कृती करेल याची खात्रीच नव्हती. 'संयुक्त महाराष्ट्रासाठी लढायची तयारी करा' असे आवाहन करणारे शंकरराव मोरे हे एक पत्रक काढून गप्प बसले. त्यानंतर त्यांना स्वगृही म्हणजे काँग्रेसमध्ये परतायची इच्छा झाली. त्यानंतर १० डिसेंबर १९५६ ला ते काँग्रेसवासी झाले आणि संयुक्त महाराष्ट्राचा त्यांचा सगळा आवेश गळून पडला.

'मुंबईसह संयुक्त महाराष्ट्र झालाच पाहिजे' ही लढ्यामध्ये गाजलेली घोषणा पहिल्यां प्रथम दिली ती आचार्य प्रल्हाद केशव अत्रे यांनी, १९५० मध्ये.

भायखळा-परळ मतदारसंघातील पोटनिवडणुकीतून समाजवादी पक्षाचा प्रचार करताना अत्र्यांनी ही घोषणा पहिल्या प्रथम दिली. अत्रे मुळात काँग्रेसचे नेते. १९४५च्या मध्यवर्ती कायदेमंडळाच्या निवडणुकीत आणि १९४६च्या मुंबई विधानसभा निवडणुकीत अत्र्यांनी काँग्रेससाठी तुफान प्रचार केला होता. बेळगाव साहित्य संमेलनापासून अत्रे मुंबईसह संयुक्त महाराष्ट्राचे कडवे समर्थक बनले. अत्रे मुळात काँग्रेसचे असले, तरी त्यांचा कल समाजवादी पक्षाकडे होता. या समाजवादी पक्षाने भायखळा-परळ मतदारसंघात उमेदवारी दिली ती पुरुषोत्तम त्रिकमदास यांना. वर्षभर आधीच नाशिकला समाजवादी पक्षाचे अधिवेशन भरले होते त्या अधिवेशनात बोलताना पुरुषोत्तम त्रिकमदास यांनी भाषावार प्रांतरचनेमुळे विघटनकारी प्रवृत्ती बळावते असा इशारा दिला होता. या त्रिकमदासजींसाठी अत्र्यांनी प्रचार करावा अशी गळ समाजवादी नेत्यांनी घातली. तेव्हा अत्र्यांनी उलट अट घातली. ते म्हणाले, 'पुरुषोत्तम त्रिकमदास मुंबईसह संयुक्त महाराष्ट्राला निःसंदिग्ध आणि जाहीर पाठिंबा देत असतील तर मी त्यांचा प्रचार करतो.' समाजवादी पक्ष त्रिकमदास या दोघांनीही अत्र्यांची अट मान्य केली आणि अत्रे प्रचारात उतरले. पोटनिवडणुकीसाठी समाजवादी पक्षाने जो जाहीरनामा काढला होता, त्याला जोडून मुंबईसह संयुक्त महाराष्ट्र झालाच पाहिजे, असे स्वतंत्र पत्रक काढण्यात आले. हा मसुदाही अर्थातच अत्र्यांचाच होता. अत्र्यांच्याच शब्दात सांगायचे तर ही घोषणा म्हणजे सिंहगर्जनाच ठरली. (पण ती वेळ यायला मात्र अद्याप खूप अवकाश होता.)

अत्र्यांना आपली ही सिंहगर्जना मुंबई महापालिकेत करण्याची संधी लवकरच मिळाली. महापालिकेतील चार कम्युनिस्ट नगरसेवक सहा महिन्यांहून अधिक काळ स्थानबद्ध होते. परिणामी त्यांचे सदस्यत्व रद्द झाले आणि १३ व १६ सप्टेंबर १९४९ ला या रिक्त जागांसाठी पोटनिवडणुका झाल्या. समाजवादी पक्षाने आग्रह केल्यामुळे अत्रे पक्षाचे सदस्य झाले आणि या पोटनिवडणुकीत विजयीही झाले. निवडून येताच अत्र्यांनी महापालिकेत मुंबईसह संयुक्त महाराष्ट्र करण्याचा ठराव मांडला. बहुमतात असलेल्या काँग्रेसने हा विचार बेमुदत तहकूब करावा, अशी दुरुस्ती त्या ठरावात सुचवली. बहुमताच्या जोरावर दुरुस्ती संमत झाली आणि ठराव अडगळीत गेला. मुंबई महापालिकेतील मराठीभाषक नगरसेवकांनी काँग्रेसविरोधात बंड केल्याशिवाय मुंबईसह महाराष्ट्राचा प्रस्ताव महापालिकेत संमत होणे शक्य नाही, हे स्पष्ट झाले.

याच कालखंडात महाराष्ट्रातील विचारवंतांमध्ये संयुक्त महाराष्ट्रावरून तब्बल वर्षभर विचारमंथन सुरू होते. या चर्चेला तोंड फोडले ते समाजवादी नेते ना. ग. गोरे यांनी. ९ फेब्रुवारी १९४९ च्या मौज साप्ताहिकाच्या अंकात ना.ग. गोरे यांचे महाराष्ट्रातील विचारवंतांना 'अनावृत पत्र' प्रसिद्ध झाले. तेथून चर्चेला सुरुवात झाली. नानासाहेब गोऱ्यांनी या अनावृत पत्रात लिहिले होते, 'आजचा महाराष्ट्र विचाराने गोंधळलेला, निराशेने हतबुद्ध झालेला, चुकीच्या दृष्टिकोनामुळे तर्कटी बनलेला, मनाने दरिद्री व कर्माने बेफाम असा दिसत आहे. डाव्या अथवा उजव्या गटांच्या अतिरेकी मार्गाचा अवलंब केला तर केवळ प्रांतघाताच्या पातकाचेच नव्हे तर राष्ट्रघाताच्या पातकाचेही आपण धनी होऊ. म्हणून यानंतर यावच्छक्य लोकसत्ताक मार्गांनीच आपणाला जावयाचे आहे.' इतर प्रांतांच्या तुलनेन महाराष्ट्रात समाजवाद प्रस्थापित करण्यास अधिक अनुकूल वातावरण आहे अशी एक भ्रामक समजूत महाराष्ट्रातल्या समाजवादी पक्षाच्या विचारवंतांनी जनमानसात रुजवण्याचा प्रयत्न चालविला होता. 'मौजे'तील अनावृत पत्रात नानासाहेबांनी लिहिले होते, 'कारखाने, छापखाने, वृत्तपत्रे, शेती इत्यादी सर्व उद्योगधंदे सहकारी पद्धतीने चालवण्यास अनुकूल अशीच महाराष्ट्राची आर्थिक व सामाजिक रचना आहे. कारण तेथे जशी आत्यंतिक आर्थिक विषमता नाही, तशीच सामाजिक विषमताही नाही.' संयुक्त महाराष्ट्राच्या इष्टानिष्टतेबाबत मराठीभाषक मध्यमवर्गीय ब्राह्मणांची कशी द्विधा मनःस्थिती झाली होती, तिचे वस्तुस्थितीवर आधारलेले वर्णन करताना नानासाहेबांनी लिहिले होते, 'इकडे परप्रांतीय भांडवलदार आम्हाला पिळतात म्हणून जिवाचा संताप होतो. तर तिकडे संयुक्त महाराष्ट्र झाला तर बहुजनसमाज आपणास खाऊन टाकील की काय ही भीती वाटते. त्यातल्या त्यात कोकणच्या मनात देशाबद्दल अढी, विदर्भीबंधूंच्या मनात पुण्याबद्दल शंका हे प्रकार आहेतच.'

नानासाहेब गोऱ्यांच्या या अनावृत पत्रावर तेव्हाच्या नामवंत विचारवंतांनी आपल्या प्रतिक्रिया व्यक्त केल्या. त्यामध्ये आचार्य शं. द. जावडेकर, समाजशास्त्रज्ञ ना. गो. चापेकर, धोंडो केशव कर्वे, वीर वामनराव जोशी, काकासाहेब कालेलकर, एस. एम. जोशी, प्रभाकर दिवाण, य. कृ. सोवनी, वा. दा. गाडगीळ इत्यादींचा समावेश होता. यातला प्रत्येकजण स्वतंत्रपणे या प्रश्नाकडे पाहत होता आणि त्याचबरोबर त्यांची राजकीय विचारसरणीही त्यामधून प्रकर्षाने डोकावत होती. आचार्य जावडेकरांनी आपली प्रतिक्रिया व्यक्त करताना लिहिले, 'महाराष्ट्राने संयुक्त महाराष्ट्राच्या चळवळीतून भांडवलशाहीविरोधी समाजवादी

क्रांतिशक्ती निर्माण केली पाहिजे... महाराष्ट्रातील महार, मराठे व ब्राह्मण लोकशाही समाजवादाच्या भूमिकेवर एक होतील तर संयुक्त महाराष्ट्राचे राजकारणही यशस्वी होईल आणि महाराष्ट्र अ. भा. राजकारणात पुन्हा आघाडीवर येईल. शुद्ध सनदशीर लढ्यानेच हे घडेल. देव किंवा गोरे यांनी आपापले पक्ष सोडून केवळ संयुक्त महाराष्ट्राच्या निर्मितीसाठी एक नवा पक्ष निर्माण करण्याचे कारण नाही.'
(मौज, ६ मार्च)

य. कृ. सोवनी यांनी संयुक्त महाराष्ट्राच्या चळवळीमागे भांडवलदारही असल्याचे सांगत या चळवळीचा समाजवादाशी काहीही संबंध नसल्याचे दाखवून दिले.

अवघ्या वर्षभराच्याच काळात समाजवादी पंडितांच्या भूमिकेत जमीन अस्मानाचे अंतर पडले होते. सुरुवातीला हे नेते 'संयुक्त महाराष्ट्राची चळवळ म्हणजे रिकामटेकड्यांचा उद्योग आहे' असे हिणवीत असत. या चळवळीमुळे प्रांतीय भावना वाढीला लागून मुंबईतल्या मजुरात फूट पडेल आणि प्रांतिक तंटे निर्माण होतील, असे भय त्यांना वाटत होते. महाराष्ट्रातून परप्रांतीय भांडवलदारांना हुसकावून लावण्यासाठी किर्लोस्कर, डहाणूकर वगैरे मोजक्या मराठी भांडवलदारांनी ही चळवळ सुरू केल्याचा आरोपही काहींनी केला होता; पण मुंबईत संयुक्त महाराष्ट्र होऊ नये म्हणून मंबईतील पारशी गुजराती, मारवाडी उद्योगपती एकत्र आले आणि त्यांच्या तालावर काँग्रेस नेते नाचू लागलेले पाहून समाजवादी पक्षाने आपली पूर्वीची भूमिका बदलली आणि 'मुंबईसह संयुक्त महाराष्ट्र झालाच पाहिजे', असे म्हणायला सुरुवात केली.

समाजवादी पक्षाच्या व्यासपीठावरून अत्र्यांनी ही सिंहगर्जना केली असली तरी त्यासाठी काय केले पाहिजे याबद्दल मात्र अत्र्यांचे इतर नेत्यांशी मतभेद होते. शंकरराव मोऱ्यांनी जो लढ्याचा कार्यक्रम दिला होता तो आताच अमलात आणण्याची गरज नाही, असे मत अत्र्यांनी व्यक्त केले. संघटित चळवळ नेटाने आणि तातडीने सुरू करावी या ह. वि. पाटसकरांच्या मताशी अत्रे सहमत होते; पण त्यासाठी करबंदीची चळवळ ताबडतोब सुरू करावी, याला मात्र त्यांचा विरोध होता. 'संयुक्त महाराष्ट्राच्या चळवळीचे नेतृत्व शेतकरी-कामगारांच्या हातात द्या', अशी सूचना शंकरराव मोरे आणि पां. वा. गाडगीळांनी केली होती. तीही अत्र्यांना मान्य नव्हती.

विचारवंतांच्या या सगळ्या चर्चेला आणखी एक महत्त्वाचा पदर होता, तो ब्राह्मण-ब्राह्मणेतर वादाचा. भौगोलिकदृष्ट्या तीन तुकड्यांत विभागलेल्या

महाराष्ट्राचे एकीकरण आधी की जातीदृष्ट्या तीन तुकड्यांत विभागलेल्या महाराष्ट्रीय समाजाचे एकीकरण आधी, असा मुद्दा लक्ष्मणशास्त्री जोशी आणि एस. एम. जोशींना महत्त्वाचा वाटत होता. लक्ष्मणशास्त्रींच्या मते, महाराष्ट्र समाज तीन प्रकारांनी भंगलेला आहे. ''ब्राह्मणवादी पांढरपेशा हा निराळा महाराष्ट्र आहे. मराठे, माळी, कुणबी, सुतार, तांबट, लोहार इत्यादी स्पृश्य पण मागासलेला महाराष्ट्र निराळा आहे आणि महार, मांग, चांभार इत्यादी बहिष्कृत जाती हा निराळा महाराष्ट्र आहे. या तीन महाराष्ट्रांना एकत्र आणून संयुक्त महाराष्ट्र कसा बनेल हाच मूलगामी प्रश्न आहे.'' (मौज, ८ जून १९४९) 'संयुक्त महाराष्ट्राच्या मागणीकडे पाहण्याचा व्यक्तिश: माझा एक विशिष्ट दृष्टिकोन होता' असे सांगून १९६०च्या जानेवारीत एस. एम. जोशी यांनी 'महाराष्ट्र धर्म' शीर्षकाच्या लेखात म्हटले होते, ''आपल्या समाजात एकजिनसीपणा नाही, जातीय प्रश्न तीव्र आहे याची दखल घेऊन समाज एकसंध बनवण्यासाठी संयुक्त महाराष्ट्राचा उपयोग होईल अशी माझी श्रद्धा होती. किंबहुना या प्रश्नाकडे पाहण्याची ती माझी प्रमुख दृष्टी होती... संयुक्त महाराष्ट्राच्या मागणीकडे महाराष्ट्रातील सामाजिक विषमतेची भावना वर उचलून घेण्याचे व तिच्या उदात्तीकरणाचे एक प्रभावी साधन म्हणून मी पाहतो.'' (वसंत पटवर्धन (संपादक) एस. एम. जोशी : व्यक्ती, वाणी, लेखणी : १९६४; पृ. १६०-१६२.)

इतर काही महत्त्वाच्या ब्राह्मण नेत्यांचे मत मात्र नेमके उलटे होते. वर उल्लेख केल्याप्रमाणे महाराष्ट्र समाज तीन भागांत विभागला आहे हे त्यांना मान्य होते. शिवाय मुस्लिम, ख्रिश्चन या धार्मिक अल्पसंख्याक गटांबद्दल द्वेषभावना आणि कटुता अस्तित्वात आहे, हे त्यांना मान्य होते; पण या सर्वांना एकत्र आणणारा असा एकच धागा भाषेचा आहे अशी त्यांची भूमिका होती.

इकडे मुंबई इलाख्यातील महाराष्ट्रात असे विचारमंथन चालू असताना तिकडे मध्यप्रांतात वेगळेच राजकारण आकाराला येत होते. हे राजकारण समजून घेण्यासाठी तेव्हाच्या मध्यप्रांताची भाषिक रचना समजावून घेतली पाहिजे. मध्य प्रांतात तीन प्रमुख विभाग होते. पहिला महाकोशल - हा पूर्णपणे हिंदीभाषक पट्टा, दुसरा नागपूर-वर्धा-चांदा व भंडारा हे विदर्भाचे चार, जिल्हे मराठीभाषक त्याचप्रमाणे बुलढाणा-यवतमाळ-अकोला-अमरावती हे वऱ्हाडचे चार जिल्हेही साहजिकच मध्यप्रांतावर मराठीभाषकांचा वरचष्मा होता. काँग्रेसने मात्र तिन्ही वेगवेगळ्या भागांसाठी स्वतंत्र प्रांतिक समित्या नेमल्या होत्या. त्यामुळे तिन्ही समित्यांत गटबाजींना ऊत आला होता. छत्तीसगड भागावर रविशंकर शुक्ला यांचे

वर्चस्व होते, तर नर्मदा विभाग सेठ गोविंददास यांच्या नियंत्रणाखाली होता. सत्तेसाठी या दोघांच्यात स्पर्धा सुरू होती. त्यामुळे डॉ. ना. भा. खरे हे मराठी भाषिक नेते मुख्यमंत्रीपदावर टिकून होते. द्वारकाप्रसाद मिश्रा यांनी शुक्ला आणि गोविंददास यांच्यात समझोता घडवून आणताच डॉ. खरे यांचे मुख्यमंत्री पद गेले आणि शुक्ला मध्यप्रांताचे मुख्यमंत्री झाले. तेव्हापासून मध्यप्रांतात हिंदीभाषक आणि मराठीभाषक यांच्यात संघर्ष सुरू झाला. बहुसंख्य असलेल्या मराठीभाषकांना मध्यप्रांतातून बाहेर पडायचेच होते. प्रश्न होता तो स्वतंत्र विदर्भ मिळवायचा, की संयुक्त महाराष्ट्रात सामील व्हायचे.

मध्यप्रांतातल्या राजकारणालाही ब्राह्मण-ब्राह्मणेतर वादाची झळ पोचली होती आणि त्यातून नवी समीकरणे उदयाला येत होती. नामवंत पत्रकार के. श्री. पटवर्धन यांनी सप्टेंबर १९५० मध्ये या संदर्भात 'नागपूर तरुण भारत'मध्ये एक लेखमाला लिहून या सर्व घटनांवर प्रकाश टाकला. त्यात श्री. पटवर्धन म्हणतात,

"सुरुवातीला तरी नागपूरच्या राजकारणात ब्राह्मण-ब्राह्मणेतर किंवा मराठी-मराठीयेतर असा भेद अजिबात नव्हता. नागपूर प्रांतात जातीयता आणि प्रांतीयता यांचे विष १९२० सालानंतर डॉ. राघवेंद्रराव यांनी वर्ध्याचे रावबहादूर नायडू यांच्या मदतीने आणले. बॅ. अभ्यंकर यांच्याविरुद्ध पूनमचंद रांका, मंचरशा आवारी, पन्नालाल यांचा इतवारी गट असे. तोच गट पुढे सरसावला व त्या गटातील म्होरक्यांनी ब्राह्मणेतर वादाचा उघडउघड पुरस्कार केला. खरे प्रकरणानंतर सरदार पटेल यांनी जे पत्रक काढले, त्यात नागपूरच्या राजकारणात ब्राह्मणांचे वर्चस्व असल्याबद्दल खेद व्यक्त केला. प्रांतातील जातीय दुफळी मोडावी म्हणून आचार्य दादा धर्माधिकारी यांनी कन्नमवार यांच्याशी बिनशर्त सहकार्य करण्याचे धोरण स्वीकारले.' (तरुण भारत : १४ सप्टेंबर १९५०)

'तरुण भारत'चे संपादक ग. त्र्यं. माडखोलकर यांनीच प्रथम बेळगाव अधिवेशनात संयुक्त महाराष्ट्राचा ठराव मांडला होता; पण विदर्भातील घटनांमुळे व्यथित झालेल्या माडखोलकरांनी लिहिले,

'ब्राह्मणेतर चळवळ ही प्रचारापुरतीच शेटजींच्याही विरुद्ध होती खरी; पण प्रत्यक्ष व्यवहारात मात्र ब्राह्मणांचे पुढारीपण हाणून पाडण्यासाठी शेटजींचे सहकार्य घ्यावयाला त्या चळवळीच्या म्होरक्यांना कधी संकोच किंवा शंका वाटली नाही. किंबहुना महाराष्ट्रीय ब्राह्मणांचेच तेवढे, राजकारण आणि राज्यकारभार यातून उच्चाटन करण्यासाठी उद्युक्त झालेल्या ब्राह्मणेतर पक्षाच्या नेत्यांना गुजराती, मारवाडी, कनौजी, बंगाली किंवा काश्मिरी ब्राह्मण चालत असत तसेच शेटजीही!

(ग. त्र्यं. माडखोलकर : व्यक्तिरेखा) नागपूर प्रांतिक काँग्रेस समितीचे अध्यक्ष मारोतराव कन्नमवार आणि विदर्भ प्रांतिक काँग्रेस समितीचे नेते ब्रिजलाल बियाणी हे दोघेही महाविदर्भाचे वेगळे राज्य हवे असे म्हणत असत. मुख्यमंत्री रविशंकर शुक्ल आणि गृहमंत्री द्वारकाप्रसाद मिश्र हे दोघेही कनौजी म्हणजे कान्यकुब्ज ब्राह्मण. शुक्ल व मिश्र यांच्या ओंजळीने पाणी पिण्याची वेळ मराठी भाषकांवर आली असून मध्यप्रदेशच्या राजकारणात व राज्यकारभारात मराठी भाषक नामशेष होण्याची भीती अग्रलेखातून बोलून दाखवली जाऊ लागली. (तरुण भारत ७ सप्टेंबर १९५०)

माडखोलकरांच्या या म्हणण्यात चांगलेच तथ्य होते. सत्यशोधक चळवळीतून आणि ब्राह्मणेतर पक्षातून जे लोक काँग्रेसमध्ये आले, त्यांचा उपयोग विदर्भातील शेटजींनी नाग-विदर्भाच्या राजकारणातील ब्राह्मणांचे वर्चस्व नष्ट करण्यासाठी करून घेतला. वर्ध्याचे सेठ जमनालाल बजाज, नागपूरचे पूनमचंद रांका, कामटीचे खुशालचंद खजांची आणि अकोल्याचे ब्रिजलाल बियाणी या मारवाडी शेटजींनी काँग्रेसमधील आणि सत्तेवर आपली पकड मजबूत बसवून तेथील ब्राह्मणांना निष्प्रभ करून टाकले. एवढेच नव्हे तर मराठीभाषक आमदार बहुसंख्य असूनही तेही निष्प्रभ झाल्याचे विधानसभेत अनेकांनी बोलून दाखवले. मध्यप्रांताच्या मंत्रिमंडळात ५ मराठीभाषक मंत्री असूनही ते मराठी जनतेच्या हिताचे संरक्षक करू शकत नाहीत, अशी साक्षच दार आयोगासमोर नागपूर प्रांतिक काँग्रेसच्या वतीने देण्यात आली होती. ही साक्ष देणाऱ्यांत मारोतराव कन्नमवार, मदन गोपाळ अग्रवाल, मु. ल. वैद्य आणि कल्याणराव आंबेवाडीकर हे प्रमुख नेते होते, हे लक्षात घेतले म्हणजे हा सारा संघर्ष किती मुरला होता हे लक्षात येईल.

वेगळ्या विदर्भाची मागणी संयुक्त महाराष्ट्राच्या मागणीच्या खूप आधीपासून केली जात होती. वर उल्लेख केल्याप्रमाणे वऱ्हाड प्रांत निजामाकडून इंग्रजांकडे आला होता आणि १९०३च्या सुधारित तहानुसार वऱ्हाड कायमच्या भाडेपट्ट्याने इंग्रज सरकारच्या ताब्यात आला तेव्हाच वऱ्हाडचे हे चार जिल्हे वेगळे ठेवावेत अशी मागणी करण्यात आली होती; पण लॉर्ड कर्झनने ती धुडकावून वऱ्हाड मध्यप्रांताला जोडून टाकले. यामुळे १९१८ पासून वऱ्हाडसह नागपूर वर्ध्याचे चार जिल्हे एकत्र जोडून मराठी भाषिकांचा नाग-विदर्भ म्हणजेच महाविदर्भ निर्माण करावा अशी मागणी सुरू झाली. या मागणीने हळूहळू चांगले मूळ धरले आणि १ ऑक्टोबर १९३८ला मध्यप्रांताच्या विधानसभेत मराठी भाषक जिल्ह्यांचा महाविदर्भ नावाचा वेगळा प्रांत निर्माण करावा असा ठराव एकमताने संमत करण्यात

आला. इंग्रज सरकारने या ठरावाला केराची टोपली दाखवली. तेव्हा महाविदर्भाच्या स्थापनेसाठी १८ ऑगस्ट १९४० ला वर्ध्यामध्ये बॅरिस्टर रामराव देशमुख यांच्या अध्यक्षतेखाली 'महाविदर्भ सभा' स्थापन करण्यात आली. ३ ऑक्टोबर १९४३ ला झालेल्या सभेच्या दुसऱ्या अधिवेशनाचे अध्यक्षपद बॅरिस्टर मुकुंद रामराव जयकर यांच्याकडे आले होते. महाविदर्भाची मागणी करणाऱ्यांत बापूराव आणे, त्र्यं. गो.देशमुख हे ब्राह्मण नेते होते. तर बियाणी शेटजी होते. त्याशिवाय कन्नमवार, गोपाळराव खेडकर, अग्रवाल आणि जाबुवंतराव धोटे हे बहुजन समाजातून आलेले नेतेही होते.

हे महाविदर्भवादी नेते १९५० च्या अखेरीस वेगळ्या प्रांतासाठी जोरदार प्रचार करीत असत. तरी सरदार वल्लभभाई पटेल मात्र त्याला अजिबात अनुकूल नव्हते. केंद्रीय मंत्री, न. वि. गाडगीळांनी ही बाब ध्यानात आणून देताना वेगळाच मुद्दा मांडला होता. ११ डिसेंबर १९४८ ला नागपूर प्रांतिक काँग्रेस समितीमध्ये काकासाहेब गाडगीळांचे भाषण झाले, तेव्हा ते म्हणाले,

"या प्रांतात शुक्ल-मिश्र-दुबे यांच्या जागी खेडकर-कन्नमवार हे यावेत अशी जर आपली इच्छा असेल तर मध्यप्रांत-वऱ्हाडातील मराठी भाषा बोलणारा सारा विभाग मुंबई प्रांताला जोडण्यास आपण संमती द्या. तुमची महाविदर्भाची मागणी सरदारांना बिलकूल मान्य नाही हे मी सरदारांच्या परवानगीने आपल्याला सांगतो. (शंकरराव देव : खासगी पत्रव्यवहार, ८ जानेवारी १९४९)

सरदार पटेलांचा जसा महाविदर्भाला विरोध होता, तसाच मुंबईसह संयुक्त महाराष्ट्र करण्यासही विरोधच होता. तरीही संयुक्त महाराष्ट्र परिषदेचे नेते एकीकडे काँग्रेसश्रेष्ठींची मनधरणी करत होते, तर दुसरीकडे महाविदर्भवाल्यांचे मन वळवण्याचे प्रयत्न करत होते. याचवेळी सेनापती बापटांनी 'संयुक्त महाराष्ट्रासाठी सत्याग्रहाची हाक' दिली. याच शीर्षकाखाली १४ कवितांचे एक पत्रकच त्यांनी प्रसिद्धीला दिले; पण संयुक्त महाराष्ट्र परिषदेने त्यांच्या हाकेकडे पूर्ण दुर्लक्ष केले. १९४९ मध्ये सेनापतींनी जागोजाग सभा घेऊन सत्याग्रह करण्याचे आपले मत मांडले; पण शंकरराव देवांसकट कोणीही काँग्रेस नेता काँग्रेसश्रेष्ठींचा रोष ओढवून घ्यायला तयार नव्हता. सेनापती बापटांनी शिवाजी पार्कवर एक सभा घेऊन ४० सदस्यांची संयुक्त महाराष्ट्र प्रचार समिती नेमली. २ ऑक्टोबर १९५०ला सत्याग्रहही केला. १६ ऑक्टोबर हा संयुक्त महाराष्ट्र दिन म्हणून साजरा करण्यात आला; पण सेनापतींच्या मागे ना काँग्रेसवाले उभे राहिले, ना विरोधी पक्षाचे नेते. हा एकांडा शिलेदारच संयुक्त महाराष्ट्राचा प्रचार करीत होता.

महाराष्ट्रातल्या प्रमुख काँग्रेस नेत्यांमध्येच एकमत होत नव्हते. भाऊसाहेब हिरे तेव्हा महाराष्ट्र प्रांतिक काँग्रेसचे अध्यक्ष होते. काँग्रेस समितीची एक बैठक २० ऑक्टोबरला हिऱ्यांच्या अध्यक्षतेखाली भरली. या बैठकीत केंद्रीय काँग्रेस कार्यकारिणीने 'जवप' समितीच्या शिफारशी स्वीकारल्या असल्या तरी महाराष्ट्र प्रांतिकला त्या मान्य नाहीत असे स्पष्ट करण्यात आले. मुंबई प्रांतिकने चार महिने आधी म्हणजे २० जून १९४९ला मुंबईसह संयुक्त महाराष्ट्र व्हावा असा ठराव केला होता. त्याचाच पुनरुच्चार २० ऑक्टोबरच्या बैठकीत करण्यात आला. संयुक्त महाराष्ट्र परिषदेचे संस्थापक अध्यक्ष शंकरराव देव तेव्हा काँग्रेसचे केंद्रीय सरचिटणीस होते. त्यामुळे त्यांच्यावर दुहेरी निष्ठेचा आरोप होत होता. तो त्यांनी या सभेत मान्य केला. उपस्थितांना ते म्हणाले, 'मुंबईसह संयुक्त महाराष्ट्राचा लढा द्यायचा असेल तर तो केंद्र सरकारशी द्यावा लागेल आणि केंद्र सरकार आमचेच असल्याने आम्हाला सरकारशी कसा लढा देता येईल?' त्याच्या या वक्तव्यावर बॅरिस्टर रामराव देशमुखांनी मोठी तिखट; पण नेमकी प्रतिक्रिया व्यक्त केली. ते म्हणाले, 'शंकररावांनी संयुक्त महाराष्ट्र परिषदेची कचेरी गुंडाळून, तिचे दप्तर महाराष्ट्र प्रांतिक काँग्रेसच्या कचेरीत आणून टाकले आणि ते मोकळे झाले.'

शंकररावांनी असे हात झटकण्याचे कारण वेगळेच होते. त्यांना आता काँग्रेसचे अध्यक्ष होण्याचे वेध लागले होते. त्यासाठीच भाऊसाहेब हिऱ्यांना आग्रह करून त्यांनी नाशिकमध्ये काँग्रेस अधिवेशन भरवण्याचा घाट घातला होता. भाऊसाहेबांना सुद्धा असे वाटले असावे की, शंकरराव अध्यक्ष झाले तर मुंबईसह संयुक्त महाराष्ट्र होणे सोपे जाईल; पण हे मुळातच खरे नव्हते. काँग्रेस पक्षाचा अध्यक्ष मोठा की पंतप्रधान मोठा? असा वाद १९४७ पासूनच सुरू झाला होता. या वादाचा परिणाम म्हणून आचार्य जे. बी. कृपलानी यांनी काँग्रेस अध्यक्ष पदाचा राजीनामा दिला होता. १९४९ मध्ये अध्यक्ष झालेल्या डॉ. पट्टाभी सीतारामय्यांनी वाद घालण्याच्या भानगडीत न पडता दुय्यम स्थान स्वीकारले. म्हणूनच ते 'जवप' समितीचे सदस्य असूनही नेहरू-पटेलांच्या मताप्रमाणेच अहवाल लिहिला गेला. पट्टाभी तर भाषावार प्रांतरचनेचे कट्टर पुरस्कर्ते होते. शंकरराव मात्र दोन्ही दरडींवर पाय ठेवून उभे होते. समाधान मिळाले तर एवढेच, की मराठी माणूस खूप वर्षांने काँग्रेसचा अध्यक्ष झाला.

अर्थात शंकरराव आणि हिरे या दोघांनाही हे समाधान मिळाले नाही. नाशिकला १९५० मध्ये काँग्रेसचे अधिवेशन झाले. अध्यक्षपदासाठी तिथे उमेदवार होते पुरुषोत्तमदास टंडन, आचार्य कृपलानी आणि शंकरराव देव. खरी लढत मात्र

सरदार पटेल आणि पंडित नेहरू यांच्यामध्ये होती. पुरुषोत्तमदास टंडन यांना सरदारांचा पाठिंबा होता, तर नेहरूंचा विरोध होता. त्यामुळे शंकरराव देव हे नेहरूंचे उमेदवार बनले. प्रत्यक्षात शंकरराव, टंडन यांना खरी लढत देतील असे नेहरूंनाच वाटले नसावे म्हणून नेहरूंनी आचार्य कृपलानींना उमेदवार बनवले. दोन वर्षांपूर्वी नेहरूंशीच संघर्ष करून कृपलानींनी राजीनामा दिला होता. आता तेच त्याचे उमेदवार झाले. या तिहेरी लढतीचा निकाल स्पष्ट होता. काँग्रेसवर आणि मंत्रिमंडळावर सरदार पटेलांची मजबूत पकड होती. त्यामुळे टंडन यांना २६०० पैकी १३०६ मते मिळाली. कृपलानींनी १०९२ तर शंकररावांना अवघ्या २०२ मतांवर समाधान मानावे लागले. शंकररावांच्या हाती ना अध्यक्षपद पडले, ना संयुक्त महाराष्ट्राचे नेतृत्व. या पराभवानंतर शंकरराव राजकारणातून बाहेर पडले, तरी संयुक्त महाराष्ट्र परिषदेचे अध्यक्षपद मात्र त्यांनी आपल्याच हाती ठेवले.

नाशिक काँग्रेसच्या अधिवेशनाचे स्वागताध्यक्ष पद भाऊसाहेब हिऱ्यांकडे होते. हिरे हे संयुक्त महाराष्ट्र परिषदेचेही कार्याध्यक्ष, त्यामुळे संयुक्त महाराष्ट्राचा प्रश्नमांडण्याची संधी ते आपल्या स्वागताध्यक्षाच्या भाषणात घेतील असे सर्वांनाच वाटत होते. मात्र देवांप्रमाणेच हिरेही दुहेरी निष्ठेच्या संघर्षात अडकले होते. महाराष्ट्र प्रांतिक कमिटीत मुंबईसह संयुक्त महाराष्ट्र झालाच पाहिजे असे म्हणायचे; पण काँग्रेसश्रेष्ठींसमोर मात्र काहीच बोलायचे नाहीत. हे हिऱ्यांनीही केले. त्यांच्या हिंदी भाषणात भाषावार प्रांतरचना वा संयुक्त महाराष्ट्राचा उल्लेखही नव्हता. अध्यक्ष आणि कार्याध्यक्षांनीच अशी नांगी टाकल्यानंतर संयुक्त महाराष्ट्र परिषद आपली मागणी केंद्राकडून कशी पुरी करून घेणार, असा प्रश्नच होता. या घटनेमुळे संयुक्त महाराष्ट्र परिषद बंद केली आहे. अशीच सर्वांची समजूत झाली.

या संदर्भामध्ये शंकरराव देवांनी हिऱ्यांना पाठवलेल्या पत्रात केलेला खुलासा मुळातूनच वाचण्याजोगा आहे. शंकररावांनी उत्तर पाठविले ते पुढीलप्रमाणे : ‘‘संयुक्त महाराष्ट्र परिषद बंद केलेली नाही. तशी कोणाची समजूत असेल तर ती चुकीची आहे. धनंजयराव किंवा अन्य कोणाला तिच्या वतीने काम करावयाचे असेल तर काहीच हरकत नाही. भाषावार प्रांतरचनेचे जेवढे राजकीय अंग आहे तेवढे आता प्रांतिक काँग्रेस कमिटीने उचलले असल्यामुळे ते संयुक्त महाराष्ट्र परिषदेकडून चालवणे आता शक्य नाही. ते भयावह होईल व त्यामुळे प्रांतातील काँग्रेस कमजोर होईल म्हणून तेवढ्यापुरती संयुक्त महाराष्ट्र परिषदेची दालने बंद केली आहेत. परिषदेची कचेरी मुंबईला नेऊन आजच्या स्थितीत तिच्याकडून जेवढी कामे होण्यासारखी असतील तेवढी जोराने उत्साहाने करावीत असे माझे

मुंबईतील मंडळींशी जे बोलणे झाले आहे त्यात ठरले आहे.' (हिरे पत्रव्यवहार)

मराठीभाषक नेत्यात असा मतमतांचा गलबला झाला असताना त्यांना एकत्र आणून लढण्यास सिद्ध करण्यासाठी एखादा मुद्दा निकरावर येण्याची गरज होती. हे डांगच्या वादाने घडून आले. १९५२ मध्ये पहिल्या सार्वत्रिक निवडणुका देशभर होणार होत्या. त्यासाठी मतदारसंघाच्या सीमा निश्चित करण्याचे काम २-३ वर्षे आधीपासूनच सुरू झाले होते. महाराष्ट्र, गुजरात सीमेवरील डांगचा आदिवासी प्रदेश नाशिक जिल्ह्याला जोडायचा की सुरत जिल्ह्याला, यावरून मराठीभाषक आणि गुजरातीभाषक नेते एकमेकांसमोर उभे ठाकले.

डांग जिल्ह्यात भिल्ल, कोकण, वारली व काठोडी या आदिवासी जमातींची वस्ती होती. पूर्वी तेथे भिल्लांची छोटी राज्ये होती. इ.स. १८३० मध्ये ईस्ट इंडिया कंपनीने या प्रदेशावर नियंत्रण प्रस्थापित केले. कंपनीने भिल्ल राजांशी करार करून त्या भागात मिळणारे सागवानी लाकूड मोठ्या प्रमाणावर खरेदी करण्यास सुरुवात केली. शाही नौदलाची मुंबईत मोठी गोदी होती आणि तेथे जहाजबांधणीचा उद्योग चालत असे. त्यासाठी लागणारे सर्व लाकूड डांगमधून आणले जाई. डांग जिल्ह्याच्या सीमा पश्चिमेला सुरत जिल्ह्याशी, आग्नेय पूर्व दिशेला खानदेशाशी व नाशिक जिल्ह्याशी आणि दक्षिणेला नाशिक जिल्ह्याच्या हद्दीशी भिडलेल्या होत्या. डांगचा प्रशासकीय कारभार मात्र खानदेशाच्या जिल्हाधिकाऱ्याकडे होता. हे नियंत्रण सुरतच्या वनसंरक्षण विभागातील अधिकाऱ्यांना जाचक वाटत असे. म्हणून डांगचे नियंत्रण सुरतेकडे द्यावे अशी मागणी १८८५ साली मुंबई सरकारला करण्यात आली; पण ती अमान्य झाली. मात्र १९०३ साली डांगचा कारभार सुरतेच्या जिल्हाधिकाऱ्याकडे देण्यात आला. तोपर्यंत डांगच्या प्रशासनात मराठी भाषेचा वापर केला जात असे आणि सरकारी कागदपत्रेही मोडीत लिहिली जात. पुढे १९३३ मध्ये हिंदुस्थान सरकारने डांगचे प्रशासन बडोदे संस्थानातील पोलिटिकल एजंटकडे सोपवले. तो १५ ऑगस्ट १९४७ पासून डांगचा कारभार पाहात असे. स्वातंत्र्यानंतर बडोदे संस्थान मुंबई इलाख्यात विलीन झाले आणि डांगसाठी स्वतंत्र जिल्हाधिकारी नेमण्यात आला.

डांगमधील आदिवासी जमातींची भाषा मराठी की गुजराती या वादाला तोंड फुटले, ते १९४८ मध्ये. त्याची शहानिशा करण्यासाठी तेव्हाचे मुख्यमंत्री बाळासाहेब खेर यांनी मोरारजी देसाईंसमवेत डांगचा दौरा केला. बोली मुख्यत: मराठी भाषेवर आधारलेली असल्यामुळे डांगची अधिकृत भाषा मराठीच असल्याचे या दोघांनी २१ मे १९४९ ला जाहीर केले. या दरम्यान सार्वत्रिक निवडणुकीसाठी

मुंबई इलाख्यातल्या मतदारसंघ सीमानिश्चितीसाठी सात संसदीय सदस्यांची एक समिती नेमण्यात आली. त्याचे अध्यक्ष स. का. पाटील होते, तर सदस्यांत हिरे, देवगिरीकर, तायप्पा, सोनवणे, कन्हैय्यालाल देसाई, पी. टी. मुन्शी आणि कर्नाटकातून निवडून आलेले द. प. करमरकर यांचा समावेश होता. समितीची सभा ३१ ऑगस्ट १९५०ला मुंबईच्या सचिवालयात भरली. तिथे भाऊसाहेब हिऱ्यांनी डांग जिल्हा नाशिक जिल्ह्यास जोडावा अशी सूचना मांडली. स. का. पाटलांनी ही सूचना मताला टाकली. करमरकरांनी मतच दिले नाही. त्यामुळे तीन मराठीभाषक विरुद्ध दोन गुजरातीभाषक असे मतदान होऊन हिऱ्यांची सूचना संमत झाली. हा निर्णय मुंबई सरकारच्या राजपत्राच्या पुरवणीत प्रसिद्धही झाला; पण प्रकरण इथे संपले नव्हते, उलट खऱ्या वादाला तोंड फुटले होते. कारण डांगचा प्रश्न थेट केंद्रीय मंत्रिमंडळात वादाचा विषय बनला होता.

७ मे १९५१ रोजी केंद्रीय मंत्रिमंडळाच्या सभेत यावर चर्चा झाली. त्याबद्दलची बातमी देवगिरीकरांनी ८ मे १९५१ रोजी हिऱ्यांना पत्र पाठवून कळवली. ''काल कॅबिनेटपुढे डांगचा प्रश्न आला व दोन तास त्यावर वादळ झाले. शेवटी असे ठरले की, या प्रश्नावर मुंबई सरकारचे मत मागवावे व नंतर प्रश्न निकालात काढावा. प्राइम मिनिस्टर, स्टेट मिनिस्टर व सर्व महाराष्ट्रीय मिनिस्टर आपल्या बाजूला होते. मुन्शी, राजाजी, मौलाना (आझाद) व रफी (अहम्मद किडवई) आपल्या विरुद्ध होते. अर्थात प्रकरण मतावर आले नाही. मुन्शी व आंबेडकरांचे खूप वाग्युद्ध झाले. श्री. काका (न. वि. गाडगीळ) फार त्वेषाने लढले. लँग्वेज प्रश्नापेक्षाही ॲडमिनिस्ट्रेशन कोणाकडे याला महत्त्व दिले गेले.

तुमच्याकडे आता काम असे की श्री. खेरांना श्री. काकांनी आताच पत्र लिहिले आहे. त्यात फक्त वस्तुस्थिती सांगितली आहे. आपले जे चार मंत्री आहेत त्यांनी आता अत्यंत जोराने प्रयत्न केला पाहिजे.' (हिरे पत्रव्यवहार)

भाऊसाहेब हिऱ्यांनी लगोलग डांगसंबंधी एक सविस्तर इंग्रजी पुस्तिका तयार करून घेतली आणि ती सर्व खासदारांना २ जून १९५१ला पाठवून दिली. या पुस्तिकेत हिऱ्यांनी महाराष्ट्राची बाजू ठामपणाने मांडली. त्यामध्ये १८६७ साली प्रिचर्ड व रिव्हज् या अधिकाऱ्यांनी डांगसंबंधी पाठवलेल्या अहवालातील उतारे उद्धृत केले होते. डांगमधील भिल्ल राजांच्या ताब्यातील प्रदेश तेव्हा संरक्षित ठेवण्यात आला होता, याकडे हिऱ्यांनी लक्ष वेधले. आणखी एक महत्त्वाचा मुद्दा त्यांनी मांडला, तो म्हणजे डांगप्रमाणेच सुरगाणा, जव्हार आणि जंजिरा या संस्थांनाचा कारभार बडोद्याच्या पोलिटिकल एजंटकडे होता. ही संस्थाने विलीन

झाल्यानंतर सुरगाणा नाशिक जिल्ह्याला, जव्हार ठाणे जिल्ह्याला आणि जंजिरा कुलाबा जिल्ह्याला जोडण्यात आला आहे. डांगचे प्रमुख केंद्र असलेल्या अहवामधून नाशिक, धुळे आणि नवापूरला मोटाररस्ता असल्याने त्यांचा सारा व्यवहार या जिल्ह्यांशीच आहे.

मराठी नेत्यांप्रमाणेच गुजराती मंडळींनीही डांगवर हक्क सांगणारी प्रचारमोहीम १९५० पासूनच सुरू केली होती. गुजरात प्रांतिक कमिटीचे अध्यक्ष कन्हैय्यालाल देसाईंनी तर थेट निवडणूक आयुक्तांनाच पत्र लिहिले आणि मुंबईतल्या बैठकीत झालेल्या निर्णयाला विरोध केला. डांगचा निर्णय बहुमताने झाला असला तरी द. पं. करमरकर यांनी भिन्न मतपत्रिका सादर करून गुजरातची बाजू घेतल्याचे त्यांना कळवले. त्या बैठकीत समसमान मते पडली असती तर स. का. पाटील यांचे मत निर्णायक ठरले असते, हे त्यांनी लक्षात आणून दिले. देसाईंना बहुधा पाटील आपल्या बाजूने उभे राहतील असे वाटले असावे. स. का. पाटील या नावावरून बहुतेक मराठी मंडळींचाही गैरसमज होतो. ते गुजराती तर नव्हेच; पण बहुजन समाजातलेही नव्हते. वसई-नालासोपारा या भागातल्या ब्राह्मण कुटुंबाकडे पाटीलकी आणि देसाईकी आली होती. त्या परिवारातले हे स. का. पाटील. मुंबईतल्या मारवाडी, गुजराती उद्योगपतींच्या प्रभावामुळे ते मुंबईबद्दल दुटप्पी भूमिका घेत असले तरी डांगबद्दल मात्र तसे नव्हते.

संसदीय काँग्रेस पक्षातच डांगवरून मराठी व गुजरातीभाषक खासदार एकमेकांशी भांडू लागलेले पाहून काँग्रेसचे मुख्य प्रतोद सत्यनारायण सिन्हा वैतागले. त्यांनी भाऊसाहेब हिऱ्यांची भेट घेऊन डांगसाठी तीन संसद सदस्यांची समिती नेमण्याची सूचना मांडली. हिऱ्यांना ते मान्य नव्हते. देवगिरीकरांनी मात्र त्याला काही हरकत घेतली नाही. समितीसाठी सिन्हांनी बक्षी टेकचंद, एच.सी. मुखर्जी आणि फादर डिसोझा यांची नावे सुचवली. डॉ. बाबासाहेब आंबेडकरांना ही नावे कळताच त्यांनी हिरे, देवगिरीकरांना निरोप पाठवला, 'कमिटी मान्य करा, मला ती मंडळी चांगली माहीत आहेत.' डॉ. आंबेडकरांची सूचना सर्वांनीच मान्य केली.

५ जून १९५१ पासून समितीचे कामकाज सुरू झाले. समितीने दोन्ही पक्षांना लेखी निवेदन आणि पुराव्यासाठी दस्तऐवज दाखल करण्यास सांगितले. दुसऱ्या दिवशीच दोन्ही पक्षांनी ते दाखल केले. तिसऱ्या दिवशी ७ जूनला दोन्ही पक्षांतर्फे समितीसमोर युक्तिवाद सुरू झाले. काकासाहेब गाडगीळांनी महाराष्ट्राची बाजू हिरीरिने मांडली. डांगसंबंधीचे नकाशे, अहवाल वगैरे सारे दस्तऐवजी पुरावे देवगिरीकरांनी अत्यंत परिश्रमपूर्वक जमा केले होते. त्यामुळे गुजरातच्या बाजूने कन्हैय्यालाल मुन्शींसारखा कसलेला कायदेतज्ज्ञ युक्तिवादाला उभा राहूनही त्यांचा

प्रभाव पडला नाही. ७ जूनला समितीने एकमताने आपला निर्णय दिला. ''डांगमधील जनतेचे हित लक्षात घेता परिसीमनासाठी डांग जिल्हा नाशिकला जोडावा आणि राज्यविधानसभेच्या निवडणुकीसाठी द्विसदस्यीय मतदारसंघ असावा. दोहोपैकी एक जागा अनुसूचित जमातींसाठी राखीव असावी. या संदर्भात एक गोष्ट आम्ही स्पष्ट करू इच्छितो. आगामी सार्वत्रिक निवडणुकीतील मतदारसंघाच्या रचनेपुरताच आमचा निर्णय मर्यादित आहे. मुंबई राज्यामध्ये भाषावार राज्यांच्या किंवा डांग महाराष्ट्राचा भाग आहे की गुजरातचा, या प्रश्नाशी आमच्या या निर्णयाचा काहीही संबंध नाही. ते प्रश्न जर निर्माण झाले तर आणि तेव्हा त्यांची स्वतंत्रपणे चौकशी करावी लागेल.'' (देवगिरीकर पत्रव्यवहार) समितीच्या निर्णयाचा देवगिरीकर, गाडगीळ, हिरे या नेत्यांना अनावर आनंद झाला खरा; पण तो तात्पुरता ठरला.

नाशिक जिल्ह्यात दत्तोपंत बिडकर, नानू दीक्षित, अनंत लहानू जाधव वगैरे मंडळींनी डांग सेवा मंडळ स्थापन केले होते. जुलै ते ऑक्टोबर १९४९ या काळात डांगमध्ये या मंडळींनी काही मराठी प्राथमिक शाळा सुरू केल्या. तिकडे गुजराती कार्यकर्त्यांनीही आदिवासी सेवा मंडळ स्थापन केले होते. मराठी शाळा सुरू होताच त्यांनी डिसेंबर १९४८ ते फेब्रुवारी १९४९ या काळात गुजराती प्राथमिक शाळा सुरू करण्याचा धडाका लावला. गुजराती भाषकांनी अत्यंत पद्धतशीरपणे डांगचे गुजरातीकरण झपाट्याने घडवून आणले. मुंबई प्रांताच्या मोरारजी देसाई मंत्रिमंडळातील आणि नंतर चव्हाण मंत्रिमंडळातील गुजराती भाषिक मंत्र्यांनी त्याला मनापासून साथ दिली. मराठी मंत्री मात्र स्थानिक कार्यकर्त्यांच्या मागे उभे राहिले नाहीत.

काकासाहेब गाडगीळांनी आत्मचरित्रात लिहिले आहे, 'नेहमीप्रमाणे आम्ही महाराष्ट्रीय गहाळ बसलो. १९५१ पासून १९५६ पर्यंत व त्यानंतर गुजराती कार्यकर्त्यांनी डांगमध्ये प्रचंड कार्य केले. संयुक्त महाराष्ट्र समितीची मंडळी व गुजरातची मंडळी यांच्यात बोलणी होऊन डांगचा आहेर गुजरातला देण्याचे ठरविले. (न. वि. गाडगीळ : समग्र काका, पथिक भाग दुसरा)

काकासाहेब गाडगीळांनी डांगबद्दल संयुक्त महाराष्ट्र समितीला दोष दिला असला, तरी आचार्य अत्र्यांचे म्हणणे मात्र वेगळेच आहे. त्यांनी 'कऱ्हेचे पाणी' या आपल्या आत्मचरित्रात दिलेली हकिकत वेगळीच आहे.

२७ नोव्हेंबर १९५९ रोजी उकाई धरणाच्या पायाचा दगड बसवण्याचा समारंभ मोरारजी देसाईंच्या हस्ते पार पडला. त्यावेळी काढलेल्या आदिवासींच्या मोर्चाचे नेतृत्व आचार्य अत्रे व कॉ. माधवराव गायकवाड यांनी केले. अत्र्यांनी

मोरारजींना सादर केलेल्या निवेदनात '(१) उकाई धरणाची योजना ताबडतोब थांबवा. (२) डांग महाराष्ट्रापासून तोडू नका आणि पश्चिम खानदेशचे नंदुरबार, तळोदे, शहादे, नवापूर, अक्राणी महाल आणि अक्कलकुवा हे ६ तालुके गुजरातमध्ये घालू नका', अशा मागण्या केल्या होत्या. प्रत्यक्षात तीन मागण्यांपैकी पहिली व दुसरी मान्य करण्यात आली नाही. डांग जिल्हा लोकल बोर्डाच्या निवडणुकीत गुजरातीभाषकांनी बहुमत मिळवले होते. त्यांनी डांग गुजरातला जोडावा असा ठराव पारित केला. त्याच्या आधारे डांग गुजरातला जोडण्याचा पंतप्रधान नेहरू आणि गृहमंत्री गोविंदवल्लभपंत यांनी निर्णय घेतला आणि द्विभाषिकाचे मुख्यमंत्री यशवंतराव चव्हाण यांनी 'मम' म्हणून संमती दिली. ३० नोव्हेंबर १९५९ रोजी मुंबई विधानसभेवर डांगमधील ८०० आदिवासींचा मोर्चा गेला. 'डांग हा महाराष्ट्राचा भाग आहे', अशा घोषणा देत संयुक्त महाराष्ट्र समितीच्या आमदारांनी विधानसभेतून सभात्याग केला. डांगच्या पुढाऱ्यांचे शिष्टमंडळ मुख्यमंत्री यशवंतराव चव्हाणांना भेटले तेव्हा समितीच्या नेत्यांनी व्यापक भूमिका घ्यावी आणि डांगबद्दल फार गडबड करू नये, असे त्यांनी आडवळणाने सुचवले. अखेरचा प्रयत्न करावया म्हणून डांगे, एस. एम. जोशी, दत्ता देशमुख, उद्धवराव पाटील आणि अत्रे विमानाने दिल्लीला गेले. त्यांनी गृहमंत्री पंत यांची भेट घेऊन त्यांना निवेदन सादर केले. त्यात डांग गुजरातमध्ये घालू नये असे म्हटले होते. समितीच्या या पुढाऱ्यांनी पंतप्रधान नेहरूंची भेट घेतली. 'डांगबाबत महाराष्ट्राची बाजू फार दुबळी आहे.' एवढेच नेहरू म्हणाले तेव्हाच डांगबद्दलचा निर्णय महाराष्ट्राला अनुकूल असणार नाही याची समितीच्या नेत्यांना कल्पना आली. (प्र. के. अत्रे : कऱ्हेचे पाणी : खंड ५)

या दोघांच्या आरोप प्रत्यारोपात एक गोष्ट खरी आहे की, मराठी नेत्यांनी आपल्या नाकर्तेपणामुळे डांगचा परंपरागत मराठी प्रदेश गमावला. सीमालढ्यासारखे प्रश्न गुंतागुंतीचे असतात आणि ते एकाच वेळी अनेक पातळ्यांवर लढायचे असतात याचे भानच आपल्या नेत्यांना राहिले नाही. त्रिसदस्य समितीचा निर्णय आपल्या बाजूने लागला या खुशीतच मराठी नेते राहिले; पण हा प्रश्न वारंवार उपस्थित होणार आहे आणि तेव्हा लोकसंख्या, भाषा आणि स्थानिक स्वराज्य संस्थांतील निवडणुका महत्त्वाच्या ठरणार आहेत, हे कोणी लक्षातच घेतले नाही. परिणाम व्हायचा तोच झाला. डांगचा प्रदेश शेवटी गुजरातच्या ताब्यात गेलाच.

❑❑❑

६

तेलगूभाषकांचा दणका

मद्रास प्रांतातून तेलगूभाषक बहुसंख्य असलेला प्रदेश वेगळा करून स्वतंत्र आंध्र प्रांत बनवावा अशी मागणी प्रथम आंध्र महासभेच्या १९१३ साली झालेल्या सभेत ठराव करून करण्यात आली. तेलगूभाषकांचा प्रदेश तीन विभागात विभागला होता. पूर्व किनारपट्टीवरील समृद्ध तेलगूभाषक जिल्हे, सरकार या नावाने ओळखले जात. रायल सीमा हा स्वतंत्र; पण सर्वाधिक अवर्षणग्रस्त प्रदेश आणि निजामाच्या हैदराबाद संस्थानातील तेलंगणा हा प्रदेश मिळून नवा आंध्र प्रांत सर्वांच्या डोळ्यांसमोर होता. मुळामध्ये स्वतंत्र आंध्रचे आंदोलन सरकारी नोकऱ्या आणि शिक्षण साहित्यादी क्षेत्रात वर्चस्व असलेल्या तेलगू ब्राह्मण नेत्यांचे होते. मद्रास प्रांतातील तमिळभाषक ब्राह्मणांचे वर्चस्व तेलगू ब्राह्मणांना नको होते. विभाजन झाल्यास नव्या राज्यातील सरकारी प्रमुख पदे तेलगू ब्राह्मणांच्या हातात येतील अशी आशा त्यांना वाटत होती.

महाराष्ट्राप्रमाणेच मद्रास इलाख्यातही ब्राह्मण-ब्राह्मणेतर चळवळ जोरात सुरू होती. या चळवळीने स्थापन केलेल्या जस्टिस पक्षाची १९२०च्या निवडणुकीत सरशी होऊन ब्राह्मणेतरांचा पक्ष देशात पहिल्यांदा सत्तारूढ झाला. या पक्षाचा सत्तेचा आधारच ब्राह्मण-ब्राह्मणेतरवाद हा असल्यामुळे भाषकवादाने तो पाया ढासळू नये अशी त्यांची इच्छा होती; पण समाजजीवन सर्वत्रच वेगाने बदलत होते. आंध्र प्रांतातल्या रेड्डी व कम्मा या प्रमुख जातीही शिकून राजकारणात आणि राज्यकारभारात आल्या होत्या. त्यामुळे आंध्र प्रांत वेगळा व्हावा असे त्यांनाही वाटू लागले. साहजिकच मद्रास विधान परिषदेत १९२७ व २८ साली वेगळ्या आंध्र प्रांताची मागणी करणारे ठराव मांडले गेले आणि ते

संमतही झाले. तेलगूभाषकांना सत्तेत पुरेसा वाटा मिळत नसल्याने ते विरोधात जात आहेत अशी राजाजींची समजूत झाली. म्हणून त्यांनी १९३७ मध्ये मुख्यमंत्री झाल्यावर मद्रास शहर, रायलसीमा आणि श्रीकाकुलम या भागातील तेलगू भाषिक आमदारांना मंत्रिमंडळात स्थान दिले. तिकडे निजामाच्या ताब्यातील तेलंगणा कम्युनिस्टांच्या वर्चस्वाखाली होता. मधल्या काळात १९५१ पर्यंत रेड्डी समाजाने तेथील काँग्रेसवर आपले वर्चस्व प्रस्थापित केले. त्यामुळे ब्राह्मण नेते श्री प्रकाशम् आणि कम्मा नेते एन. जी. रंगा या नेत्यांचे वर्चस्व संपुष्टात आले. रेड्डीच्या वर्चस्वाला शह देण्यासाठी कम्युनिस्टांनी कम्मांची बाजू उचलून धरली. भाषावार प्रांतरचनेची चळवळ एकीकडे जातिवर्चस्वाची चळवळ बनत होती.

सरदार वल्लभभाई पटेलांच्या नेतृत्वाखाली निजामाच्या संस्थानात पोलीस कारवाई झाली आणि हैदराबाद संस्थान भारतीय संघराज्यात विलीन झाले. नंतर विशाल आंध्रच्या मागणीला अधिकच जोर चढला; पण त्यातही मतमतांतरे होतीच. मद्रास शहर, तमिळनाडू व आंध्र या दोन्ही राज्यांची राजधानी असावी, असे अनेकांचे मत होते. दुसरीकडे हैदराबाद राज्याचे भाषेच्या आधारावर तीन तुकडे करायचे झाल्यास हैदराबाद-सिकंदराबाद या जुळ्या शहरांसह तेलंगणाचे वेगळे राज्य करावे अशीही मागणी केली जात होती. एका भाषिक समूहाचे एकच राज्य असावे असा आग्रह का? दोन राज्यांची एकच भाषा असली तर बिघडले कुठे? असा प्रश्न विचारला जाऊ लागला. ५०-६० वर्षांपूर्वी महाविदर्भवादी आणि तेलंगणवादी नेते जो प्रश्न विचारीत होते, तोच आज २००९ मध्येही विचारला जात आहे.

१९५१ साल उजाडल्यापासून काँग्रेसला पहिल्या सार्वत्रिक निवडणुकीचे वेध लागले. १५ डिसेंबर १९५०ला सरदार वल्लभभाई पटेल यांचे निधन झाले आणि काँग्रेस पक्ष संघटनेवर नेहरूंचे निर्विवाद वर्चस्व प्रस्थापित झाले. काँग्रेस पक्ष निवडणूक जाहीरनाम्याच्या तयारीत असताना कर्नाटक प्रदेश काँग्रेस समितीने जानेवारी १९५१मध्ये काँग्रेस अध्यक्षांना एक पत्र पाठवले. त्यामध्ये 'भाषेच्या आधारावर कर्नाटकचे वेगळे राज्य करावे', अशी मागणी करण्यात आली. काँग्रेसच्या निवडणूक जाहीरनाम्यात भाषावार प्रांतरचनेबाबत ठोस आश्वासन द्यावे असे काँग्रेस अध्यक्ष पुरुषोत्तमदास टंडन यांना वाटत होते. म्हणून त्यांनी पंडित नेहरूंना पत्र लिहून भारत सरकारचे धोरण व अग्रक्रम काय आहेत, अशी विचारणा केली. नेहरूंनी टंडन यांना नेमके काय सांगितले माहीत नाही; पण निवडणूक जाहीरनाम्यात भाषावार प्रांतरचनेच्या तत्त्वाशी काँग्रेस बांधील असल्याचा

पुनरुच्चार करण्यात आला; पण त्याला एक पुस्तीही जोडण्यात आली, ती अशी, 'मात्र भाषेच्या आधाराखेरीज राज्यपुनर्रचना करताना या प्रश्नाच्या वित्तीय व प्रशासकीय पैलूंचा विचार करणे आवश्यक आहे.' याचा अर्थ निव्वळ भाषेच्या आधारावरती ही पुनर्रचना होणार नव्हती.

या काळात काँग्रेस अध्यक्ष पुरुषोत्तमदास टंडन आणि पंडित नेहरू यांच्यातील मतभेद विकोपाला गेले. शेवटी टंडन यांनी राजीनामा दिला. पंतप्रधान मोठा की काँग्रेस अध्यक्ष मोठा या वादात दुसऱ्या काँग्रेस अध्यक्षाचा बळी गेला. आता नेहरूंनी काँग्रेसचे अध्यक्षपद स्वत:कडेच घेतले. तेव्हापासून पंतप्रधानपद आणि काँग्रेसचे अध्यक्षपद एकाच व्यक्तीने हाती ठेवण्याचा पायंडा पडला, तो नरसिंहरावांपर्यंत चालू होता. या वादाचा परिणाम जनमानसावर होण्याचे काहीच कारण नव्हते. नाव घ्यावा असा राष्ट्रीय पातळीवरचा विरोधी पक्षही समोर नव्हता. त्यामुळे पहिल्या सार्वत्रिक निवडणुकीत काँग्रेसला केंद्रात आणि बहुतेक राज्यात निर्विवाद बहुमत मिळाले.

७ जुलै १९५२ ला राज्यांच्या पुनर्रचनेचा विषय लोकसभेत चर्चेला आला. तुषार चटर्जी यांनी राज्याची पुनर्रचना भाषेच्या आधारावर करावी आणि राज्यांच्या सीमाही त्याच तत्त्वाच्या आधारे निश्चित कराव्यात, अशा आशयाचा ठराव मांडला. ठरावावर जोरदार चर्चा झाली; पण महत्त्वाचे होते ते पंडित नेहरूंचे उत्तर. चर्चेला उत्तर देताना पंतप्रधान नेहरू म्हणाले, ''खरे म्हणजे भाषावार प्रांतरचना व्हावी अशी उत्सुकता मला कधीच वाटली नाही. आपल्या देशात प्रांत किंवा राज्ये आकाराने लहान असावीत असे मला वाटते. जेव्हा संविधान सभेत विचार चालला होता तेव्हा मी एकट्यानेच लहान राज्यांच्या बाजूने आवाज उठविला होता, तेव्हा त्या राज्यातील संबंधित जनता एकमताने वेगळ्या राज्याची मागणी करील जेव्हा आयोगाच्या नियुक्तीसकट संविधानाने पुरस्कृत केलेली सर्व पावले सरकार उचलील असे बंगलोरला मान्य करण्यात आलेल्या निवडणूक जाहीरनाम्यात आम्ही आश्वासन दिले होते. ते आजही आमच्या सरकारचे धोरण आहे. (लोकसभा डिबेट्स भाग २; ७ जुलै १९५२)

पंडित नेहरूंच्या या भाषणाने दोन गोष्टी स्पष्ट झाल्या. एक तर ते स्वत: भाषावार प्रांतरचनेसाठी अनुकूल नाहीत; पण दुसरी अधिक महत्त्वाची ती म्हणजे जनतेने एकमुखाने आवाज उठवल्यास संविधानाच्या चौकटीत नेहरू काहीही मान्य करायला तयार होतील. 'तुम्हाला भाषिक राज्य हवे असेल तर जोरदार आंदोलन करा. मग बघू!' असेच जणू नेहरूंना सांगायचे होते. भाषावार प्रांतरचनेची मागणी

करणाऱ्या नेत्यांनाही ते उमगले आणि विविध राज्यांत नवी चळवळ उभी राहण्यासाठी जुळवाजुळव सुरू झाली.

भाषावार प्रांतरचनेचा मुद्दा निकरावर आणला तो पोट्टी श्रीरामलू या गांधीवादी कार्यकर्त्यांने हरिजनांना मंदिर प्रवेशाचा हक्क मिळवून देण्यासाठी स्वातंत्र्यापूर्वी त्यांनी दोनदा मोठी उपोषणे केली होती. एक तेवीस दिवसांचे आणि दुसरे एकोणतीस दिवसांचे. दोन्ही उपोषणांना मोठे यश मिळले. आता हे उपोषणाचे अस्त्र श्रीरामलूंनी स्वतंत्र आंध्र राज्यासाठी उगारायचे ठरवले. मद्रासचे एक वकील बी. लक्ष्मीनारायण यांना पत्र पाठवून त्यांनी आपला हा निर्धार व्यक्त केला. या पत्रात म्हटले होते,

'मी आंध्र राज्याच्या निर्मितीबाबत गंभीरपणे विचार करीत आहे. आपल्यामधील ज्येष्ठ व्यक्ती हा प्रश्न सोडवतील अशी मला आशा वाटत होती. कोणत्याही राजकीय पक्षाच्या हातातील हत्यार बनणे माझ्या स्वभावात नाही. मी कोणत्याही पक्षाचा नाही. माझे कोणी अनुयायी नाहीत... मी आजपर्यंत जी उपोषणे केली ती यशस्वी झाली आहेत. सत्ताधीशांचे हृदयपरिवर्तन करणे सोपे नाही. ते करण्याचा एकच मार्ग आहे, तो म्हणजे कोणाहीविषयी द्वेषभावना न बाळगता निर्धाराने प्राणार्पण करण्याचा. आता उशीर केला तर ते पाप केल्यासारखं होईल असे मला वाटू लागले आहे. अग्निदिव्य करून प्राण देण्यास मी तयार आहे.' (जी. व्ही. सुब्बाराव : द श्री आंध्र रिबेल्स)

भाषावार प्रांतरचनेसंबंधी आणखीही काही महत्त्वाचे मुद्दे त्यांनी मांडले होते. मद्रास, दिल्ली, कोलकाता आणि मुंबईसारखी मोठी शहरे केंद्रशासित करावीत, ते होत नाही तोवर मद्रासवर तेलगू भाषकांचाही हक्क आहे. 'प्रथम आंध्र राज्य अस्तित्वात येऊ द्यावे, मग आंध्रच्या प्रश्नाकडे लक्ष वेधण्यासाठी आपण प्राणांतिक उपोषण करणार' असेही या पत्रात लिहिले होते. १९ ऑक्टोबर १९५२ ला श्रीरामलूंनी एक जाहीरनामा प्रसृत केला. त्यामध्ये दोन अटी घालण्यात आल्या होत्या. त्यापैकी कोणतीही एक अट मान्य झाल्यास आपण उपोषण मागे घेऊ असे आश्वासन त्यांनी दिले होते. पहिली अट होती, तमिळ व तेलगूभाषकांनी वाटाघाटी करून मद्रास शहरावर दोन्ही गटांचा हक्क असल्याचे नमूद करणारा करार करावा. दुसऱ्या अटीनुसार भारतीय घटनेतील क्रमांक तीनच्या कलमान्वये भारत सरकारने वेगळे आंध्र राज्य निर्माण करण्याचा इरादा घोषित करावा.

१९ ऑक्टोबर १९५२ ला श्रीरामलूंचे उपोषण सुरू झाले; पण ते कोणीच गंभीरपणे घेतले नाही. मद्रासचे मुख्यमंत्री असलेल्या राजाजींना उपोषण करून

दबाव आणण्याचे तंत्रच मान्य नव्हते आणि मद्रासवर तेलगूभाषकांचा अधिकारही मान्य नव्हता. त्यामुळे तमिळ व तेलगूभाषक नेते एकत्र आलेच नाहीत, मग वाटाघाटी तर दूरच. उपोषणाच्या ५२व्या दिवशी नेहरूंनी लोकसभेत निवेदन केले. त्यात ते म्हणाले, 'तेलगूभाषकांनी मद्रास शहरावरचा हक्क सोडल्यास स्वतंत्र आंध्रचा विचार करू' श्रीरामलूंना नेहरूंची ही अट मान्य झाली नाही. त्यांनी उपोषण चालूच ठेवले आणि ५८व्या दिवशी श्रीरामलूंनी प्राणार्पण केले. भाषावार प्रांतरचनेतला हा पहिला बळी. श्रीरामलूंच्या बलिदानानंतर मात्र तेलगूभाषक प्रचंड प्रक्षुब्ध झाले. त्यांनी तीनही तेलगूभाषक प्रदेशात हिंसाचाराचे थैमान घालण्यास सुरुवात केली. तेलगूभाषकांच्या असंतोषाचा वणवा एवढा पेटला की नेहरूंसमोर स्वतंत्र आंध्र राज्याची घोषणा करण्याशिवाय पर्यायच राहिला नाही. नेहरूंनी अपेक्षिले होते तसेच तेलगू भाषकांनी हिंसक आंदोलन करून नेहरूंना अखेर नमवले.

पंडित नेहरूंनी स्वतंत्र आंध्रचा निर्णय जाहीर करून पावले उचलायला सुरुवात केली असली, तरी भाषावार प्रांतरचना मात्र लांबणीवर टाकण्याचाच त्यांचा डाव होता. तेलगूभाषकांच्या हिंसक आंदोलनाच्या पार्श्वभूमीवर १९५३च्या जानेवारीत काँग्रेसचे अधिवेशन हैदराबादेत भरले. या अधिवेशनात काकासाहेब गाडगीळांनी पक्षाध्यक्ष व्हावे अशी अनेक ज्येष्ठ काँग्रेस नेत्यांची इच्छा होती. त्यामध्ये पट्टाभी सीतारामय्या, पुरुषोत्तमदास टंडन असे माजी अध्यक्ष आणि महाराष्ट्र प्रांतिक काँग्रेसचे अध्यक्ष देवकीनंदन नारायणन यांना वाटत होते. गाडगीळही उत्सुक होतेच; पण पंडितजींच्या अनुयायांनी नेहरूच पुन्हा अध्यक्ष होऊ इच्छितात असे सांगून गाडगीळांना गप्प केले आणि नेहरू पुन्हा बिनविरोध अध्यक्ष झाले.

काँग्रेसच्या हैदराबाद अधिवेशनातील वादाचा मुख्य मुद्दा राज्यांची भाषावार प्रांतरचना हाच होता. पंडित नेहरू, मौलाना आझाद वगैरे पक्षश्रेष्ठींना हा प्रश्न निकडीचा वाटत नसल्याने त्यांना तो लांबणीवर टाकायचा होता. या दोघांनी त्याच पद्धतीने पावले उचलली. काकासाहेब गाडगीळ तेव्हा कार्यकारिणीचे सदस्य होते. अधिवेशनाच्या विषय नियामक समितीत काकासाहेबांनीच यासंबंधीचा मुख्य ठराव मांडला. त्यामध्ये वेगळे आंध्र राज्य निर्माण करण्यासाठी भारत सरकारने उचललेली पावले पक्षाच्या जाहीरनाम्याशी सुसंगत आणि जवप समितीच्या शिफारशीनुसार असल्याने त्याला मान्यता देण्याचा मुद्दा होता. तो अर्थातच संमत झाला; पण राज्यांची पुनर्रचना करावयाची झाल्यास भारताची एकता, राष्ट्रीय

सुरक्षितता व संरक्षण, वित्तीय परिस्थिती आणि आर्थिक प्रगती यांचाही विचार करणे आवश्यक आहे, असे ठरावात म्हटले होते. नुकत्याच सुरू झालेल्या पंचवार्षिक योजनेच्या अंमलबजावणीला प्राथमिकता देणे आवश्यक आहे. आंध्रराज्य अस्तित्वात आल्यानंतर ते स्थिर झाल्यावरच भाषेच्या किंवा अन्य आधारावर राज्यांची पुनर्रचना करायची का नाही हे ठरवावे, असे ठरावात म्हटले होते. या ठरावामध्ये विशाल आंध्रचा, हैदराबाद राज्याच्या भाषेच्या आधारे तीन तुकडे करण्याचा, संयुक्त कर्नाटक किंवा मुंबईसह संयुक्त महाराष्ट्र अशा मागण्यांचा कोठेही साधा उल्लेखही करण्यात आला नव्हता. विषय नियामक समितीत मुंबई राज्याचे मंत्री यशवंतराव चव्हाण यांनी हा विषय लांबणीवर टाकू नये अशी उपसूचना मांडली; पण समितीने ती फेटाळली. त्यामुळे वर उल्लेख केलेला ठरावच खुल्या अधिवेशनात येणार हे निश्चित झाले.

खुल्या अधिवेशनात भाषावार प्रांतरचनेचा ठराव काकासाहेब गाडगीळच मांडतील असे सर्वांना वाटत होते. पंडित नेहरूंनी त्यांना ती संधीच दिली नाही आणि ठराव मांडण्याची जबाबदारी मौलाना आझादांवर टाकली. आझादांना किमान पाच वर्षे तरी हा प्रश्न लांबणीवर टाकायला सगळ्यांची संमती हवी होती. म्हणून त्यांनी आपल्या भाषणात या प्रश्नावर पुढील ५ वर्षे दरवाजा बंद राहील असे घोषित केले. त्यावर संतापलेल्या गाडगीळांनी उभे राहून त्यांना सुनावले की, 'दरवाजा ठोठावला की तो उघडावा लागतो.' मराठवाडा मुक्तीचे नेते स्वामी रामानंद तीर्थ यांनी हैदराबाद राज्याचे भाषेच्या आधारे तीन तुकडे करून हैदराबाद-सिकंदराबाद सकट तेलंगण आंध्र प्रदेशाला जोडावा, मराठवाडा महाराष्ट्रात आणि गुलबर्ग्यासारखे तीन कन्नडभाषक जिल्हे कर्नाटकात घालावेत असे सुचविले. स्वामीजी हैदराबाद अधिवेशनाचे स्वागताध्यक्ष होते हे इथे लक्षात ठेवले पाहिजे; पण त्यांनी काँग्रेसश्रेष्ठींचा रोष पत्करून आपल्याला जे पटले तेच मांडले. नेहरूंनी आपल्या भाषणात स्वामीजींवरही हल्ला चढवला. स्वामीजींनी मागणी केल्याप्रमाणे हैदराबादचे विभाजन केले, तर ते केवळ हैदराबादच्या जनतेच्या दृष्टीनेही घातक ठरेल असा इशाराच नेहरूंनी दिला.

काँग्रेसश्रेष्ठींच्या भूमिकेला विरोध करण्याचे धैर्य दाखविणाऱ्या काकासाहेब गाडगीळ आणि रामानंद तीर्थ यांना आपल्या स्पष्टवक्तेपणाची किंमत मोजावी लागली. दोघांनाही अखिल भारतीय कार्यकारिणीतून वगळण्यात आले. पंडितजींचा स्वामीजींवर आणखी एक रोष होता. त्यांच्या गटातल्या तीन मंत्री आणि सतरा आमदारांनी हैदराबादचे मुख्यमंत्री बी. रामकृष्णराव आणि

डॉ. चेन्नारेड्डी व रंगारेड्डी या दोघा मंत्र्यांवर भ्रष्टाचाराचे आरोप केले होते. २३ ऑक्टोबर १९५३ला झालेल्या कॉंग्रेस संसदीय मंडळाच्या बैठकीत मुख्यमंत्री व या दोन मंत्र्यांना अभय देण्यात आले. स्वामी रामानंदतीर्थ आणि त्यांच्या गटाला कॉंग्रेस काडीचीही किंमत देत नाही, हे लक्षात येताच स्वामीजींनी १७ जानेवारी १९५४ला हैदराबाद प्रदेश कॉंग्रेस अध्यक्षपदाचा राजीनामा दिला आणि आपल्या आवडत्या विधायक कार्यावर लक्ष केंद्रित केले.

भाषावार प्रांतरचनेसाठी हवा असलेला ५ वर्षांचा वेळ कॉंग्रेस अधिवेशनात ठरावाने मिळाला असला, तरी तो पुरेसा नव्हता. त्यासाठी काहीतरी घटनात्मक क्लृप्ती लढवणे गरजेचे होते. म्हणून १३ एप्रिल १९५३ ला 'टाईम्स ऑफ इंडिया'त एक बातमी हळूच सोडून देण्यात आली. बातमीचा आशय असा की, भारत सरकार एक सीमा आयोग नेमणार असून भाषावार प्रांतरचनेचा प्रश्नही या आयोगाकडेच सोपवला जाणार आहे. पाठोपाठ २८ एप्रिल १९५३ला बेळगाव भेटीत पंडित नेहरूंनी याचा पुनरुच्चार केला. ते म्हणाले, 'आंध्र राज्य अस्तित्वात आल्यानंतर अन्य राज्यांच्या पुनर्रचनेच्या प्रश्नांचा विचार करण्यासाठी एक आयोग नेमला जाईल.' या घोषणांनी राज्य पुनर्रचना आयोग नेमला जाणार हे स्पष्ट झाले आणि भाषावार प्रांतरचना हवी असणाऱ्या नेत्यांची पुन्हा लगबग सुरू झाली.

शंकरराव देवांनीच सुचवल्यामुळे संयुक्त महाराष्ट्रासंबंधी भाऊसाहेब हिरे यांनी यशवंतराव चव्हाणांची भेट घेतली. १५ जूनच्या या भेटीत 'जे होतील ते प्रयत्न करण्यास मी सदैव तयार आहे' असे अभिवचन त्यांनी दिले. मुंबईसह संयुक्त महाराष्ट्र झाला तर तो यशवंतरावांना हवाच होता; पण तो कॉंग्रेसश्रेष्ठींची मनधरणी करून मिळावा असे त्यांना वाटत होते. मे १९५३च्या मिरज येथील भाषणात यशवंतरावांनी व्यक्त केलेले मत फार महत्त्वाचे होते. तेथील वसंत व्याख्यानमालेतील भाषणात ते म्हणाले, 'संयुक्त महाराष्ट्र की नेहरू असा प्रश्न उभा राहिला तर आपण नेहरूंच्या बाजूने उभे राहू.' त्यांच्या या विधानामुळे त्यांच्या बद्दल संशय निर्माण होणे साहजिकच होते. शंकरराव देवांनी यशवंतरावांना लिहिलेल्या एका खाजगी पत्रात भूमिका स्पष्ट केली, "माझ्या मते हा प्रश्न चुकूनही आंदोलनाचे (ॲजिटेशनल) स्वरूपात जाऊ नये. याची प्राथमिक तयारी म्हणून मराठी भाषिक प्रतिनिधींची एक कन्व्हेन्शनवजा सभा घ्यावी व त्यात ठरला जाणारा निर्णय एकमहाराष्ट्र निर्मितीस अनुकूल व्हावा या दृष्टीने हैदराबाद, वऱ्हाड, नागपूर, महाराष्ट्र व मुंबई या प्रदेशांतील कॉंग्रेस संघटनांचे एकमत घडवून आणण्याचा प्रयत्न व्हावा, ही पहिली महत्त्वाची गोष्ट आहे. आताचे प्रयत्न याच दोन गोष्टींकडे केंद्रित

व्हावे असे माझे व्यक्तिशः मत आहे. राजकीय क्षेत्रात कॉंग्रेस संघटन जोपर्यंत आम्ही आमचे विश्वासपूर्वक साधन मानले आहे तोपर्यंत काही प्रमाणात आमची पक्षदृष्टी राहणार हे निःसंशय व ती राहावीही असे मला वाटते. माझ्या समजूतीने ही दृष्टी स्वतंत्र विचारशक्तीस विसंगत आहे असे नाही. माझ्याकडून कोणत्याही वैयक्तिक कारणाकरिता याबाबतीत प्रश्न निर्माण होऊ देणार नाही, असा मी दिलासा देऊ इच्छितो. आपण वारंवार निःसंकोचपणाने मार्गदर्शन करावे, अशी माझी विनंती आहे.''

यानंतर कॉंग्रेसजनांच्या खाजगी बैठकांचे सत्र सुरू झाले. संयुक्त महाराष्ट्र परिषदेचे द. रा. घारपुरे यांनी मुंबईत एक बैठक बोलावली. त्यासाठी हैदराबादवहून स्वामी रामानंद तीर्थ, दिगंबरराव बिंदू, देवीसिंग चौहान, आनंदराव वाघमारे, गोविंददास श्रॉफ वगैरे मंडळी आली होती. संयुक्त महाराष्ट्र परिषदेशी संबंधित भाऊसाहेब हिरे, नानासाहेब कुंटे, गणपतराव तपासे, धनंजयराव गाडगीळ, द. वा. पोतदार, यं. रा. नरवणे, श्री. शं. नवरे, पां. वा. गाडगीळ, डॉ. व्यं. म. कैकीणी आदी महत्त्वाचे नेते उपस्थित होते. शंकरराव देव बैठकीला उपस्थित नसल्याने भाऊसाहेब हिऱ्यांनी त्यांना पत्र लिहून बैठकीतील चर्चेचा वृत्तान्त कळवला.

'हैदराबादने थोडी भीती व्यक्त केली की आमचा विभाग मागासलेला आहे. लोक अशिक्षित आहेत आणि उद्याच्या महाराष्ट्रात आमची हेळसांड होता कामा नये. महाविदर्भाविषयी त्यांच्याशी चर्चा झाली. त्यांनी सगळ्यांनी सांगितले की, हैदराबादचा एकही जिल्हा महाविदर्भात सामील होणार नाही, असे लवकरच म्हणजे ऑक्टोबरमध्ये आम्ही मराठवाडा विभागाचे अधिवेशन घेऊन जाहीर करणार आहोत. मागे एकदा हैदराबाद प्रदेश कॉंग्रेस कमिटीने तसा ठराव करून जाहीर केले होते असे स्वामीजींनी सांगितले. त्यामुळे एक मोठेच काम झाले. मुंबईबाबतही त्यांनी आग्रह धरावा हे दोघांनाही पटले व तसे ठरले. (देव पत्रव्यवहार)

मराठवाड्यातील नेत्यांनी कोणतीही सौदेबाजी न करता संयुक्त महाराष्ट्रात बिनशर्त सामील व्हायची तयारी दाखवली होती; पण विदर्भातल्या नेत्यांचे तसे नव्हते. स्वतःला संयुक्त महाराष्ट्रवादी म्हणवणारे नागविदर्भातील नेते आधी करार केल्याशिवाय संयुक्त महाराष्ट्रात यायला तयार नव्हते. १९४७चा अकोला करार आता कालबाह्य झाला होता. त्यामुळे नव्या करारासाठी भाऊसाहेब हिऱ्यांनी हालचाली सुरू केल्या.

भाऊसाहेब हिरे २७-२८ जुलै १९५३ला नागपुरात मुक्काम टाकून होते. महाविदर्भवादी आणि संयुक्त महाराष्ट्रवादी अशा २०-२२ जणांची त्यांनी भेट

घेतली. तेथील भेटीगाठींचे वृत्त ४ ऑगस्ट १९५३ रोजी शंकररावांना पत्र पाठवून कळवले, ''बियाणी घट्टच आहेत. त्यांचेत बदल तूर्त तरी अशक्य. खेडकर, तुमपल्लीवार व कन्नमवार फ्लुइड; पण खेडकर म्हणतात, माझे मनात क्रांती चालू आहे. ते आपणास मदत करतील असा विश्वास वाटतो. लौकरच मी दिल्लीस जाणार आहे. तेथे रामराव (देशमुख),पंजाबराव (देशमुख), पी.के. (पु. का. देशमुख) व मी असे बसून निश्चित ठरवणार आहोत. रामराव व पी. के. आदी मंडळी थोड्या अटी घालतात. मी व्यक्तिश: याला नाही म्हणणार नाही, असे सांगितले. नामदार (दीनदयाळ) गुप्ता यांना भाषावार प्रांत नको, पण होतच असल्यास संयुक्त महाराष्ट्र हवा. नामदार आर. के. (रा. कृ.) पाटील आपल्याच मताचे आहेत. त्यांनी एक धोका दाखवला आणि तो हा की जर महाविदर्भ शक्य आहे असे हायकमांडने प्रत्यक्ष किंवा अप्रत्यक्षरीत्या दाखवले तर मग आपल्यामागे कोणीही राहणार नाही. पण जर महाविदर्भ अशक्य असे हायकमांडने दर्शवले तर मग बियाणीदेखील संयुक्त महाराष्ट्रवादी बनतील. मलाही हे खरे वाटते. बियाणींशी मी तसे बोललो तर ते म्हणाले, जर महाविदर्भ शक्य नसेल तर मी संयुक्त महाराष्ट्राची मागणी करीन. महाकोसलमध्ये मुळीच राहणार नाही. सौ. काळे (अनसूयाबाई), ढवळे (पु. दि.), देशपांडे (पु. य.), माडखोलकर, वीर वामनराव जोशी आपले सोबतच आहेत. डेप्युटी मिनिस्टर वसंतराव नाईक म्हणाले मी अद्याप मत बनवलेले नाही; पण आपल्या कल्पनेला व कामाला माझेकडून विरोध निर्माण होईल असे मी काहीही करणार नाही.''

त्यानंतर भाऊसाहेब हिरे दिल्लीत जाऊन महाविदर्भवादी व संयुक्त महाराष्ट्रवादी नेत्यांना भेटले. त्याबरोबरच पंडीत नेहरूंची भेटही त्यांनी घेतली. मोरारजी जे ठरवतील ते मला मान्य आहे असे नेहरूंनी त्यांना ऐकवले. त्यामुळे नेहरूंचा दृष्टिकोन स्पष्ट होता. नागपूरकरांना संयुक्त महाराष्ट्रात आणण्यासाठी हिरे अखेर २६ सप्टेंबर १९५३ला नागपुरात पोहोचले. दोन दिवसाच्या प्रदीर्घ चर्चेनंतर अखेर मुंबईसह संयुक्त महाराष्ट्रात विदर्भाने सामील होण्याचा नागपूर करार झाला आणि २८ सप्टेंबरला तो सर्वांच्या सह्यांनिशी प्रसिद्ध करण्यात आला. नागपूर करारातील तरतुदी महत्त्वाच्या होत्या त्या अशा-

१. सध्याच्या मुंबई, मध्यप्रदेश व हैदराबाद राज्यातील सलग मराठीभाषक प्रदेशांचे मिळून एक राज्य बनविण्यात यावे. या राज्याच्या कक्षेत आणि सीमेच्या आत कोठलेही अन्य राज्यांचे टापू असू नयेत. या राज्याला

महाराष्ट्र किंवा मराठी प्रदेश असे नाव देण्यात येईल व मुंबई शहर या राज्याची राजधानी राहील.

२. सर्व प्रकारच्या विकास योजनांसाठी आणि राज्यकारभारासाठी महाविदर्भ, मराठवाडा व उरलेला प्रदेश असे तीन घटक मानण्यात येतील.

३. एका राज्य सरकारच्या आवश्यक त्या सर्व गरजांची तरतूद करून सदरहू निरनिराळ्या घटकांमध्ये खर्च करण्यासाठी लागणाऱ्या पैशाची (निधीची) विभागणी लोकसंख्येच्या प्रमाणानुसार करण्यात येईल; परंतु मराठवाड्याची मागासलेली परिस्थिती लक्षात घेऊन त्या विभागाची सर्वांगीण उन्नती करण्यासाठी खास तरतूद करण्यात येईल. या बाबतीत राज्य कायदेमंडळाला दरवर्षी अहवाल सादर करण्यात येईल.

४. राज्याचे मंत्रिमंडळात त्या त्या घटकातील लोकसंख्येच्या प्रमाणानुसार प्रतिनिधित्व मिळेल.

५. व्यावसायिक व शास्त्रीय शिक्षण देणाऱ्या संस्थांत अगर इतर खास शिक्षणाची सोय असलेल्या सर्व शिक्षणसंस्थांत प्रवेश मिळण्याचे बाबतीत प्रत्येक घटकाला लोकसंख्येच्या प्रमाणात चांगल्या आणि पुरेशा सोयी उपलब्ध करून देण्यात येतील.

६. नव्या राज्यातील वरिष्ठ न्यायालयाचे (हायकोर्ट) मुख्य पीठ मुंबई येथे राहील व दुय्यम पीठ (म्हणजे खंडपीठ) नागपूर येथे राहील. नागपूरचे न्यायालय सर्वसाधारणपणे महाविदर्भ प्रदेशातील काम पाहील. वरिष्ठ न्यायालयाच्या न्यायाधीशांची नेमणूक करताना महाविदर्भाच्या न्यायकारभारातील व वकिली व्यवसायातील लोकांना पुरेसे प्रतिनिधित्व मिळेल, याची काळजी घेण्यात येईल. आवश्यक ते फेरफार करून हे कलम मराठवाड्यालाही लागू होईल.

७. सरकारी नोकऱ्यांच्या तसेच सरकारनियंत्रित उद्योगधंद्यातील नोकऱ्यांच्या (सर्व दर्जाच्या) बाबतीत प्रत्येक घटकातील लोकसंख्येच्या प्रमाणानुसार भरती करण्यात येईल.

८. राज्यकारभारात निरनिराळ्या घटकातील जनतेचे अधिकाधिक सहकार्य मिळवण्याचे साधन म्हणून विकेंद्रीकरण उपयुक्त आहे असा आमचा विश्वास आहे.

९. महाविदर्भाची राजधानी या नात्याने तेथील जनतेचे संबंध अनेक वर्षांपासून नागपूरशी निगडित झाले आहेत आणि त्यापासून तेथील जनतेला

निरनिराळ्या प्रकारचे फायदे मिळत आहेत, याची जाणीव आम्हाला आहे. एका राज्याचा कारभार कार्यक्षम रीतीने चालविला जाईल, याची योग्य ती काळजी घेऊन हे सर्व फायदे कायम राहावेत, अशी आमची इच्छा आहे. या कलमाची अंमलबजावणी करण्यासाठी योग्य ती पावले तज्ज्ञांच्या सल्ल्यानुसार टाकण्यात येतील. वर्षातून काही विशिष्ट काळासाठी सरकार अधिकृतपणे नागपूर येथे हलविण्यात येईल आणि राज्य कायदेमंडळाचे किमान एकतरी अधिवेशन दरवर्षी नागपुरात घेण्यात येईल.

१०. नव्या राज्यात सर्व सलग मराठीभाषक प्रदेशाचा अंतर्भाव होईल अशा रीतीने नव्या शिरगणतीच्या आधारे खेडेगाव हा घटक मानून जिल्ह्याच्या सीमांची पुनर्रचना करण्यात येईल. (संयुक्त महाराष्ट्र परिषद प्रकाशन : राज्यपुनर्रचना व महाराष्ट्र) १९५९ साली घोषित केलेल्या महाराष्ट्र राज्याच्या मार्गदर्शक तत्त्वांमधून हे अखेरचे कलम, का कोण जाणे, वगळण्यात आले आहे.

नागपूर करार प्रसिद्ध होताच सर्व स्तरामधून त्यावर अनुकूल प्रतिक्रिया व्यक्त झाल्या. ५ ऑक्टोबर १९५३ ला काकासाहेब गाडगीळ म्हणाले, 'संयुक्त महाराष्ट्राबाबत नागपूर येथे झालेल्या कराराइतकी विधायक गोष्ट महाराष्ट्रात गेल्या दीडशे वर्षांत घडलेली नाही. लोकमान्य टिळकांनी लखनौ करार केला तेच चातुर्य आणि दूरदृष्टी नागपूर करारात आहे.' मराठवाड्यातील काँग्रेस जनांकडूनही या कराराचे स्वागतच करण्यात आले. २० ऑक्टोबर १९५३ला मराठवाड्यातील प्रमुख पक्षांचे ८–१० नेते औरंगाबादमध्ये जमून, त्यांनी आपल्या बैठकीत एका ठरावाद्वारे नागपूर करारास संमती दर्शविली. या बैठकीला कम्युनिस्ट नेतेही उपस्थित होते. महाराष्ट्रात काँग्रेसला विरोध करणाऱ्या पक्षांच्या नेत्यांनीही नागपूर कराराचे स्वागत केले आणि कराराच्या अंमलबजावणीबाबत काँग्रेसशी सहकार्य करण्याचे आश्वासन दिले. यामध्ये प्रजासमाजवादी पक्षाचे एस. एम. जोशी, कामगार किसान पक्षाचे दत्ता देशमुख आणि शेतकरी कामगार पक्षाचे रघुनाथराव खाडिलकर यांचा समावेश होता.

एकीकडे हे पाठिंब्याचे सत्र सुरू असताना दुसरीकडे मुंबई विधानसभेत वेगळेच नाटक रंगत होते. विरोधी पक्षाचे नेते यशवंतराव मोहिते यांनी मुंबईसह संयुक्त महाराष्ट्राचे वेगळे राज्य व्हावे असे सुचवणारा अशासकीय प्रस्ताव पाठवला होता. त्याबाबत धोरण ठरवण्यासाठी काँग्रेसने बैठक बोलावली. या बैठकीत काय झाले ते २५ सप्टेंबर १९५३ रोजी राज्यमंत्री मंडळाची बैठक झाली. या बैठकीत

काय झाले ते २६ सप्टेंबर १९५३ रोजी मुख्यमंत्री मोरारजी देसाई यांनी माजी मुख्यमंत्री बाळासाहेब खेर यांना धाडलेल्या इंग्रजी पत्रात लिहिले, 'काल संयुक्त महाराष्ट्राबाबतच्या ठरावावर मंत्रिमंडळात चर्चा झाली. प्रस्तावावरील चर्चा बेमुदत तहकूब करावी असा निर्णय घेण्यात आला. फक्त एकाने भिन्न मत दिले आणि ते नोंदवावे लागले. प्रस्तावावरील चर्चा उच्च पातळीवर व्हावी आणि ती व्यक्तिनिरपेक्ष असावी असा माझा प्रयत्न असल्यामुळे कडवटपणा निर्माण झाला नाही. तूर्त तरी अडचणीवर मात केली आहे.' (बी. जी. खेर पत्रव्यवहार)

वर लिहिल्याप्रमाणे मोरारजींनी विधिमंडळात या प्रश्नाची चुटकीसरशी वासलात लावली. संयुक्त महाराष्ट्रासंबंधीच्या प्रस्तावावरील चर्चा बेमुदत तहकूब करावी असा दुसरा अशासकीय प्रस्ताव मांडण्यात आला. तो १३५ विरुद्ध २३ मतांनी संमत झाला. यावर अधिक गोंधळ टाळण्यासाठी अधिवेशनाचे सत्र संपल्याचे जाहीर करण्यात आले.

मोरारजींनी एवढी काळजी घेऊनही गोंधळ टळला नाहीच; पण तो झाला मात्र भाऊसाहेब हिऱ्यांच्या बाबतीत. मोहित्यांच्या प्रस्तावावर हिऱ्यांनी स्वतंत्र निवेदन करण्याचा आग्रह धरल्याचे विपर्यस्त वृत्त वृत्तपत्रातून प्रसिद्ध झाले. हा काय गोंधळ आहे, हे शंकरराव देवांना कळेना म्हणून त्यांनी लागोपाठ चार पत्रे हिऱ्यांना पाठवली. त्याचे उत्तर हिऱ्यांनी १२ ऑक्टोबर १९५३ रोजी पाठवून खुलासा केला, ''सोबत असेंब्लीमध्ये केलेल्या स्टेटमेंटची नक्कल पाठवीत आहे. मी असेंब्लीत स्टेटमेंट करावे हे देवकीनंदन व मुरारजीभाईंनीच सुचविले. मी मुळीच मागणी केली नाही. मग आग्रह करण्याचा प्रश्नच उद्भवत नाही. स्टेटमेंट मुरारजीभाईंना आधी दाखविले नाही हे खरे. हे करायचे राहिले; पण हेतुपुरस्सर नव्हे. मला श्री. कुंटे (विधानसभेचे अध्यक्ष) व मुरारजी यांचेकडून सांगण्यात आले की मोहित्यांचा ठराव, मी ज्या दिवशी स्टेटमेंट केले, त्या दिवशी घेतला जाणार नाही, तर दुसऱ्या दिवशी घेतला जाईल. त्यामुळे लिहून आणलेल्या स्टेटमेंटमध्ये काही बदल करावा असा विचार मनात आल्यामुळे तेव्हा त्यांना मी स्टेटमेंट दाखवले नाही; पण ठराव आमच्या अपेक्षेपेक्षा लौकर आला व त्या दरम्यान मला त्यांना ते स्टेटमेंट दाखवायचे सुचले नाही; पण मी असे धरून चालतो की मला ज्याअर्थी स्टेटमेंट करायला परवानगी दिली व तसे त्यांनी पार्टी मिटिंगमध्ये माझ्या गैरहजेरीत सांगितले त्याअर्थी ते स्टेटमेंट महाराष्ट्रीय आमदारास संयुक्त महाराष्ट्राबाबत भूमिका स्पष्ट करणारे असावे असेच असेल, याची त्यांना कल्पना होती.''

□□□

७

राज्यपुनर्रचना आयोग

नागपूर करारामुळे विदर्भ आणि मराठवाड्यातील मंडळी मुंबईसह संयुक्त महाराष्ट्राच्या मागे ठामपणाने उभी राहिलेली असली, तरी मुंबईतून मात्र अनुकूल प्रतिसाद मिळाला नव्हता. उलट मुंबई प्रदेश काँग्रेसचे सर्वेसर्वा स. का. पाटील यांनी मुंबईतील संयुक्त महाराष्ट्रवाद्यांचे खच्चीकरण चालवले होते. हे खच्चीकरण कसे सुरू होते, याचे वर्णन त्यावेळचे मुंबई प्रदेश काँग्रेसचे सरचिटणीस गो. बा. महाशब्दे यांनी केले आहे.

''१९५२ साली झालेल्या पहिल्या सार्वत्रिक निवडणुकीसाठी उमेदवार निवडण्याची कामगिरी सुरू झाली. त्यावेळी 'कॉस्मॉपॉलिटन' मुंबईची भाषा प्रथमच ऐकू येऊ लागली. मराठी भाषिकांना योग्य प्रतिनिधित्व देण्याची दृष्टी दिसली नाही. इतकेच नव्हे तर उत्तर भारतीय, दक्षिण भारतीय, शीख, पंजाबी वगैरे उमेदवारांची एकूण अवघ्या २४ (२६?) जागांमध्ये भरती करण्याचा श्री.पाटील यांनी आग्रह धरला. लायकीच्या कसोटीने असे उमेदवार निवडले गेले असते तरी हरकत नव्हती; पण ती कसोटी बिलकूल दिसली नाही. तेव्हा जनरल सेक्रेटरींना उमेदवार निवडण्याच्या समितीत बिलकूल जागा देण्यात आली नव्हती. ही उमेदवार निवडण्याची पद्धत आक्षेपार्ह आहे, लोकशाहीच्या तत्त्वाशी विसंगत आहे, असे पत्र मी श्री. पाटील यांना पाठविले; पण त्या पत्राला उत्तर देण्याचीही त्यांना आवश्यकता वाटली नाही.'' (नवाकाळ : दिवाळी अंक: १९५७.)

महाशब्दे यांचे म्हणणे खरेच होते. बृहन् मुंबईतून विधानसभेसाठी एकूण २६ जागा होत्या. त्यापैकी काँग्रेसने २३ जिंकल्या. यामध्ये फक्त ६ जण मराठी भाषक होते. उरलेल्यांपैकी दोन जागा समाजवादी पक्षाने तर एक शेतकरी कामगार

फेडरेशनने जिंकली होती. मराठी मंडळींचे खच्चीकरण येथून तर सुरू झाले होते. पहिल्या सार्वत्रिक निवडणुकीनंतर पाठोपाठ मुंबई महापालिकेची निवडणूक झाली आणि ६ महिन्यांत मुंबई प्रदेश क्राँग्रेसचीही निवडणूक झाली. या घटनाक्रमात हळूहळू; पण निश्चितपणे एक मोठे स्थित्यंतर घडत होते. महाशब्देंनी ते आपल्या लेखात नेमकेपणाने मांडले आहे.

"डॉ. नरवणे कट्टर संयुक्त महाराष्ट्रवादी असतानाही त्यांना मुरारजी देसाई यांनी दारूबंदी खात्याच्या उपमंत्रिपदाची जागा देऊ केली व ती त्यांनी स्वीकारली. त्याबरोबर मंत्रिपदावर जाणाऱ्याने काँग्रेसच्या अधिकारपदावर राहू नये असा एक सिद्धान्त प्रस्थापित करण्याचा आग्रह धरून पाटील यांनी त्यांचा जनरल सेक्रेटरीच्या जागेचा राजीनामा मागून घेतला आणि के. के. शहा यांची काँग्रेस कमिटीच्या जागेवर नेमणूक केली. श्री. शहा यांची काँग्रेस संघटनेच्या अधिकारपदावर झालेली बढती हीच मुंबई काँग्रेसमधील संयुक्त महाराष्ट्रविरोधी राजकारणाची सुरुवात म्हणता येईल. श्री. शहा यांच्याबरोबर त्यांचे सहकारी आणि इंडियन मर्चंट्स चेंबरचे एक प्रमुख सूत्रधार बाबूभाई चिनॉय यांचाही भाव वाढत गेला."

मुंबईतील संयुक्त महाराष्ट्रवाद्यांच्या मनात स. का. पाटील यांच्याबद्दल जबरदस्त भीती होती. तरीही हे नेते व कार्यकर्ते आपापल्या परीने संयुक्त महाराष्ट्राचा प्रचार करीत होते. मुंबईत द. रा. घारपुरे यांच्या घरी १३ डिसेंबर १९५३ला मुंबईतल्या संयुक्त महाराष्ट्रवाद्यांची एक सभा झाली. ग. त्र्यं. माडखोलकर त्याला हजर होते. नागपूरला परतल्यावर त्यांनी शंकरराव देवांना एक पत्र पाठवले. त्यामध्ये तेथील वातावरणाचा नेमका उल्लेख आलेला आहे, तो असा–

"मोठ्या समजल्या जाणाऱ्या नेत्यांच्या मनावरही भीतीचे दडपण असलेले दिसले. सभेत उत्साहही दिसला नाही. स्थानिक कार्यकर्त्यांच्या मनावर श्री. पाटील यांच्या भीतीचे दडपण आहे हेही स्पष्ट दिसून आले. डॉ. नरवणे परत जाताना आम्हाला म्हणाले, 'जेवढे म्हणून आम्ही संयुक्त महाराष्ट्रवादी आहोत, त्या सर्वांना काढून टाकण्याचे मागे पाटील लागले आहेत. इतके भीतीचे वातावरण मी पूर्वी कधी पाहिले नव्हते."

मुंबईतल्या संयुक्त महाराष्ट्रवाद्यांची अशी दयनीय अवस्था असताना मुंबई महाराष्ट्रात घालण्यास विरोध करणाऱ्यांची मात्र एकजूट झालेली होती. स. का., पाटील यांच्या नेतृत्वाखालील मुंबई प्रदेश काँग्रेस समिती भाषावार प्रांतरचनेच्या विरोधात होती. स्वत: स. का. पाटील राष्ट्रीय ऐक्य आघाडी असे सोज्वळ नाव धारण करणाऱ्या पण भाषावर प्रांतरचनेला विरोध करणाऱ्या

आघाडीचे अध्यक्ष झाले होते. भाषावार राज्यांची निर्मिती राष्ट्रीय ऐक्यास मारक ठरेल असे या आघाडीतील नेत्यांचे मत होते. या आघाडीचे अध्यक्षपद स. का. पाटील यांनी स्वीकारल्यावर शंकरराव देवांनी त्यांना एक पत्र लिहिले. त्यात म्हटले होते.

"तुम्ही जास्तीत जास्त एवढेच बोलू शकाल की मुंबईचे स्वतंत्र राज्य निर्माण करू शकाल आणि तेवढे झाले म्हणजे तुमचे राष्ट्रीय आघाडीचे काम समाप्त होईल. कारणच नाहीसे झाल्यावर कार्य आपोआप नाहीसे होईल. तुमच्यासारख्या विचारी माणसाचा हा खटाटोप पाहिला म्हणजे माणसावरील विश्वासाला धक्का बसतो.'' उत्तरादाखल २४ डिसेंबर १९५३ रोजी पाटलांनी शंकररावांना लिहिले, "भाषावार प्रांताविषयीचे माझे विचार तुम्हाला काही नवीन नाहीत. माझ्या विचारात आपल्या चळवळीने काही फरक झालेला नाही; किंबहुना ते विचार अधिकाधिक घट्ट बनत चालले आहेत.... भाषावार प्रांताची चळवळ करणारे लोक किंवा तिला विरोध करणारे लोक दोन्ही प्रामाणिक आहेत व आपल्या सदसद्विवेकबुद्धीप्रमाणे ते प्रचारकार्य करीत असतात. हीच भूमिका मी या वादात घेतली आहे. राष्ट्रीय ऐक्य आघाडी उघडली आहे व तिचा मी अध्यक्ष आहे, हे खरे आहे. ही आघाडी पार्लमेंटच्या काही सभासदांनी पूर्वीच उघडली होती. माझ्या गैरहजेरीत त्यांनी मला अध्यक्ष निवडले. राष्ट्रीय आघाडी हा काही पक्ष नाही अगर चळवळही नाही... मुंबई प्रांत कोणाहीपेक्षा महाराष्ट्रीयांचा आहे, असे मी मानतो. इतके मताधिक्य असलेल्या लोकांनी एक प्रांत मागावा हे महाराष्ट्रीयांच्या मोठेपणाला आणि भावनांना न शोभण्यासारखे आहे. विदर्भ अगर मराठवाड्यातील महाराष्ट्रीयांना जर मुंबई प्रांतातील महाराष्ट्रीयांबरोबर एकत्र व्हायचे असेल तर त्याला माझा बिलकूल विरोध नाही; पण यासाठी महाराष्ट्रीयांनी मुंबई प्रांताबाहेर निघाले पाहिजे हे मी मानावयास तयार नाही... मुंबई शहराचा स्वतंत्र प्रांत बनविण्याची माझी लालसा नाही. मी नवा प्रांत बनविण्याच्या साफ विरुद्ध आहे; पण आपल्यासारख्या मित्रांनी आपला आग्रह जर असाच चालवला आणि आजच्या मुंबई प्रांतातून महाराष्ट्रीयांना बाहेर फोडून नेले तरच मुंबईला स्वतंत्र प्रांताची कल्पना उद्भवते. परमेश्वर करो आणि तसे न होवो ! आणि आजच्या मुंबई प्रांतातील लोक प्रेमाने आणि गुण्यागोविंदाने एकत्र नांदोत ही माझी परमेश्वराला प्रार्थना!''

सत्तेच्या राजकारणात मुरलेले स. का. पाटील संयुक्त महाराष्ट्रवाल्यांना असे खुलवत होते; पण प्रत्यक्षात मुंबई महाराष्ट्रात जाऊ द्यायची नाही, याबद्दल मात्र ते आग्रही होते. त्यांच्याप्रमाणेच मुंबई नागरिक समितीही मुंबई महाराष्ट्रात घालण्याच्या

विरोधात होती. या समितीत जे. आर. डी. टाटा, पुरुषोत्तमदास ठाकूरदास यांसारख्या बड्या उद्योगपतींचा समावेश होता. त्यामध्ये पारशी, गुजराती, मारवाडी, उत्तर भारतीय असे सगळे उद्योजक महाराष्ट्रविरोधात एकवटले होते. मुंबई विद्यापीठ मराठी माणसाने स्थापले व वाढवले असेल पण तिथेही महाराष्ट्र विरोधी विद्वान एकत्र आलेले होते. विद्यापीठाचा अर्थशास्त्र व राज्यशास्त्र विभाग यामध्ये सर्वात सक्रिय होता. त्यांचे नेतृत्व अर्थशास्त्रज्ञ प्रा. सी. एम. वकील हे करत होते. वृत्तपत्रे ही लोकशाहीत सर्वात महत्त्वाची शक्ती मानली जाते. मुंबईत याही बाबतीत आनंद होता. मुंबईतील बहुतेक इंग्रजी, मराठी, गुजराती, हिंदी वृत्तपत्रांचे मालक बिगरमराठी होते. त्यामुळे त्यांची मराठी वृत्तपत्रेही मुंबईला महाराष्ट्रात घालण्यास विरोध करीत होती. एकटे 'नवा काळ' हे दैनिक मराठी माणसाचे आणि मुंबईसह संयुक्त महाराष्ट्राला पाठिंबा देणारे होते. याशिवाय गुजरात रिसर्च सोसायटी, मुंबई महापालिका हेही, मुंबई महाराष्ट्रात घालण्यास विरोध करत होते. वरील सर्व संस्थांकडे नजर टाकल्यास एक गोष्ट लक्षात येते, ती म्हणजे मुंबई महाराष्ट्रात घालण्यास विरोध करणाऱ्यांच्या मागे प्रचंड मोठे आर्थिक पाठबळ आणि सत्तेचे पाठबळ होते. याउलट संयुक्त महाराष्ट्र समिती मात्र कफल्लक होती. बँकबुकात ४९८रु. आणि ६ पैसे इतकी रक्कम शिल्लक असलेल्या संयुक्त महाराष्ट्र परिषदेला आंदोलनासाठी दोन लाख रु. कुठून जमा करायचे, याचीच चिंता होती.

राज्यपुनर्रचना आयोग येणार हे माहीत असूनही संयुक्त महाराष्ट्र परिषदेचे पुनरुज्जीवन कसे करावे हेच कोणाला समजत नव्हते. ते करण्यासाठी लागणारी एकजूटही महाराष्ट्रातील नेत्यांमध्ये नव्हती. भाऊसाहेब हिऱ्यांनी शंकरराव देवांना लिहिलेल्या एका पत्रात तेव्हाच्या परिस्थितीचे लख्ख चित्र उमटले आहे. भाऊसाहेब आपल्या पत्रात म्हणतात,

"महाराष्ट्रात आपल्या मंडळीत आज जे चालू आहे ते पाहिले, ऐकले व त्यावर विचार केला म्हणजे असे वाटू लागते की, या मंडळीकडून अपेक्षित काम करून घेण्याची कुवत असायला हवी, ती मजजवळ नाही. म्हणून महाराष्ट्राचे जे जिव्हाळ्याचे प्रश्न हाताळायचे आहेत ते हाताळण्याचे धैर्य व विश्वास वाटत नाही.. संयुक्त महाराष्ट्रासंबंधी आपल्या एमपीजनी आपापल्या परीने प्रयत्न चालविले आहेत; पण त्यातही पाटसकरांसारखे निराशावादी, मामांसारखे (देवगिरीकर) हताश व देवकीनंदनसारखे त्रयस्थ वृत्तीने या प्रश्नाकडे पाहणारे असल्यामुळे त्यांच्या हालचालीला जेवढा भारदस्तपणा यायला हवा तेवढा येत नाही... काकासाहेबांचा रथ हा स्वतंत्ररीत्या चालू असतो. त्याला कोणी अडवू शकत नाही. परवा त्यांचे

पत्र आले होते, तात्या घारपुरेंना, की मला आपल्या संयुक्त महाराष्ट्राच्या कमिटीत अडकवू नका. देवगिरीकर, देवकीनंदन वगैरे मंडळींनी असेच कळवले आहे... सगळीकडे मी पाहतो. कुठेच कोणी दिसत नाही. फक्त आपल्याशिवाय... माझी शक्ती, बुद्धी, हिंमत व राजकारणपटुता या कामी खूपच लंगडी पडत आहे... आपल्या निर्णयावर ठरणार आहे, संयुक्त महाराष्ट्र होणार की नाही."

१९५२ ते ५३ या वर्षामध्ये शंकरराव देव दक्षिण भारतातील विधायक कामांमध्ये गुंतलेले होते. अगदी आवश्यकता भासली तरच ते महाराष्ट्रात येत. त्यामुळे देवांशी इतरांचा चाललेला पत्रव्यवहार एवढाच सेतू परिषदेच्या कामात होता; पण परिषदेचे नेतृत्व करेल असा पूर्णवेळ नेताच परिषदेजवळ नव्हता. यामुळे परिषदेचे अध्यक्ष म्हणून शंकरराव देवांची निवड त्यांच्या अनुपस्थितीतच करण्यात आली, 'आणि आता सगळे तुम्हीच सांभाळा' अशी पत्रेही धनंजयराव गाडगीळ आणि भाऊसाहेब हिऱ्यांनी पाठवली. त्यानंतर पहिल्यांदाच देवांनी नेहरूंशी थेट पत्रव्यवहार सुरू केला; पण उशिरा सुचलेले हे शहाणपण फारसे उपयोगी ठरणारे नव्हते.

देव-पंडित नेहरू पत्रव्यवहाराच्या पार्श्वभूमीवर २२ डिसेंबर १९५३ला राज्यपुनर्रचना आयोगाच्या नियुक्तीची घोषणा पंडितजींनी संसदेत केली. पाठोपाठ २९ डिसेंबरला गृहमंत्रालयाने आयोगाच्या सदस्यांची घोषणा केली. त्यामध्ये आयोगाच्या अध्यक्षपदी सर्वोच्च न्यायालयाचे निवृत्त न्यायाधीश आणि ओरिसाचे राज्यपाल सय्यद फझल अली, दुसरे सदस्य खासदार उदयनाथ कुंझरू, तिसरे सदस्य तेव्हाचे भारताचे इजिप्तमधील राजदूत आणि विद्वान इतिहासकार कैवल्यम माधव पणीक्कर यांचा समावेश होता. ही घोषणा होताच या आयोगाचे काय होणार हे स्पष्ट दिसत होते. फझल अली हे नि:पक्षपाती असले तरी नेहरूंच्या दबावाखाली होते. कुंझरू आणि पणीक्कर हे तर उघडपणे भाषावार प्रांतरचनेच्या विरोधात, त्यामुळे हा आयोग काय निर्णय देणार, हा मोठा प्रश्नच होता.

सरकारतर्फे असा एखादा आयोग नेमला जातो, तेव्हा सरकार त्याची कार्यकक्षा, कार्यपद्धती व अहवाल देण्याची मुदत ठरवते. २९ डिसेंबर १९५३ला गृहमंत्रालयाने जे घोषणापत्र जारी केले, त्यामध्ये नावांबरोबरच याही सर्व गोष्टींचा समावेश होता. या घोषणापत्रात राज्यांची पुनर्रचना करताना एखाद्या प्रदेशाची भाषा आणि संस्कृती याबरोबरच पुढील तीन बाबींचा विचार महत्त्वाचा आहे. (१) भारताचे ऐक्य व सुरक्षितता जपण्याची व मजबूत करण्याची गरज, (२) वित्तीय आर्थिक व प्रशासकीय विचार, (३) राष्ट्रीय योजनांच्या यशस्वी

अंमलबजावणीत ज्यामुळे अडथळे निर्माण होतील असे बदल टाळण्याची आवश्यकता. म्हणजेच भाषेबरोबरच हे तीन मुद्दे महत्त्वाचे आयोग मानणार होता. राज्यपुनर्रचनेच्या प्रश्नाचा आयोगाने काळजीपूर्वक, वस्तुनिष्ठ आणि अभिनिवेशरहीत विचार करावा अशी सरकारची अपेक्षा होती. म्हणून राज्यपुनर्रचनेच्या बाबत कोणत्याही प्रस्तावाचा विचार करण्याचे आणि माहिती गोळा करणे व लोकमत अजमावणे ह्यासाठी कामकाजाची पद्धत ठरवण्याचे स्वातंत्र्य आयोगाला देण्यात आले आहे.

आयोगाकडून सरकारच्या अपेक्षा काय आहेत हेही या घोषणापत्रात नमूद केले होते. त्याप्रमाणे आयोगाने प्रथम तपशिलात न शिरता राज्यपुनर्रचनेची तत्त्वे स्पष्ट करावीत, मग वाटल्यास त्या तत्त्वांच्या आधारे विशिष्ट राज्यांच्या पुनर्रचनेची दिशा काय असावी हे सुचवावे आणि गरज भासल्यास आयोगाने अंतरिम अहवाल सादर करावेत. आयोगाच्या बैठकीचे स्वरूप सामान्यतः खासगी असावे. राज्यपुनर्रचना आयोगाने ३० जून १९५५च्या आत आपला अंतिम अहवाल सरकारला सादर करावा, अशी कालमर्यादा केंद्र सरकारने घातली होती. आयोगाची अधिकृत घोषणा झाल्यानंतर भाषावार प्रांतरचना हवी असे वाटणारी सगळी मंडळी बाह्या सरसावून कामाला लागली. ९ फेब्रुवारी १९५४ला संयुक्त महाराष्ट्र परिषदेच्या कार्यकारी मंडळाची सभा मुंबईतल्या कार्यालयात भरली. सभेला २६ सदस्य आणि ११ निमंत्रित हजर होते. निमंत्रितांमध्ये विरोधी पक्षाचे नेतेही होते. संयुक्त महाराष्ट्र परिषदेने आयोगाला सर्वसंमतीने एकच निवेदन सादर करावे अशी सूचना शंकरराव देवांनी मांडली. परिषदेचे एकच निवेदन जाणार असेल तर आम्ही आमच्या पक्षातर्फे स्वतंत्र निवेदन देणार नाही असे प्रजासमाजवादी पक्षातर्फे ना. ग. गोरे, शेकापतर्फे र. के. खाडिलकर, हिंदू महासभेतील मामाराव दाते यांनी सांगितले. कामगार चळवळीचे नेते ना. म. जोशी यांना ही कल्पना मान्य झाली; पण विचारवंतांना स्वतंत्र निवेदन देण्याची मुभा असावी असे त्यांनी म्हटले, त्याला मान्यता मिळाली. स्थानपरत्वे निरनिराळ्या विभागातर्फे स्वतंत्र निवेदने देण्यासही मान्यता देण्यात आली. परिषदेतर्फे सादर करण्यात येणारे निवेदन तयार करण्यासाठी अकराजणांची एक समिती नेमण्यात आली. धनंजयराव गाडगीळांकडे अध्यक्षपद आले. य. कृ. सोवनी यांना चिटणीस करण्यात आले. सदस्यांमध्ये रामराव देशमुख, ना. ग. गोरे, र. के. खाडिलकर, श्री. अ. डांगे, शेषराव वानखेडे, शं. रा. दाते., भा. म. ऊर्फ बापूसाहेब गुप्ते, बापू चंद्रसेन (बी.सी. कांबळे), नांदेडचे शंकरराव चव्हाण हे नऊजण होते. महाराष्ट्राच्या सीमांचा विचार करण्यासाठी १३ फेब्रुवारी

१९५४ला मुंबई विधानसभेचे अध्यक्ष नानासाहेब कुंटे यांच्या अध्यक्षतेखाली एक समितीही नेमण्यात आली.

महाराष्ट्रात मुंबईसह संयुक्त महाराष्ट्रासाठी काँग्रेसजन आणि विरोधी पक्ष असे एकत्रित आले असतानाच काँग्रेस पक्षाने मात्र भाषावार प्रांतरचनेसाठी धडपडणाऱ्या काँग्रेसजनांविरुद्ध दंडुका उगारला. २४ फेब्रुवारी १९५४ रोजी अ. भा. काँग्रेसचे सरचिटणीस बलवंतराय मेहता यांनी सर्व प्रदेश काँग्रेस समित्यांकडे परिपत्रक पाठवले. त्यात म्हटले होते, ''काही प्रांतांतून भाषावार राज्यांसाठी आजही आंदोलन केली जात आहे. त्याचे नवल वाटते. याबाबत अन्य राजकीय पक्षांनी सुरू केलेल्या आंदोलनात काही काँग्रेसजनही सहकार्य करीत आहेत, अशी माहिती आम्हाला मिळाली आहे. राजकीय उद्दिष्टे साध्य करण्यासाठी इतरांनी सुरू केलेल्या चळवळीशी काँग्रेसजनांनी संबंध जोडणे अत्यंत अयोग्य आहे. तसे करणे म्हणजे काँग्रेस कार्यकारिणीने दिलेला सल्ला न जुमानणे ठरते. तसेच त्यामुळे औचित्य व शिस्त यांचा भंग होतो.''

''लोकशिक्षणासाठी काँग्रेसजन अशी कृती करतात असे कधी कधी म्हटले जाते. अशी सबब सांगणाऱ्यांना आपण लोकशिक्षणासाठी हे करीत नसून चळवळीच्या निमित्ताने करीत आहोत हे माहीत असते. प्रदेश काँग्रेस समित्यांनी अशा चळवळ्या काँग्रेसजनांवर नजर ठेवावी आणि त्यांच्याविरुद्ध योग्य ती कारवाई करून आवश्यक वाटले तर अ. भा. काँग्रेसच्या मुख्य कार्यालयास कळवावे.''

काँग्रेस सरचिटणीस बलवंतराव मेहतांचे हे परिपत्रक, काँग्रेसजन गंभीरपणे घेतील की नाही असे कदाचित पंडित नेहरूंना वाटले असावे. म्हणून ४ एप्रिल १९५४ रोजी नेहरूंच्या अध्यक्षतेखाली भरलेल्या काँग्रेस कार्यकारिणीच्या सभेत एक ठरावच संमत करण्यात आला. त्यात म्हटले होते,

'राज्यपुनर्रचना आयोग पुनर्रचनेच्या प्रश्नाचा अभ्यास करीत असल्यामुळे काँग्रेस समित्यांनी किंवा काँग्रेसजनांनी या प्रश्नाबाबत आंदोलन करू नये किंवा आंदोलनात भाग घेऊ नये. आयोगासमोर इतर राजकीय पक्षांशी सहकार्य करून संयुक्त निवेदन सादर करू नये. अन्य राजकीय पक्षांबरोबर एकाच व्यासपीठावरून या प्रश्नाबाबत मते व्यक्त करू नयेत. विधानमंडळात विधिमंडळ काँग्रेसपक्षाने राज्यपुनर्रचनेबाबत ठराव मांडू नये. अन्य राजकीय पक्षांनी विधानमंडळात या प्रश्नासंबंधी ठराव मांडल्यास त्यास पाठिंबाही देऊ नये' असे ठरावाच्या पाचव्या परिच्छेदात म्हटले होते. काँग्रेस पक्षाच्या सदस्यांना व्यक्तिश: किंवा सामूहिकरीत्या आयोगासमोर आपले म्हणणे मांडण्याची मुभा देण्यात आली होती.

राष्ट्रीय काँग्रेसच्या या ठरावामुळे महाराष्ट्र प्रदेश काँग्रेस, कर्नाटक प्रदेश काँग्रेस आणि गुजरात प्रदेश काँग्रेस यांच्यासमोर पेचप्रसंग उभा राहिला. कारण हे सर्वच नेते इतर संघटनांबरोबर संयुक्त निवेदने सादर करण्याच्या तयारीत होते. महागुजरात परिषदेचे गुजरातच्या काँग्रेसजनांबरोबरचे सहकार्य संपुष्टात आले. या ठरावाचा परिणाम संयुक्त महाराष्ट्र परिषदेतील काँग्रेसजनांवर काय होईल याचा विचार करण्यासाठी ८ एप्रिल १९५४ मध्ये शंकरराव देवांच्या अध्यक्षतेखाली एक सभा झाली. या प्रकरणी काँग्रेसपक्ष जोपर्यंत परिषदेतील काँग्रेसजनांचे राजीनामे मागत नाही, तोपर्यंत परिषदेत त्यावर चर्चा करण्याचे कारण नाही असे ठरवण्यात आले. मात्र उद्या परिषदेच्या संयुक्त निवेदनाचा बोजवारा उडाला तर काय? हा प्रश्न होताच. राज्यपुनर्रचना आयोगाचा दौरा सुरू झाला असला तरी आयोग कोणाला मुलाखतीला बोलावणार याची कोणाला माहितीच नव्हती. म्हणून परिषदेच्या भूमिकेशी सहमत असणाऱ्या दहा-पंधरा प्रमुख लोकांनी आपणहून आयोगाकडे मुलाखती द्याव्यात असे ठरले. आयोगाची कार्यपद्धती चुकीची आहे असे सर्वांचेच मत असले तरी तसा ठराव करू नये. मात्र ज्यांना आयोग मुलाखतीसाठी बोलावेल त्यांनी आयोगासमोर हा मुद्दा मांडावा, असा निर्णय झाला. संयुक्त निवेदन सीमा समितीचे काम जोरात सुरू झाले तरी निधी समितीने काहीच हालचाल केलेली नाही याची नोंद घेण्यात आली.

भाषावार प्रांतरचना चळवळीत सहभागी होण्यास काँग्रेसच्या राष्ट्रीय कार्यकारिणीने मनाई केली असली तरी महाराष्ट्र व कर्नाटक काँग्रेसचे नेते स्वस्थ बसले नव्हते. २२ मे १९५४ रोजी दिल्लीत झालेल्या काँग्रेसच्या राष्ट्रीय कार्यकारिणीत भाऊसाहेब हिरे आणि निजलिंगप्पा यांनी आपली बाजू जोरदारपणे मांडली. दोन्ही काँग्रेस समित्यांनी इतर राजकीय पक्षांबरोबर खूप आधीपासून सहकार्य केले असून संयुक्त निवेदनेही अंतिम टप्प्यात आली आहेत. त्यामुळे कार्यकारिणीच्या मनाई हुकूमामुळे दोन्ही काँग्रेस समित्या पेचात सापडल्या आहेत, हे दोघांनी कार्यकारिणीसमोर स्पष्टपणे मांडले. महाराष्ट्र प्रदेश काँग्रेस आणि सर्वपक्षीय संयुक्त महाराष्ट्र परिषद यांच्यात कोणतेही मतभेद नाहीत असा निर्वाळा भाऊसाहेब हिरे यांनी दिला. निजलिंगप्पांनीही असेच निवेदन केले. 'या विशिष्ट परिस्थितीत काँग्रेस कार्यकारिणीने आम्हाला विशेष बाब म्हणून आयोगासमोर संयुक्त निवेदन देण्याची परवानगी द्यावी', अशी विनंतीही दोघांनी केली. कार्यकारिणीने ही विनंती मान्य केल्यामुळे महाराष्ट्र-कर्नाटकात तरी संयुक्त निवेदनाचा मार्ग मोकळा झाला.

संयुक्त महाराष्ट्र समितीने संयुक्त निवेदन तयार करण्याची जबाबदारी धनंजयराव गाडगीळ समितीकडे सोपविली होती. त्यांनी झपाट्याने आपले काम पूर्ण केले. परिषदेला आपला मसुदा सादर केला. या मसुद्यावर चर्चा करण्यासाठी परिषदेच्या कार्यकारी मंडळाची सभा २६ मे १९५४ रोजी मुंबईत भरली. सभेला २२ सभासद आणि ८ निमंत्रित उपस्थित होते. चर्चेत बहुतांश मसुदा संमत झाला; पण एक नवीनच मुद्दा उपस्थित झाला. बापूसाहेब चंद्रसेन कांबळे यांनी मुंबईसह संयुक्त महाराष्ट्र अनुसूचित जातींचे स्थान काय राहणार, असा प्रश्न विचारून काही महत्त्वाचे मुद्दे उपस्थित केले. त्यामध्ये त्यांचे राजकीय व सामाजिक हक्क, स्पृश्य समाजाकडून त्यांना मिळणारी वागणूक, त्यांचे आर्थिक प्रश्न यासंबंधीचे मुद्दे होते. सर्वांनाच हे मुद्दे महत्त्वाचे वाटल्याने अध्यक्ष शंकरराव देव यांनी कांबळे यांच्याशी विस्तृत चर्चा केली. त्यावर आधारित एक जादा परिच्छेद या मसुद्यात समाविष्ट करण्यात आला.

निवेदन तयार करताना आयोगाची कार्यकक्षा लक्षात घेऊन अनेक आक्षेपांचे खंडन आणि आपल्या मुद्द्यांचे मंडन करणारे निवेदन तयार करण्यात आले होते. त्यामध्ये भाषेच्या आधारे राज्यांची पुनर्रचना करणे कसे आवश्यक व निकडीचे झाले आहे हे खुलासेवार सांगतानाच भाषावार राज्यपुनर्रचनेवर घेण्यात आलेल्या आक्षेपांचे मुद्देसूद खंडन करण्यात आले. भारतीय संघराज्यातील प्रत्येक घटकराज्य इतरांहून वेगळे आणि अंतर्गत एकात्म असले पाहिजे असे प्रतिपादन करून त्यांची निर्मिती करताना राज्यकारभाराच्या सोयीपेक्षा सामाजिक व सांस्कृतिक एकात्मता आधारभूत असली पाहिजे असे म्हटले गेले. पुनर्रचना केल्यास एकभाषी व एकजिनसी घटकराज्ये अस्तित्वात येतील असे यात म्हटले होते. अशी राज्ये आकाराने मोठी झाली तर ती संघराज्यातून फुटून निघतील ही विरोधकांची भीती भ्रामक असल्याचे मत परिषदेने नोंदविले.

निवेदनात आणखी एका मुद्द्यांकडे आयोगाचे लक्ष वेधण्यात आले. आसाम, प. बंगाल, ओरिसा, बिहार, उत्तर प्रदेश, पेप्सू, राजस्थान, मध्य भारत, सौराष्ट्र, त्रावणकोर-कोचीन, आंध्र व मद्रास ही राज्ये एकभाषी असून फक्त मध्यप्रदेश, मुंबई व हैद्राबाद या राज्यांमध्येच दोन किंवा त्यापेक्षा अधिक असे मोठे भाषिक गट एकत्र राहात आहेत. या निवेदनात पंजाबचा उल्लेख टाळण्यात आला होता. ते द्विभाषिक राज्य असले आणि पंजाबी सुभ्याचा प्रश्न धगधगत असला तरी सीमावर्ती राज्य म्हणून सुरक्षेचा प्रश्न महत्त्वाचा होता. मराठी नेत्यांनी ही बाब ध्यानात ठेवली होती. भाषावार प्रांतरचना केल्यास जातिभेद व धार्मिक भेद सुरळीत समाजजीवनाच्या आड येणार नाही, असा विश्वासही व्यक्त करण्यात आला होता.

अनुसूचित जाती व अनुसूचित जमाती यांच्यासाठी विशेष संरक्षक हक्क दिले जाणे जरूर आहे असे निवेदनात म्हटले. ‘‘सरकारने कायदे करून वा अन्य प्रयत्न करूनही या लोकांना विस्तारासाठी पुरेशी जागा मिळत नाही, कसण्यासाठी जमीन मिळत नाही. जगण्यास अत्यंत आवश्यक असे पाणीदेखील मिळत नाही. मुलांना शिक्षण देण्याच्या सोयी नाहीत. याशिवाय सरकार व समाज यांची वंशपरंपरेने सेवाचाकरी करण्यासही ते बांधलेले असतात. लहान प्रादेशिक गटांच्या शंकांचे अगर भीतीचे निराकरण करण्याची जरुरी आम्ही मान्य केली असून त्यासाठी काही संरक्षक तरतुदींची योजना आम्ही संमत केली आहे.’’ (संयुक्त महाराष्ट्र परिषद प्रकाशन.)

भाषिक राज्यांची सीमा-निश्चिती कशी करावी याबाबतही परिषदेने आपल्या निवेदनात महत्त्वाचे मुद्दे मांडले. त्यामध्ये सीमा-निश्चितीसाठी एक जिल्हा वा तालुका प्राथमिक घटक न मानता खेडे अथवा गाव नैसर्गिक घटक म्हणून प्राथमिक घटक मानावा, त्या अनुरोधाने भाषिक प्रदेशातील माहिती जुळवून ती नकाशावर निश्चित करावी, विवाद्य भागाबाबत निर्णय देण्यासाठी सरहद्द आयोग नेमावा, ही सरहद्द रेषा काढताना ती सलग व अखंडित राहील याकडे लक्ष द्यावे. हा मुद्दा स्पष्ट करताना निवेदनात ओरिसाकडे लक्ष वेधण्यात आले. त्यात म्हटले होते, ‘ओरिसाचे नवे राज्य बनविण्यात आले तेव्हा ओरिसा व मद्रास यांची हद्द ठरविताना व नवे आंध्र राज्य व म्हैसूर यामधील सीमारेषा ठरविताना हेच भाषिक तत्त्व अंगीकारले होते हे लक्षात ठेवणे जरूर आहे. जस्टिस मिश्रा यांचा आंध्र राज्याच्या सीमा निर्णयाचा अहवालही यासारख्या तत्त्वांवरच आधारलेला आहे. जरी त्यांनी विभागणी करताना सबंध तालुका व गट घटक मानून विभागणी केली असली तरी सरहद्दीवरील प्रत्येक खेड्याच्या माहितीची नीट छाननी करून नंतरच त्यांनी ती सुचविली आहे.’ (कित्ता : पृ. ३९)

परिषदेने आपल्या निवेदनात मुंबई, मध्य प्रदेश व हैदराबाद या राज्यातील द्विभाषिक तालुक्यात मराठी किंवा कोकणी बोलणाऱ्यांचे प्रमाण ५०% किंवा त्याहून थोडे कमी असलेले भाग संयुक्त महाराष्ट्रात घालावेत असे सुचविले आणि त्याची विभागवार तालुक्यांच्या तपशिलासह यादी आयोगाला सादर केली. ती विभागवार यादी अशी -

बेळगाव जिल्ह्यातील तालुके	मराठी/कोकणी बोलणाऱ्यांचे प्रमाण	कानडी बोलणाऱ्यांचे प्रमाण
चंदगड	९४%	–
खानापूर	५७%	३२%
बेळगाव	४६%	३६%
कारवार जिल्ह्यातील तालुके		
सुपा	१२%+ ७८% कोकणी	–
कारवार	३%+७०% कोकणी	२१%
हरियाळ	५३% कोकणी	२९%
सुरत जिल्हा	मराठीचे शेकडा प्रमाण	गुजरातीचे शेकडा प्रमाण
धरमपूर	९५%	–
बांसदा	५४%	४३%
मध्यप्रदेश राज्यातील तहसिली		**गोंडी व हिंदी बोलणाऱ्यांचे प्रमाण**
छिंदवाडा जिल्ह्यातील सौंसर	४८%	२८% व १३%
बेतुल जिल्ह्यातील भैंसदेही	२२%	३२% व २१%
मुलताई	३५%	४६% हिंदी
निमाड जिल्ह्यातील बऱ्हाणपूर	४३%	३३% हिंदी

हैदराबाद जिल्ह्यातील तहसील		
निलंगा	८०%	-
अहमदपूर	८७%	-
उदगीर	७७%	-
भालकी	३८%	४८% कानडी
संतपूर	३९%	४०% कानडी
हुमणाबाद	१७%	४९% कानडी
अदिलाबाद जिल्हा		
किनवट तहसील	४४%	११% तेलुगु
राजुरा	६४%	-

(कित्ता : पृ. ११५-१२२)

□□□

८

आयोगाची नकारघंटा

राज्यपुनर्रचना आयोगाला संयुक्त महाराष्ट्र परिषदेचे संयुक्त निवेदन देण्याची धावपळ एकीकडे सुरू असताना शंकरराव देवांनी मुंबईसाठी भेटीगाठी सुरू केल्या होत्या. दक्षिण भारतातील दौरे संपवून देव आता सासवडच्या आश्रमात राहू लागले होते. तेथूनच त्यांचा सर्वांशी पत्रव्यवहार व संपर्क सुरू होते. राज्यपुनर्रचना आयोग १२ एप्रिल १९५४ रोजी मुंबईत येणार असे समजल्यावर देवांनी ९ एप्रिलला स.का. पाटील यांना एक पत्र लिहिले –

"भाषावार प्रांतरचना व्हावी असे मला वाटते, ती होऊ नये असे तुम्हाला वाटते. याचा मला जरा खेद नाही व दुःखही नाही; पण भाषावार प्रांतरचना व्हावी असे ठरले आणि त्यातून संयुक्त महाराष्ट्र निर्माण झाला तरी त्यात मुंबई राहू नये हा तुमचा आग्रह मला दुःसह वाटतो."

उत्तरादाखल पाटील यांनी १६ एप्रिल १९५४ रोजी निःसंदिग्ध शब्दांत लिहिले, "भाषावार प्रांतरचनेचा प्रश्न हा आपल्या दोघांच्याही दृष्टीने इतका मूलभूत आहे की केवळ चर्चेने आपल्यातील मतभेद मिटतील किंवा कमी होतील अशी मला तरी खात्री वाटत नाही. पंचवीस वर्षे तरी या प्रश्नाचा विचार न करता राष्ट्रीय ऐक्यावर भर द्यावा हे माझे मत अनौपचारिकरीत्या मी कमिशनच्या लोकांना कळविले आहे."

या पत्रव्यवहारानंतरही देवांनी आपले प्रयत्न सोडले नाहीत. मुंबईतील उद्योगपती डहाणूकर यांच्या घरी देव आणि स. का. पाटील यांची १ मे रोजी भेट झाली. उभयपक्षी दीड तास चर्चाही झाली; पण पाटील यांचा विरोध कायम होता. दुसरीकडे पुरुषोत्तमदास ठाकुरदास यांच्याबरोबर चर्चा व्हावी म्हणून देवांनी

त्यांच्याशी पत्रव्यवहार केला. 'आपल्याला कोणत्या मुद्द्यांवर चर्चा करायची आहे ते लेखी पाठवा.' अशी ठाकुरदासांनी विनंती केली. त्याला उत्तर म्हणून देवांनी १८ जून रोजी लिहिलेल्या पत्रात खालील मुद्दे उपस्थित केले -

१. मुंबई महापालिकेचे अधिकार, मुंबई महापालिकेची उत्पन्नाची साधने.
२. मुंबईसाठी प्रादेशिक महानगर प्राधिकरण स्थापन करावयाचे असल्यास त्याचे अधिकार व कार्ये.
३. मुंबई शहराच्या प्रशासनासाठी कोणत्या भाषेचा वापर करावा?
४. मुंबई शहरातील शिक्षणाचे माध्यम म्हणून कोणत्या भाषेचा स्वीकार करावा?
५. भाषिक अल्पसंख्याकांसाठी कोणत्या सुविधा पुरवाव्यात?
६. सांस्कृतिक कार्यक्रमासाठी राज्याने आश्रय व अनुदान देण्यासंबंधीचे धोरण.
७. मराठीखेरीज अन्य भाषा बोलणाऱ्यांना सरकारी नोकऱ्यांमध्ये, व्यापारउद्योगात आपल्याविरुद्ध भेदभाव केला जाईल असे वाटणारे भय.
८. भयाचे निवारण होण्यासाठी कोणती आश्वासने द्यावीत? कोणत्या संरक्षक तरतुदी कराव्यात?

ठरल्याप्रमाणे पुरुषोत्तमदास ठाकुरदास यांच्या घरी जाऊन शंकरराव देवांनी चर्चा केली; पण त्यात काहीही निष्पन्न झाले नाही. 'मुंबईसह संयुक्त महाराष्ट्र होणार हे गृहीत धरून देवांनी चर्चेचे मुद्दे सुचविले आहेत, मुळात हे गृहीतकच आम्हाला मान्य नाही. बहुरंगी मुंबई शहरावर मराठी भाषकांनी हक्क सांगणे मुळातच चुकीचे आहे.' असे स्पष्ट प्रतिपादन ठाकुरदास यांनी केले. त्यामुळे चर्चा संपुष्टात आली.

मुंबई नागरिक समितीने मुंबईत आलेल्या आयोगाची भेट घेऊन त्यांना आपले निवेदन सादर केले. त्यांच्या युक्तिवादातील महत्त्वाचे मुद्दे असे - भाषेच्या आधारे राज्यांची पुनर्रचना केल्यामुळे राष्ट्रनिष्ठेपेक्षा प्रादेशिक निष्ठा महत्त्वाच्या ठरतील आणि संकुचित दृष्टिकोन बळावेल. राज्यपुनर्रचनेत भाषा हा एक घटक असला तरी तो एकच किंवा मुख्य निकष मानता येणार नाही. भाषेपेक्षाही आर्थिक व प्रशासकीय निकष महत्त्वाचे आहेत. राष्ट्रीय ऐक्य आणि देशाची सुरक्षितता हे सर्वात महत्त्वाचे आहे. आक्रमक विस्तारवादाच्या आहारी जाऊन राज्यांच्या सीमांचा विस्तार करण्यासाठी दडपण आणले जात असेल तर ते जुमानता कामा नये.

या निवेदनात जगभर भाषावादामुळे असहिष्णुता व आक्रमक वृत्ती वाढल्याचे आणि त्याचा आविष्कार विस्तारवादात झाल्याचे दाखवून देण्यात आले होते. भाषा व संस्कृती अभिन्न असतात हे भाषावाद्यांचे मत अमान्य करून निवेदनात आरोप करण्यात आला की हे असहिष्णू भाषावादी अन्य भाषक गटांबरोबर शांततामय सहजीवन व्यतीत करण्यास तयार नसतात. भाषावार राज्यरचनेमुळे आर्थिक नियोजनाला अनुकूल वातावरण तयार होईल हा त्यांचा भ्रम आहे. उलट प्रशासन प्रादेशिक भाषेतून चालविण्याच्या त्यांच्या दुराग्रहामुळे व्यापार व उद्योगातून अन्य प्रांतीयांना वगळले जाण्याची भीती आहे आणि त्याचा प्रतिकूल परिणाम कार्यक्षमतेवर होईल.

उद्योगपतींच्या या समितीची खरी पोटदुखी निवेदनातून बाहेर आली. मुंबईतील बिगर मराठी लोकांच्या प्रयत्नांमुळेच व उद्योगांमुळे १२ कोटी रुपयांची अतिरिक्त शिल्लक त्रिभाषिक मुंबई राज्याला उपलब्ध होते, असा दावा करून निवेदनात म्हटले होते, ''मुंबईसह संयुक्त महाराष्ट्राच्या मागणीमागे मुंबईतील साधनसंपत्ती महाराष्ट्रासाठी वापरण्याचा हेतू आहे. विकेंद्रीकरणाच्या नावाखाली मुंबईतील उद्योगधंदे महाराष्ट्रात इतरत्र हलविले जाण्याचा धोका आहे.''

मुंबई नागरिक समितीने आयोगाला आपल्या सदस्यांची एक यादीही सादर केली होती. ही यादी सहा वर्षे जुनी म्हणजे १९४८ मधील होती आणि त्यानंतर खूप काही घडून गेले होते. या यादीचे वाभाडे काढणारा एक लेखच प्रजासमाजवादी पक्षाचे नगरसेवक राम जोशी यांनी 'मौज' साप्ताहिकात लिहिला. १२ जुलै १९५४च्या या अंकात ते म्हणतात,

''सभासदांची जी नावे छापण्यात आली आहेत त्यात खोटी नावे तर आहेतच; परंतु मृत व्यक्तींची नावेही त्यात चालू सभासद म्हणून समाविष्ट करण्यात आली आहेत. बी. एन. माहेश्वरी मरण पावल्याला आता तीन वर्षांहून अधिक काळ लोटला असता त्यांचे नावही निवेदनातील सभासदांच्या यादीत आहे. अल्वा पतिपत्नींनी (जोआकिम आणि व्हायोलेट अल्वा) जाहीर पत्रक काढून आपले अंग या नागरी समितीतून काढून घेतले आहे.'' मुंबई नागरिक समितीच्या या सदस्यांमध्ये एकही मराठी भाषिक सदस्य नव्हता. स. का. पाटील हेही या समितीचे सदस्य नव्हते.

आयोगाने मुंबई नागरिक समितीच्या शिष्टमंडळाला २४ ऑगस्ट रोजी चर्चेसाठी बोलविले. चर्चेच्या आरंभीच अध्यक्ष फजल अली यांनी शंकरराव देव आणि पुरुषोत्तमदास ठाकुरदास यांच्या चर्चेत काय निष्पन्न झाले असा प्रश्न

विचारला. देवांसारख्या साध्या सरळ माणसाच्या बोलण्याचा ठाकुरदासांसारखे लोक कसा विपर्यास करतात हे त्यांच्या उत्तरातून लक्षात आले. ठाकुरदास फजल अलींना म्हणाले, "सध्याच्या मिश्र मुंबई राज्यात मराठीभाषकांना विशेष अडचणी नाहीत किंवा त्यांची खास गाऱ्हाणीही नाहीत, असे परिषदेच्या नेत्यांनीच आपल्याला सांगितले आहे. तरीही त्यांना भाषेच्या आधारावर महाराष्ट्र हवा आहे, याला आमचा विरोध आहे." याचवेळी मुंबई राज्यातून कन्नड भाषक चार जिल्हे कर्नाटकात घालण्यास मात्र आपला विरोध नसल्याचे त्यांनी स्पष्ट केले.

आयोगाबरोबरच्या चर्चेत हर्षदभाई दिवेटिया यांनी आणखी एक वेगळाच तोडगा सुचविला. ते म्हणाले, "मुंबईसारख्या मिश्र राज्यातील भाषिक गटांसाठी वेगळे विधिमंडळ व कार्यपालिका असावी. मात्र उपराज्यांसाठी एकच न्यायपालिका आणि लोकसेवा आयोग असावा." सब-फेडरेशनची ही कल्पना इतर सभासदांना मात्र मानवली नाही. ए. डी. श्रॉफ यांनी तर त्याला जोरदार विरोध केला. यावर "तुमचा सब-फेडरेशनला विरोध का याची एक विस्तृत टिपणी सादर करा" असे प्रा. सी. एल. घीवाला यांना सांगण्यात आले. पंडित हृदयनाथ कुंझरू यांनी शिष्टमंडळाला काही थेट प्रश्न विचारले. 'मुंबई महाराष्ट्रात गेल्यास तुम्हाला कशाची भीती वाटते? मुंबईचे व्यापारी व औद्योगिक महत्त्व कमी होईल असे वाटते का?' शिष्टमंडळाने या प्रश्नांना बगल देत दुसराच मुद्दा उपस्थित केला. मुंबई एकभाषी राज्याचा भाग घेऊ शकत नाही. मुंबईत बिगरमराठी भाषकांचे प्रमाण ५६ टक्के असतानाही ते महाराष्ट्रात अल्पसंख्य ठरतील आणि त्यांच्याबद्दल भेदभाव होईल अशी भीती ए. डी. श्रॉफ यांनी व्यक्त केली. त्यासाठी संरक्षक तरतुदी केल्या तर? असा प्रश्न विचारताच अशा संरक्षक तरतुदी घटनेत समाविष्ट असूनही निरुपयोगी ठरतात, असे उत्तर देण्यात आले. हा मुद्दा स्पष्ट करण्यासाठी आग्नेय युरोपातील अल्पसंख्याकांच्या दु:स्थितीबद्दल एक टिपणही आयोगाला सादर करण्यात आले. उत्तर भारतीयांचे प्रतिनिधी पी. एन. शुक्ल यांना उत्तर भारतीय मजुरांऐवजी मराठीभाषक मजुरांची भरती होईल अशी भीती वाटत होती. ती त्यांनी बोलून दाखविली.

या चर्चेमध्ये बृहन्मुंबईच्या सीमांबद्दलही चर्चा झाली. बृहन्ममुंबईचे आर्थिक हितसंबंध आणि प्रशासकीय सोयी-सुविधा लक्षात घेऊन सीमा ठरवाव्यात असे प्रा. घीवाला यांनी म्हटले. या चर्चेला थोडी पार्श्वभूमी होती. पूर्वी मुंबई शहर आणि मुंबई उपनगर असे दोन जिल्हे अस्तित्वात होते. १९४१ ते ५१ या कालावधीत जुन्या मुंबई उपनगर जिल्ह्याच्या सीमा बदलण्यात आल्या आणि त्यातील ३३ गावे

ठाणे जिल्ह्यात समाविष्ट करण्यात आली. याच दरम्यान मुंबई शहर आणि मुंबई उपनगर जिल्हा एकत्र करून १५ एप्रिल १९५० रोजी बृहन्मुंबई महापालिका अस्तित्वात आली. त्यामुळे बृहन्मुंबईत ५३ गावे शिल्लक राहिली होती. १९५१ च्या जनगणनेनुसार बृहन्मुंबईची लोकसंख्या २८ लाख ३९ हजार २७० इतकी होती. त्यात मराठीभाषक १२ लाख ३६ हजार ८७४ होते, तर गुजरातीभाषक ५ लाख २३ हजार १२७ होते.

बृहन्मुंबईच्या विकासासाठी जो मास्टर प्लॅन तयार करण्यात आला होता, तो अमलात आणायचा तर बृहन्मुंबईची व्याप्ती जवळपास अडीच पटीने वाढविणे गरजेचे होते. बृहन्मुंबई होती ८०-८४ चौरस मैल आणि मास्टर प्लॅननुसार २२३ चौरस मैल व्याप्ती करण्याची गरज होती. याचा अर्थ १३२ चौरस मैलांचा प्रदेश बृहन्मुंबईत समाविष्ट होणार होता. तो भाग मराठीभाषक प्रदेशातून तोडावा लागणार आहे, हे कुंझरू यांनी लक्षात आणून देताच घीवाला चिडून म्हणाले, ''भाषेच्या आधारे आयोगाने आधीच महाराष्ट्राच्या सीमा निश्चित केल्या आहेत काय? तसे असल्यास बृहन्मुंबईच्या सीमांबाबत चर्चा करण्यात काही अर्थच नाही.'' त्यांच्या पुढे जाऊन घीवाला यांनी आयोगाला असे सांगितले की किनारपट्टीजवळील डहाणू, पालघर, वसई आणि बोरीवली या तालुक्यातील लोकवस्ती भाषेच्या दृष्टीने मिश्र असून कोणतेच घटक बहुसंख्य नाहीत. या चर्चेनंतर बृहन्मुंबईचे वेगळे राज्य निर्माण करायचे झाले तर त्याच्या सीमा कोणत्या असाव्यात हे सांगणारी टिप्पणी सादर करण्याचे काम आयोगाने घीवाला यांनाच सोपविले.

मुंबई नागरिक समितीप्रमाणेच मुंबईचे अनभिषिक्त सम्राट स. का. पाटीलही भाषावार प्रांतरचनेच्या विरोधात होते. एवढेच नव्हे तर मुंबई कदापि महाराष्ट्रात जाऊ द्यायची नाही असेच त्यांचे प्रयत्न होते. त्यासाठीच स्थापन झालेल्या राष्ट्रीय ऐक्य व्यासपीठाने आयोगाला निवेदन सादर करताना राज्यांच्या पुनर्रचनेचा प्रश्न किमान २५ वर्षे तरी लांबणीवर टाकावा असे सांगितले. त्यात पुढे म्हटले होते की, मुंबईतील काही महाराष्ट्रीयांना मुंबईसह संयुक्त महाराष्ट्र व्हावा असे वाटत असले तरी मुंबईतील शक्तिशाली व प्रभावशाली गटांना बहुरंगी मुंबईचे वेगळे शहर-राज्य व्हावे असे वाटते. भाषेच्या राजकारणात जनतेच्या खऱ्या आकांक्षा प्रतिबिंबित होत नाहीत अशी खंतही व्यक्त करण्यात आली होती.

मुंबई प्रदेश काँग्रेस समिती पाटील यांची बटिक बनली होती. आपल्या विरोधात असलेल्या सगळ्यांनाच ते वेचून बाहेर काढतात असा पाटील यांचा लौकिक होता. त्यामुळे गो. बा. महाशब्दे हे सरचिटणीस समितीपासून दूर राहिले

होते. आयोगाला निवेदन सादर करण्याच्या निमित्ताने पाटील यांनी निवेदन उपसमितीत महाशब्दे यांचा समावेश केला. पाटील यांनी संयुक्त महाराष्ट्रवाद्यांची कशी घोर फसवणूक केली ते महाशब्दे यांनी 'नवाकाळ' मधल्या एका लेखात लिहिले आहे. ते म्हणतात,

''कैफियतीतील मुद्द्यांचा विचार करण्यासाठी उपसमितीची बैठकच कधी झाली नाही. कोठून तरी तयार होऊन आलेल्या मसुद्याच्या टाईप केलेल्या कागदांच्या प्रती हप्त्याहप्त्याने सभासदांकडे घरपोच येत होत्या. अखेर शिजवून तयार केलेली ही सामुग्री एकदा उपसमितीसमोर ठेवण्यात आली. त्यावेळी माझ्याखेरीज उपसमितीचे बाकी सर्व सभासद त्याच्यावर आपल्या संमतीचे शिक्कामोर्तब करण्यास आतुर होते. भाषिक राज्याचा प्रश्न पुढे ढकलावा आणि ते शक्य नसेल तर मुंबई शहर महाराष्ट्रात समाविष्ट न करता त्याचे स्वतंत्र राज्य स्थापन करावे हे या मसुद्याचे मुख्य सूत्र होते. याला मी पूर्णपणे विरोध केला आणि माझा विरोध नमूद करण्यात यावा किंवा त्याला भिन्न मतपत्रिका जोडण्याची मला संधी देण्यात यावी, असेही सांगितले. यापैकी प्रत्यक्षात काहीही न करता तो मसुदा जसाच्या तसा प्रदेश कॉंग्रेस कमिटीपुढे ठेवून, डॉ. नरवणे वगैरे तीनचार सभासदांच्या विरोधाला न जुमानता, मंजूर करून घेण्यात आला. कोणाच्याच सह्या कैफियतीच्या मसुद्यावर घेतल्या नव्हत्या हे पाटील यांना पुढे एका प्रसंगाने जाहीर रीतीने कबूल करावे लागले.''

मुंबईसाठी एकीकडे अशी रस्सीखेच सुरू असतानाच गुजरातचा प्रश्न अधिकच गुंतागुंतीचा झाला होता. महागुजरातचे आंदोलन विदर्भ-आंध्रच्या तुलनेत अगदी अलीकडचे. कन्हैय्यालाल मुन्शी यांच्या अध्यक्षतेखाली पहिले महागुजरात संमेलन भरले ते १७-१८ एप्रिल १९४८ रोजी. मुंबईतील या संमेलनात प्रथमच महागुजरातचे वेगळे राज्य व्हावे अशी मागणी करण्यात आली. या संमेलनात सहभागी झालेल्यांमध्ये गुजरात प्रदेश कॉंग्रेसचे अध्यक्ष कन्हैय्यालाल देसाई, सौराष्ट्राचे नेते उछ्रंगराय ढेबर, दिनकरभाई देसाई, भवानजी खिमजी हे प्रमुख होते. पुढे तीन वर्षांनी वल्लभविद्यानगर मध्ये सप्टेंबर १९५१ मध्ये गुजरात सीमा परिषद भरविण्यात आली. या परिषदेने महागुजरातमध्ये कोणते प्रदेश समाविष्ट करावेत याची यादीच जाहीर केली. त्यामध्ये मुंबई राज्याचा उत्तर विभाग, मध्य विभागातील खानदेश जिल्हा, मध्य भारतातील अबू जिल्हा, राजस्थानमधील बांसदा, डुंगरपूर, सिरोही आणि जालोर जिल्हे, कच्छ व सौराष्ट्र, डांग जिल्हा आणि ठाणे जिल्हा यांचा समावेश होता.

या महागुजरात परिषदेने मुंबई इलाख्यात मराठी भाषक बहुसंख्य असल्याने मराठेशाही चालू असल्याचे म्हटले होते. गुजरातचा भाग दरवर्षी सरासरी सव्वातीन कोटी रुपयांचा अतिरिक्त महसूल देत असताना हे पैसे अडीच कोटींची तूट सोसणाऱ्या महाराष्ट्रात खर्च होतात अशी त्यांची मुख्य तक्रार होती. महाराष्ट्रात उभे राहणारे कोयना धरण समोर करून परिषद गुजरातेत कालवे व रस्ते नाहीत अशी ओरड करीत होती. परजीवी महाराष्ट्राच्या तावडीतून मुक्त झाल्याशिवाय गुजरातचा विकास होणार नाही, अशी परिषदेची भूमिका होती. राज्यपुनर्रचना आयोगाची घोषणा होईपर्यंत गुजरात प्रदेश काँग्रेस आणि महागुजरात परिषद हातात हात घालून चालत होते; पण काँग्रेस राष्ट्रीय कार्यकारिणीने दंडुका उगारल्याबरोबर प्रदेश काँग्रेसचे नेते महागुजरात परिषदेपासून वेगळे झाले आणि परिषद एकटी पडली.

महागुजरात किंवा वेगळा गुजरात झाल्यास त्यामध्ये महाराष्ट्रातील सीमेवरचा अधिकाधिक भाग गुजरातेत समाविष्ट व्हावा यासाठी गुजराती नेत्यांनी खूप आधीपासून प्रयत्न सुरू केले होते. दिवाणबहादुर जव्हेरी, हर्षदभाई दिवेटिया, कस्तुरभाई लालभाई असे विद्वान आणि कोट्यधीश एकत्र येऊन महागुजरात सीमा समिती स्थापन झाली होती. या समितीने महागुजरातचा एक नकाशाच प्रसिद्ध केला. यात महाराष्ट्रातील तळोदा, शहादा, नंदुरबार, नवापूर, पिंपळनेर, दिंडोरी, नाशिक, ठाणे, बागलाण वगैरे मोठा प्रदेश महागुजरातचे असल्याचे दाखविले होते. धरमपूर आणि बांसदा येथील संस्थानिक मराठी भाषिक होते; पण बडोद्याप्रमाणे ही संस्थानेही गुजरामध्ये घालावीत असा त्यांचा आग्रह होता. खानदेशपासून ठाण्यापर्यंतचा आदिवासी वस्ती असलेला ईशान्य भाग मुळात गुजरातचा असल्याने तो महागुजरातमध्ये समाविष्ट व्हावा अशी त्यांची मागणी होती. केवळ मागणी करून ते थांबले नाहीत. सीमाभागात त्यांच्या परिषदा सुरू झाल्या. ३ ऑक्टोबर १९४८ रोजी संजाण येथे ठाणे जिल्हा गुजराती परिषद भरली. त्यांनी तर ठरावच करून टाकला. संयुक्त महाराष्ट्र होता कामा नये आणि झालाच तर ठाणे जिल्हा त्यात समाविष्ट करू नये, असे या ठरावात म्हटले होते.

एवढे सर्व होईपर्यंत संयुक्त महाराष्ट्र परिषद झोपलेलीच होती. ठाणे परिषदेनंतर मात्र स्थानिक संयुक्त महाराष्ट्रवादी नेते खडबडून जागे झाले. बॅरिस्टर रघुनाथराव पिंपुटकर यांच्या अध्यक्षतेखाली २५ फेब्रुवारी १९४९ रोजी शिरगाव येथे एक सरहद्द परिषद झाली. पाठोपाठ १८ मार्च रोजी दुसरी सरहद्द परिषद पालघर येथे भाऊसाहेब हिरे यांच्या अध्यक्षतेखाली झाली. या दोन्ही परिषदांतून महागुजरातवाल्यांच्या अपप्रचाराला सणसणीत उत्तर देण्यात आले. ठाणे जिल्हा

संयुक्त महाराष्ट्र परिषदेने मग अधिवेशनांचा दणकाच सुरू केला. मे १९४९ ते जानेवारी १९५१ या अवघ्या सात-आठ महिन्यांत कल्याण, तारापूर आणि ठाणे येथे अधिवेशने घेण्यात आली. मुंबईसह संयुक्त महाराष्ट्र झाल्यास सलग आदिवासी भागाचा स्वतंत्र जिल्हा करून तो महाराष्ट्रात समाविष्ट करावा अशी मागणी करण्यात आली.

सौराष्ट्र या वेळेपर्यंत स्वतंत्र राज्य होते आणि मुंबईतील पहिल्या महागुजरात संमेलनाला उपस्थित असणारे यू. एन. ढेबर आता सौराष्ट्राचे मुख्यमंत्री झाले होते. साहजिकच त्यांना सौराष्ट्राचे वेगळे राज्य टिकावे असे वाटत होते. म्हणून त्यांनी राज्यपुनर्रचना आयोगाला सादर केलेल्या निवेदनात राज्यांच्या भाषावार प्रांतरचनेला विरोध केला; पण अशी पुनर्रचना होणारच असेल तर सौराष्ट्रासाठी त्यांनी तीन पर्याय सुचविले. (१) सौराष्ट्र हे ब दर्जाचे राज्य मुंबई राज्यात विलीन करावे. (२) महागुजरातची मागणी मान्य करावी आणि (३) सौराष्ट्र हे वेगळे राज्य राहू द्यावे. कच्छ आणि सौराष्ट्र यांचे आर्थिक हितसंबंध अहमदाबादपेक्षा मुंबईत अधिक गुंतलेले होते. त्यामुळे द्विभाषिक मुंबई राज्यात येण्याची त्यांची तयारी होती; पण हे दोन्ही भाग मुंबई राज्यात घालण्यास संयुक्त महाराष्ट्र परिषदेचा ठाम विरोध होता. त्यामुळे हा प्रश्न लटकतच राहिला होता.

गुजरातची सरहद्द अशी धगधगत असतानाच दक्षिणेत बेळगावात वेगळे प्रकरण रंगात आले होते. राज्यपुनर्रचना आयोगाचे सदस्य २० जून १९५४ रोजी बेळगावात पोहोचले तेव्हा तेथे गोंधळ होऊ नये म्हणून १४४ कलम लावण्यात आले होते. २१ जूनला जिल्हा काँग्रेस समितीचे अध्यक्ष अण्णू गुरुजी आणि शहर काँग्रेसच्या वतीने अरविंद जोशी यांच्या साक्षी झाल्या. त्यांनी बेळगाव शहरासह बेळगाव जिल्हा वेगळ्या कर्नाटक राज्यात घालावा अशी मागणी केली. शहर समितीचे अध्यक्ष लाहोटी यांचा मात्र या निवेदनाला विरोध होता. महाराष्ट्र एकीकरण समितीच्या वतीने बा. रं. सुंठणकर, डॉ. कोवाडकर, दाजीबा देसाई, प्रा. रेगे यांच्या साक्षी झाल्या. त्याशिवाय समाजवादी पक्षाचे डॉ. याळगी आणि राम आपटे, शेकापचे आमदार व्ही. एस. पाटील, नरसिंगराव पाटील, साम्यवादी पक्षातर्फे कृष्णा मेणसे, शांताराम नाईक, एन. के. उपाध्याय आणि भाऊ आजगावकर यांनी साक्षी दिल्या. या सर्वांबरोबरच भुजंगराव दळवी आणि जीवनराव याळगी इत्यादींनी मराठी भाषकांची बाजू ठामपणे मांडली. बेळगावचे दोन वयोवृद्ध नेते देशपांडे आणि दत्तोपंत बेळवी आयोगापुढे जाऊ शकले नव्हते. म्हणून आयोगाच्या सदस्यांनी २२ जून रोजी त्यांच्या घरी जाऊन चर्चा केली. दोघांनीही बेळगाव शहरासह बेळगाव जिल्हा कर्नाटकातच राहावा असे सांगितले.

बेळगावबरोबरच दक्षिण महाराष्ट्रातील इतर काही भागांवरही कन्नडिगांनी आपला हक्क सांगितला होता. त्याची सुरुवात १९२२ साली झाली. त्यावेळी, सातारा जिल्ह्यातील सुमारे ५० गावे संकल्पित संयुक्त कर्नाटकात समाविष्ट करावीत अशी मागणी करण्यात आली होती. राज्यपुनर्रचना आयोगाच्या पार्श्वभूमीवर कन्नड भाषकांची एक सर्वपक्षीय परिषद दावणगिरी येथे २८-२९ मे १९५४ रोजी भरली होती.

संयुक्त कर्नाटक निर्माण करण्यासाठी निवेदन द्यावे आणि त्यासाठी समिती स्थापन करावी असे या परिषदेत ठरले. एस. निजलिंगप्पा हे समितीचे अध्यक्ष होते. समितीने दोन दिवसातच निवेदन तयार करून आयोगाला सादर केले. दक्षिण सातारा जिल्ह्याच्या वाळवा आणि तासगाव तालुक्यातील गावांमध्ये आणि सोलापूर जिल्ह्यातील काही गावांमध्ये कन्नड भाषक बहुसंख्य असल्याने त्यांचा समावेश संयुक्त कर्नाटक राज्यात करावा अशी मागणी या निवेदनात करण्यात आली.

हैदराबादमध्ये मात्र संयुक्त महाराष्ट्रवादी ठामपणे उभे होते. स्वामी रामानंद तीर्थांचे कणखर नेतृत्व मिळाल्यामुळे तेथील एकोपा टिकून राहिला. हैदराबादमध्ये आयोगासमोर झालेल्या साक्षींपैकी ९० टक्क्यांहून अधिक साक्षी हैदराबादच्या विभाजनाला पाठिंबा देणाऱ्या होत्या. स्वामी रामानंद तीर्थ, त्र्यं. र. देवगिरीकर आणि व्यंकटराव पवार या खासदारांशी आयोगाने दिल्लीत अनौपचारिक चर्चा केली. त्यावेळी पणिक्कर यांनी स्वामीजींना एक वेगळीच सूचना केली. 'मराठवाड्याचे पाच जिल्हे, नाग-विदर्भाच्या आठ जिल्ह्यांना जोडले तर मराठवाड्याचा विकास होणार नाही का?' त्यावर स्वामीजींनी ठणकावले, "आमचा सगळा संबंध मुंबईशी आहे. नागपूरशी तर पुरेसे दळणवळणही नाही आणि दोन मागास भाग एकत्र आल्याने त्यातल्या एकाचा विकास कसा होणार?" या स्पष्ट उत्तरामुळेच विदर्भ-मराठवाडा एकत्र करण्याचे कारस्थान संपुष्टात आले.

आयोगाचे सदस्य नागपुरात पोहोचण्यापूर्वीच संयुक्त महाराष्ट्रवाद्यांनी विदर्भ महाराष्ट्रात यावा म्हणून जोरदार तयारी चालविली होती. शंकरराव देव तिथे ठाण मांडून होते. केवळ काँग्रेस नेते एकत्र येऊन योग्य निर्णय घेतील याची खात्री न वाटल्याने विरोधी पक्षनेत्यांनाही देवांनी नागपुरात बोलावून घेतले. त्यानुसार र. के. खाडिलकर वगैरे मंडळी नागपुरात दाखल झाली. मध्यप्रदेश संयुक्त महाराष्ट्र समितीने संयुक्त महाराष्ट्र ताबडतोब स्थापन करावा अशी मागणी पूर्वीच केली होती. विदर्भ प्रदेश काँग्रेस समितीच्या १७ ऑगस्ट १९५४ रोजी झालेल्या अकोला येथील सभेत या मागणीला पाठिंबा देण्यात आला. एका ठरावान्वये संयुक्त

महाराष्ट्रात मध्यप्रदेशातील निमाड, बैतुल, छिंदवाडा, बालाघाट, बस्तर वगैरे जिल्ह्यातील सलग मराठी विभागांचाही समावेश करावा अशी मागणी बहुमताने करण्यात आली.

विदर्भातील मते जाणून घेण्यासाठी आयोगाच्या सदस्यांनी नागपूर, चांदा, अमरावती व अकोला या शहरांना भेटी देऊन साक्षी नोंदवून घेतल्या. मध्यप्रदेश मंत्रिमंडळातील एक मंत्री राजा नरेशचंद्र सिंग यांनी निवेदन सादर करून महाकोसला नागपूरचे चार जिल्हे जोडावेत आणि गोंड या आदिवासी जमातीचे स्वतंत्र राज्य निर्माण करावे अशी मागणी केली. नागपूरचे कायदेपंडित श्री. बोबडे यांनी मध्यप्रदेश आहे तसाच राहू द्यावा, असे मत व्यक्त केले. संयुक्त महाराष्ट्रवाद्यांच्या वतीनेही निवेदन सादर झाली. बियाणी यांनी तर महाविदर्भाचा खूप मोठा देखावा केला; पण हे व्यापारीवर्गाचे नाटक आहे हे आयोगाच्या लक्षात आले. निवेदन देणाऱ्या सर्वांनाच आयोगाचे सदस्य आपल्यालाच अनुकूल आहेत असे वाटत होते.

मधल्या काळात शंकरराव देव आणि फजल अली यांच्यात पत्रव्यवहार आणि अनौपचारिक भेटीगाठी सुरू होत्या. आयोग वेगवेगळ्या विषयांवर त्यांना पुरवणी निवेदने सादर करण्यास सांगत होता. त्यात मुंबई शहराबाबतच्या स्वतंत्र टिप्पणीचाही समावेश होता. विविध ठिकाणांच्या सीमांबाबतही पुरवणी निवेदने पाठवण्यात आली. आयोगाने संयुक्त महाराष्ट्रवाद्यांना असे भरपूर कामाला लावले असले तरी प्रत्यक्षात वेगळेच राजकारण शिजत होते. त्यामुळे ३ जून १९५५ रोजी संयुक्त महाराष्ट्र परिषदेचे नेते आयोगाला भेटले तेव्हा त्यांना थंडा प्रतिसाद मिळाला.

हे सर्व एकीकडे घडत असतानाच गोवा मुक्ती आंदोलन सुरू होते. या लढ्याला पाठिंबा देण्यासाठी मुंबईत १६ ऑगस्ट १९५४ रोजी हरताळ आणि निदर्शनांची घोषणा झाली होती. मुंबईतील सर्व परदेशी वकिलांती व सचिवालय येथे अत्यंत उग्र निदर्शने झाली. त्याचा प्रतिसाद संसदेतही उमटला. पंडित नेहरूंनी असे आंदोलन गोवा मुक्तीत अडचणीच निर्माण करेल असे म्हटले. पाठोपाठ सीतापूर येथे २० ऑगस्ट रोजी उत्तर प्रदेश काँग्रेस समितीची सभा झाली. तिथे भाषण करताना नेहरूंनी मुंबईतील हुल्लडबाजी ही राज्यपुनर्रचना आयोगाचा अहवाल प्रसिद्ध झाल्यानंतर होणाऱ्या गैरप्रकारांची रंगीत तालीम होती, असे विधान केले. त्यामुळे शंकेचे मोहोळ उठले. आयोगाचा अहवाल संयुक्त महाराष्ट्राला प्रतिकूल असण्याची शक्यता आहे असा समज पसरला. मुंबईसह संयुक्त महाराष्ट्राला मान्यता देण्याऐवजी कच्छ सौराष्ट्रासह द्विभाषिक मुंबई राज्य करण्याची

शिफारस आयोग करेल असा रंग दिसू लागताच त्याला विरोध करण्यासाठी विरोधी पक्षांनी बाह्या सरसावल्या आणि भेटी-गाठी, सभांचे सत्र सुरू झाले.

१० ऑक्टोबर १९५५ रोजी आयोगाचा अहवाल प्रसिद्ध झाला. तो सर्वांनाच धक्का देणारा होता. राज्यांची पुनर्रचना म्हणजे भाषावार राज्यरचना हे समीकरणच चुकीचे ठरवत आयोगाने 'भाषा किंवा संस्कृतीचा एकच निकष लावून राज्यपुनर्रचना इष्ट आणि शक्य नाही' अशी भूमिका घेतली. पुनर्रचनेचा समतोल दृष्टिकोन म्हणजे काय हे सांगताना आयोगाने पुढील मुद्दे मांडले,

१. प्रशासकीय सोय किंवा कार्यक्षमता यांची वाढ होण्यासाठी भाषिक एकजिनसीपणा हा घटक उपयुक्त असला तरी प्रशासकीय, वित्तीय किंवा राजकीय विचारापेक्षाही या एका घटकालाच बंधनकारक तत्त्व मानू नये.
२. राज्यात - मग ते एकभाषी असो किंवा मिश्र असो - निरनिराळ्या भाषा बोलणारे गट असतात. त्यांच्या शैक्षणिक व सांस्कृतिक गरजा पुऱ्या होतील अशी हमी देणे जरूर आहे.
३. जेव्हा परिस्थिती समाधानकारक असेल आणि आर्थिक, राजकीय व प्रशासकीय दृष्ट्याही मिश्र राज्यांचे अस्तित्व टिकवणे आवश्यक असेल तेव्हा मिश्र राज्ये टिकवावीत. मात्र त्यातील सर्व विभागांना समान अधिकार व संधी यांचा लाभ मिळावा यासाठी आवश्यक त्या संरक्षणात्मक तरतुदी कराव्यात.
४. विशिष्ट भूप्रदेश फक्त आमचाच आहे ही होमलँडची संकल्पना भारतीय संविधानाच्या मूळ तत्त्वांविरुद्ध आहे, म्हणून ती त्याज्य मानावी.
५. 'एक भाषा एकराज्य' हा सिद्धान्तही त्याज्य समजावा. एक भाषा प्रमुख असलेली दोन किंवा दोहोहून अधिक राज्ये अस्तित्वात आहेत, हे हिंदी भाषिक राज्यांच्या उदाहरणावरून लक्षात येईल.
६. एकभाषी राज्यामुळे संकुचित भावना जोपासली जाते, तिला पायबंद घालण्यासाठी निरनिराळ्या प्रादेशिक संस्कृतीचा परस्परांशी सुसंवाद असणे जरूर आहे. राज्याराज्यांमध्ये सहकार्याची भावना असेल तर राष्ट्रीय धोरणे व कार्यक्रम यांच्या अंमलबजावणीत सुसूत्रता साधता येईल.

आयोगाने कथन केलेला सगळा समतोल त्यांच्या शिफारशींमध्ये कुठे दिसला नाही. मद्रास राज्यातील मल्याळम् भाषिकांचा प्रदेश वेगळा काढून केरळ राज्य निर्माण करावे, कर्नाटकाचे वेगळे राज्य असावे अशा शिफारशी आयोगाने एकमताने केल्या. जुन्या हैदराबाद राज्याचे विभाजन करून तेलंगणाचे हैदराबाद नावाने वेगळे राज्य १९६१ पर्यंत अस्तित्वात यावे, त्यानंतरच्या सार्वजनिक

निवडणुका झाल्यावर हैदराबादच्या विधानसभेने विशाल आंध्रात जायचे की नाही याचा निर्णय दोन तृतीयांश बहुमताने घ्यावा, अशी शिफारस आयोगाने केली. उत्तर भारतातील बहुतेक राज्यांच्या पुनर्रचनेबाबतही आयोगाने शिफारशी केल्या; पण त्यापैकी काही वादग्रस्त ठरल्या.

आयोगाच्या शिफारशींचा सर्वात मोठा दणका संयुक्त महाराष्ट्रवाद्यांना बसला. बेळगाव जिल्ह्यातील अकरा तालुक्यांपैकी फक्त चंदगड मुंबई राज्याला जोडण्याची शिफारस आयोगाने केली होती. बेळगाव शहर व जिल्ह्यात मराठी भाषक ५० टक्क्यांहून जास्त असतानाही प्रशासकीय कारण देत तो प्रदेश कर्नाटकात घालण्याची शिफारस करण्यात आली. आयोगाने महागुजरात आणि मुंबईसह संयुक्त महाराष्ट्र या दोन्ही मागण्या फेटाळून लावल्या आणि गुजरात–महाराष्ट्राचे द्विभाषिक मुंबई राज्य बनविण्याची शिफारस केली. मूळच्या मुंबई इलाख्यातून धारवाड, विजापूर, उत्तर कॅनरा (कारवार) हे तीन जिल्हे आणि चंदगड तालुका वगळता उरलेला बेळगाव जिल्हा कर्नाटकात घालावा, अशी शिफारसही आयोगाने केली. यामुळे त्रिभाषिक मुंबई राज्य द्विभाषिक झाले. मराठवाड्यातील उस्मानाबाद, बीड, परभणी, औरंगाबाद व नांदेड हे सर्व जिल्हे मुंबई राज्याला जोडण्याचीही सूचना केली. तसेच कच्छ व सौराष्ट्रही मुंबई राज्यात घालण्याची शिफारस केली. विदर्भाचे मात्र स्वतंत्र राज्य करावे असे त्यांनी सुचविले. यामध्ये अकोला, अमरावती, बुलढाणा आणि यवतमाळ हे वऱ्हाडचे चार जिल्हे आणि वर्धा, नागपूर, भंडारा व चांदा (चंद्रपूर) अशा आठ जिल्ह्यांचे हे संकल्पित राज्य होते. मध्यप्रदेशातील इतर मराठी भाषक विभाग विदर्भात समाविष्ट करण्यास मात्र आयोगाने नकार दिला.

आयोगाच्या या शिफारशींनी गुजराती मंडळींना समाधान वाटले असले तरी मुंबईसह संयुक्त महाराष्ट्राची मागणी करणाऱ्यांना जबरदस्त दणका बसला. महाराष्ट्र वेगळा तर झाला नाहीच; पण विदर्भ आणि बेळगावचा मराठी प्रदेश हातातून गेला. त्यातल्या त्यात समाधान इतकेच होते की, मराठवाडा द्विभाषिक राज्यात येणार होता. आयोगाच्या शिफारशी महाराष्ट्राच्या विरोधात आहेत अशीच सार्वत्रिक प्रतिक्रिया व्यक्त झाली. शिफारशी जाहीर होताच मुंबईत लगेच काहीच प्रतिक्रिया उमटली नसली तरी ही शांतता पुढे येणाऱ्या भीषण वादळापूर्वीच होती. महाराष्ट्र किती खदखदतो आहे हे त्या क्षणी तरी दिल्लीकरांना अजिबात जाणवले नाही.

◻◻◻

९
शिंग फुंकले रणी

राज्यपुनर्रचना आयोगाचा अहवाल १० ऑक्टोबर १९५५ला प्रसिद्ध होण्याअगोदर १५ दिवसांपासूनच पंडित नेहरूंपासून अपक्ष नेत्यांपर्यंत अनेकांनी मराठी भाषकांना शांतता राखण्याचे आवाहन करायला सुरुवात केली होती. मुंबई सरकारने तर एक जाहीर पत्रकच प्रस्तृत केले, यात म्हटले होते, 'मुंबईसह संयुक्त महाराष्ट्राची मागणी आयोगाने नाकारली, तरी मनाचा तोल ढळू देऊ नका. डोकी थंड ठेवा, कोणाच्याही चिथावणीला बळी पडू नका. वातावरण शांत राखा.' या पत्रकामुळे अधिक घबराट होणार नाही का, या प्रश्नावर मुख्यमंत्री मोरारजी देसाई उत्तरले, 'जनतेमध्ये आधीच घाबरट उत्पन्न झाली आहे म्हणून तर सरकारला पत्रक काढावे लागले.' महाराष्ट्र प्रदेश काँग्रेस समितीच्या कार्यकारी मंडळाची सभा ६ ऑक्टोबरला प्रदेशाध्यक्ष देवगिरीकरांनी बोलवली. त्यामध्ये संभाव्य अहवालावर ७ तास चर्चा झाली. त्यानंतर एक ठराव करण्यात आला. त्यामध्ये मुंबईसह संयुक्त महाराष्ट्र मिळविण्यासाठी पक्षशिस्त न मोडता पद्धतशीर पावले टाकली जातील असे अभिवचन देण्यात आले. कोल्हापुरात महाराष्ट्र एकीकरण परिषदेचे अध्यक्ष माधवराव बागल यांनी संयम म्हणजे भिरुपणा नव्हे असे सांगत शांततेचे आवाहन केले. यामुळे मुंबईसह महाराष्ट्र अहवाल जाहीर झाल्यानंतरही शांतता होती.

आयोगाचा अहवाल प्रसिद्ध झाल्यानंतर १३ व १४ ऑक्टोबरला काँग्रेसच्या राष्ट्रीय कार्यकारिणीची सभा दिल्लीत पंतप्रधानांच्या निवासस्थानी भरली. या सभेत पंडितजींसमोरच देवगिरीकर व मोरारजी देसाई यांच्यात जोरदार खडाजंगी झाली. देवगिरीकरांनी आपल्या भाषणात 'आयोगाने महाराष्ट्राबद्दल मारलेल्या शेऱ्यांमुळे महाराष्ट्राचा अपमान झाला आहे', असे जोरदारपणे सांगितले. त्यावर त्यांची

समजूत घालत नेहरू म्हणाले, ''तुम्ही कमिशन काय म्हणते ते मनातून काढून टाका.'' त्यावर देवगिरीकर म्हणाले, ''आयोगाचे शेरे विसरलो तरी आम्ही द्विभाषिक मुंबईत राहू शकणार नाही. कारण द्विभाषिक गुजरात्यांच्या भांडवलशाही गाड्याला जुंपले जाईल.'' त्यावर चिडलेल्या मोरारजींनी महाराष्ट्रातच अधिक उद्योगपती आहेत असे बेधडक विधान करीत महाराष्ट्राच्या इच्छेला आपण मान दिला नाही असे एकतरी उदाहरण दाखवा असे थेट आव्हान दिले. देवगिरीकरांनी उद्योगपतींची आकडेवारीच सादर करत मोरारजींच्या पक्षपाताची उदाहरणे एकापाठोपाठ समोर ठेवत मोरारजींना गप्प बसवले आणि उलट मोरारजींनाच प्रश्न केला की, ''संभाव्य द्विभाषिकात गुजराती अल्पसंख्याक राहणार तर तुम्ही द्विभाषिक का स्वीकारता?'' मोरारजींनी दिलेले उत्तर चीड आणणारेच होते. ते म्हणाले, ''गुजराती राष्ट्रीय वृत्तीचे आहेत. त्यावर संतापलेल्या देवगिरीकर म्हणाले, ''याचा अर्थ आम्ही कमी राष्ट्रीय आहोत. कमिशनही तेच म्हणते आहे. हा अपमान आम्ही किती दिवस सहन करायचा? तुम्ही जास्त राष्ट्रीय असाल तर तुम्ही आपले स्वतंत्र राज्य स्थापन करा. आमची ना नाही.'' देवगिरीकरांनी एकट्यानेच अशी लढत दिली असली तरी त्याचा काही उपयोग नव्हताच. कारण मुंबईसह संयुक्त महाराष्ट्र मानायला काँग्रेसश्रेष्ठी तयार नव्हते.

काँग्रेस कार्यकारिणीच्या या सभेत मौलाना आझादांनी तर एक नवीनच पर्याय सुचवला. संभाव्य द्विभाषिक मुंबई राज्याचे तीन तुकडे करावेत. मुंबईचे स्वतंत्र राज्य, विदर्भासकट महाराष्ट्र आणि स्वतंत्र गुजरात. या नव्या पर्यायावर चर्चा करण्यासाठी देवगिरीकरांच्या सूचनेवरून शंकरराव देव, भाऊसाहेब हिरे, यशवंत चव्हाण, नानासाहेब कुंटे, काकासाहेब गाडगीळ, डॉ. नरवणे अशा काँग्रेस नेत्यांना दिल्लीला येण्याची निमंत्रणे पाठवण्यात आली. देवांनी तर दिल्लीला निघताना 'लोकसत्ता'ला एक मुलाखत दिली. त्यात ते म्हणाले, ''आता मुंबईसह संयुक्त महाराष्ट्राच्या आड ब्रह्मदेवही येऊ शकणार नाही. मी तो अमृतकलश घेऊन मुंबईस येणार.'' हा अमृतकलश काँग्रेसश्रेष्ठी सुखासुखी मिळू देणार नाहीत, त्यासाठी आंदोलनाचे सागरमंथन करावे लागेल, हे देवांच्या गावीही नव्हते.

काँग्रेस नेते पुन्हा पुन्हा ठराव करत आणि काँग्रेसश्रेष्ठींना लोटांगण घालत, अमृतकलश मिळण्याची वाट पाहात होते, तेव्हा सर्वसामान्य मराठी भाषकांच्या मनात किती संताप खदखदतो आहे याची त्यांना कल्पनाच नव्हती. त्यांनाच काय, विरोधी पक्षनेत्यांनाही त्याचा अंदाज आलेला नव्हता.

कम्युनिस्ट पक्षाच्या वतीने मुंबईमध्ये शिवाजी पार्कवर १५ ऑक्टोबर १९५५ला एक निषेध सभा आयोजित करण्यात आली. दादरच्या काही भागात भित्तीपत्रके लागली. हस्तपत्रके वाटण्यात आली; प्रतिसाद मिळेल अशी मात्र कोणालाच अपेक्षा नव्हती; पण प्रचंड प्रतिसाद मिळाला. कम्युनिस्ट नेते वामनराव बापटांनी लिहिले आहे,

''एवढ्याशा प्रचारावर सभा कशी होणार या विवंचनेत आम्ही होतो. तथापि सभेसाठी लहानसे व्यासपीठ मात्र शिवाजी पार्क मैदानावर उभारून ठेवले होते. प्रत्यक्षात सभा मोठी झाली. पंधरावीस हजारांचा जमाव असावा. अध्यक्ष होते श्री. शं. नवरे. वक्त्यात 'नवाकाळ'चे अप्पा खाडिलकर, (श्रीनिवास) सरदेसाई, डॉ. मा. ना. बिर्जे, राम जोशी, प्रभाकर कुंटे आदींचा समावेश होता.'' (वामन बापट : माझे सार्वजनिक जीवन).

पाठोपाठ दुसरे दिवशी युवकसभा नावाच्या संघटनेने शिवाजी पार्कवर दुसरी निषेधसभा भरवली. त्यामध्ये मो. वा. दोंदे, प्रभाकर कुंटे, अमर शेख, प्रबोधनकार ठाकरे, श्रीनिवास सरदेसाई, विनायक भरवे आणि दिनकर साक्रीकर इत्यादी वक्त्यांची भाषणे झाली. त्यादिवशी सकाळीच आपले ज्येष्ठ चिरंजीव, विठ्ठलरावांचा विवाह समारंभ आटोपून काकासाहेब गाडगीळ मुंबईत सभास्थानी पोहोचले. सभास्थानीच त्यांना भाऊसाहेब हिऱ्यांनी पाठवलेले संध्याकाळच्या दिल्ली विमानाचे तिकीट मिळाले. त्यानंतर भाषणाला उभे राहिलेले काकासाहेब गाडगीळ गरजले.

''काँग्रेस-नेतृत्वाने लक्षात ठेवावे की, 'या भूमीची आम्ही लेकरे, अन्याया नाही नमणार' हे कवीचे वचन सत्य करू. काँग्रेसने स्वातंत्र्य आणले. त्यात महाराष्ट्राचा वाटा कुणापेक्षा कमी नाही. अनेकांपेक्षा अधिक आहे.... आज ब्रिटिशांविरुद्ध वापरलेली शस्त्रास्त्रे शमीच्या झाडावर ठेवली आहेत. प्रसंग आला तर त्यांचा उपयोग करू. पुढील आठवड्यात विजयादशमी आहे. त्यांची प्रथम पूजा करू. इंग्रजांना नमविले आहे. भांडवलवाले व प्रतिगामी हे आमचे विरोधक आहेत. त्यांनी काँग्रेसनेतृत्वाचा आश्रय घेतला आहे. आमचा निश्चय ठाम आहे. स्त्रीच्या पातिव्रत्याबाबत तडजोड नाही. पुरुषाच्या स्वाभिमानाबाबत तडजोड नाही. राष्ट्राच्या स्वातंत्र्याबाबत तडजोड नाही. महाराष्ट्राबाबत तडजोड नाही. आम्ही शांत आहोत व राहू; पण न्याय नाकारला-सुईच्या अग्रावरील भूसुद्धा देणार नाही असा कौरवी हट्ट धरला तर महाभारत होईल, शांततेनेच होईल. (काकासाहेब गाडगीळ : समग्र काका : पथिक : भाग २).

काकासाहेबांचे हे भाषण त्यांना अनेक अर्थाने महाग पडले. महाराष्ट्रात सामुदायिक नेतृत्वाचा देखावा करणारे काँग्रेसनेते प्रत्यक्षात मात्र वेगवेगळ्या तोंडाने वेगवेगळे बोलत असत. त्याचा मूळ उद्दिष्टांवर वाईट परिणाम होतो याचेही त्यांना भान नसे. दिल्लीत गेलेल्या महाराष्ट्राच्या शिष्टमंडळाचे नेतृत्व शंकरराव देवांकडे सोपवले असले तरी त्यांचे म्हणणेही सर्वजण ऐकत होते असे नाही. दिल्लीमध्ये या शिष्टमंडळाने १७, १८, १९ ऑक्टोबर १९५५ अशी सलग तीन दिवस काँग्रेसश्रेष्ठींशी चर्चा केली. या चर्चेमध्ये पंडित नेहरू, मौलाना आझाद, गोविंद वल्लभ पंत, काँग्रेस अध्यक्ष ढेबर अधूनमधून उपस्थित असत. पंडित नेहरूंनी मात्र आयोगाच्या शिफारशींचे समर्थनच केले. एकीकडे शिफारशी जशाच्या तशा स्वीकारलेल्या नाहीत असे नेहरू संसदेत सांगत असताना प्रत्यक्षात काँग्रेस नेत्यांना मात्र फेरविचाराच्या मागण्या करू नका असे दटावत होते. दोन-तीन वर्षांनी आपण या प्रश्नाचा विचार केला तर कोणाचेही तिकडे लक्ष जाणार नाही, अशी समजूत नेहरूंनी घातली.

या सर्व चर्चेच्या दरम्यान धनंजयराव गाडगीळ आणि शंकरराव देव यांना विशाल द्विभाषिकाची कल्पना सुचली. पक्षश्रेष्ठींना भेटायला जाण्यापूर्वी त्यावर चर्चा झाली. तेव्हा यशवंतराव चव्हाण भयंकर भडकले.

यशवंतराव चव्हाण म्हणाले, "तुम्हीच आम्हाला आतापर्यंत संयुक्त महाराष्ट्र सांगितलात आणि आता एकदम आम्हाला न सांगता ही विशाल द्विभाषिकाची कल्पना आमच्यापुढे ठेवता. हा आमच्या स्वत्वाचा अधिक्षेप-अवमान आहे. तुम्ही जा, मी तुमच्याबरोबर काँग्रेसश्रेष्ठींकडे येत नाही.'' अखेर यशवंतरावांची समजूत घालण्यात आली आणि ते शिष्टमंडळात जावयास तयार झाले. काँग्रेसश्रेष्ठींकडे जाण्यापूर्वी सर्वांनी देवांकडून एक वचन घेतले. काँग्रेसश्रेष्ठींनी आपले म्हणणे मांडल्यानंतर देवांनी आपला पर्याय मांडावा.'' देवगिरीकरांच्या आठवणीनुसार "यशवंतराव इतके रागावले की मी मुंबईस परत जातो. तुम्ही आमचा विश्वासघात केलात असे देवांना म्हणाले. मी त्यांना म्हणालो, माझे तुमच्यासारखेच मत आहे; पण आपली भांडणे बाहेर येऊ देऊ नका.'' असे म्हणून मी त्यांना गाडीत बसविले. हिरे, कुंटे यांनीही नाराजी दाखवली; पण ते खवळले नव्हते. कुंट्यांच्या आठवणीनुसार आपण काही सूचना करावयाची नाही असे निश्चित ठरले असता बदल का करावा? एकभाषिक राज्याचे तत्त्व सोडून द्विभाषिक राज्य का व कसे मागावे? आणि इतक्या घिसाडघाईने हा निर्णय का घ्यावा? असे प्रश्न चव्हाण आणि इतरांनी उपस्थित केले.''

दुसरे दिवशी म्हणजे २० ऑक्टोबरला महाराष्ट्र प्रदेश काँग्रेस समितीच्या कार्यकारिणीची सभा पुण्यात भरणार होती. त्यामुळे हे शिष्टमंडळ दिल्लीहून लगोलग पुण्याला परतले. २० तारखेला कार्यकारी मंडळाच्या सभेत ८ तास चर्चा होऊन तीन ठराव संमत करण्यात आले. दुसऱ्या दिवशी सर्वसाधारण सभेतही या ठरावांना मान्यता देण्यात आली. तिन्ही ठराव इंग्रजीत लिहिलेले होते. पहिल्या ठरावात राज्यपुनर्रचना आयोगाच्या शिफारशींमुळे महाराष्ट्रावर अन्याय झाला असल्याचे नमूद करण्यात आले. कारण त्यातून विदर्भ वगळण्यात आला होता. दुसऱ्या ठरावात हैदराबाद राज्याचे विघटन होऊन मराठवाड्याचे ५ जिल्हे मुंबई राज्यात समाविष्ट करण्याच्या शिफारशीचे स्वागत करण्यात आले होते. मात्र आयोगाने बीदर आणि आदिलाबाद जिल्ह्यातील मराठी भाषक तालुके व सलग प्रदेश मुंबई राज्यात समाविष्ट करण्याबाबतची शिफारस केली नव्हती, याबद्दल खेद व्यक्त करण्यात आला. आयोगाची ही चूक भारत सरकारने दुरुस्त करावी असे आवाहन करण्यात आले. तिसऱ्या ठरावान्वये सीमा निश्चित करण्यासाठी जिल्हा हा प्राथमिक घटक न समजता खेडेगाव हा प्राथमिक घटक म्हणून स्वीकारावा अशी विनंती करण्यात आली.

दिल्लीतील घडामोडींची माहिती या सभेत प्रदेशाध्यक्ष देवगिरीकरांनी दिली. त्याची कार्यवृत्तात नोंद याप्रमाणे करण्यात आली आहे.

“श्री. देवगिरीकर यांनी १३ व १४ ऑक्टोबर १९५५ रोजी वर्किंग कमिटीच्या सभेत झालेल्या चर्चेची आणि १७, १८, व १९ ऑक्टोबर रोजी दिल्ली येथील वाटाघाटीबद्दलची माहिती दिली. महाराष्ट्रातील शिष्टमंडळाचे नेतृत्व शंकररावजी देव यांचेकडे होते. त्यांनी केलेली कामगिरी उल्लेखनीय असल्याचे प्रदेशाध्यक्षांनी सांगितले. वाटाघाटीत पुढीलप्रमाणे चर्चा झाली. (१) राज्यपुनर्रचना समितीचा अहवाल आहे तसा मान्य करणे किंवा गुजरात, विदर्भासह महाराष्ट्र व मुंबई शहर अशी तीन राज्ये निर्माण करणे. पहिला पर्याय हा महाराष्ट्रीय नेत्यांना मान्य नसल्यामुळे दिल्लीतील काँग्रेसश्रेष्ठींनी दुसरा पर्याय सुचवला; परंतु मुंबईसह संयुक्त महाराष्ट्र हीच मागणी महाराष्ट्रीय नेत्यांनी पुन्हापुन्हा मांडली. मुंबई शहराचा प्रश्न अत्यंत बिकट झाल्याने गुजरात व मुंबईच्या नेत्यांनी मुंबई महाराष्ट्रातच ठेवण्याबद्दल विरोध दर्शविला. नंतर पंडितजींनी यातून काही निश्चित मार्ग काढू असे सुचवून महाराष्ट्रीय मंडळींना पर्यायी योजना सुचविण्यास सांगितले. यानंतर ता. १९ रोजी पूज्य शंकररावजींनी (विशाल) द्विभाषिक राज्य निर्माण करावे असे सुचविले. या वाटाघाटी स्थगित झाल्यानंतर शिष्टमंडळात परत आले. यावर कोणताच निर्णय घेतला नसल्याचे शेवटी प्रदेशाध्यक्षांनी सांगितले.”

काँग्रेस प्रदेश समितीची २१ ऑक्टोबरची सर्वसाधारण सभा गाजली, ती काँग्रेस नेत्यांच्या मतभेदांमुळे. सर्वात गाजले ते यशवंतराव चव्हाणांचे भाषण. त्यांनी थेट स्वदेशी वसाहतवादावरच हल्ला चढवला. ते म्हणाले,

"जरी भारताने परदेशी वसाहतवादाला मूठमाती दिलेली असली तरी स्वदेशी वसाहतवादाचा पराभव करण्यात भारताला अद्याप यश मिळालेले नाही. मराठी भाषकांना दीर्घकाळ लढा द्यावा लागेल. आरडाओरड करून कृती करण्याची मागणी करणाऱ्यांनी, एकदा पुढे टाकलेले पाऊल मागे घेता येणार नाही हे लक्षात ठेवावे." स्वातंत्र्यलढ्यात कारावास सोसणाऱ्या आपल्यासारख्या माणसाला क्षुद्र मंत्रिपदाचे बिलकूल आकर्षण नसल्याचा निर्वाळा देऊन 'आपल्यासारखे स्वातंत्र्यसैनिक एक मिनिटही उशीर न करता मंत्रिपदाचा राजीनामा देतील. व्यक्तिशः आपण नेहमीच नेत्यांविषयी श्रद्धा बाळगून त्यांचे अनुयायी म्हणून वावरलो आहोत आणि भविष्यकाळातही आपण हाच मार्ग अनुसरू', असे चव्हाण म्हणाले. मात्र आपल्यासारखे स्वातंत्र्यसैनिक स्वातंत्र्यलढ्यात वनवास सोशीत असताना परकीय सरकारशी हातमिळवणी करणाऱ्या रँग्लर र. पु. परांजपे यांच्यासारख्या काँग्रेस पक्षाबाहेरच्या मंडळींनी राजीनामा देण्याबाबत कितीही दडपण आणले तरी आपण ते जुमानणार नसल्याचे त्यांनी जाहीर केले. विशाल द्विभाषिकांचा पर्याय त्यांनी विचारपूर्वक सुचवला असून तो गांधीवादी विचारप्रणालीशी सुसंगत असल्यामुळे आपण त्या प्रस्तावास अनुमोदन करणारे भाषण करीत आहोत असेही चव्हाण म्हणाले.

भाऊसाहेब हिऱ्यांनी आपल्या भाषणात एक मोठा गौप्यस्फोट केला. ते म्हणाले, "आयोगाच्या एका सदस्याने अन्य दोघा सदस्यांच्या समोर अहवालाच्या मसुद्यातील एक प्रकरण मला वाचून दाखवले. त्यामध्ये मुंबईसह महाराष्ट्राच्या एकभाषीय राज्याची निर्मिती करावी, अशी शिफारस करण्यात आली होती. पुढे त्या प्रकरणाचे काय झाले, मला माहीत नाही." हिऱ्यांच्या या गौप्यस्फोटाने देशभर खळबळ माजली. कोणाच्या तरी दबावाखाली आयोगाने हे मूळ प्रकरण वगळले आणि द्विभाषिक राज्याची शिफारस करणारा मजकूर अंतिम अहवालात घातला, असा समज सर्वदूर पसरला. हिऱ्यांच्या गौप्यस्फोटाने आयोगही अडचणीत आला. आयोगाच्या वतीने ताबडतोब खुलासा करण्यात आला. त्यात म्हटले होते,

"खरे म्हणजे जुलै १९५५च्या पहिल्या आठवड्यात मसुदा तयार करण्याच काम हाती घेण्यात आले आणि सप्टेंबरच्या दुसऱ्या आठवड्यात अहवालाचा अंतिम मसुदा छपाईसाठी पाठवण्यात आला. या कालावधीत आयोगाच्या

कोणत्याही सदस्याचे हिरे यांच्याबरोबर बोलणे झाले नव्हते.'' पण या खुलाशाने कुणाचेच समाधान झाले नव्हते. काँग्रेस सभेमध्ये उपस्थित असलेल्या बहुतेक ज्येष्ठ नेत्यांना भाऊसाहेब हिरे साधार बोलत आहेत, याबद्दल खात्री होती.

२४ ऑक्टोबर १९५५ रोजी काकासाहेब गाडगीळांनी सरळ पंतप्रधानांना पत्र लिहून २१ ऑक्टोबरच्या सभेत हिरे काय म्हणाले ते कळवले. उत्तरादाखल २६ ऑक्टोबर रोजी धाडलेल्या पत्रात नेहरूंनी लिहिले, ''मी जेव्हा हिऱ्यांच्या भाषणाचे वृत्त वाचले तेव्हा आश्चर्यचकित झालो. माझ्याजवळ यासंबंधीची जी माहिती आहे तिच्याशी हिऱ्यांचे म्हणणे जुळत नव्हते. त्या तऱ्हेने आयोगाचा एखादा सदस्य वागला असण्याची मला अजिबात शक्यता वाटत नाही. तरीही मी खात्री करून घेण्यासाठी आयोगाच्या अध्यक्षांना ताबडतोब एक पत्र लिहिले. हिऱ्यांच्या निवेदनाकडे त्यांचे लक्ष वेधले आणि ते किती खरे असे विचारले. अध्यक्षांनी ताबडतोब उत्तर पाठवून हिऱ्यांचे निवेदन वस्तुस्थितीवर आधारलेले नसल्याचे कळवले आणि निवेदन वाचून आपल्याला अत्यंत दुःख झाल्याचे नमूद केले. आयोगाच्या अन्य सदस्यांकडेही स्वतंत्रीत्या विचारणा केली. त्यांनीही अध्यक्षांच्या म्हणण्याला दुजोरा दिला.

''आयोगाचे काम चालू होते त्या अवधीत आणि त्याने अहवाल सादर करेपर्यंत काही सामाजिक स्वरूपाचे समारंभ वगळता आयोगाच्या सदस्यांची आणि माझी क्वचित भेट झाली असेल. फक्त एकदाच मी आयोगाच्या सर्व सदस्यांची औपचारिकरीत्या भेट घेतली. तेव्हा ईशान्य भारताच्या सीमेवरील प्रदेशाविषयी (नॉर्थ ईस्ट फ्रॉंटियर एजन्सी म्हणजेच नेफा) मुख्यत: आमचे बोलणे झाले. दोन-तीन वेळा माझे आयोगाच्या अध्यक्षांबरोबर थोडेसे बोलणे झाले ते सर्वसाधारण स्वरूपाचे होते. आयोगाच्या विचाराधीन असलेल्या प्रश्नासंबंधी चर्चा करण्याचे मी टाळले... आयोगाने अहवाल सादर केल्यानंतरच मी आयोगाच्या अध्यक्षांना भेटून त्यांच्याबरोबर अहवालाविषयी थोडेसे बोललो... आयोगाचे मत बदलले ते मोरारजीभाईंच्या प्रभावामुळे असे तुम्हाला वाटत असेल. तसे घडलेले नाही. कारण अगदी अहवाल तयार करण्यापूर्वी अलीकडेपर्यंत आयोगाच्या अध्यक्षांच्या म्हणण्यानुसार मोरारजीभाई आयोगापासून दूर राहिले आणि आयोगाच्या सदस्यांबरोबर अशा प्रश्नांची चर्चा करणे त्यांनी टाळले... या प्रकरणी आयोगाचे अध्यक्ष व सदस्य यांचे म्हणणे मला स्वीकारावेसे वाटते. हिरे गैरसमजाला बळी पडलेले दिसतात...'' (न. वि.गाडगीळ; खासगी पत्रव्यवहार) काकासाहेबांना नेहरूंचा खुलासा समाधानकारक वाटला नाही. त्यांची हिऱ्यांनी सांगितलेल्या

हकिकतीत तथ्य असल्याबद्दल खात्री पटली होती. ३ नोव्हेंबर १९५५ रोजी त्यांनी नेहरूंना धाडलेल्या पत्रात लिहिले, ''योग्य वेळ येताच मी हिरेप्रकरणासंबधी तुम्हाला माहिती देईन. यापेक्षा सध्या मी जास्त काही म्हणत नाही. कोणी, कोणत्या मार्गाने आणि कोणत्या हितसंबंधी गटांनी आयोगाचे मन वळवल्यामुळे आयोगाने अंतिम शिफारस केली त्याबद्दल मला तूर्त काहीच म्हणावयाचे नाही. योग्य वेळ येताच परिस्थिती स्पष्ट होईलच.''

२७ ऑक्टोबर १९५५ रोजी शंकरराव देवांनी न्या. फझल अली यांना पाठवलेले पत्र सूचक शब्दांत लिहिले आहे. ''माझे पत्र पाहून आपणास आश्चर्य वाटणार नाही अशी आशा आहे. काही दिवसापासून आपणास पत्र लिहिण्यासाठी थांबलो होतो; पण आता पत्र पाठवणे अधिक लांबणीवर टाकावे असे मला वाटत नाही. भेटीबाबत आपण पुढाकार घेतल्यामुळे आपली जेव्हा पुण्यात भेट झाली तेव्हा आपल्या हातात संयुक्त महाराष्ट्राचा प्रश्न सुरक्षित आहे असे मला वाटले. आपल्याकडून महाराष्ट्राला निश्चित न्याय मिळेल असे वाटत होते. त्यामुळे आपला अहवाल वाचून मी चकित झालो. आपला दृष्टिकोन असा पूर्णतया बदललेला आढळेल हे स्वीकारण्याची माझ्या मनाची तयारी झालेली नव्हती.'' (शंकरराव देव, खासगी पत्रव्यवहार) उत्तरादाखल फझल अलींनी १० परिच्छेद असलेले विस्तृत पत्र ५ नोव्हेंबर १९५५ रोजी पाठवले. ''आपण पत्रात ज्या भेटीचा संदर्भ दिला आहे ती भेट पुण्यात १९५४च्या ऑगस्टमध्ये झाली हे आपणास आठवत असेलच. मुंबई नागरिक समितीबरोबर काम करण्यात अपयश आल्याचे आपण मला कळवले आणि आता पुढे काय करावे असे विचारलेत.''

फझल अलींनी देवांना ५ नोव्हेंबर १९५५ रोजी पाठवलेल्या पत्रात आणखी एका गोष्टीचे स्मरण करून दिले आहे. ''पुण्यात झालेल्या संभाषणाच्या वेळी आपणासमोर मांडलेली तीन स्वायत्त उपराज्यांची कल्पना माझी एकट्याची असून त्याबाबत मी माझ्या सहकाऱ्यांशी तसेच मुंबई आणि गुजरात येथील लोकांशी विचारविनिमय केलेला नाही हे आपणास व आपल्या सहकाऱ्यांना सांगितले होते. आपल्या भेटीनंतर आपण मला पाठवलेल्या पत्रात त्याचा उल्लेखही केला आहे.'' तीन स्वायत्त उपराज्यांची कल्पना विशद करणारा मजकूर फझल अलींनी देव, हिरे आणि धनंजयराव गाडगीळ यांना वाचून दाखवला असण्याची शक्यता आहे. त्यामुळे तीन उपराज्ये असलेल्या राज्याबद्दलची शिफारस आयोगाने केली असल्याचा हिऱ्यांचा समज झाला असावा; पण फझल अलींनी ५ नोव्हेंबरच्या पत्रात लिहिले आहे त्याप्रमाणे तीन उपराज्यांचा तोडगा देव आणि त्यांचे सहकारी

यांनी जसा स्वीकारला नाही तसाच तो मुंबई आणि गुजरात येथील प्रतिनिधींनीही मान्य केला नाही. त्यामुळे आयोगाच्या सर्व सदस्यांनीही तो अव्यवहार्य ठरवून त्याचा पुढे विचार केला नाही.

हिऱ्यांचा नामनिर्देश न करता फझल अलींनी पत्रातल्या नवव्या परिच्छेदात लिहिले आहे, ''उच्च अधिकारपदावर असलेल्या व्यक्ती ज्या ध्येयाशी एकरूप झाल्या आहेत त्याविषयीच्या अतिउत्साहापोटी ज्यांची मते त्यांच्याशी जुळत नाहीत त्यांच्यावर हेत्वारोप करताना पाहून मला फार दुःख होते.'' (भाऊ धर्माधिकारी आणि दत्तोबा दास्ताने (संकलक-संपादन) संयुक्त महाराष्ट्र आंदोलन).

एकूणच भाऊसाहेब हिऱ्यांचा गौप्यस्फोट अती उत्साहातून आणि गैरसमजातून निर्माण झालेला होता, असे स्पष्ट झाले. दरम्यान २३ ऑक्टोबर १९५५ला संयुक्त महाराष्ट्र परिषदेच्या कार्यकारी मंडळाची सभा झाली. त्यामध्ये मुंबईत झालेल्या वाटाघाटींची माहिती देण्यात आली. धनंजयराव गाडगीळांनी तयार केलेला ठराव वादग्रस्त ठरला. काँग्रेसच्या शिष्टमंडळाने कोणते पर्याय सुचवले वा मान्य केले याच्याशी परिषदेचा संबंध नाही, मुंबईसह संयुक्त महाराष्ट्र हीच परिषदेची पहिल्यापासूनची भूमिका आहे, त्यामुळे द्विभाषिक नकोच, मुंबईसह संयुक्त महाराष्ट्र हीच परिषदेची मागणी असावी असे ठरले. मूळ ठरावात अनेक दुरुस्त्या करून तो संमत करण्यात आला. परिषदेच्या पुढील धोरणासंबंधी सर्वाधिकार शंकरराव देवांना देण्यात आले; पण त्याचबरोबर परिषदेशी संबंधित पक्ष आणि व्यक्तींना संयुक्त महाराष्ट्राच्या निर्मितीसाठी स्वतंत्रपणे कार्य करण्याचे स्वातंत्र्य देण्यात आले. मात्र हे स्वातंत्र्य शांततेच्या व लोकशाही मार्गाने काम करण्याचे असावे असे ठरवण्यात आले. परिषदेच्या कार्यकारी मंडळाची सभा संपल्यावर शिवाजी पार्कवर जाहीर सभा झाली. सव्वा लाख मराठीभाषक श्रोते सभेला उपस्थित होते. आरंभी शाहीर अमर शेखांनी पोवाडे म्हणून लोकांना स्फुरण दिले. त्या पोवाड्यात लुटालुटीची भाषा होती. शिवाजीमहाराजांनी केलेले सुरतेची लूट हा अनेक वक्त्यांचा आवडता विषय होता; पण शंकररावांना मात्र हा उल्लेख आवडला नाही. देवांनी भाषणाचा आरंभ करताना म्हटले, ''मराठ्यांचा इतिहासात लुटीला स्थान होते की नाही हे माझा इतिहास कच्चा असेल म्हणून म्हणा पाहिजे तर - मला माहीत नाही; पण आता व यापुढे भारतामध्ये लुटीला स्थान नाही. लुटालुटीची परिभाषा मला चालणार नाही. भारताचा व संयुक्त महाराष्ट्राचा इतिहास होत असताना त्यात लूटमार असल्या प्रकारांना स्थान असता कामा नये. संयुक्त महाराष्ट्रासाठी जे जे आपण करू ते ते शांततेने व लोकशाही मार्गानेच केले पाहिजे. प्रसंगी

आत्मबलिदानही करू; पण कुणालाही कटू शब्दाने दुखविणार नाही. मुंबईसह महाराष्ट्राच्या आड प्रथम जर काही येत असेल तर लूट शब्द. मारामारी, 'मेलो तरी भुते होऊन' वगैरे वगैरे वाक्प्रचारामुळे भय आणि गैरसमज हे आड येत आहेत हे विसरू नका. फझल अली अहवालातील 'भय व गैरसमज' हे दोन शब्द त्या अहवालातून धुऊन टाकणे हे मी माझे आद्य कर्तव्य समजतो... हा महाराष्ट्र जसा आमचा आहे तसा तो नेहरूंचाही आहे. मंगल कार्याच्या वेळी कलश व नारळ जसा हातात घेतात त्याप्रमाणे मुंबईसह संयुक्त महाराष्ट्र नेहरूंनी माझ्या हातात दिला पाहिजे. शंकररावांना त्यांनी बोलावून सांगितले पाहिजे की 'शंकरराव या आणि मुंबईसह तुमचा संयुक्त महाराष्ट्र हातात घ्या.' शंकरराव देव दिल्लीला जाऊन नांगी टाकून येतील, असे काहीजण म्हणाले असतील अगर म्हणत असतील; पण आम्ही दिल्लीला नांगी बरोबर घेऊन गेलेलो नसल्याने ती टाकून देण्याचा प्रश्नच उद्भवत नाही. आम्ही दिल्लीला गेलो होतो ते प्रेम व अमृत घेऊन, विष घेऊन नव्हे.'' प्रत्यक्षत: शंकररावांचा हा वाग्विलास म्हणजे निव्वळ स्वप्नरंजनच ठरले.

काँग्रेस अध्यक्ष ढेबर यांनी ७ नोव्हेंबर १९५५ला प्रदेश काँग्रेस समित्यांच्या अध्यक्षांची सभा बोलावली. या सभेत स. का. पाटील यांनी महाराष्ट्रावर झोड उठवणारे दणदणीत भाषण केले आणि त्रिराज्य योजना स्वीकारा असा आग्रह धरला. प्रदेशाध्यक्षांच्या या सभेला पंडित नेहरू, गोविंद वल्लभ पंत, मौलाना आझाद उपस्थित होते. स. का. पाटलांना विरोध करायला देवगिरीकर उभे राहिले आणि ते भाषण सुरू करताच शीघ्रकोपी असलेल्या पंडित नेहरूंनी रुद्रावतार धारण केला. त्या प्रसंगाबद्दल आठवणी सांगताना देवगिरीकरांनी लिहिले आहे, ''ते त्यावेळी इतके बेफाम झाले होते की, त्यांचा तसा राग मी क्वचितच पाहिला असेल. ते म्हणाले, महाराष्ट्रातील लोकांच्या माथेफिरूपणाविरुद्ध मी चौकाचौकात, रस्त्यारस्त्यात, गावागावात, शहराशहरात विरोध करीन. सभा अत्यंत वादळी झाली. त्या सभेत माझा पाठीराखा कोणीच नव्हता. पंडितजींच्या भाषणामुळे सर्वच जण स्तब्ध झाले. सभा तशा वातावरणात संपली.'' (त्र्यं. र. देवगिरीकर)

दुसऱ्या दिवशी राष्ट्रीय कार्यकारिणीची सभा सुरू झाली. तोपर्यंत नेहरूंचा ज्वालामुखी शांत झाला होता. गोविंद वल्लभ पंत, मोरारजी देसाई, ढेबर आणि देवगिरीकर यांनी एकत्रित बसून सर्वसंमत तोडगा काढण्याचा प्रयत्न केला; पण तो यशस्वी झाला नाही. शेवटी ९ नोव्हेंबरला काँग्रेस कार्यकारिणीने मुंबई, महाराष्ट्र आणि गुजरात अशी त्रिराज्य योजना घोषित केली. कार्यकारिणीच्या या ठरावामुळे मुंबईसह संयुक्त महाराष्ट्र मिळवण्याचे काँग्रेस नेत्यांचे प्रयत्न संपुष्टात आले.

दिल्लीमध्ये हा सारा काँग्रेसी गोंधळ सुरू असताना मुंबईत ५ नोव्हेंबरपासूनच संयुक्त महाराष्ट्रासाठी सभा आणि परिषदांचे लोण सुरू झाले होते. ५ नोव्हेंबरला हिंद मजदूर सभा, ऑल इंडिया ट्रेड युनियन काँग्रेस (आयटक) आणि युनायटेड ट्रेड युनियन काँग्रेस यांच्या नेतृत्वाखाली कामगार संघटनांनी नरेपार्क या कामगार मैदानावर जंगी सभा भरवली. एस. एम. जोशी सभेचे अध्यक्ष होते, तर डांगे उद्घाटक. या दोघांनी घोषणा केली, की १८ नोव्हेंबरला सुरू होणाऱ्या विधानसभा अधिवेशनावर मोर्चाने जाऊन निदर्शने करण्यात येतील. पाठोपाठ ६ नोव्हेंबरला फणसवाडीतील काळेवाडीत दक्षिण मुंबई नागरिक परिषदेचे अधिवेशन झाले. कामगार संघटनेच्या प्रतिनिधींबरोबर कम्युनिस्ट पक्ष, प्रजासमाजवादी पक्ष, शेतकरी कामगार पक्ष आणि जनसंघ अशा सर्व विरोधी पक्षांचे प्रतिनिधी सामील झाले. एकट्या ६ नोव्हेंबरला मुंबईत ६ परिषदा आणि अनेक जाहीर सभा झाल्या. सर्व सभा आणि परिषदांना लोकांचा उत्स्फूर्त प्रतिसाद मिळाला.

एस. एम. जोशी, डांगे इत्यादींनी जाहीर केलेला मोर्चा, सत्याग्रहाचा कार्यक्रम शंकरराव देवांना मात्र आवडला नाही. ते मुंबईतल्या भांडवलदार व्यापाऱ्यांना भेटून त्यांचा गैरसमज दूर करण्याचा प्रयत्न करीत होते. आंदोलनात्मक कार्यक्रमामुळे त्याला खीळ बसेल असे त्यांना वाटत होते. म्हणून देवांनी एस. एम. जोशी आणि श्रीनिवास सरदेसाई यांची भेट घेऊन त्यांची समजूत घातली; पण आता कोणीच देवांचे म्हणणे ऐकायच्या मन:स्थितीत नव्हते. १४ नोव्हेंबरला मुंबई चौपाटीवर नागरिक परिषदेची सभा झाली. त्यामध्ये मधू दंडवतेंनी तर जाहीर करून टाकले, ‘‘मुंबईसह संयुक्त महाराष्ट्राच्या मागणीबाबतचे वाटाघाटीचे पर्व आता संपले आहे. १६ नोव्हेंबरपासून या प्रश्नावर आम्ही जनतेची ताकद पणास लावणार आहोत.’’ संभाव्य आंदोलनाची तीव्रता कमी करण्यासाठी मुंबई सरकारने आदेश काढला की, सभा घेण्यास परवानगी आहे; पण सरकार मोर्चे काढून देणार नाही.

शंकरराव देव आणि एस. एम. जोशी यांच्यातील मतभेद आता जाहीरपणे व्यक्त होऊ लागले.

१६ नोव्हेंबरला नरेपार्कमधील सभेत शंकरराव देव म्हणाले, ‘‘मुंबईवाचून महाराष्ट्र म्हणजे देवावाचून देऊळ, उजेडावाचून दिवा किंवा फळावाचून वृक्ष होय. १८ तारखेचा सार्वत्रिक हरताळ योग्य होणार नाही असे मला वाटते. त्याप्रमाणे कामगार संघटनांच्या पुढाऱ्यांना मी विनंती केली. त्यांनी तिला मान देऊन संप मागे घेतला.’’ उत्तर मुंबई संयुक्त महाराष्ट्र परिषदेत अध्यक्ष एस. एम. जोशी यांनी शंकरराव देवांबरोबरच्या आपल्या मतभेदांचा उल्लेख केला. ते म्हणाले, ‘‘श्री. देव

म्हणतात की कायदेभंग करू नये. वाटाघाटीतून व चर्चेतून प्रश्न सुटेल; परंतु त्या मार्गाने मुंबईचा प्रश्न सुटेल असे आम्हास मुळीच वाटत नाही. म्हणूनच १८ तारखेस विधानसभेवर हजारो नागरिकांचा मोर्चा नेऊन बंदीहुकूम मोडून सत्याग्रह करण्याचा निर्णय घेतला आहे. मुंबईसाठी आम्ही लढा सुरू करीत आहोत. ता. १८चा सत्याग्रह हे या लढ्यातील केवळ पहिले पाऊल आहे. सर्वच पावले एकदम टाकावयाची नसतात. म्हणून सार्वत्रिक संपाचा आदेश आम्ही आजच कामगारांना देत नाही.''

१८ नोव्हेंबरचा मोर्चा घोषित होताच पंच्याहत्तरीतले वृद्ध युवा सेनापती बापटांनी आपण मोर्चात सामील होणार आणि पहिली गोळी खाणार असे घोषित केले. १८ नोव्हेंबरला ठरल्याप्रमाणे ५०० सत्याग्रहींचा एक जथा सेनापती बापटांच्या नेतृत्वाखाली चर्चगेट स्टेशनातून निघाला. तो फ्लोरा फाऊंटन रस्त्यावरच्या पारश्यांच्या विहिरीपाशीच अडवण्यात आला. पोलिसांनी सेनापती बापट, आचार्य अत्रे, बिरजकर, लालजी पेंडसे, मधू दंडवते इत्यादी नेत्यांना अटक करून पोलीस व्हॅनमध्ये कोंबले. त्यांची रवानगी भायखळ्याच्या तुरुंगात झाली. सेनापती बापटांबरोबर त्यांचे चिरंजीव वामनरावही होते. दुसरीकडे जुन्या कौन्सिल हॉलच्या दिशेने निघालेल्या शेकडो निदर्शकांना मात्र पोलिसांच्या जबर लाठीहल्ल्याला तोंड द्यावे लागले. पोलिसांनी अश्रुधुराचाही मुक्तपणे वापर केला. यामध्ये ६सत्याग्रही गंभीर जखमी झाले. ४५० निदर्शकांना अटक करण्यात आली. दुसऱ्या दिवशी दुपारपर्यंत सर्व नेत्यांसह सत्याग्रही वैयक्तिक हमीवर सुटले. मात्र सर्वांवर खटले दाखल करण्यात आले.

विधिमंडळाबाहेर मोर्चा, निदर्शने, लाठीमार, अश्रुधूर चालू असताना विधानसभेत मात्र मराठी भाषिक आमदारांची मुस्कटदाबी चालू होती. विधानसभा सुरू होण्यापूर्वी मुख्यमंत्री मोरारजी देसाईंनी मुंबई विधिमंडळ काँग्रेस पक्षाची सभा बोलावली. त्यामध्ये त्रिराज्य योजना मान्य असल्याचा प्रस्ताव वाचून दाखवण्यात आला. केंद्रीय काँग्रेस कार्यकारिणीकडून आलेल्या सूचनाही मोरारजींनी वाचून दाखवल्या. त्या आमदारांना पाळाव्या लागतील असे बजावले. (१) कोणालाही ठरावाच्या विरुद्ध मतदान करता येणार नाही. (२) ज्याला ठरावाच्या विरुद्ध बोलायचे असेल त्यालाही अनुकूल मत द्यावे लागेल. (३) ज्याला बोलावयाचे नसेल त्याल फारतर तटस्थ राहता येईल. कोणाला विधायक सूचना करावयाच्या असतील अगर ठरावाचा फेरविचार करावा असे सांगावयाचे असेल तर का हरकत असावी या देवगिरीकरांच्या प्रश्नाला उत्तर देताना मोरारजी म्हणाले, 'तुम्ही

बोललात तरी मत मात्र अनुकूल दिले पाहिजे.'' (त्र्यं. र. देवगिरीकर)

मुंबई राज्य तोपर्यंत त्रैभाषिक होते. राज्य विधानसभेत एकूण ३१६ जागा होत्या. त्यापैकी कर्नाटकातल्या दोन जागा रिक्त होत्या. उरलेल्या ३१४ पैकी महाराष्ट्रातले १४३ आमदार होते, त्यापैकी २५ विरोधी पक्षाचे होते. कर्नाटकातून ४३ आमदार निवडून आले होते, त्यापैकी ६ विरोधी पक्षांचे होते. मुंबईतून निवडून आलेल्या २७ आमदारांपैकी ४ विरोधी पक्षीय होते. गुजरातचे ९६ आमदार होते. राज्यपुनर्रचना आयोगाने खरे तर कर्नाटकाला मान्यता दिली होती. त्यामुळे मुंबई, गुजरात, महाराष्ट्र या त्रिराज्य प्रस्तावावरती त्यांनी भूमिका घेण्याचे किंवा मतदान करण्याचे कारण नव्हते; पण तसे घडले नाही. गुजरातचे ९६, कर्नाटकचे ४३ आणि मुंबईचे १८ आमदार त्रिराज्य योजनेची पाठराखण करत होते. महाराष्ट्रातून निवडून आलेल्या १४३ आमदारांमध्ये मात्र उभी फूट पडलेली होती. विरोधी पक्षांसह काँग्रेसचे मिळून १२७ आमदार मुंबईसह संयुक्त महाराष्ट्राला अनुकूल होते. यशवंतराव चव्हाणांच्या नेतृत्वाखाली ३० काँग्रेस आमदारांचा गट मुंबईसह संयुक्त महाराष्ट्राला अनुकूल होता; पण पक्षशिस्तीसाठी ठरावाच्या विरोधात जाण्यास तयार नव्हता. आमदारांच्या बैठकीत भाऊसाहेब हिऱ्यांनी आपण एक निवेदन वाचू, त्याखाली संमतिदर्शक सह्या करणाऱ्या आमदारांची नावे वाचू; पण यापैकी कोणीही विधेयकावर बोलणार नाही, ते तटस्थ राहतील अशी सूचना मांडली; पण मोरारजींनी ती साफ फेटाळून लावली. ती स्वीकारली असती तर तटस्थ राहू इच्छिणारे आमदारही मुंबईसह संयुक्त महाराष्ट्राचेच आहेत हे स्पष्ट झाले असते आणि त्यातून कदाचित हिरेगट विरुद्ध चव्हाणगट ही फूट उघडी पडली असती. पक्षात एकजूट असल्याचा देखावा करणे देवगिरीकरांनाही आवश्यक वाटले नाही. त्यांनीही हिऱ्यांच्या निवेदनात संमती दिली नाही.

दुसऱ्या दिवशी विधानमंडळाचे सकाळचे सत्र संपल्यावर दुपारी हिऱ्यांच्या बंगल्यावर मराठी भाषक आमदार एकत्र जमले. काँग्रेसश्रेष्ठी भाषणेही करू देत नाहीत आणि विरोधी मत नोंदवण्यास परवानगी देत नाहीत म्हणून ते संतापले होते. अनेकांनी आमदारकीची राजीनामा देण्याची भाषा सुरू केली. शंकरराव देवांनाही हा विचार पटला. मुंबईसह संयुक्त महाराष्ट्रवादी आमदार एकमुखाने राजीनामा देण्याच्या तयारीत असलेले पाहून यशवंतराव चव्हाण शेजारीच असलेल्या मोरारजींच्या बंगल्यात गेले; पण मोरारजी काहीच ऐकायला तयार नव्हते.

रविवारी २० नोव्हेंबरला हिऱ्यांच्या बंगल्यात निवडक मराठी आमदारांनी त्रिराज्य परिषद प्रस्तावावर चर्चा बेमुदत पुढे ढकलण्याचा प्रस्ताव मांडला. त्यावर

सर्वांचे एकमत झाले; पण काँग्रेसश्रेष्ठींनी तो प्रस्ताव नाकारला. त्यांना विरोध पत्करूनही त्रिराज्य प्रस्ताव मंजूर व्हायला हवा होता. या सगळ्या घडामोडींच्या बातम्या कर्णोपकर्णी लोकांमध्ये पसरत होत्या. काँग्रेसश्रेष्ठींनी लोकप्रतिनिधींचीच चालू केलेली मुस्कटदाबी ऐकून आधीच संतापलेले लोक अनावर होऊ लागले. नेमकी त्याच दिवशी संध्याकाळी मोरारजी देसाई व स. का. पाटील यांची मुंबई चौपाटीवर जाहीर सभा होती. काही गडबड होऊ नये म्हणून व्यासपीठाच्या भोवती बांबूची कुंपणे घातली होती. पोलिसांचा आणि स्वयंसेवकांचा कडक बंदोबस्त होता. एवढी तयारी करूनही सभेचा नूर मात्र वेगळाच होता. मोरारजी आणि स. का. पाटील व्यासपीठावर चढताच 'मुंबईसह संयुक्त महाराष्ट्र झालाच पाहिजे' अशा घोषणांनी आसमंत दणाणून गेला. संयुक्त महाराष्ट्रवादी श्रोते जोमाने व्यासपीठाकडे सरकू लागले. काहीजणांनी व्यासपीठाकडे दगड भिरकावले. त्यातला एक मोरारजींना लागला. संतापलेले मोरारजी म्हणाले, ''हिंसक मार्गाचा वापर करून महाराष्ट्राला मुंबई कधीही मिळणार नाही'' स. का. पाटील त्याच्यापुढे गेले आणि त्यांनी घोषणा केली, ''अशा हिंसक मार्गांचा वापर केल्यास ५ वर्षांतच काय ५ हजार वर्षांतही महाराष्ट्राला मुंबई मिळणार नाही.'' एवढ्याने भागले नाही म्हणून की काय पाटील म्हणाले, 'जोपर्यंत चंद्रसूर्य आकाशात आहेत, तोपर्यंत मुंबई महाराष्ट्राला मिळणार नाही.'' या दोन्ही वक्तव्यांमुळे चिडलेल्या श्रोत्यांनी व्यासपीठाच्या दिशेने जोडे भिरकावले. वाळू व दगडांचा मारा केला. सभा उधळली गेली. पोलिसांच्या कडक संरक्षणामुळेच मोरारजी व स.का. पाटील सुखरूप घरी पोहोचू शकले.

२१ नोव्हेंबरला मुंबईसह संयुक्त महाराष्ट्रासाठी मुंबईत हरताळ पाळण्याचा आणि विधिमंडळावरती मोर्चा नेण्याचा निर्णय कामगार संघटनांनी घेतला होता. अनेक राजकीय पक्षांचाही त्याला पाठिंबा होता. या मोर्चात सहभागी व्हायचे की नाही यावरून प्रजासमाजवादी पक्षात फूट पडली. प्रजासमाजवादी पक्षाच्या मुंबई शाखेत तीन गट अस्तित्वात होते. त्यामध्ये मधू लिमये, केशव गोरे, दिनकर साक्रीकर वगैरेंचा लोहियावादी गट, अशोक मेहतांचा गट आणि मधू दंडवतेंचा तिसरा गट. २० नोव्हेंबरला भरलेल्या पक्षाच्या सभेत मेहता गटाच्या सदस्यांनी मुंबईचे वेगळे शहरराज्य निर्माण करण्यासाठी लोकमत संघटित करण्याची परवानगी मागितली होती. हे पत्र राष्ट्रीय अध्यक्षांकडे पाठवायचे ठरले. त्रिराज्य योजनेसंबंधीचा प्रस्ताव विधिमंडळात संमत झाला तर प्र.स.प.च्या आमदारांनी राजीनामे द्यावेत असा ठराव करण्यात आला.

२१ नोव्हेंबरचा दिवस अत्यंत महत्त्वाचा ठरला. दोन पातळीवर दोन महत्त्वाच्या घटना घडत होत्या. काँग्रेसचे मराठी आमदार सकाळपासूनच हिऱ्यांच्या बंगल्यावर जमले होते. विधानसभेत त्रिराज्य प्रस्तावावर मतदान होईल तेव्हा तटस्थ राहणे आपल्या बुद्धीला पटत नाही असे सांगून हिऱ्यांनी राजीनामा देण्याची घोषणा केली. प्रदेशाध्यक्ष देवगिरीकर व शंकरराव देवही तिथे उपस्थित होते. सगळेच आमदार राजीनामा द्यायला तयार झालेले पाहून देवगिरीकरांनी राजीनामे माझ्याकडे द्या, मी ते सभापतींकडे पाठवीन असे सांगितले; पण आमदारांनी मात्र आपले राजीनामे भाऊसाहेब हिऱ्यांकडे सुपूर्त केले. त्यामुळे नेमके किती राजीनामे आले हे देवगिरीकरांना कधीच समजले नाही. शंकरराव देवांना मात्र हिरे आणि डॉक्टर नरवणे या दोघांनी प्रतीकात्मक राजीनामे द्यावेत असे वाटत होते. याउलट काँग्रेसचा आज्ञाधारक सेवक समजणारे यशवंतराव चव्हाण मात्र राजीनामा द्यायला तयार नव्हते. त्यामुळे महाराष्ट्र काँग्रेसमध्ये देव-हिरे विरुद्ध चव्हाण अशी उभी फूट पडल्याचे स्पष्ट झाले.

२१ नोव्हेंबर सकाळपासूनच गाजू लागला. कामगार संघटनांच्या नेत्याच्या आदेशाप्रमाणे ५-६ लाख कामगार संपावर गेले होते. मुंबईभर कडकडीत हरताळ पाळण्यात आला होता. सर्वत्र पोलिसांचा चोख बंदोबस्त होता. जुन्या कौन्सिल हॉलला तर हत्यारी पोलिसांनी चहूबाजूने वेढाच दिला होता. संभाव्य मोर्चा फ्लोरा फाऊंटनपाशी अडवण्याची जय्यत तयारी पोलिसांनी केली होती. सुमारे दीड लाख लोक फ्लोरा फाऊंटन परिसरात जमा झाले होते. दुपारी बाबूराव जगताप, भगीरथ, झा, विनायक भावे वगैरेंच्या नेतृत्वाखाली निर्देशकांच्या तुकड्यांनी पोलिसांचे कडे तोडण्याचा प्रयत्न चालू केला. एकापाठोपाठ एक निदर्शकांच्या तुकड्या पोलिसांवर येऊन आदळत होत्या. पोलिसांनी प्रथम जोरदार लाठीहल्ला केला. पाठोपाठ अश्रुधुराच्या नळकांड्या फोडण्यात आल्या. शेकडो लोक जखमी झाले तरी लाखोंचा जमाव मागे हटण्याऐवजी पुढेच सरकत होता. शेवटी पोलिसांनी गोळीबार केला.

गोळीबारात १५ माणसांनी प्राण गमावले. त्यांची नावे पुढीलप्रमाणे :

(१) सीताराम बनाजी पवार : वय १६ वर्षे, (२) धर्माजी नागवेकर : वय ५५ वर्षे, (३) चंद्रकांत लक्ष्मण : वय २५ वर्षे, (४) चिमणलाल डी. सेठ : वय ३२ : वृत्तसंपादक जन्मभूमी, (५) के. जे. झेवियर, (६) भास्कर नारायण, (७) पी. एस. जॉन, (८) रामचंद्र सेवाराम : विद्यार्थी, (९) शरद जी. वाणी : वय २० वर्षे, (१०) शंकर खोटे : फोर्टमधील कंपनीतील शिपाई, (११) बेदीसिंग, (१२) रामचंद्र भाटिया, (१३) गंगाराम गुणाजी. हे १३ जण फ्लोरा फाउंटन

येथील गोळीबारात प्राणास मुकले. (१४) जेकब सर्कल येथील गोळीबारात जोसेफ डेव्हिड पेजारेकर हे ठार झाले. (१५) मीनाक्षी मोरेश्वर : वय ११ वर्षे. सुपारीबाग रस्त्यावरील घरातून निदर्शन पाहात असताना या मुलीला गोळी लागली आणि ती मरण पावली.

फ्लोरा फाऊंटनला असे समरांगण माजले असताना विधानसभेत प्रस्तावावर चर्चा चालू होती. एस. एम. जोशींना कुणीतरी चिठ्ठी आणून दिली. ''विधानसभेवर लोंढा येत आहे. तुम्ही बाहेर या.'' एस. एम. जोशी, नौशेर भरुचा आणि डॉ. अमोल देसाई यांना घेऊन सदनाच्या बाहेर आले. समोरच्या प्रचंड मोठ्या जमावाला ध्वनिक्षेपकाशिवाय संबोधित करणे शक्यच नव्हते. त्वरित शांतता हवी असलेल्या पोलिसांनी ध्वनिक्षेपक लावलेली एक पोलीसजीप घाईघाईने त्यांच्यासमोर आणून उभी केली. तिघेही आमदार जीपवर चढले. एस. एम.नी आवाहन केले. ''शांत राहा, दगड, विटा फेकू नका. चौपाटीवर चला. चौपाटीवर सभा होईल. गोळीबाराच्या चौकशीची तुमची मागणी मान्य आहे.'' एस.एम. जोशींचे भाषण संपले तरी खवळलेला जमाव अर्धा तास तिथेच उभा होता. शेवटी तो शांतपणे चौपाटीकडे गेला. सेनापती बापटही पोलिसांच्या जीपमधून चौपाटीवर पोहोचले. चौपाटीवरच्या सभेत एस. एम. जोशी, डांगे, आचार्य अत्रे यांची जोरदार भाषणे झाली.

२१ नोव्हेंबरला जनशक्तीने जे रौद्ररूप धारण केले ते पाहून काँग्रेस नेते हादरले. हिऱ्यांच्या गटातील आमदारही राजीनामा देऊन राजकीय पेचप्रसंग निर्माण करण्याची भाषा करू लागले. ते ऐकताच देवगिरीकर, हिरे, चव्हाण, बाळासाहेब देसाई, बॅरिस्टर जी. डी. पाटील संध्याकाळी ७ वाजता कौन्सिल हॉलवर मोरारजींच्या कार्यालयात पोहोचले. काँग्रेसश्रेष्ठींकडून चर्चा तहकुबीसाठी परवानगी आणा अशी त्यांची मनधरणी सुरू झाली. अखेर पक्षश्रेष्ठींनी तहकुबीला मान्यता दिली. देवगिरीकर, हिरे आणि चव्हाण यांनी तहकुबीच्या सूचनेचा मसुदा तयार केला. तो २२ नोव्हेंबरला सदनासमोर मांडण्यात आला. बेमुदत चर्चा तहकुबीची ही सूचना २४२ विरुद्ध २८ मतांनी संमत झाली. मुंबईतील गोळीबारासंबंधी एस. एम. जोशींनी मांडलेल्या प्रस्तावावर जोरदार चर्चा झाली; पण काँग्रेस आमदारांनी चौकशीचा प्रस्ताव बहुमतांने फेटाळला.

१०

मुंबई की विदर्भ याचा घोळ

२१ नोव्हेंबरला विधानसभेत आणि विधानसभेबाहेर मुंबईसह संयुक्त महाराष्ट्रावरून रणकंदन माजले असतानाच शंकरराव देवांनी आपल्या घरी याच प्रश्नासाठी उपोषण सुरू केले होते. काँग्रेस पक्षात आणि बाहेर एवढा गोंधळ सुरू होता की, दोन दिवसात काँग्रेस नेत्यांपैकी कुणी शंकररावांना भेटायलाही जाऊ शकले नाही. २३ नोव्हेंबरला हिरे ह्यांच्या बंगल्यात काँग्रेस आमदारांची सभा भरली. ती बातमी कळताच विधानसभेचे अध्यक्ष नानासाहेब कुंटेही बंगल्यावर पोहोचले. वस्तुत: विधानसभेचे अध्यक्ष आणि विधानपरिषदेचे सभापती यांनी पक्षीय बैठकांना हजर राहू नये असा संकेत आहे. कुंटे तोच संकेत धुडकावून हजर राहिले. या सभेला यशवंतराव चव्हाण, नाईक निंबाळकर आदी २५-३० आमदार हजर नव्हते. या सभेत विधानमंडळातील चर्चा बेमुदत तहकूब झालेली असली तरी मूळ प्रश्न सुटलेला नाही, त्यामुळे काँग्रेस आमदारांनी आपले राजीनामे सादर करावेत आणि ते काँग्रेस अध्यक्षांकडे पाठवावेत अशी चर्चा झाली. यावर नानासाहेब कुंटेंनी सल्ला दिला की, ते राजीनामे पक्षाध्यक्षांकडे न पाठवता थेट माझ्याकडे पाठवावेत, म्हणजे मी स्वीकारेन आणि राजकीय पेचप्रसंग तयार होईल. यशंतराव चव्हाणांच्या गटाला मात्र चर्चा बेमुदत पुढे गेल्यानंतर राजीनाम्याचे कारण नाही असे वाटत होते. म्हणूनच ते आमदार सभेला उपस्थित राहिले नाहीत.

आमदारांची ही सभा संपल्यानंतर हिरे, कुंटे, देवगिरीकर, शंकररावांना भेटण्यासाठी त्यांच्याकडे गेले. चव्हाणांचे मत सर्वांनी शंकररावांना सांगताच शंकरराव एवढे संतापले की, चव्हाण यांच्याबद्दल अपशब्द उच्चारले. शंकररावांचे हे म्हणणे नानासाहेब देवगिरीकरांनी यशवंतरावांना सांगितले. या अपमानास्पद

उद्‌गारांमुळे शंकररावांना भेटायला निघालेले यशवंतराव चव्हाण घरीच थांबले आणि त्यांनी शंकरराव देवांना एक पत्र पाठवले.

"मी आज संध्याकाळी साडेपाच वाजता येतो असा निरोप पाठवला होता. त्याप्रमाणे आपल्या इच्छेवरून भेटण्यास येणार होतो. दरम्यान माझी व श्री. मामासाहेब देवगिरीकर यांची भेट झाली व त्यांच्याकडून त्यांची व इतर स्नेह्यांची आपल्याशी चर्चा झाली तिचा सारांश समजला. विशेषत: माझ्यासंबंधी झालेल्या चर्चेनंतर तसल्या उपोषणाच्या काळात मी आपल्याशी चर्चा करून आपणास मन:स्ताप देणे योग्य नाही असे मला वाटते. माझ्या स्वाभिमानाच्या दृष्टीनेही या विषयावर मी अधिक चर्चा करणे योग्य नाही असे मला वाटते. संयुक्त महाराष्ट्राच्या निर्मितीसाठी स्वीकारावयाच्या मार्गासंबंधी तुमच्या व माझ्यामध्ये स्वच्छ फरक आहे, हे परवा पुन्हा एकदा स्पष्ट झाले आहे व पुन्हा त्याच त्याच गोष्टीची उजळणी करून आपणास त्रास द्यावा अशी इच्छा नाही. काँग्रेसनिष्ठेतूनच अंती संयुक्त महाराष्ट्र निर्माण होईल असा माझा विश्वास आहे व याच मार्गाची चोखाळणी शक्य त्या आत्मक्लेशातून करण्याची मनाची तयारी केली आहे."

शंकरराव देवांनी आपल्या आत्मचरित्रात या घटनेची कबुली दिली आहे. ते म्हणतात, "या कामात कोणावर रागावणे अगर चिडणे सहसा माझ्या हातून होत नसे; पण त्यावेळी ते झाले. त्यामुळे कार्याची हानी झाली. मला याबद्दल पश्चात्ताप होणे अगदी स्वाभाविक होते. मी श्री. यशवंतराव यांना बोलावून त्यांची क्षमा मागितली. पण त्यांनी ती मनापासून केल्याचा अनुभव मला पुढे आला नाही. या माझ्या दोषामुळे श्री. यशवंतरावांना मी गमावले याचे दु:ख मला नेहमी आहे."

मुंबईसह संयुक्त महाराष्ट्राच्या मागणीमुळे काँग्रेसप्रमाणेच प्रजासमाजवादी पक्षातही दुफळी माजली. प्र. स. प.तील दुफळी भाषिक आधारावर झालेली होती. २४ आणि २५ नोव्हेंबर १९५५ला प्रजासमाजवादी पक्षाच्या मुंबई शाखेच्या कार्यकारी मंडळाची सभा झाली. त्यामध्ये संयुक्त महाराष्ट्रवादी गटाचे नेते मधू दंडवते यांच्यावर अशोक मेहता गटाने झोड उठवली. तर दंडवत्यांनी प्रतिहल्ला करताना काँग्रेसचा त्रिराज्य प्रस्ताव म्हणजे बड्या उद्योगपतींचा विजय आहे असा आरोप केला. संयुक्त महाराष्ट्राच्या कृतिसमितीतून पक्षाने बाहेर पडावे यावरही भवती न भवती होऊन तसा निर्णय झाला; पण आपल्या पक्षाच्या व्यासपीठावरून मात्र संयुक्त महाराष्ट्रासाठी शांततापूर्ण आंदोलन करावे असा निर्णयही घेण्यात आला.

२१ नोव्हेंबरच्या घटनेबाबत एस. एम. जोशी आणि इतर नेत्यांनी सभेला सविस्तर माहिती दिली. त्यानंतर सर्वसंमतीने एक निवेदन प्रसिद्धीला देण्यात आले,

"२१ तारखेचा संप व निदर्शन शांततापूर्ण पद्धतीने पार पडले. काही ठिकाणी हुल्लडबाजी झाली. हिंसक कृत्यांना तसेच जाळपोळ करण्यासारख्या कृत्यांना प्रोत्साहन देण्याची आमची मुळीच इच्छा नाही. ही कृत्ये शोचनीय असून न्यायासाठी चाललेल्या आपल्या लढ्याला हानिकारक ठरतील. मुंबई विधानमंडळाचे सत्र सुरू असताना मुंबई सरकार अरेरावी पद्धतीने वागले. जेव्हा जेव्हा गोळीबार केला जातो तेव्हा तेव्हा त्याची न्यायालयीन समितीमार्फत चौकशी करण्याची पद्धत रूढ झाली तर बेलगाम वापर करण्याच्या पोलिसांच्या सवयीला आळा घालता येईल."

पक्षाच्या गुजराती सदस्यांना मात्र हे निवेदन अजिबात मान्य नव्हते. मथुरादास मेहता, वासंती श्रॉफ वगैरे अकरा सदस्यांनी आपले म्हणणे मांडणारे एक स्वतंत्र निवेदन प्रसिद्ध केले. त्यात म्हटले होते,

"प्र.स. पक्षाच्या मुंबईच्या शाखेच्या चिटणीसांनी वृत्तपत्रामध्ये एक निवेदन प्रसिद्ध केले आहे. महाराष्ट्राचे वेगळे राज्य जेव्हा निर्माण केले जाईल तेव्हा त्यात मुंबई शहराचा समावेश करण्याबाबतचा ठराव कार्यकारी मंडळाने एकमताने पारित केल्याचे त्यात म्हटले आहे. या निवेदनाखाली सह्या करणारे आम्ही सर्वजण प्र. स. पक्षाचे सदस्य आहोत. पक्षाच्या कार्यकारी मंडळाने ठराव एकमताने पारित केलेला नाही आणि चिटणीसांचे निवेदन वस्तुस्थितीवर आधारलेले नाही. पक्षाच्या महाराष्ट्रीय सदस्यांनी देशाला हानिकारक ठरणाऱ्या प्रश्नांची तरफदारी करणे समर्थनीय नसून खेदजनक आहे.

गतवर्षी पार पडलेल्या पक्षाच्या वार्षिक अधिवेशनात ९२ प्रतिनिधी मुंबई शहराचा समावेश महाराष्ट्रात करण्यास अनुकूल असल्याचे दिसले तर ७६ प्रतिनिधींनी प्रतिकूल मत दिले. तेव्हा पारित करण्यात आलेला प्रस्ताव केवळ बहुमतावर आधारलेला होता. भाषावादाने बहुतेकांना पछाडलेले दिसले. हा भाषावाद आपल्या पक्षाचा तसेच देशाचा विनाश करील." (मधू लिमये, केशव गोरे आणि दिनकर साक्रीकर : व्हॉट इज हॅपनिंग इन द बॉंबे पीएसपी).

२६ नोव्हेंबरला शंकरराव देवांचे ५ दिवसांचे उपोषण संपले. उपोषण समाप्तीनंतर शकररावांनी इंग्रजीतून पत्रक काढून आपली उपोषणामागची आणि एकूण घडलेल्या घटनांबद्दलची भूमिका मांडली. या पत्रकात २१ नोव्हेंबरला चौपाटीवर झालेल्या मोरारजी देसाई व स. का. पाटील यांच्या सभेत श्रोत्यांच्या एका गटाने असभ्य वर्तन केले म्हणून प्रायश्चित्त घेण्यासाठी आपण हे उपोषण केले असे म्हटले आहे. मात्र मोरारजी व पाटील यांच्या प्रक्षोभक उद्गारांबद्दल लिहायचे

शंकररावांनी टाळले. या पत्रकात कामगारांचा संपाचा अधिकार मान्य करीत २१ तारखेला झालेली हिंसक कृत्ये अणि सार्वजनिक मालमत्तेचा विध्वंस याचा शंकररावांनी निषेध केला. त्याबरोबर त्या दिवशी मरण पावलेल्या चिमणलाल शेठ आणि इतरांबद्दल शोकही व्यक्त केला; पण या सर्वांना पोलिसांच्या गोळीबारात मृत्यू आला, याचा साधा उल्लेखही त्यांनी केला नाही. पोलिसांच्या गोळीबाराचा साधा निषेध तर सोडाच; पण उल्लेखही शंकररावांनी टाळला.

महाराष्ट्र प्रदेश काँग्रेसचे नेते मुंबईसह संयुक्त महाराष्ट्र यासाठी मुंबईत झगडत असताना विदर्भाकडे मात्र त्यांचे काहीसे दुर्लक्षच झाले होते. एकटे शंकरराव देव थोडीफार धावपळ करीत होते. १ नोव्हेंबर १९५५ला ते नागपुरात पोचले. तेव्हा रेल्वेस्टेशनवरच विदर्भवाद्यांच्या एका गटाने त्यांच्याशी असभ्य वर्तन केले; पण तरीही देवांनी नागविदर्भवाल्यांच्या भेटीगाठी घेतल्याच. विदर्भाचे वेगळे राज्य करण्याच्या राज्यपुनर्रचना आयोगाच्या शिफारशींमुळे वऱ्हाडविदर्भातले वातावरण बदलले होते, याची जाणीव शंकरावांना झाली होती. ९ नोव्हेंबर १९५५ला काँग्रेस कार्यकारिणीने निराळ्या योजनेसंबंधी निर्णय घेतल्यावर ग. त्र्यं. माडखोलकरांसारख्या चाणाक्ष नेत्यांना संभाव्य धोका दिसू लागला. मुंबई मिळविण्यासाठी काँग्रेस नेत्यांनी त्रिराज्य योजना नाकारली तर विदर्भ कधीच महाराष्ट्रात जाऊ शकणार नाही, हे माडखोलकरांच्या लक्षात आले.

माडखोलकरांनी १० नोव्हेंबरला शंकरराव देवांना पत्र लिहून कळवले, "मुंबईच्या प्रश्नाबाबतीत येथील सर्व मित्र आपणाशी पूर्ण सहमत आहेत. आपण मित्रांनी वर्किंग कमिटीचा ठराव जर रिजेक्ट केला तर आता येऊ घातलेला विदर्भ कायमचा गमावला जाण्याची भीती आहे. विदर्भ जर यावेळी महाराष्ट्रात आला नाही तर तो पुन्हा कधीही येणार नाही."

१५ नोव्हेंबर १९५५ रोजी माडखोलकरांनी नागपूरहून पत्र पाठवून कन्नमवारांचे काय म्हणणे आहे, ते कळवले, "महाराष्ट्र प्रदेश काँग्रेसचा ठराव नकाराचा झाल्यास आम्हाला मूळच्या शिफारशीप्रमाणे विदर्भप्रांत मिळण्याची आशा आहे असे श्री. कन्नमवार यांनी कालच आम्हाला स्पष्टपणे सांगितले. त्याचप्रमाणे द्विभाषी मुंबई प्रांताचा महाराष्ट्र काँग्रेसचा ठरावही आम्ही मान्य करणार नाही असे ते म्हणाले. अर्थात हायकमांडचा निर्णय शिरोधार्य मानणारच. महाराष्ट्र काँग्रेस रिजेक्शनचा ठराव करील आणि हाती आलेला विदर्भ गमावील अशा काळजीत आज येथील मंडळी आहेत. तसे घडल्यास येथील महाराष्ट्रानुकूल चळवळीचा पायाच नष्ट होईल असे निश्चित समजावे. विदर्भवादी मंडळींची सर्व भिस्त काँग्रेसच्या नकारावरच आहे."

पु. का. देशमुख आणि गोपाळराव खेडकर या दोघा विदर्भाच्या नेत्यांना, विदर्भ की मुंबई असा पेचप्रसंग काँग्रेसश्रेष्ठींनी किंवा इतरांनी निर्माण केल्यामुळे विदर्भाकरिता मुंबई सोडण्याची पाळी यावी, हे अयोग्य वाटत होते. ''प्रसंगविशेषी मुंबईकरिता विदर्भ सोडण्याची पाळी आली तरी ते मान्य करावे'' असे आपले व्यक्तिश: मत असल्याचे पु.का. देशमुखांनी पत्रात कळवले होते. ''मुंबई आज आपण मिळवा. मुंबईची बदलती लोकसंख्या पाहून उद्या मुंबई मिळवणे कठीण जाईल. विदर्भ आज ना उद्या संयुक्त महाराष्ट्रात निश्चितपणे येईल असा मला विश्वास आहे.''

विदर्भातल्या नेत्यांनी असे वारंवार इशारे देऊनही मुंबईतल्या संयुक्त महाराष्ट्रवाद्यांना मुंबईसह संयुक्त महाराष्ट्रच महत्त्वाचा वाटत होता. त्यातच २१ नोव्हेंबरचे आंदोलन संयुक्त महाराष्ट्र परिषदेच्या हातून कामगार संघटनांच्या हाती गेले. या संघटना प्रामुख्याने डाव्या विचारांच्या असल्याने मुळातच भांडवलदार विरोधी होत्या. मुंबईसह संयुक्त महाराष्ट्र झाला तर नव्या राज्यात भांडवलशाहीचे उच्चाटन होऊन कामगारांचे राज्य येणार अशी स्वप्ने डांगे प्रभृती नेत्यांना पडत होती. विदर्भात काय घडते यासंबंधी यापैकी कुणालाच स्वारस्य नव्हते. महाराष्ट्र प्रदेश काँग्रेस नेते आपल्याच गटबाजीत गुंग होते. या सर्वांचा परिणाम व्हायचा तोच झाला.

मध्यप्रदेश विधानसभेत राज्यपुनर्रचना अहवालावर २१ ते २६ नोव्हेंबर अशी चर्चा झाली. येथेही मराठी आमदारांच्यात मोठी फूट पडल्याचे चित्र दिसले. विदर्भातील ४७ आमदारांनी आपल्याला वेगळ्या महाराष्ट्रात जाण्याची इच्छा नसल्याचे सांगितले. याउलट १९ आमदार मुंबईसह संयुक्त महाराष्ट्र झालाच पाहिजे असे म्हणणारे होते.

संयुक्त महाराष्ट्रासाठी शंकरराव देव जीव तोडून प्रयत्न करीत होते हे खरेच; पण मधल्या काळात ते काँग्रेस पक्षाचे साधे सदस्यही राहिले नव्हते. महात्मा गांधींप्रमाणेच आपणही काँग्रेसचे सदस्य न होताच नैतिक बळावर महाराष्ट्र प्रदेश काँग्रेसचा गाडा हाकू शकू असे त्यांना वाटत असावे. केंद्रीय नेत्यांशी वाटाघाटी करण्यासाठी संयुक्त महाराष्ट्र परिषदेने देवांना सर्वाधिकार दिले होते; पण तसे महाराष्ट्र प्रदेश काँग्रेसने मात्र केले नव्हते, याचे भान शंकररावांना राहिले नाही. नैतिकतेच्या तोऱ्यात त्यांनी यशवंतरावांबद्दल अपशब्द तर उच्चारलेच; पण आमदारांसंबंधी निर्णय घेण्याच्या प्रदेश काँग्रेसच्या निर्णयाच्या अधिकारही अतिक्रमण केले. यातूनच फलटणचे बंड उभे राहिले.

मुंबईत घडलेल्या घटनांच्या पार्श्वभूमीवर १ डिसेंबर १९५५ला फलटणात मालोजीराजे नाईक निंबाळकर यांच्या मनमोहन राजवाड्यात उत्तर सातारा जिल्हा काँग्रेसची सभा भरणार असल्याची बातमी प्रसिद्ध झाली. या बातमीने राजकीय वर्तुळात एकच खळबळ उडाली. काँग्रेस पक्षात सुरू असलेली धुसफूस माहीत असलेल्या वृत्तपत्रांनी विश्वसनीय सूत्रांचा हवाला देत बातम्यांच्या वावड्या उडवायला सुरुवात केली. यशवंतराव चव्हाणांनी वृत्तपत्रांना मुलाखती देऊन या वावड्यांचे खंडन केले.

''आम्ही तिघे म्हणजे नाईक-निंबाळकर, मी व गणपतराव तपासे मुद्दाम द्विभाषिक योजना घेऊन फलटणला जात आहोत असे काही वृत्तपत्रातून प्रसिद्ध झालेले वृत्त खोटे आहे. काँग्रेस वर्किंग कमिटी जो निर्णय घेईल किंवा आदेश देईल तो मानावा असे आजच्या परिस्थितीत मला वाटते. काँग्रेसश्रेष्ठींविरुद्ध बंड करून उठावे असे मला वाटत नाही. त्याचा काही उपयोग होईल असेही मला वाटत नाही. महाराष्ट्र काँग्रेसने ता. १७ नोव्हेंबरला जो ठराव केला तो मी मान्य केलेला आहे.'' (सकाळ : १ डिसेंबर १९५५) ''राज्यपुनर्रचना समितीच्या शिफारशी मान्य करण्यात याव्यात म्हणून मी खटपट करीत आहे व या प्रकरणी माझा व माझ्या काही सहकाऱ्यांचा मुरारजी देसाईंना पाठिंबा आहे, अशा प्रकारच्या अफवा काही गोटात उठल्या आहेत. त्यात काही तथ्य नाही. श्री. मुरारजींनंतर मी मुख्यमंत्री होणार हे म्हणणेही खोडसाळपणाचे आहे.'' असे श्री. यशवंतराव चव्हाण यांनी जाहीर केले आहे. (सोलापूर समाचार : १ डिसेंबर १९५५)

प्रत्यक्षात फलटणच्या सभेत यशवंतराव चव्हाण यांनी केलेले भाषण म्हणजे शंकरराव देवांच्या नेतृत्वाला आणि पर्यायाने त्यांचे मार्गदर्शन घेणाऱ्या भाऊसाहेब हिऱ्यांच्या नेतृत्वालाही थेट आव्हान दिले. मात्र त्यांनी हुशारीने तोफ फक्त देवांवर डागली. हिऱ्यांचा नामोल्लेखही केला नाही. या सभेत यशवंतराव चव्हाण म्हणाले, ''श्री. शंकरराव देव यांच्याविषयी पूर्णतया आदर बाळगूनही मला असे सांगावेसे वाटते की, मनात एक ठेवायचे आणि लोकांना दुसरेच सांगावयाचे अशी जनतेची फसवणूक थांबविण्याची वेळ आता आली आहे. मुंबईत नुकतीच जी निदर्शने झाली, त्यामुळे मुंबई आणि महाराष्ट्र यातील अंतर मात्र वाढलेले आहे.

श्री. शंकरराव देव यांनी काँग्रेसच्या वतीने बोलताना उपवासाची भाषा बंद करावी. नपेक्षा श्री. देव यांनी काँग्रेसच्या वतीने न बोलता बाजूला तरी राहावे. श्री. देव आणि महाराष्ट्र काँग्रेस यापैकी मी स्वत: काँग्रेसचे नेतृत्व मान्य करतो. महाराष्ट्राला मुंबई काँग्रेसश्रेष्ठींकडूनच मिळवायची आहे आणि म्हणूनच हा प्रश्न

वरिष्ठांशी वाटाघाटी करूनच व त्यामधून तडजोडीचा मार्ग काढूनच सोडविता येणार आहे; नव्हे तोच एक मार्ग श्रेयस्कर आहे.''

''अधिवेशन चालू असताना राजीनामे देणे त्या परिस्थितीत अहितकारक होते. एवढेच नव्हे तर त्यामुळे मुंबईतील गैरप्रकारांना नैतिक पाठिंबा दिल्याचे पापही पदरात पडणार होते. म्हणून स्वत:चा बळी गेला तरी हरकत नही; पण सत्यस्थिती स्पष्ट करणे मला माझे कर्तव्य वाटले आणि म्हणून मी ते करीत आहे. मुंबईतील जनता कम्युनिस्टांच्या स्वाधीन होणे योग्य होणार नाही. मुंबई, महाराष्ट्र व गुजरात ही काँग्रेसश्रेष्ठींची त्रिराज्य योजना जर नाकारली तर विदर्भही मिळण्याची शक्यता नाहीशी होणार आहे. सध्याच्या परिस्थितीत विदर्भ महाराष्ट्रात येणे आवश्यक, उपकारक आणि महत्त्वाचे आहे. तेव्हा तो सोडता कामा नये.''

''मी द्विभाषिक राज्याचा मुख्यमंत्री होणार असा अपप्रचार माझ्याविषयी केला जातो. माझी तशी इच्छा नाही. दोन वर्षांपूर्वी झालेल्या भाषणात मी असे सांगितले होते की, महाराष्ट्र की पंडित नेहरू असा जर प्रश्न निर्माण झाला तर नेहरूंचे नेतृत्व मी डोळे झाकून स्वीकारीन. तेव्हा या प्रश्नावर भावनेच्या आहारी जाण्यात अर्थ नाही.'' (लोकसत्ता : ३ डिसेंबर १९५५)

तर्कतीर्थ लक्ष्मणशास्त्री जोशी, गणपतराव तपासे, बाळासाहेब देसाई, मालोजीराजे नाईक निंबाळकर या सर्वांनी यशवंतरावांची री ओढत शंकरराव देवांवर तोंडसुख घेतले.

मालोजीरावांनी शंकरराव देवांना सल्ला दिला, ''शंकरराव देव यांनी महाराष्ट्राचा प्रश्न काँग्रेसला आपल्या परीने सोडवू द्यावा आणि स्वत: बाजूस व्हावे. त्यांच्यासारख्या काँग्रेसबाहेर असणाऱ्या नेत्याने काँग्रेसचे नेतृत्व करणे शक्यही नाही व योग्यही नाही.''

फलटणमधील या वक्तव्यांवर तीव्र आणि तिखट प्रतिक्रिया उमटणे स्वाभाविकच होते. ''मुंबईसह संयुक्त महाराष्ट्राची न्याय्य मागणी काँग्रेसश्रेष्ठींना पटविण्याचे सर्वथैव प्रयत्न श्री. देव हे दिल्लीमध्ये करीत असताना श्री. यशवंतराव चव्हाण यांनी त्यांच्या पाठीत सुरा खुपसला'' अशा शब्दात मजदूर किसान पक्षाचे नेते र. के. खाडिलकर यांनी प्रतिक्रिया नोंदवली. माधवराव बागलांनी 'केसरी'त लेख प्रसिद्ध करून यशवंतरावांच्या उक्ती आणि कृती यांच्यामधील विसंगतीवर झगझगीत प्रकाश टाकला. ''श्री. यशवंतराव चव्हाण फार हुशार आहेत. राजकीय मुत्सद्दी आहेत. व्यवहारी आहेत. स्वत:च्या स्वार्थी उक्तीला व कृतीला नैतिक मुलामा चढवण्याचे अजब कौशल्य त्यांच्यात आहे. कोल्हापूर जिल्ह्यातील शिरोली

मुक्कामी जाहीर सभेत माझ्या शंकेचे निरसन करताना यशवंतरावजींनी जाहीरपणे उद्गार काढले होते, ''संयुक्त महाराष्ट्राबाबत श्री. हिरे यांचे नेतृत्व मानीन.'' यशवंतरावजी, त्यावेळी काँग्रेस शिस्तीचा व पंडित नेहरूंचा आपल्याला विसर पडला होता वाटते? मुंबईच्या संयुक्त महाराष्ट्र परिषदेच्या बैठकीत मी हजर होतो. सर्वांनी शंकररावजींना सर्वाधिकार बहाल केले त्यावेळी आपण एका शब्दानेही विरोध केला नव्हता. त्यावेळी तुमची काँग्रेसभक्ती का उसळून बाहेर पडली नाही? त्यावेळी पारडे अनुकूल वाटले. आता उलटे दिसू लागले... आजच्या या लोकशाहीच्या काळात महाराष्ट्रीय सुबुद्ध जनतेपुढे महाराष्ट्र की नेहरू असा प्रश्न उभा राहिल्यास नेहरूंविषयी आदर बाळगूनही 'महाराष्ट्र प्रथम' असेच उत्तर देईल. न दिले तर नेहरूंची राजवटच मुळी लोकशाहीला पोषक झाली नाही, असा निकाल द्यावा लागेल; पण व्यक्तिगत स्वार्थापुढे यशवंतरावजींना लोकशाहीच्या गाभ्याचाही विसर पडला आहे. त्यांना नेहरू हे एक सम्राट, बादशहा वाटतात... मंत्रिपदामुळे त्यांनी काँग्रेसने आतापर्यंत स्वीकारलेल्या साधनांचा विसर पडला आहे. (केसरी : ६ डिसेंबर १९५५) चव्हाणांवर कडक टीका करतानाही माधवरावांनी चव्हाणांचा उल्लेख करताना 'यशवंतरावजी', 'आपण' असे आदर दर्शविणारे शब्द वापरले होते.

यशवंतरावांच्या वक्तव्यामुळे सर्वाधिक खवळले ते नवयुगकार आचार्य अत्रे. अत्र्यांचा पट्टा एकदा सुरू झाला की मग त्यांना कशाचेच भान राहात नसे. 'नवयुग' या आपल्या साप्ताहिकातून अत्र्यांनी यशवंतराव चव्हाणांवर आग ओकली. त्यांना 'सूर्याजी पिसाळ' म्हणून 'महाराष्ट्रद्रोही' ठरवले. १८ डिसेंबर १९५५च्या अंकातील 'फलटणचे तीन हरामखोर' या शीर्षकाच्या लेखात चव्हाण, तपासे आणि नाईक-निंबाळकर या तिघांच्या फितुरीवर अत्र्यांनी कडाडून टीका केली. 'किती गमजा करशील रे यशवंता?' 'झालाच मधला' 'च', 'मंत्री की सैतान' या शीर्षकाच्या लेखांमधून अत्र्यांनी यशवंतरावांवर 'करंटा महाराष्ट्रद्रोही', 'निमकहराम', 'भागुबाई', 'ढोंगी', 'सैतान' वगैरे शेलक्या शब्दांचा वर्षाव केला आहे. आपल्यावरील टीकेला उत्तर देण्याचा यशवंतरावांनी यथाशक्ती प्रयत्न केला; पण अमोघ वाणीचे आणि आक्रमक लेखणीचे देणे लाभलेल्या अत्र्यांनी त्यांच्या उत्स्फूर्त व अवखळ विनोदाने यशवंतरावांसकट काँग्रेसच्या सर्व छोट्यामोठ्या नेत्यांना सामान्य माणसांच्या हसण्याचा विषय बनवले. 'मुंबईसकट संयुक्त महाराष्ट्र झालाच पाहिजे' या घोषणेतील 'च' शब्दाला यशवंतरावांनी हरकत घेतली तेव्हा 'तुमच्या चव्हाण आडनावातील 'च' काढले तर वहाण उरते' असे हजरजबाबी

अत्रे म्हणाले. महाराष्ट्रविषयी अत्र्यांना वाटणारा अभिमान अनन्यसाधारण होता. 'मी सूर्याजी पिसाळ तर शिवाजी आणि औरंगजेब कोण?'' या चव्हाणांनी विचारलेल्या प्रश्नाला अत्र्यांनी उत्तर दिले, ''संयुक्त महाराष्ट्र हा शिवाजी आणि त्या 'शिवाजीवर' आक्रमण करणारे दिल्लीश्वर काँग्रेसश्रेष्ठी हे औरंगजेब.'' (प्र. के. अत्रे : झालाच पाहिजे).

राज्यपुनर्रचना अहवालावर १४ ते २३ डिसेंबर १९५५ या काळात लोकसभेत प्रदीर्घ चर्चा झाली. ५४ तासांच्या या चर्चेत १२५ सदस्यांनी भाग घेतला. लोकसभेतील या चर्चेचा वृत्तान्त 'लोकसभा डिबेट्स'मध्ये सविस्तर नोंदवण्यात आला आहे. या खंडाचे १८०० हून अधिक स्तंभ या चर्चेने व्यापलेले आहेत. गृहमंत्री गोविंद वल्लभ पंत यांनी लोकसभेत दोन वेळा चर्चेत भाग घेतला. १४ डिसेंबरला चर्चेची सुरुवात करताना गृहमंत्री पंत म्हणाले –

''जेव्हा मी प्रथम आयोगाचा अहवाल वाचला तेव्हा त्यातील दोन शिफारशींनी मला फार प्रभावित केले. त्यापैकी एक होती द्विभाषिक मुंबई राज्यासंबंधीची शिफारस. कोणालाही गोंधळून टाकणाऱ्या मुंबईच्या प्रश्नावरचा समाधानकारक तोडगा म्हणजे द्विभाषिक राज्य. मुंबई शहर हे भारताचे प्रवेशद्वार असून ती भारताची व्यापारी राजधानी आहे. तिचे केवळ देशाच्या औद्योगिक जीवनातच नव्हे तर सार्वजनिक जीवनातही लक्षणीय स्थान आहे.'' लोकसभेतील चर्चेचा समारोप करताना गृहमंत्र्यांनी व्यक्तिश: आपण द्विभाषिक मुंबई राज्याच्या निर्मितीला अनुकूल असल्याचा पुनरुच्चार केला. विदर्भाचे उर्वरित महाराष्ट्राबरोबर एकीकरण व्हावे यालाही पंत अनुकूल होते. गृहमंत्र्यांच्या मते मराठी व गुजरातीभाषकांचे स्वभावविशेष परस्परपूरक होते. मराठीभाषक अधिक शूर होते तर गुजरातीभाषकांकडे अधिक विवेकबुद्धी होती. मराठीभाषक संवेदनक्षम व स्वाभिमानी असून त्यांचा कोणीही अवमान केला तरी तो ते सहन करीत नाहीत. या त्यांच्या गुणाबद्दल त्यांची प्रशंसा करावयास हवी. दुर्दैवाने आयोगाच्या अहवालात काही शब्द वापरण्यात आले, ते वापरले गेले नसते तर अहवालाचे भवितव्य निराळे झाले असते. आपण काँग्रेस कार्यकारिणीची त्रिराज्य योजना फेटाळली नसल्याचे काही जबाबदार सदस्यांनी सदनातील चर्चेत सांगितले.

पंतप्रधान जवाहरलाल नेहरूंचे भाषण सर्वांचाच गोंधळ अधिक वाढविणारे होते आणि लोकमताचे दडपण आल्यास नेहरू आपल्याला न पटणारी गोष्टही मान्य करतात, असे दाखवून देणारे होते. नेहरूंच्या भाषणातील महत्त्वाची विधाने अशी – ''राज्यपुनर्रचनेच्या प्रश्नात आपल्याला मुळीच रस नसल्यामुळे विशिष्ट

राज्याची सीमा कशी निश्चित करावी याबद्दल भावनावश किंवा उत्तेजित होऊन बोलणे मला फार कठीण वाटते. मी येथे पंतप्रधान म्हणून किंवा सरकारच्या वतीनेही बोलत नाही. एखाद्या भाषेचा विकास दुसऱ्या भारतीय भाषेच्या विकासाच्या मार्गातला अडथळा बनतो ही कल्पनाच विचित्र आहे. भाषेला मी सर्वांत जास्त महत्त्व देत असलो तरी तिचे राज्याबरोबर साहचर्य मानण्यास तयार नाही. हैदराबाद राज्याचे विघटन होऊ नये असे मला आजही वाटते; पण परिस्थितीचे दडपण इतके जबरदस्त आहे की मला त्या राज्याचे विघटन स्वीकारणे भाग आहे.'' बरीच चर्चा केल्यानंतर काँग्रेस कार्यकारिणीने तीन राज्ये निर्माण करावीत असे सुचवले; पण व्यक्तिशः मला तीन राज्ये करण्याची कल्पना बिलकूल आवडलेली नाही. प्राप्त परिस्थितीत राज्यपुनर्रचना आयोगाची शिफारस सर्वोत्कृष्ट होती असे वाटते.''

महाराष्ट्रातील नेत्यांपैकी काकासाहेब गाडगीळ, स. का. पाटील आणि विरोधी पक्षाचे नेते शंकरराव मोरे यांची महत्त्वपूर्ण भाषणे झाली.

१६ डिसेंबरला लोकसभेतील प्रश्नोत्तरांचा तास संपल्यावर काकासाहेब गाडगीळांचे आयोगाच्या अहवालावर सव्वातास भाषण झाले. गृहमंत्री पंतांना उद्देशून ते म्हणाले, "तुम्ही मला 'मिटवा' म्हणाला. गुजराती मंडळींना जे हवे ते मिळाले आहे. ते का सोडतील? तुम्ही ब्रिटिशांच्या जागी आलात, पण त्यांच्या राजनीतीचे, कुटिल कारस्थानाचे वारस बनू नका. आम्हाला 'मिटवा' असे सांगू नका. तुम्ही सूत्रे हातात घेऊन मिटवा, नाहीतर वाद व संघर्ष रस्त्यात जाईल. हा प्रश्न मग रस्त्यातून सोडविला जाईल व ते मला नको आहे.'' (न. वि. गाडगीळ : पथिक; भाग २) यातील 'मला हे नको आहे' हे वाक्य गुजराती व अन्य भाषेतील वृत्तपत्रांनी गाळले. एवढेच नव्हे तर अनंतशयनम् अय्यंगार यांच्यासारख्या ज्येष्ठ सदस्याने 'प्रश्न रस्त्यावरच सोडविला जाईल' हे वाक्य उचलून काकासाहेबांवर तोंडसुख घेतले. २० डिसेंबर १९५५च्या टाइम्स ऑफ इंडियाच्या अंकात काकासाहेबांनी आपल्या भाषणाच्या विपर्यस्त वृत्ताचे खंडन करणारा खुलासा प्रसिद्ध केला. ''मुंबईच्या रस्त्यात प्रश्नाचा निर्णय दिला जाईल असा संदर्भ असलेल्या माझ्या भाषणाचा काही वार्ताहरांनी चुकीचा वृत्तान्त दिला आहे. २१ नोव्हेंबरला मुंबईत जे घडले त्यानंतर लगेच प्रश्न सोडविला नाही तर रस्त्यावरचे लोक हा प्रश्न हाती घेतील अशी अशोक मेहतांनी भीती व्यक्त केली होती. त्यांचे उद्गार माझ्या मनात घोळत होते. लोकसभेत मी म्हणालो, ''नेत्यांच्या आणि राजकीय पक्षांच्या हातातून हा प्रश्न लोक आपल्या हातात घेतील आणि मुंबईच्या

प्रश्नाचा निर्णय देतील अणि नेमकी हीच गोष्ट टाळण्याची माझी इच्छा आहे.'' आपल्या मूळ भाषणाच्या प्रती काकासाहेबांनी मराठी वृत्तपत्रांकडे पाठवल्या. फक्त 'मौज' साप्ताहिकाने त्यांचे भाषण यथामूल छापले असे काकासाहेबांनी आत्मचरित्रात म्हटले आहे.

स. का. पाटील यांनी एकतर राज्यपुनर्रचना आयोगाच्या शिफारशी १००% स्वीकाराव्यात किंवा वाद घालणाऱ्यांनी आपसात चर्चा करून पर्याय सुचवावा असे प्रतिपादन केले. ते म्हणाले, ''राज्यपुनर्रचनेचा प्रश्न आणखी २०-२५ वर्षे तरी हातात घेऊ नये, असे राजाजी म्हणतात. माझे व्यक्तिश: मत तसेच होते व आहे. प्राप्त परिस्थितीत आयोगाने मुंबई राज्याबाबत केलेली समतोल द्विभाषिकाची शिफारस हीच सर्वोत्कृष्ट ठरेल असे वाटते. स. का. पाटील यांनी आपल्या भाषणात त्रिराज्य योजनेचा म्हणजे मुंबई स्वतंत्र करण्याचा पुरस्कार न करता द्विभाषिकाचा पुरस्कार केला हे लक्षात घेण्याजोगे आहे.

मुंबईसह संयुक्त महाराष्ट्रासाठी सर्वात पहिल्यांदा आंदोलनाची हाक देणारे शंकरराव मोरे काँग्रेसमधून आत-बाहेर करीत असले तरी त्यांची भाषा बदलून गेली होती. लोकसभेतील भाषणात ते म्हणाले, ''१७६१ साली पानिपतच्या लढाईत मराठ्यांना दारुण पराभव पत्करावा लागला तेव्हा असमाधानाने व वैफल्याने मराठ्यांना ग्रासले होते. तशीच मन:स्थिती आजही महाराष्ट्राच्या कानाकोपऱ्यात राहणाऱ्या लोकांची झाली असे मला वाटते. या वैफल्याच्या भावनेबरोबरच लोक संतप्तही झाले आहेत. या लोकभावना केंद्र सरकारने लक्षात घ्याव्यात. व्यक्तिश: मी त्रिराज्य योजनेस अनुकूल नाही. मुंबई हीच महाराष्ट्राची राजधानी असली पाहिजे अशीच माझी प्रत्येक महाराष्ट्रीयाप्रमाणे भूमिका आहे. तरीही या प्रश्नावर तडजोड करण्यास मी तयार आहे.''

मुंबईत २१ नोव्हेंबरला घडलेल्या घटना आणि संसदेमधील राज्यपुनर्रचना आयोगाच्या शिफारशींवर झालेली चर्चा याचा परिणाम मुंबईतल्या काँग्रेस नगरसेवकांवरही झाला. मुंबईसह संयुक्त महाराष्ट्र व्हावा असा ठराव १५ डिसेंबर १९५५ला राम जोशी आणि आर. डी. भंडारे यांनी महापालिकेकडे पाठवला होता. तोच चर्चेला आला. विरोधी पक्षांनी मांडलेला हा ठराव संमत व्हायचा तर किमान २१ काँग्रेस नगरसेवकांनी ठरावाला पाठिंबा देणे जरूर होते. स्थायी समितीचे अध्यक्ष गो. बा. महाशब्दे आणि नगरसेवक का. शं. धारिया यांचा ठरावाला पाठिंबा होताच; पण मुंबई प्रदेश काँग्रेसने जारी केलेल्या व्हीपची पर्वा न करता बाराहून अधिक काँग्रेस नगरसेवक ठरावाला पाठिंबा देणार अशी बातमी टाईम्स

ऑफ इंडियाने दिली. हे घडू नये म्हणून वेळकाढूपणाचे डावपेच चालू झाले.

राज्यपुनर्रचना आयोगाने मुंबईसंबंधी केलेली शिफारस फेरविचारासाठी आयोगाकडे पाठवावी अशी दुरुस्ती नगरसेवक दा. रा. वणीया यांनी सुचविली. महापौर एन.सी. पुष्पाला यांनी त्वरित चर्चा पुढे ढकलण्याची संधी घेतली. आयोगाकडे शिफारस परत पाठवायची असेल तर राज्यपुनर्रचना आयोग अद्याप अस्तित्वात आहे की नाही याची माहिती घ्यावी लागेल. त्याला वेळ लागेल असे सांगून महापौरांनी महापालिका सभा तहकूब केली. त्यावरच खडाजंगी सुरू झाली. प्रजासमाजवादी पक्षाच्या नगरसेवकांनी सभागृहाची परवानगी घेतल्याशिवाय महापौरांना परस्पर सभा तहकूब करता येत नाही, असा हरकतीचा मुद्दा मांडला. तेवढ्यात एका काँग्रेस नगरसेवकाने स्थगन प्रस्ताव आणला. महापौरांनी हात वर करून मतदान घेतले. ४२ विरुद्ध ३७ असा तो संमत झाला. अनेकांनी हात वर केलेच नव्हते. त्यामुळे विरोधकांनी रीतसर मतविभागणीची मागणी केली. मतमोजणीनंतर धक्कादायक निकाल बाहेर आला. स्थगन प्रस्तावाला ४६ नगरसेवक अनुकूल तर ५० जण प्रतिकूल होते. काँग्रेसच्या १२ नगरसेवकांनी स्थगन प्रस्तावाविरोधात मतदान केले होते.

या सगळ्या घटनांमुळे मुंबईचे सर्वेसर्वा स.का. पाटील खवळले. त्यांनी शिस्तभंग करून राम जोशींच्या ठरावाला पाठिंबा देणाऱ्या, नगरसेवकांवर कार्यवाही करण्याचा इशारा दिला. शिस्तभंग करणाऱ्यांना मंत्रिपद भूषवणारे डॉ. नरवणे उत्तेजन देत असल्यामुळे त्यांची हकालपट्टी करण्याची शिफारस करणार असल्याचे पाटीलबुवांनी घोषित केले.

या पार्श्वभूमीवर २२ डिसेंबरला महापालिकेची सभा पुन्हा भरली. एकूण १२४ नगरसेवकांपैकी ११४ जण हजर होते. उरलेल्या १० पैकी १ तुरुंगात आणि ९ गैरहजर होते. महापौर पुष्पालांनी राज्यपुनर्रचना आयोग अस्तित्वात नसल्याने दा. रा. वणीया यांची दुरुस्ती नियमबाह्य ठरवून फेटाळून लावली. या सभेत काही काँग्रेस नगरसेवकांनी आपल्याला धमक्या देण्यात येत असल्याची तक्रार केली आणि मूळ ठरावावरचे मतदान पुढे ढकलावे असे सुचवले. त्यावर लगेच ५७ नगरसेवकांनी हात वर करून त्याला विरोध केला, तर ५६ जणांनी हात उंचावून पाठिंबा दिला. आता काँग्रेस नगरसेवकांनी रीतसर मतदानाची मागणी केली. सभा तहकुबीविरुद्ध ५८ जणांनी मते दिली, तर ५२ जण बाजूने होते. तिघेजण तटस्थ राहिले. तहकुबी फेटाळली गेल्याने आता मूळ ठराव मताला टाकणे आवश्यक होते. तो संमत होणार असे दिसताच ४४ नगरसेवकांनी सभात्याग केला. त्यामुळे

मुंबईसह संयुक्त महाराष्ट्र व्हावा असा राम जोशी आणि रा. धो. भंडारे यांचा मूळ ठराव ६४ विरुद्ध ० मतांनी संमत झाला. महापौर पुष्पालाही ठरावाच्या बाजूने उभे राहिले. राज्यपुनर्रचना आयोगाने त्रिराज्य प्रस्ताव मांडलेला असताना मुंबई महापालिकेचा लंबक मुंबईवाद्यांकडून थेट मुंबईसह संयुक्त महाराष्ट्रवाद्यांकडे झुकला. स. का. पाटील यांची आता महापालिकेवर सत्ता राहिलेली नाही, हे स्पष्ट झाले.

महापालिकेतील या जबरदस्त पराभवाने स. का. पाटील आणि मोरारजी देसाई संतप्त होणे साहजिकच होते. या घटनेमागे डॉ. नरवणे असल्याची खात्री असल्याने २६ डिसेंबर १९५५ला मोरारजींनी नरवण्यांना पत्र पाठवून '२४ तासांत राजीनामा द्या', असा आदेश दिला. नरवण्यांनीही राजीनामा आणि त्याबरोबर आपल्या भूमिकेचे समर्थन करणारे पत्र २७ तारखेला मोरारजींकडे पाठवले.

नरवण्यांनी मोरारजींना लिहिले, "१८ नोव्हेंबरला विधानसभेत मांडलेल्या ठरावावर मंत्रिमंडळाच्या बैठकीत चर्चा झाली नव्हती किंवा त्याला मंत्रिमंडळाने मान्यताही दिली नव्हती. त्यामुळे त्याला मंत्रिमंडळाचा ठराव म्हणता येत नाही." शिवाय जेव्हा आपण मंत्रिपद स्वीकारले तेव्हाही आपण संयुक्त महाराष्ट्र परिषदेचे चिटणीस असून मंत्री झाल्यावरही परिषदेचे कार्य सुरूच ठेवू असे सांगितल्याची मोरारजींना आठवण करून दिली.

तिकडे स. का. पाटील, स्थायी समितीचे अध्यक्ष आणि प्रदेश काँग्रेसचे माजी सरचिटणीस गो. बा. महाशब्देंवर घसरले. महाशब्द्यांना पाठवलेल्या पत्रात पाटीलबुवांनी लिहिले, "तुम्ही रागवला असाल किंवा उत्तेजित झाला असाल तर १ ते १० पर्यंत आकडे मोजा असे म्हणतात." "तुम्ही मुंबई प्रदेश काँग्रेसच्या धोरणावर जाहीर टीका करू लागल्यापासून गेल्या काही दिवसात मी किमान दहा हजारापर्यंत आकडे मोजले असतील ते संयम व मौन राखण्यासाठी. दुर्दैवाने मी मुंबई प्रदेश काँग्रेस समितीचा अध्यक्ष असल्यामुळे माझ्या डोळ्यांदेखत होत असलेला शिस्तभंग काहीही कृती न करता स्वस्थ बसून पाहणे मला शक्य नाही. अजूनही तुम्हाला तुमच्या वागण्यात सुधारणा करून काँग्रेसची शिस्त पाळता येत असेल तर तसे करावे ही विनंती. तुमच्या प्रतिक्रियेची दोन दिवस वाट पाहतो."

महाशब्दे यांनी ३० डिसेंबरला उत्तरादाखल पाटलांना एक पत्र लिहिले. भाषावार प्रांतरचनेचा प्रश्न लांबणीवर टाकावा, असेच तुमच्याप्रमाणेच माझेही मत आहे असे प्रारंभीच नमूद करून महाशब्द्यांनी म्हटले, "मुंबई राज्याची पुनर्रचना करायची झाल्यास मुंबई शहराचा समावेश महाराष्ट्रातच करावा असे मी पहिल्यापासून म्हणत आहे" याची आठवण त्यांनी पाटलांना करून दिली. पत्रात

पुढे म्हटले होते... ''त्रिराज्य योजना तात्पुरती असल्याचे काँग्रेस कार्यकारिणीने ठरावात म्हटले होते. त्याचा अर्थ काँग्रेस कार्यकारिणीने काँग्रेसजनांना मुक्तपणे मते व्यक्त करण्याची मुभा दिली होती असा मी घेतला. मुंबई महापालिकेतील कामकाजपद्धती लक्षात घेता तेथे जर मत देण्याचे स्वातंत्र्य नसेल तर निव्वळ मुक्तपणे मत व्यक्त करण्याचे स्वातंत्र्य निरर्थक ठरते. राम जोशी आणि भंडारे यांच्या प्रस्तावावर ज्या दिवशी मतदान झाले त्याच्या आदल्या दिवशी के. के. शहांनी 'काहीतरी मार्ग काढा', अशी मला विनंती केली होती. तेव्हा त्यांनी माझा राजीनामा मागितल्यास मी एका मिनिटात देईन असे सांगितले. माझ्या तसेच काँग्रेसच्या अन्य नगरसेवकांसमक्ष तुम्ही उपसूचनेचा मसुदा सांगितला होता. त्यातील 'सद्य:परिस्थितीत' हा महत्त्वाचा शब्द मसुद्यातून वगळण्यात आला आणि महापालिकेतील काँग्रेस पक्षाच्या नेत्याने काँग्रेसच्या नगरसेवकांसह सभात्याग करण्याचा हास्यास्पद प्रकार घडला.''

यशवंतराव चव्हाण, मालोजीराजे निंबाळकर आणि तपासे या त्रिकुटाने शंकरराव देवांना काँग्रेसबाहेरचे ठरवून बंड केले असले तरी दिल्लीतील पक्षश्रेष्ठींना मात्र देव उपरे वाटत नव्हते, हे गृहमंत्री गोविंद वल्लभ पंत यांच्या भाषणातून स्पष्ट झाले. लोकसभेत बोलताना पंतांनी, देव आणि गाडगीळ यांनी मोरारजींची भेट घेऊन चर्चा करावी अशी विनंती केली. त्याला मान देऊन २६ डिसेंबरला देवांनी मोरारजींना पत्र पाठवून मुंबईत भेटण्याची इच्छा व्यक्त केली. २८ डिसेंबरला देव आणि मोरारजींची दीड तास चर्चा झाली. मोरारजींनी आपल्यासमोर चार पर्याय असल्याचे सांगितले. (१) राज्यपुनर्रचना आयोगाने सुचविलेले समतोल द्विभाषिक राज्य. (२) महाराष्ट्र प्रदेश काँग्रेसने सुचवलेले विशाल द्विभाषिक राज्य. (३) काँग्रेस कार्यकारिणीची त्रिराज्य योजना आणि (४) मुंबईसह महाराष्ट्राचे एकभाषी राज्य. यापैकी मोरारजींना मुंबईसह महाराष्ट्र मान्य नव्हता, तर देवांना त्रिराज्य योजना मान्य नव्हती.

दोघांनाही समतोल द्विभाषिक मान्य नव्हते. त्यामुळे एकच पर्याय राहिला, तो विशाल द्विभाषिकाचा; पण आता मराठी भाषक व गुजराती भाषक यांचा एकमेकांवर विश्वास राहिला नसल्याने देव आणि मोरारजींनी त्यासाठी संयुक्त पत्रक काढले तरी ते कुणी स्वीकारील की नाही, याबद्दलच मोरारजींना शंका वाटत होती. पुन्हा भेटायचे ठरवून चर्चा संपली.

पंतप्रधान नेहरू बंगलोरहून दिल्लीला जाताना २९ डिसेंबरला थोडावेळ मुंबईत थांबले आणि त्यांनी मोरारजींशी दीड तास चर्चा केली. ३० डिसेंबरला सकाळी साडेनऊपासूनच देव आणि मोरारजींची चर्चा सुरू झाली. आता विशाल

द्विभाषिकाचा प्रयोग करण्यास मोरारजी तयार झाले होते. ही चर्चा चालू असतानाच गुजरात प्रदेश काँग्रेसचे चिटणीस ठाकूरभाई देसाई आणि गोविंदजी देसाई मोरारजींना भेटण्यास आले होते. मोरारजींच्या सूचनेवरून तेही चर्चेत सामील झाले. विशाल द्विभाषिक राज्याच्या सूचनेचा गुजरात व महाराष्ट्र प्रदेश काँग्रेस समित्यांनी संयुक्त सभेत प्रचार करावा. त्यातून काही निष्पन्न झाले नाही तर काँग्रेस कार्यकारिणीने मुंबईसह महाराष्ट्र राज्य निर्माण करावे किंवा मुंबई शहर केंद्रशासीत करावे असा तोडगा मोरारजींनी सुचवला. मुंबई शहर केंद्रशासित करणे पक्षश्रेष्ठींना आवडेल अशी मोरारजींना खात्री होती.

३१ डिसेंबरला देवांनी दिल्लीत जाऊन गृहमंत्री पंतांशी बोलणी केली. या चर्चेत विशाल द्विभाषिक राज्यातून ५ वर्षांनंतर बाहेर पडण्याचा पर्याय मुंबई शहरासही खुला ठेवावा अशी सूचना पंतांनी केली. वाटाघाटींचे हे गुऱ्हाळ १५ जानेवारी १९५६ पर्यंत चालूच होते. महाराष्ट्र काँग्रेस नेत्यांत एकजूट नसल्यामुळे विविध पर्यायांचे घोळ घातले जात होते. त्यामुळे दिल्लीतले पक्षश्रेष्ठीही वैतागून गेले.

हा काँग्रेसचा घोळ एकीकडे सुरू असताना प्रजासमाजवादी पक्षातील फूट अटळ बनत चालली होती. डिसेंबरअखेरीस डॉ. राम मनोहर लोहिया यांनी पक्षातून बाहेर पडून नवा पक्ष काढण्याचा निर्णय घेतला. डिसेंबर अखेरीस एकाच वेळी दोन ठिकाणी अधिवेशने भरली. गया येथे प्रजासमाजवादी पक्षाचे राष्ट्रीय अधिवेशन झाले, तर डॉ. राममनोहर लोहिया आणि त्यांच्या पाठीराख्यांनी हैदराबादे येथे वेगळे अधिवेशन घेऊन तिथे समाजवादी पक्षाची स्थापना केली. लोहिया गटाचे प्रमुख नेते मधू लिमये तेव्हा गोव्यात तुरुंगात होते. सदाशिव बागाईतकर, श्रीपाद केळकर, दिनकर साक्रीकर, केशव बंडू गोरे मोठ्या उत्साहाने समाजवादी पक्षाचे काम करायला लागले. प्रजासमाजवादी नेते असोत वा समाजवादी, बहुतेकांचा शंकरराव देवांच्या नेतृत्वावर विश्वास होता. म्हणून सर्वच विरोधी पक्षातील नेते मुंबईसह संयुक्त महाराष्ट्राबाबत सबुरीचे धोरण अवलंबत होते. हे फार काळ चालेल असे मात्र कोणालाच वाटत नव्हते. समाजवाद्यांना मात्र पंडित नेहरूंचे मन वळवण्याचे प्रयत्न म्हणजे शंकरराव देवांचा कालहरणाचा मार्ग आहे असे वाटत होते.

पक्षश्रेष्ठींची मनधरणी करण्याला शंकरराव देवच वैतागतील असे मात्र कोणालाच वाटत नव्हते.

❑❑❑

११

रक्तरंजित जानेवारी

शंकरराव देव, मोरारजी देसाई व गोविंद वल्लभ पंत यांच्याशी चर्चा करून विशाल द्विभाषिक मुंबई राज्याचा पर्याय महाराष्ट्राच्या माथी मारण्याचा प्रयत्न करीत आहेत अशा बातम्या वृत्तपत्रातून प्रसिद्ध झाल्या. त्यामुळे सर्वच पक्षांचे नेते आणि काँग्रेसजनही अस्वस्थ झाले. १ जानेवारी १९५६ ला कॉम्रेड डांग्यांनी शंकरराव देवांना एक पत्र पाठवले आणि त्यांच्या या उद्योगांना विरोध केला. डांग्यांनी लिहिले, ''विशाल द्विभाषिकाच्या तुमच्या पर्यायाचे पुनरुज्जीवन करण्याचा तुमचा प्रयत्न सुरू असल्याचे वृत्तपत्रात वाचले. पूर्वीपेक्षा अधिक वाईट स्वरूपात तुम्ही हा पर्याय सादर केला आहे. त्रिराज्य योजनेपेक्षा तुम्ही सुचवलेला पर्याय अधिक धोकादायक आहे असे मला वाटते. द्विभाषिक राज्याबद्दलचे माझे मत तुमच्याशी बोलताना मी अनेकदा व्यक्त केले आहे. हे सूत्र (फॉर्म्युला) स्वीकारले जावे म्हणून तुम्ही आपले वजन वापरण्याचा प्रयत्न केलात तर तुम्ही महाराष्ट्राच्या विनाशाला कारणीभूत ठराल. गुजराती थैलीशहांकडे महाराष्ट्राचा विकास गहाण टाकल्यासारखे होईल आणि थैलीशहा, मराठी माणसांमध्ये फूट पाडण्यासाठी, महाराष्ट्राच्या काँग्रेसमधील गटांना खिशात घालतील. मुंबईसह महाराष्ट्राच्या प्रश्नाला हे जे नवीन वळण देण्यात आले आहे, त्याला तुम्ही जबाबदार आहात. संयुक्त महाराष्ट्र परिषदेने तुमच्या प्रस्तावाला पुष्टी दिलेली नाही, याची आठवण ठेवा. मुंबईसह महाराष्ट्राच्या मागणीबाबत लोक इतके पुढे गेले आहेत की विशाल द्विभाषिकाच्या घोळात पुन्हा अडकण्याची त्यांची इच्छा नाही. तुमची व्यक्तिगत किंवा नैतिक मते काहीही असोत, तुम्ही विशाल द्विभाषिक राज्य स्वीकारावे म्हणून कृपया इतरांचे मन वळवण्याचाही प्रयत्न करू नका. तुम्ही त्या पर्यायाला काहीही नाव द्या; पण तुमचा प्रस्ताव म्हणजे मोरारजी आणि पाटील यांनी मिळवलेला विजय आहे.''

मुंबईतील काँग्रेस आमदारही देवांच्या या हालचालींनी अस्वस्थ झाले होते. एम. यू. मस्कारेन्हास, डॉ. भवानीशंकर दिवगी, डॉ. माधव रघुनाथ देसाई, डॉ. माधव नारायण बिरजे आणि विश्वनाथ राजम्मा तुल्ला या मुंबईतल्या पाच काँग्रेस आमदारांनी ३ जानेवारीला देवांना संयुक्त पत्र पाठवले. यामध्ये मुंबईसह संयुक्त महाराष्ट्राच्या मूळ मागणीला चिकटून राहावे असे आवाहन करण्यात आले होते. पुढे म्हटले होते, ''दुसरा कोणताही पर्याय स्वीकारण्याजोगा आहे अशी आम्हा लोकांची कोणी खात्री पटवून देऊ शकत नाही. विशाल द्विभाषिकाचा पर्याय मान्य केल्यास आपण लोकांचा विश्वास व पाठिंबा गमावू. विशाल द्विभाषिकातून बाहेर पडण्याचा मार्ग मुंबई शहरास पाच वर्षांनंतर खुला असेल. द्विभाषिकाचे मोरारजीभाई मुख्यमंत्री असतील आणि मंत्र्यांच्या एकूण संख्येपैकी निम्मी संख्या गुजरातीभाषकांची असेल, वगैरे विविध वृत्तपत्रातील बातम्या वाचून आम्ही अस्वस्थ झालो आहोत. ज्या तऱ्हेने मोरारजीभाईंनी डॉ. नरवणे यांच्याकडून राजीनामा घेऊन तो स्वीकारला, तेही आमच्या बेचैनीचे एक कारण आहे. मुख्यमंत्र्यांच्या या कृतीबद्दल नापसंती व्यक्त करणारे एकही निवेदन कोणाही जबाबदार व्यक्तीने प्रसृत केलेले नाही. म्हणून विधानसभेच्या येत्या सत्रात मुंबई विधानमंडळातील काँग्रेस पक्षाच्या नेत्याविरुद्ध अविश्वासाचा प्रस्ताव मांडण्याचा आम्ही विचार करीत आहोत.''

याच दिवशी हिरे यांच्या निवासस्थानी काँग्रेस नेत्यांची एक बैठक झाली. यामध्ये शंकरराव देवांसह देवगिरीकर, काकासाहेब गाडगीळ, कुंटे, यशवंतराव चव्हाण, डॉ. नरवणे, द. रा. घारपुरे, रामराव देशमुख, पी. के. देशमुख, रा. कृ. पाटील हे नेते हजर होते. या बैठकीत तब्बल साडेनऊ तास चर्चा झाली. विशाल द्विभाषिकातून ५ वर्षांनंतर बाहेर पडण्यास गुजरातला मुभा असावी; पण तशी तरतूद मुंबई शहर आणि विदर्भासाठी करू नये असा बैठकीचा सर्वसाधारण मतप्रवाह होता. या पार्श्वभूमीवर देव दुसऱ्या दिवशी पुन्हा मोरारजींना भेटले. दोघांची चर्चा झाली. आदल्या दिवशीची बैठक आणि मोरारजींबरोबरची बैठक यामुळे देव निराश झालेले होते. त्याच दिवशी देवांनी पंतांना पत्र पाठवले,

''मोरारजी मदत करण्यास तयार आहेत, मात्र गुजरातमधील मित्रांना विशाल द्विभाषिक स्वीकारण्याबाबत आग्रह करण्यास ते तयार नाही. या बाबतीत गुजरातमधील मित्र आपण होऊन पुढाकार घेतील असे त्यांना वाटत नाही. उभयपक्षी विशाल द्विभाषिकाबाबत पुरेसा उत्साह दाखविण्यात आलेला नाही. त्यामुळे सर्वसंमत तोडगा काढण्याचे प्रयत्न मी यापुढे करणार नाही.''

हिऱ्यांकडील सभेचे निमंत्रण विदर्भ काँग्रेस नेते गोपाळराव खेडकरांनाही पाठवण्यात आले होते. 'मी या सभेस येण्यास असमर्थ आहे' असे म्हणत खेडकरांनी देवांना २ जानेवारीला जे पत्र पाठवले, ते फार महत्त्वाचे आहे. विदर्भ काँग्रेसमध्ये देवांच्या हालचालींची प्रतिक्रिया काय उठत होती, ते या पत्रात स्पष्ट दिसते. खेडकर लिहितात,

"सर्व मराठी भाषिकांचा एकच प्रांत असावा या भावनेने ह्या विभागात मी संयुक्त महाराष्ट्राची बाजू उचलून धरली. राज्यपुनर्रचना समितीचा अहवाल प्रसिद्ध झाल्यानंतर महाराष्ट्र प्रदेश काँग्रेस समितीने जो द्विभाषिक प्रांताचा पर्याय ठरावरूपाने सुचविला आहे त्यास माझा ठराव मंजूर होण्यापूर्वी व नंतरही स्पष्ट विरोध राहिला असल्याचे आपणास माहीत आहे. स्वतंत्र विदर्भ प्रांत बनू शकत नाही असे दिसताच या विभागातील विदर्भवाद्यांनीही महाराष्ट्र प्रदेश काँग्रेसच्या ठरावाचा पर्याय अलीकडे उचलून धरला आहे. तसेच ज्या गुजरात प्रदेश काँग्रेस समितीने महाराष्ट्र प्रदेश काँग्रेस समितीच्या ठरावास विरोध दर्शवला होता, त्या गुजरातचे काही प्रतिष्ठित पुढारी आज या पर्यायाच्या बाजूने झुकत असल्याचे दिसत आहे. त्या पर्यायाबाबत माझी पूर्वीची भूमिका आजही कायम आहे. हा पर्याय एकदा मान्य केल्यानंतर मराठी भाषिकांचा एक प्रांत बनणे अशक्य आहे. महाराष्ट्रीय नेत्यांना द्विभाषिक प्रांत जर बरा वाटत असला तर त्यांनी राज्यपुनर्रचना समितीचा अहवाल संतोषाने स्वीकारावा व स्वतंत्र विदर्भ बनविण्याची जी शिफारस केली आहे तिच्या आड येऊ नये."

मुंबईत काँग्रेस पक्षात हा सर्व गोंधळ सुरू असताना डाव्या पक्षांनी मात्र मुंबईसह संयुक्त महाराष्ट्रासाठी कंबर कसली होती. श्रीपाद अमृत डांगे, प्रबोधनकार ठाकरे, आचार्य अत्रे, भाऊसाहेब राऊत, मो. वा. दोंदे, शां. सा. मिरजकर, श्री. शं. नवरे वगैरे २१ जणांनी एक निवेदन प्रसृत करून मुंबईसह संयुक्त महाराष्ट्रासाठी हंगामी कृती समिती नेमल्याचे जाहीर केले. निवेदनात 'फुटून निघण्याचा अधिकार असो वा नसो, कोणत्याही स्वरूपातील द्विभाषिक राज्य जनतेस मान्य होणार नाही', असे स्पष्ट करण्यात आले. ताबडतोबीचा कार्यक्रम म्हणून ७ जानेवारी हा संयुक्त महाराष्ट्र दिन म्हणून पाळण्याचे कृती समितीने जाहीर केले. हे निवेदन म्हणजे संयुक्त महाराष्ट्र परिषदेत उभी फूट पडल्याची घोषणाच होती.

मुंबईत या घडामोडी चालू असताना पुण्यात एस. एम. जोशी एक स्वतंत्र निवेदन प्रसिद्ध करत होते. ५ जानेवारी १९५६च्या वृत्तपत्रात हे निवेदन प्रसिद्ध झाले.

"देव-मोरारजी वाटाघाटी फिसकटल्याने संयुक्त महाराष्ट्राच्या विरोधकांचा कडवेपणा तेवढा सिद्ध झाला तरीही लोकांनी निराश होण्याचे कारण नाही. अशा परिस्थितीत महाराष्ट्र प्रजासमाजवादी पक्षाच्या वतीने श्री. शंकरराव देव यांना मी विनंती करतो की त्यांनी ताबडतोब सं. म. परिषदेच्या कार्यकारिणीची सभा बोलवावी. तीत पुढील धोरण व कार्यक्रम आखावा. अखिल महाराष्ट्रात व विशेषत: मुंबई शहरात दिवसेंदिवस असंतोष वाढत आहे. त्यास शांततामय लोकशाही मार्गाने नेले पाहिजे. त्यासाठी तूर्त संयुक्त नेतृत्वाची गरज आहे. आगामी लढा नि:संशय शांततामय असावा. सत्याग्रहापासून सुरुवात करून आवश्यक वाटल्यास अहिंसात्मक असहकारापर्यंत चळवळ न्यावी.'' एस. एम. जोशींचे हे निवेदन वाचताच डांग्यांनी त्यांना पत्र लिहिले, ''वृत्तपत्रामधील तुमचे निवेदन वाचले. देवांनी पुन्हा एकदा द्विभाषिक राज्याचा पर्याय सुचवून त्याआधारे वाटाघाटी केल्या. गुजराती भाषकांना हमी देण्यासाठी मोरारजींना कोरा 'चेक' देण्याची भाषा ही अत्यंत कपटी चाल होती आणि महाराष्ट्राच्या दृष्टीने ती भयंकर धोकादायक होती. ती सूचना फेटाळण्यात आली याबद्दल ईश्वराचे आभार मानले पाहिजेत. मुंबईत भरलेल्या सर्वपक्षीय किंवा 'डाव्यांच्या' म्हणा वाटल्यास, मेळाव्याबाबत तुम्ही वाचले असेलच. आम्ही संयुक्त महाराष्ट्रवाद्यांची एक हंगामी समिती स्थापन केली. समितीचे सदस्य म्हणून तुमचे तसेच दंडवत्यांचे नाव घातले आहे; पण तुम्हा दोघांची संमती मिळेपर्यंत तुमची नावे जाहीर करू नयेत असे सांगितल्यामुळे प्रसिद्ध झालेल्या यादीत तुमची नावे नाहीत.''

"एकजुटीच्या आधारे आपण आता हालचाल केली पाहिजे. काँग्रेसजन सोडून गेल्यानंतर संयुक्त महाराष्ट्र परिषदेचे 'शुद्धीकरण' होईल. तोपर्यंत काही निवेदने प्रसृत करण्यासाठी हंगामी व्यासपीठ असण्याची गरज होती. एकजूट केल्याशिवाय आणि नेतृत्वाशिवाय लोकांना जर वाऱ्यावर सोडले तर त्यांचे मनोधैर्य खचेल आणि आतापर्यंत आपण जो त्यांचा विश्वास संपादन केला आहे तो आपण गमावू. शंकररावांच्या अलीकडच्या चालीमुळे जनमानसातील त्यांची प्रतिमा अधिकच वाईट झाली आहे.'' (एस. एम. जोशी : खासगी पत्रव्यवहार)

८ जानेवारीला कॉम्रेड डांगे दिल्लीत पोहोचले. तेथील एकूण वातावरणाचा अंदाज घेऊन डांग्यांनी एस.एम. जोशींना पत्र लिहिले. पत्रात डांग्यांनी लिहिले होते, ''मुंबईचा निकाल लवकरच लागेल अशी येथे हवा आहे. जनतेच्या कृतींमुळे काँग्रेस कार्यकारिणी प्रभावित झाली असली तरी महाराष्ट्र प्रदेश काँग्रेसच्या नेत्यांचा दुबळेपणा आणि धरसोडीचे धोरण यांनी सगळेच बिघडले आहे. त्यात

शंकरराव देवांनी अलीकडे द्विभाषिक राज्याच्या पर्यायाच्या आधारे केलेल्या वाटाघाटी अतिशय हानिकारक ठरल्या आहेत. आता मुंबई केंद्रशासित करण्याची भाषा बोलली जात आहे. संयुक्त महाराष्ट्र परिषदेच्या कार्यकारिणीची सभा केव्हा भरणार आहे ते मला माहीत नाही. मी १६ जानेवारीस मुंबईत पोचेन.'' (कित्ता)

कॉम्रेड डांग्यांना परिस्थितीचा नेमका अंदाज आलेला होता. कदाचित महाराष्ट्र काँग्रेसच्या नेत्यांनी घातलेला गोंधळही त्यांच्यापर्यंत पोहोचला असावा. मुंबईतल्या बैठकीनंतर हिरे एका महत्त्वाच्या बैठकीसाठी दिल्लीला गेले. सहा किंवा सात जानेवारीला त्यांची चिंतामणराव देशमुखांशी भेट झाली. चिंतामणराव देशमुख केंद्रीय मंत्रिमंडळाच्या बैठकीत महाराष्ट्र प्रदेश काँग्रेसच्या नेत्यांचे म्हणणे काय आहे ते मांडत असत. वास्तविक देशमुख हे काही काँग्रेस पक्षाचे सदस्य नव्हते. जुने जाणते आय.सी.एस. अधिकारी आणि अर्थतज्ज्ञ म्हणून नेहरूंनी देशमुखांना वित्तमंत्री केले होते. कॅबिनेट पद्धतीच्या शासनाच्या नियम व संकेतांचे देशमुख कसोशीने पालन करत. म्हणूनच राज्यपुनर्रचनेच्या प्रश्नावर देशमुखांनी कोणतेही जाहीर वक्तव्य केले नव्हते आणि कोणतीही बाजू घेतली नव्हती. त्यामुळे देशमुख मंत्रिमंडळात जे सांगतात ते महाराष्ट्र प्रदेश काँग्रेसचे म्हणणे असते असे नेहरूंसह सर्वचजण मानत असत. देशमुख आणि हिरे यांच्या भेटीत हिरे यांनी नेमके काय सांगितले हे माहीत नाही; पण दोघांनीही त्याबाबत नंतर वेगवेगळ्या भूमिका घेतल्या. ही भेट वादग्रस्त ठरली.

८ जानेवारीला केंद्रीय मंत्रिमंडळाची बैठक झाली. त्यामध्ये देशमुखांनी मुंबई शहराचे वेगळे राज्य करण्याची योजना महाराष्ट्र काँग्रेस नेत्यांना मान्य आहे असे सांगितले. त्यामुळे आता फक्त विदर्भाचा प्रश्न शिल्लक आहे असे समजून त्यावर चर्चा करण्यासाठी महाराष्ट्रातील नेत्यांना बोलावून घ्या असे देशमुखांना सांगण्यात आले. देशमुखांनी त्याप्रमाणे मुंबईत फोन करून हिरे, देवगिरीकर, यशवंतराव चव्हाण, कुंटे ह्यांना दिल्लीस बोलावून घेतले. १० जानेवारीला सर्व नेते दिल्लीस पोहोचले. देवगिरीकरांनी आपल्या आठवणीत लिहिले, ''दिल्लीस गेल्यावर प्रथम मी व हिरे-देशमुखांच्या घरी गेलो. देशमुख म्हणाले, 'मी मंत्रिमंडळात तुम्ही मुंबईचे (म्हणजे मुंबई शहराचे) स्वतंत्र राज्य स्थापन होण्यास कबूल आहा' असे सांगितले व म्हणून तुम्हाला विदर्भाविषयी बोलणी करण्यास बोलावले.' हिरे म्हणाले, 'मी तशी मान्यता दिली नव्हती. तुमचा काहीतरी गैरसमज झाला असावा.' देशमुख त्यावर खवळले... आम्ही तेथून जवळजवळ हाकलले गेलो.'' (त्र्यं. र. देवगिरीकर : राजकीय आठवणी).

देशमुखांनी हिरे देवगिरीकरांना हाकलले ते केवळ देशमुख तोंडघशी पडले म्हणून. जाता जाता या दोघांनी महाराष्ट्रातील नेते मुंबई केंद्रशासित करण्यास तयार आहेत असे सांगितले तेव्हा मात्र देशमुखांचा संताप अनावर झाला. मुंबई केंद्रशासित करण्याचा पर्याय देशमुखांना बिलकूल मान्य नव्हता.

देशमुखांना भेटून हिरे आणि देवगिरीकर थेट काकासाहेब गाडगीळांच्या घरी गेले आणि घडलेली सारी हकिकत त्यांनी गाडगीळांना सांगितली. महाराष्ट्रातील नेत्यांची भूमिका आणि देशमुखांनी मांडलेली भूमिका यात मोठे अंतर पडले आहे आणि त्यातून गोंधळ होणार आहे हे गाडगीळांच्या त्वरित लक्षात आले. त्यांनी देवगिरीकरांबरोबर गोविंद वल्लभ पंत यांना भेटून नेमके काय घडले ते सांगणारे सविस्तर पत्र द्यावे असा सल्ला दिला. हिरे आणि देवगिरीकरांनी लगोलग पत्र तयार केले आणि दुसऱ्या दिवशी ११ जानेवारीला पंतांना भेटून हाती दिले. ''मी आणि महाराष्ट्रातील काही सहकारी काल रात्री येथे आलो. आज सकाळी मी सी. डी. देशमुखांना भेटलो. मी जे तुम्हाला सांगितले होते ते देशमुखांना नीटसे समजले नव्हते असे मला त्यांच्याशी बोलताना लक्षात आले. कोणाचीही चुकीची समजूत झाली असल्यास ती दूर करावी म्हणून तुम्हाला मी जे सुचवले ते खाली देत आहे.''

मुंबई शहर दोन ते तीन वर्षांपुरते केंद्रशासित असावे. हा कालावधी संपल्यावर मुंबई शहर महाराष्ट्रात विलीन करावे. दरम्यानच्या कालावधीत मुंबई शहर हीच महाराष्ट्राची राजधानी असावी. या सूचनेखेरीज मी देशमुखांना दुसरा पर्याय सुचवला होता. काँग्रेस कार्यकारिणीच्या प्रस्तावानुसार मुंबईचे शहरराज्य अस्तित्वात आल्यास सार्वजनिक निवडणुकीनंतर साध्या बहुमताच्या आधारे ते महाराष्ट्र राज्यात विलीन करण्याचा अधिकार दिला जावा. दरम्यानच्या कालावधीत मुंबई हेच महाराष्ट्र राज्याच्या प्रशासनाचे मुख्य केंद्र असावे.

मुंबईस परतल्यावर या दोन्ही सूचनांबाबत माझ्या सहकाऱ्यांशी मी चर्चा केली तेव्हा पहिली सूचना पूर्णतया स्वीकारण्यात आली तर माझ्या सहकाऱ्यांनाही ती मान्य होईल असे ते म्हणाले.

दुसऱ्या पर्यायानुसार स्थानिक लोकांना मुंबई शहराचे भवितव्य ठरवण्याचा मार्ग खुला राहतो, म्हणून माझ्या काही सहकाऱ्यांचा त्याला विरोध आहे. खेरीज त्यामुळे काँग्रेसजनांमध्ये दुर्भावना व कडवटपणा निर्माण होईल म्हणून त्याला मान्यता नाही.

काही गैरसमज तसेच गैरसोय झाली असल्यास माफ करावे.''

गृहमंत्री पंतांनी हिरे आणि देवगिरीकर यांच्या समक्ष पत्रातील 'मुंबई शहरराज्य' हे शब्द बदलून केंद्रशासित राज्य अशी शब्दयोजना करण्यास मान्यता दिली. (टी. आर. देवगिरीकर : ट्वेल्व इयर्स इन पार्लमेंट)

महाराष्ट्रातील काँग्रेस नेते मुंबई केंद्रशासित करण्यास तयार झाले असले तरी काँग्रेसश्रेष्ठींना मात्र हा पर्याय मान्य नव्हता. शिवाय काही वर्षांनंतर का होईना मुंबई महाराष्ट्रात विलीन करायची आणि तोपर्यंत मुंबई शहर हीच महाराष्ट्राची राजधानी ठेवायची, ही गोष्ट पक्षश्रेष्ठींना अजिबात मान्य नव्हती. या आशयाची बातमी दुसऱ्याच दिवशी टाईम्स ऑफ इंडियाच्या अंकात प्रसिद्ध झाली. आदल्याच दिवशी सांताक्रुझ विमानतळावर शंकरराव देव पत्रकारांना भेटले होते. ते म्हणाले, "मुंबईबाबतचा काँग्रेसश्रेष्ठींचा निर्णय बाहेर पडल्यावर मुंबईसह संयुक्त महाराष्ट्राचा लढा थांबणार नसून तेथूनच लढ्याची खरी सुरुवात होईल." (लोकसत्ता : १४ जानेवारी १९५६) देवांचे हे भाकीत खरे ठरले; पण प्रत्यक्ष लढा सुरू झाला तेव्हा देव मात्र त्यात नव्हते.

मुंबईबद्दल काहीतरी विचित्र घडणार याची शंका सर्वांनाच येऊ लागली होती. १५ जानेवारीला संयुक्त महाराष्ट्रासाठी चौपाटीवर सभा झाली. या सभेत काकासाहेब गाडगीळ, डॉ. नरवणे, ग. रा. घारपुरे इत्यादींची भाषणे झाली. काकासाहेब गाडगीळांना तर चेव चढला होता. लाखभर लोक समोर बघून गाडगीळ म्हणाले, "दीर्घकाळ लढा द्यावा लागेल" त्यांनी श्रोत्यांना संदेश दिला, "गोळीबार झाला तर त्या गोळ्या छातीवर घ्या. तुम्ही मराठ्यांची अवलाद आहात. शांतपणे, निश्चयाने पोलिसांच्या गोळीबाराला तोंड द्या. आपला पक्ष न्यायाचा आहे."

१६ जानेवारीला मुंबईसह संयुक्त महाराष्ट्राच्या मागणीसाठी शिवाजी पार्कवर सभा ठरली होती. त्याच दिवशी मुंबईतल्या घोषणा दिल्लीहून होणार हे मोरारजी देसाईंना माहीत असल्यामुळे मुंबईत काही गोंधळ होऊ नये म्हणून मोरारजींनी पहाटेपासूनच दडपशाही सुरू केली. मोरारजींचे पोलीस संयुक्त महाराष्ट्रवादी नेते आणि प्रमुख कार्यकर्त्यांच्या घरी पहाटेच येऊन पोहोचले आणि त्यांना अटक करण्यात आली. यामध्ये मुंबईतल्या पर्यायी कृती समितीचे डाव्या पक्षांचे सर्व नेते आणि प्रबोधनकार ठाकरे यांचा समावेश होता. एकाही काँग्रेस नेत्याला मात्र अटक झालेली नव्हती. मोरारजींच्या या दडपशाहीने मुंबईतील मराठीभाषक संतप्त झाले. पुढाऱ्यांना अटक झाल्याची बातमी पोहोचताच कामगारांनी गिरण्या, कारखान्यांवर बहिष्कार टाकला. मुंबईत काय घडत होते याची नोंद शाहीर अमर शेख यांनी

आपल्या रोजनिशीत केली आहे. ''पहाटेच पुढाऱ्यांची धरपकड झाली म्हणून अर्धी मुंबई बंद. कामगार मैदानावर निषेध सभा. मी गाणी म्हटली. हजर लोक पंचवीस हजार. नंतर युवकसभेतर्फे शिवाजी पार्कच्या सभेला मी गेलो. श्री. न. वि. गाडगीळ यांचे भाषण श्रोत्यांनी बंद पाडले. मी 'गर्जा संयुक्त महाराष्ट्र भारती' हे गीत म्हणण्यासाठी पुढे गेलो. समोरचा तीन लाखांचा जमाव हा माझा कोरस झाला. गाणे संपताच मी विनंती केली, 'संयुक्त महाराष्ट्रवादी कुणीही असो, त्यांची जो सभा मोडेल तो मराठी रक्ताचा नाही.' लोकांनी मान दिला. माझ्या आयुष्यातला महान दिवस.'' (अमर शेख : सूर एका वादळाचा) काकासाहेब गाडगीळांच्या आठवणीनुसार आचार्य अत्रे एक मोठा घोळका बरोबर घेऊन आले. त्या घोळक्यातून 'नेहरू मुर्दाबाद, कॉंग्रेस मुर्दाबाद, सफेद टोपी मुर्दाबाद' अशा घोषणा दिल्या जात होत्या. काकासाहेबांनी भाषण सुरू करताच 'गांधी टोपी काढा' अशा आरोळ्या ठोकण्यात आल्या. 'इंग्रजी राज्यात काढली नाही ती मुरारजी राज्यातही काढणार नाही', असे उत्तर गाडगीळांनी दिले. 'राजीनामे द्या', 'कॉंग्रेस सोडा' या काही श्रोत्यांच्या मागणीला उत्तर देताना काकासाहेब म्हणाले, ''राजीनाम्याचा विचार केला जाईल, दुसरे अशक्य.''

आचार्य अत्र्यांच्या आठवणीनुसार काकासाहेबांच्या सभेतील आरडाओरड ऐकून ते सभेच्या ठिकाणी गेले. अत्रे तेव्हा शिवाजी पार्कलगतच राहात असत. श्रोते काकासाहेबांना गांधी टोपी काढण्यास सांगत होते हेही अत्र्यांनी नमूद केले आहे. 'अक्षरश: ओढीत ओढीत' श्रोत्यांनी त्यांना व्यासपीठावर नेऊ बसवले. अत्र्यांच्या आठवणीनुसार ''दहा मिनिटातच काकासाहेबांना आपले वक्तव्य संपवून खाली बसावे लागले.'' सभेत शेवटचे भाषण अत्र्यांनी केले. सभा संपेपर्यंत काकासाहेब व्यासपीठावर होते. आकाशवाणी केंद्रांनी प्रक्षेपित केलेल्या भाषणात मुंबई केंद्रशासित करण्याचा निर्णय नेहरूंनी जाहीर केल्याची माहितीही अत्र्यांनी श्रोत्यांना दिली. काकासाहेब तसेच अत्रे दोघांनीही आत्मचरित्रात या सभेबद्दल लिहिताना अमर शेख यांचा नामनिर्देशही केलेला नाही. (प्र. के. अत्रे : कऱ्हेचे पाणी)

१६ जानेवारीला रात्री साडेआठ वाजता नेहरू आकाशवाणीवर राष्ट्राला संबोधून भाषण करणार असे जाहीर झाले होते. तेव्हा घरोघर रेडिओदेखील नव्हते. त्यामुळे चौकाचौकात जमून लोकांनी सामूहिकपणे नेहरूंचे आकाशवाणीवरील भाषण ऐकले. त्यामध्ये नेहरूंनी मुंबई केंद्रशासित करण्याचा निर्णय जाहीर केला. हा निर्णय ऐकताच जागोजाग जमलेल्या लोकांनी 'मुंबईसह संयुक्त महाराष्ट्र झालाच पाहिजे', अशा घोषणा दिल्या आणि हा संतप्त जमाव ठिकठिकाणी फिरू लागला.

मुंबई सरकारने नंतर विधिमंडळात दिलेल्या माहितीनुसार रात्री साडेदहा वाजता ठाकूरद्वार येथे दोन हजार लोकांच्या जमावाने दोन ट्राम व दोन बसेस पेटवून दिल्या. पोलिसांवर दगडफेक केली. ठाकूरद्वारला तसेच बाजूच्या गल्लीबोळात पोलिसांनी गोळीबार केल्याचे मुख्यमंत्री मोरारजींनी मान्य केले. मोरारजी अर्धवट खरे सांगत होते. ठाकूरद्वारच्या संपूर्ण परिसरात लोक रस्त्यावर जमा झाले होते. प्रत्यक्षात काही घडलेले नसताना पोलिसांची एक गाडी बेफाम गोळीबार करीत ठाकूरद्वारच्या रस्त्यावरून फिरत होती आणि त्यात मुगभाटातील एक तरुण, गजानन ऊर्फ बंडू गोखले छातीला गोळी लागून कोसळला, अशी प्रत्यक्षदर्शी माहिती सरला कारखानीस यांनी आपल्या पुस्तिकेत दिली आहे. मध्यरात्र उलटून गेल्यावर गोकुळदास तेजपाल इस्पितळात बंडू गोखले मरण पावला. त्याचे शव मुगभाटातील त्याच्या घरी आणण्यास पोलिसांनी नकार दिला. तणाव निर्माण होऊ नये म्हणून १७ जानेवारीच्या पहाटेपासूनच ठाकूरद्वार ते गायवाडी हा रस्ता पोलिसांनी ताब्यात घेतला. १६०० पोलीस आणि गृहरक्षक दल यांनी सारे गल्लीबोळही व्यापले होते. संचारबंदी लागू नसताना रस्त्यावर येणाऱ्या प्रत्येकाला पोलीस बडवून काढत होते. गल्लीबोळात शिरून लोकांना मारहाण करत होते. आदल्या दिवशीच्या गोळीबारात आधीच आठ लोक जखमी होते, त्यात आता हे अत्याचार सुरू झाले; पण पोलिसांचे हे अत्याचार ठाकूरद्वारापुरते मर्यादित नव्हते. १७ जानेवारीचा ऑर्थर रोड, चिंचपोकळी, भायखळा अशा अनेक भागात भयंकर लाठीहल्ले झाले. अश्रुधुराच्या नळकांड्या फोडण्यात आल्या. बंदुकीच्या २२ फैरी झाडण्यात आल्या. सिंप्लेक्स गिरणीत काम करणारा निवृत्ती विठोबा मोरे हा नवविवाहित तरुण सकाळी ८ वाजता कामगार चाळीच्या दरवाजाजवळ उभा होता. पोलिसांच्या गोळीबारात तो प्राणास मुकला. या प्रक्षुब्ध वातावरणात १७ तारखेला दुपारी पोलिसांच्या प्रचंड बंदोबस्तात हुतात्मा बंडू गोखलेची अंत्ययात्रा निघाली. या अंत्ययात्रेत आचार्य अत्रे, द. रा. घारपुरे, कॉम्रेड कुमुद मेहता, कॉम्रेड तारा रेड्डी आणि वगळ वकील सहभागी झाले होते.

१७ जानेवारीला बेळगावातले मराठीभाषकही रस्त्यावर उतरले. संकल्पित महाराष्ट्र राज्यात बेळगाव, कारवार वगैरे मराठीभाषक प्रदेश समाविष्ट करण्यास काँग्रेसश्रेष्ठींनी नकार दिल्यामुळे ते संतप्त झाले होते. मुंबई केंद्रशासित करण्याचा निर्णयही त्यांना मान्य नव्हता. त्यामुळे बेळगाव शहर आणि परिसरात जागोजाग मराठी भाषकांची निदर्शने सुरू झाली. सायंकाळी ५च्या सुमारास '१२ गडगडा' विहिरीपाशी निदर्शने सुरू असताना पोलीस संगिनी घेऊन समोर आले. कॉम्रेड

मारुती बेन्नाळकर छाती काढून पुढे आला आणि बेडरपणे पोलिसांना म्हणाला, "झाडा तुमच्या गोळ्या." संतापलेल्या कन्नडी पोलिसांनी बेन्नाळकरवर समोरून गोळ्या झाडल्या. २४ वर्षांचा हा तरुण जागच्या जागी ठार झाला. महाराष्ट्र-कर्नाटक सीमाप्रश्नातला हा पहिला बळी. पाठोपाठ संयुक्त महाराष्ट्रवादी दत्तोपंत बेळवी वकील यांच्या घरासमोरही पोलिसांनी बेछूट गोळीबार केला. त्यामध्ये मधूबापू बांदेकर हा १७ वर्षांचा मुलगा ठार झाला. म्हात्रू भरमा मंडाळेकर याच्या गुडघ्याला गोळी लागल्याने त्याचा पाय कापावा लागला.

१८ व १९ जानेवारीला मुंबईत सार्वत्रिक हरताळाची घोषणा झाली. मुंबईच्या गिरण्या, कारखाने, रेल्वे वर्कशॉप्स, गोद्या आणि शाळा-महाविद्यालये पूर्णपणे बंद होती. संतप्त निदर्शकांनी मुंबई ते ठाण्यापर्यंतची रेल्वेवाहतूक बंद केली होती. डोंबिवली व दिवा स्टेशनच्या दरम्यान शेकडो लोक रुळावर ठाण मांडून बसले होते. त्यामुळे कल्याण ते मुंबईपर्यंतची वाहतूक ठप्प झाली. भायखळा, गिरगाव, परळ, दादर या संपूर्ण पट्ट्यात जागोजाग काळी निशाणे फडकत होती. मुंबईत सभाबंदी आणि संचारबंदी लागू करण्यात आली असली तरी ही सर्व बंदी मोडून लोक जथ्याजथ्याने रस्त्यातून फिरत होते. चौकाचौकात संतप्त जमाव आणि पोलीस यांच्यात संघर्ष उडत होते. ठिकठिकाणी जमावाने दगडफेक आणि लुटालूट केली आणि पोलिसांच्या दिशेने ॲसिड बल्ब फेकले असे सांगत पोलिसांनी अनेक ठिकाणी गोळीबार केले. एकट्या १८ तारखेला ३०० ते ४०० फैरी झाडण्यात आल्या होत्या. पोलिसांच्या गोळीबारात १८ तारखेला २७ जण ठार झाले, तर १९ जानेवारीला पोलिसांनी १६ जणांचे प्राण घेतले. दोन दिवसांचा हरताळ असा रक्तरंजित ठरला.

२० जानेवारीला सर्व डाव्या पक्षांनी कामगारांना कामावर जाण्याचे आदेश दिले. शांतता प्रस्थापित करण्यासाठी सर्व पक्षांचे कार्यकर्ते आपापल्या भागात फिरत होते. दुसरीकडे शांतता प्रस्थापित करण्याच्या नावाखाली पोलीस २० तारखेलाही लाठीहल्ले, अश्रुधुराचा वापर आणि बेछूट गोळीबार करीतच होते. २० जानेवारीच्या या गोळीबारात तब्बल २२ जण मृत्युमुखी पडले. १७ जानेवारी ते २० जानेवारी या चार दिवसांत आणि २१ नोव्हेंबरला मिळून, फक्त मुंबईत ९० जणांचा बळी गेला. याशिवाय बेळगावात ४, निपाणीत १, कोल्हापूरला २, नाशिकमध्ये २ असे ९ जण बळी पडले होते. याशिवाय कॉरोनरच्या यादीत अनेक मृतांचा समावेश होता. पण ती नावे कधी बाहेर आलीच नाहीत. कॉरोनरमध्ये कुठलीही नोंद न करता एकाच स्मशानात अनेक प्रेतांना भडाग्नी देण्यात आला.

त्यामुळे या भीषण हत्याकांडात खरोखर कितीजणांचा बळी गेला हे आजही सांगणे अवघड आहे.

मुंबईत व अन्यत्र झालेल्या गोळीबाराची न्यायालयीन चौकशी करण्याची मागणी विरोधी पक्षांनी विधानसभेत आणि संसदेत वारंवार केली; पण मोरारजी देसाईच नव्हे, तर यशवंतराव चव्हाणांनीही ती फेटाळली. या चार दिवस चाललेल्या गोळीबाराला ५४ वर्षे होऊन गेल्यानंतरही त्यावेळचे कॉरोनरचे अहवाल गृहखात्याच्या विशेष शाखेची कागदपत्रे प्रसिद्ध झालेले नाहीत. त्यामुळे अजूनही पूर्ण सत्य बाहेर आलेले नाही. ते कधीकाळी येईल तेव्हा हुतात्म्यांची संख्या खूप वाढलेली दिसेल आणि मोरारजी देसाई सरकारची अनेक काळी कृत्ये समोर येतील.

गोळीबारात नव्वदावर लोक मृत्युमुखी पडल्यानंतर त्याचा निषेध म्हणून विरोधी पक्ष आमदारांनी आणि काँग्रेसमधल्या काही संयुक्त महाराष्ट्रवादी आमदारांनी राजीनामे दिले. अशावेळी विधानसभेत मोरारजी देसाईंच्या तोंडून गोळीबाराविषयी खरी आकडेवारी वदवून घेण्याचे काम शेतकरी कामगार फेडरेशनचे एकमेव आमदार बापूसाहेब कांबळे यांनी पार पाडले.

आमदार कांबळे यांच्याच शब्दात सांगायचे झाल्यास, ''मुंबईत मोरारजींच्या सरकारने एकूण ४६१ वेळा गोळीबार केला. २७४२ गोळ्या झाडल्या. सरकारी आकड्याप्रमाणे ८० लोक ठार व ३८१ जबर जखमी झाले. म्हणजे १६ जानेवारीपासून सरासरीने रोज ५४४ गोळ्या मुंबई शहरात झाडल्या गेल्या. दोन मिनिटाला एक गोळी असे रात्रंदिवस गोळीबाराचे प्रमाण पडते.''

'झालेल्या जखमा क्रूरपणाचा कळस करणाऱ्या होत्या. २४ लोकांच्या कवटीतून गोळ्या गेलेल्या होत्या. १६ लोकांच्या छातीतून आरपार घुसल्या होत्या. २ माणसांच्या बुबुळातून नेमबाजी झाली होती. १७ जणांच्या पोटातील आतडी लोळवण्यात आली होती; तर २ माणसांच्या ढुंगणातून गोळ्या झाडण्याचे सैतानी कृत्य करण्यात आले होते. जागच्या जागी तात्काळ ठार झालेल्यांची मुंबई शहरातील संख्या ३२ असून त्या १८ वर्षांच्या आतील कोवळ्या विद्यार्थ्यांची संख्या ८ आहे. गंभीर स्वरूपाच्या जखमा झालेल्या भगिनी १५ वर आहेत, तर तीन महिन्यांची अर्भकेही पोलिसी अत्याचारांच्या थैमानातून सुटली नाहीत.'' (सत्यान्वेषी; संयुक्त महाराष्ट्राचे महाभारत; १९४९)

विधिमंडळात आणि विधिमंडळाबाहेर मोरारजी देसाई आणि त्यांचे चेले 'गोळीबारात गेले ते गुंड होते. लुटालूट, दगडफेक करत होते', असे वारंवार सांगत

होते. प्रत्यक्षात मोरारजींच्या पोलिसांनी निरपराध माणसांना गोळ्या घातल्या होत्या. गोळीबारात मारले गेलेल्यांविषयी जी माहिती सरला कारखानीस, डॉ. वसंत रणदिवे, प्रभाकर कुंटे वगैरेंनी प्रकाशित केली आहे, त्यावरून ठार झालेली माणसे म्हणजे लुटालूट करणारे गुंड होते असे म्हणणे म्हणजे त्यांची मरणोत्तर बदनामी करण्याचे दुष्कृत्य ठरते. ठार झालेल्या लोकांमध्ये बहुसंख्य श्रमजीवी कामगार होते. काही विद्यार्थी होते. कामगारांच्या चाळीमध्ये करण्यात आलेल्या गोळीबारात जी माणसे मारली गेली किंवा जखमी झाली ती आपल्या घरात बसलेली होती किंवा घरासमोरच्या गॅलरीत उभी होती. १८ जानेवारीस बाबा महादू सावंत व्हरांड्यात झोपलेले असताना गोळी लागून मरण पावले; तर यशवंत बाबाजी भगत रात्री साडेअकरा वाजता गच्चीवरच्या वाहत्या टाकीतील पाणी बंद करण्यासाठी गेले असताना गोळी लागून प्राणाला मुकले. १९ जानेवारीस वरळीच्या बी.डी.डी. चाळीत राहणारा महंमद अल्ली हा ९ वर्षांचा कोवळा मुलगा घरात जेवावयास बसला असताना त्याला गोळी लागली आणि ती त्याच्या मस्तकात घुसली. हृदयपालसिंग दारजेसिंग जेवून हात धूत उभा असताना गोळी लागून जागच्या जागी ठार झाला. २० जानेवारीस रामचंद्र विठ्ठल चौगुले तसेच रघुनाथ सखाराम बेनगुडे हे दोघे घरी झोपलेले असताना गोळ्या लागून ठार झाले.

पोलिसांनी निर्दयपणे लाठीमार करताना आणि अश्रुधूर सोडताना बायका-मुलांकडेही पाहिले नाही. १८ जानेवारीस परळचे लक्ष्मी कॉटेज व कृष्णनगर येथे सकाळपासून पोलिसांनी घरांवर अश्रुधुराचा मारा केला. त्यामुळे गंगाबाई मसूरकर हिचे दीड महिन्याचे मूल, सरोजिनी इडकर हिचे १ महिन्याचे मूल गुदमरू लागले. सुंदराबाई देवलोके ह्या बेशुद्ध होऊन पडल्या. भागीरथी फाटक हिचे १५ दिवसांचे मूल गुदमरले. चाळीतील सर्व स्त्रिया तान्ही मुले घेऊन खाली उतरल्या. रस्त्यावर आल्या व पोलिसांना सामोऱ्या गेल्या. पोलीस अधिकाऱ्यांना त्यांनी सांगितले, 'आम्हाला खाली रस्त्यात गोळ्या घाला. संयुक्त महाराष्ट्रासाठी मरायला तयार आहोत; परंतु आम्ही तुम्हाला घरात गुदमरून मारू देणार नाही.' तेव्हा अश्रुधुराचा मारा थांबवण्यात आला.' १९ जानेवारीस निपाणीत पोलिसांनी घराघरात घुसून लहान मुलांना मारहाण केली तेव्हा बऱ्याच स्त्रिया रस्त्यावर उतरल्या. तेव्हा पोलिसांनी केलेल्या गोळीबारात कमळाबाई मोरे जागच्या जागी ठार झाल्या. २० जानेवारीस अश्रुधुराच्या माऱ्यामुळे कॉ. पार्वतीबाई भोर यांचे अंग भाजून निघाले.

मुंबई सरकारने दिलेल्या आकडेवारीनुसार मुंबईतील गोळीबारात ठार झालेल्या ७६ माणसांपैकी ७२ जण गोळ्या लागल्यामुळे मरण पावले होते.

दोघेजण अश्रुधुराला बळी पडले होते आणि उरलेले दोघेजण कोणीतरी भोसकल्यामुळे प्राणास मुकले होते. गोळी लागल्यामुळे ३२० जण जखमी झाले होते. त्यामध्ये एकही पोलीस नव्हता. दगडफेकीमुळे किती पोलीस जखमी झाले तसेच त्यांना झालेल्या जखमा किरकोळ स्वरूपाच्या होत्या की गंभीर, याचा आकडा सरकारने जाहीर केल्याचे आढळत नाही. याबद्दलचा तपशीलही सरकारने दिलेला दिसत नाही. लुटालुटीचे प्रकार घडल्याचे कारण सांगून सरकार गोळीबाराचे समर्थन करीत असले तरी लुटालूट करताना पोलिसांनी केलेल्या गोळीबारात किती समाजकंटक ठार झाले याचीही नेमकी महिती सरकारने जाहीर केल्याचे आढळत नाही. याचा अर्थ जमावाने दगडफेक केली नाही किंवा लुटालूट केली नाही, असे समजण्याचे कारण नाही. अमर शेख यांच्या रोजनिशीतील २० जानेवारीची नोंद त्या दिवशी बेसुमार लुटालूट झाल्याची साक्ष देते. एस. एम. जोशींनी आत्मचरित्रात एका सिंध्याचे दुकान लुटले जात असताना आपण दुकानाच्या फळीवर उभे राहून दुकानाची लूट कशी थांबवली हे सांगितले आहे.

मुंबईतल्या गोळीबाराची चौकशी का टाळली गेली, याची उत्तरे नंतर मिळत गेली, ती अधिक भयंकर आहेत. ज्येष्ठ संशोधक य. दि. फडके यांनी संयुक्त महाराष्ट्राच्या लढ्यावर संशोधन करीत असताना मामासाहेब देवगिरीकरांची २९ सप्टेंबर १९६८ला त्यांनी मुलाखत घेतली. त्यामध्ये देवगिरीकरांनी गौप्यस्फोट केला. मुंबईची दंगल पोलिसांना आटोक्यात आणता येत नसेल तर मुंबई शहर लष्कराच्या ताब्यात द्या आणि टँक्सचा (रणगाड्यांचा) वापर करून चळवळ चिरडून टाका असे खुद्द नेहरूंनी फोन करून मोरारजींना सांगितले. फोनवर हे संभाषण चालू असताना देवगिरीकर मोरारजींच्या खोलीत त्यांच्या समोरच बसलेले होते. प्रत्यक्षत: मोरारजींनी मुंबई शहर लष्कराच्या ताब्यात दिले नाही. फक्त मुंबईला जोडणारे जे महत्त्वाचे पूल आहेत त्यांच्या संरक्षणासाठी लष्कराला सज्ज राहण्यास सांगण्यात आले होते. मोरारजींनी पाहताक्षणीच गोळी घाला (शूट ॲट साइट) आणि ठार मारण्यासाठीच बंदुकीच्या गोळ्यांचा वापर करा (शूट टू किल) अशा सूचना, ज्येष्ठ पोलीस अधिकाऱ्यांची खास बैठक बोलावून दिल्या. गोळीबाराच्या सूचना देण्यापूर्वी मोरारजींनी कोणत्याही मंत्र्याशी आधी विचारविनिमय केला नव्हता. गोळीबारात ते कॅबिनेटच्या बैठकीत माहिती देत असताना हिऱ्यांसकट सर्व मराठीभाषक मंत्री तोंडाला कुलूप लावून चुपचाप बसले होते. गोळीबाराबद्दल जाब विचारण्याची हिंमत एकाही मंत्र्याने दाखवली नाही. नानासाहेब कुंटच्यांनी आत्मचरित्रात लिहिले आहे, ''मोरारजीभाईंचे मंत्री त्यांच्या धाकात होते. हिरे

म्हणत, मुख्यमंत्री म्हणजे हेडमास्तर आणि मंत्री म्हणजे बालवर्गातील विद्यार्थी असे मोरारजीभाईंना वाटते आणि ते खरे असले पाहिजे. जानेवारी १९५६ मधील मुंबई शहरातील प्रचंड पोलीस कारवाई आणि ती मंत्रिमंडळाशी सल्ला न करता केली या माझ्या आक्षेपाला ते सर्व गृहमंत्र्याच्या अखत्यारात असल्याने इतर मंत्र्यांचा सल्ला घेण्याचा प्रश्नच नव्हता अशी प्रेस नोट काढून दिलेले उत्तर यावरून स्पष्ट होईल.''

या गोळीबार प्रकरणात य. दि. फडके यांनी मोरारजी देसाईंची मुलाखत घेतली. २०व्या शतकातील महाराष्ट्र खंड ७ वा मध्ये ती (पृ. २१७) देण्यात आली आहे.

''मी बलसाडला गेलो होतो. मुंबईतील परिस्थिती बिघडली असल्याचे मी ऐकले आणि मी ताबडतोब मुंबईला परतलो. पोलीस सुस्त झाले असल्याचे मला आढळले. मला आठवते, एक पोलीस अधिकारी बाबुभाई शहा यांनी धीर सोडला आणि माझ्याकडे येऊन परिस्थिती कशी हाताळावी असे ते मला विचारू लागले. तेव्हा त्यांनी आपले कर्तव्य करावे अशी अपेक्षा असल्याचे मी त्यांना आणि अन्य पोलीस अधिकाऱ्यांना सांगितले. कर्तव्य कितीही क्लेशदायक असले तरी प्रत्येकाला ते पार पाडावेच लागते. लष्कराला बोलावण्याची माझी इच्छा नव्हती; कारण लष्कर बोलावले असते तर पोलिसांचे मनोधैर्य खचले असते. लष्कराला दक्ष राहण्यास सांगितले होते हे खरे आहे.''

''पाहताक्षणीच गोळी घला' आणि 'ठार मारण्यासाठी बंदुकीच्या गोळ्यांचा वापर करा'' अशा मी पोलीस अधिकाऱ्यांना सूचना दिल्या होत्या हे खरे आहे. कोणी लुटालूट किंवा जाळपोळ करीत असताना आढळला तर त्याला पाहताक्षणीच गोळ्या घाला असा पहिल्या सूचनेचा अर्थ होता. गोळ्या वाया घालवू नका आणि तुम्ही वापरलेल्या गोळीबद्दल कारण सांगा असा 'ठार मारण्यासाठीच गोळ्या वापरा' या दुसऱ्या सूचनेचा अर्थ होता. कर्तव्य क्लेशदायक असले तरी ते पार पाडणे भागच होते. अर्थात कोणीही क्रूर होऊ नये. लोकांना ठार मारताना आनंदाने धांगडधिंगा घालू नये, तुम्हाला वाचवण्यासाठी आधी भूल देणे शक्य नसले तरीही शस्त्रक्रिया करणारा डॉक्टर तुमच्या शरीराचा सडलेला भाग कापून काढत असतो. तुम्ही समुद्रमंथनाची कथा ऐकली असेल. शिवशंकराचा त्याच्याशी काही संबंध नसला तरी त्याला हलाहल हे विष प्राशन करावे लागलेच. त्याचप्रमाणे कोणाला तरी हे क्लेशदायक कर्तव्य पार पाडणे भाग होते; ते मी पार पाडले. माझ्या सदसद्विवेक बुद्धीला त्याबद्दल कसलीही टोचणी लागलेली नाही

किंवा भार सोसावा लागलेला नाही. आपल्या प्रत्येक कृतीबद्दल आपण सृष्टिनिर्मात्याला जबाबदार असतो असे मला नेहमी वाटते.''

''गोळीबाराच्या सूचना देण्याच्या आधी मी मंत्रिमंडळातील कोणत्याही सहकाऱ्याशी विचारविनिमय केला नाही. कारण शांतता सुव्यवस्था राखणे हे गृहमंत्री म्हणून माझे काम आहे असे मला वाटते. अर्थात मी त्यांना माहिती दिली. मी नेहरूंचा सल्ला घेतला होता.''

त्यानंतर प्रस्तुत लेखकाने मोरारजींना पुढील प्रश्न विचारला. ''आवश्यक असल्यास लष्कराला पाचारण करा असे नेहरू म्हणाले हे खरे आहे काय?''

''होय.'' नेहरू म्हणाले, ''लष्कर बोलवा. रणगाडे वापरा. मी मदतीसाठी लष्कराला बोलावले नाही. मी फक्त लष्कराला दक्ष राहण्यास सांगितले.''

देवगिरीकरांचा गौप्यस्फोट आणि मोरारजी देसाईंची वर दिलेली मुलाखत वाचली म्हणजे एक गोष्ट स्पष्ट होते. जानेवारीतल्या मुंबईतील हत्याकांडाला मुख्यमंत्री मोरारजी देसाईंएवढेच पंतप्रधान नेहरूही जबाबदार होते. काँग्रेसश्रेष्ठींनी घेतलेल्या निर्णयामुळे मराठी भाषक जनता त्यांच्यावर झालेल्या अन्यायामुळे संतप्त झालेली आहे हे या दोघांनीही समजून घेतले नाही. हा प्रश्न कायदा आणि सुव्यवस्थेचा आहे असे समजून तो कठोरपणे हाताळण्यासाठी दिसेल त्याला गोळी घालायचे आदेश दिले गेले. नेहरूंनी तर लष्कराची मदत घ्या, रणगाडे वापरावे म्हणून सांगावे हा तर आपल्याच जनतेशी वागण्यातला क्रूरपणाचा कहर होता. पाकिस्तानने बळकावलेला काश्मीरचा प्रदेश पुन्हा ताब्यात घेणाऱ्या भारतीय लष्कराला मात्र रणगाडे जागच्या जागी थांबवा असे सांगायचे आणि आपल्याच मराठीभाषकांविरुद्ध रणगाडे वापरा असे सांगायचे यात कोणतीही तर्कसंगती नव्हती. उलट नेहरू पाकिस्तानशी सौजन्याने वागतात आणि आपल्याच जनतेशी हुकूमशाही, दडपशाही करतात असे चित्र यातून उभे राहिले.

मुंबईत पोलीस गोळीबाराची चौकशी करावी अशी मागणी महाराष्ट्र काँग्रेसच्या नेत्यांपैकी फक्त काकासाहेब गाडगीळ आणि काँग्रेसचे सहयोगी सदस्य वित्तमंत्री चिंतामणराव देशमुख या दोघांनीच केली.

१८ जानेवारी १९५६ रोजी काकासाहेब गाडगीळांनी केंद्रीय गृहमंत्री पंत यांना धाडलेल्या पत्रात लिहिले आहे, ''१६ जानेवारीस पहाटे मुख्यमंत्री मोरारजींच्या आदेशानुसार प्रमुख नेत्यांची धरपकड करण्यात आली. अटक करून तुरुंगात डांबण्यात आलेल्या डझनभर नेत्यांमधले बहुतेक प्रमुख कम्युनिस्ट नेते आहेत. त्यांना पकडण्याची कारणे मुख्यमंत्र्यांनाच माहीत. धरपकड करण्याचा

निर्णय मंत्रिमंडळाने घेतलेला नव्हता. सामुदायिक जबाबदारीच्या तत्त्वानुसार मुंबई मंत्रिमंडळाचा कारभार चालत नाही. बहुसंख्य निर्णय कॅबिनेटसमोर चर्चेसाठी न आणता घेतले जात असतात.... मुंबईत पोलिसांनी केलेले लाठीहल्ले, अश्रुधुराचा वापर आणि गोळीबार इतक्या मोठ्या प्रमाणावर करण्यात आला की तो पाहून माजी ब्रिटिश अधिकाऱ्यालाही लाजेने मान खाली घालावी लागेल. मुंबई केंद्रशासित करण्याचा निर्णय घेऊन तुम्ही लोकांच्या अधिकारावर व स्वातंत्र्यावर हल्ला चढविलेला आहे. कोणाचा लाभ व्हावा म्हणून तुम्ही हा निर्णय घेतला आहे हे मला माहीत नाही.'' (न. वि. गाडगीळ : खासगी पत्रव्यवहार)

१९ फेब्रुवारी १९५६ रोजी नेहरू आणि पंत यांना देशमुखांनी लिहिलेल्या पत्रातील दुसरा परिच्छेद मुंबईतील गोळीबाराची चौकशी करण्याशी संबंधित होता. ''जेथे मृतांची संख्या मोठी असल्याचे आढळते तेथे न्यायालयीन चौकशी करण्याचा आदेश देण्याचा इतर कोणत्याही सुसंस्कृत देशात परिपाठ असतो. तेव्हा प्रथमदर्शनी कोण दोषी आहे याचा विचार केला जात नाही. चौकशी करण्याचा मुंबई सरकारचा म्हणजे मोरारजी देसाईंचा इरादा असल्याचे दिसत नाही. आपल्या मंत्रिमंडळातील महाराष्ट्रीय मंत्र्यांशी आधी विचारविनिमय न करता आपल्या जबाबदारीवर आपण निर्णय घेतले असे खुद्द मोरारजी देसाई सांगतात. आपण पार पाडलेल्या जबाबदारीतील वाटा प्रत्येक मंत्र्याने सामुदायिक जबाबदारी म्हणून उचलावा हे मोरारजींनी नंतर म्हणणे म्हणजे जखमेवर मीठ चोळण्यासारखे आहे. खरोखरच मुंबईत काय घडले हे न्यायिक चौकशीनंतरच सांगता येईल. त्यात जे अपराधी असल्याचे आढळतील त्यांना गुन्ह्याबद्दल शिक्षेला सामोरे जावे लागेल. त्यानंतर तीन कोटी महाराष्ट्रीयांना निष्कारण लागलेला कलंक पुसला जाईल.'' (सी. डी. देशमुख : खासगी पत्रव्यवहार) हे पत्र लिहिण्याआधी मुंबईतील सचिवालयाने केंद्रीय गृहखात्याला पाठवलेल्या अहवालांसकट मुंबईतील घटनांसंबंधीचे कागदपत्र गृहमंत्री पंत यांच्याकडून देशमुखांनी मागवून घेतले होते. ते वाचल्यानंतर आपले काय मत झाले हेही १९ फेब्रुवारीच्या पत्रातील पहिल्या परिच्छेदात देशमुखांनी कळवले आहे, ''हे अहवाल काहीसे थोडक्यात लिहिलेले नसले तरी त्यात वेळोवेळी संचारबंदी कोणत्या भागात लागू केली यासंबंधीचा तपशील खूपच दिलेला आहे. त्यातून काही वस्तुस्थिती ठळकपणे दिसते. बेळगाव शहर आणि रत्नागिरी जिल्हा वगळता महाराष्ट्राच्या अन्य भागांमध्ये किरकोळ स्वरूपाचेच हिंसक प्रकार घडले आणि ते पोलिसांना सहज नियंत्रणाखाली आणता आले. मुंबईतील अशांतता मात्र गंभीर स्वरूपाची होती. पोलीस अधिकारी

किंवा शिपाई जखमी झाल्याची उदाहरणे फारशी नाहीत आणि जी नमूद करण्यात आली आहेत त्यात जखमांचे स्वरूप काय होते याबद्दल काहीच माहिती दिलेली नाही.''

न्यायालयीन चौकशी करावी या देशमुखांच्या सूचनेबाबत नेहरूंनी उत्तरादाखल २१ फेब्रुवारीस धाडलेल्या पत्रात लिहिले, ''सामान्यत: गोळीबाराच्या न्यायालयीन चौकशीस मी अनुकूल असतो. मात्र मुंबईतील घटनांबाबत न्यायालयीन चौकशी केल्यास आरोपप्रत्यारोपांचा उभयपक्षी मारा केला जाईल आणि मुंबईतील लोकांमध्ये फार कटुता निर्माण होईल, दुर्भावना नष्ट करावी, निदान ती कमी करावी हे आपले उद्दिष्ट आहे. त्यासाठी केलेले प्रयत्न न्यायालयीन चौकशी केल्यास विफल ठरतील.''

''माहिती मिळविण्याचे माझे स्वतंत्र मार्ग आहेत. त्यांचा वापर करून मी माहिती मिळवली आहे. श्री. कुंटे यांनी तुम्हाला पत्रात कळवलेली वस्तुस्थिती चुकीची असल्याचे दिसते. मी मुंबईत घडलेल्या प्रकाराबाबत वस्तुस्थिती सांगणारा आणि आकडेवारी देणारा संपूर्ण अहवाल मागवला आणि काही दिवसातच तो मला मिळेल. लाखो महाराष्ट्रीयांना कलंकित ठरवणे हास्यास्पद आहे आणि फक्त मूर्ख माणसेच अशी विधाने करतात. मात्र मुंबईतील दंगल सुसंघटितरीत्या केली गेली, त्यासाठी मुंबईबाहेरून बरीच माणसे आणली गेली. ही बाहेरची माणसे हिंसाचार करण्यात आघाडीवर होती. बऱ्याच मोठ्या संख्येने दुकाने आणि घरे लुटण्यात आली आणि जाळून टाकण्यात आली. काही महिलांचा विनयभंग करण्यात आला. अर्थात प्रसंगाचा फायदा घेणाऱ्या गुंडांनी हे दुष्कर्म केल्याचे उघड दिसते. आपल्याला इतरांची सहानुभूती लाभेल असे या गुंडांना वाटत असणार!''

''अशा प्रकारांना आळा घालताना केलेला बळाचा वापर अतिरेकी स्वरूपाचा होता की नाही याबद्दल मत देणे अवघड आहे. निदान मी तरी त्याबद्दल मत देणार नाही. जेव्हा सबंध शहरभर गदारोळ माजतो आणि गुंडांच्या टोळ्या ॲसिड फेकीत, मोठ्या प्रमाणावर लुटालूट करीत आणि बॉंबस्फोट घडवून आणीत, दंगल करीत असतात तेव्हा समतोल राखून कृती करणे सोपे नसते.''

''मुंबईत पोलिसांनी स्टेनगन्सचा वापर केला नाही, एवढेच नव्हे तर, पोलिसांनी स्टेनगन्स जवळ बाळगल्या नाहीत अशी माहिती मला देण्यात आली आहे. कुंटे यांच्यासारखा विधानसभेचा अध्यक्ष ज्या तऱ्हेने वागत आहे त्याला नि:पक्षपाती म्हणता येत नाही. मुंबईतील घटनांबाबतचा पूर्ण अहवाल जेव्हा माझ्या हाती येईल तेव्हा त्याची एक प्रत मी तुम्हाला पाठवीन.''

नेहरूंचे हे पत्र वाचताना ते केवळ मोरारजींची री ओढत असल्याचे स्पष्ट दिसते.

१४ मार्च १९५६ रोजी गृहमंत्री पंतांनी मुंबई घटनेसंबंधीचा मोरारजी देसाईंचा मूळ अहवाल देशमुखांना अवलोकनार्थ पाठवला. तो बारकाईने वाचून देशमुखांनी पंतांकडे परत पाठवला. त्यासोबत पंतांना धाडलेल्या पत्रात देशमुखांनी लिहिले, ''लोकांच्या तनमनावरचे घाव अधिक चिघळतील या भीतीने पंतप्रधानांनी आणि तुम्ही मुंबईतील घटनांची चौकशी करण्यास नकार दिला आहे. माझ्या मते चौकशी न केल्यामुळे तणाव वाढेल. पोलिसांनी बळाचा अतिरेकी वापर केला असे महाराष्ट्रीयांचे सर्वसाधारणपणे मत आहे. मोरारजींनी तयार केलेला अहवाल मंत्रिमंडळातील महाराष्ट्रीय मंत्र्यांनी स्वीकारला नसणार याची मला खात्री आहे. महाराष्ट्रीय मंत्री जर पक्षपाती असतील तर मोरारजीही पक्षपाती आहेत असे म्हणता येईल. जरी ते महाराष्ट्रविरोधी दृष्टिकोनाशी एकरूप झालेले असतील तरी मुख्यमंत्रिपद आजही त्यांच्याचकडे आहे. पोलिसांच्या बळाच्या अतिरेकी वापराबाबत एक धोकादायक पायंडा पाडून तुम्ही त्यास मान्यता देत आहात... गोळीबारात जे निरपराध नागरिक ठार झाले किंवा जखमी झाले, त्यांच्याविषयी मोरारजींनी सहानुभूती व्यक्त करणारा एक शब्दही लिहिलेला नाही. दोन निष्पाप, अवघ्या तीन महिन्यांची तान्ही मुले गुदमरली. ती जमावात होती आणि इशारा देऊनही ती जमावातून बाहेर पडली नाहीत असे अहवाल लिहिणाऱ्याचे म्हणणे दिसते.' (सी. डी. देशमुख : खासगी पत्रव्यवहार)

चिंतामणराव देशमुखांनी मोरारजी पक्षपाती असल्याचे मत व्यक्त केले ते मुंबई सरकारवर तसेच मोरारजींवर अन्याय करणारे आहे असे नेहरूंनी देशमुखांना १६ एप्रिल १९५६ रोजी लिहिलेल्या पत्रात म्हटले आहे. ''काही दिवसांपूर्वीपर्यंत मुंबई सरकारवर पक्षपात करण्याचा आरोप कोणी केल्याचे मी ऐकले नव्हते. सर्व राज्यसरकारांशी व त्यातील घडामोडींशी माझा निकटचा संपर्क असतो. हे आरोप गेल्या काही महिन्यात, कदाचित गेल्या एका वर्षात करण्यात आले आहेत आणि त्यांची चौकशी केल्यावर त्यात फारसे तथ्य नसल्याचे मला आढळले... तुम्ही मोरारजी पक्षपात करीत असल्याच्या केलेल्या उल्लेखामुळे मला फार दुःख झाले. मोरारजींची काही मते मला मान्य नाहीत. भारतातील अनेकांशी माझा परिचय आहे. सचोटी, उचित वर्तन, कुवत, कार्यक्षमता वगैरे गुणांमुळे मोरारजींबद्दल जसा आदर वाटतो तसा माझ्या ओळखीच्या व्यक्तींपैकी फारच थोड्याजणांबद्दल मला आदर वाटतो. मी त्यांना बऱ्याच वर्षांपासून ओळखतो. त्यामुळे त्यांच्यासंबंधीचे मत

बनवण्यासाठी तो दीर्घ कालावधी मला पुरेसा वाटतो.'' (सी. डी. देशमुख : खासगी पत्रव्यवहार)

गाडगीळ, देशमुख आणि नेहरू यांच्यामध्ये गोळीबार चौकशीसाठी असा पत्रव्यवहार रंगला असताना महाराष्ट्र प्रदेश काँग्रेस समितीची तऱ्हा काही वेगळीच होती. समितीची सभा १९ जानेवारीला पुण्यात भरली. ती दुपारी ३ वाजल्यापासून रात्री १२ पर्यंत म्हणजे तब्बल ९ तास चालली. सभेला २१ सदस्य व ३६ निमंत्रित हजर होते. या प्रदीर्घ चर्चेनंतर एक इंग्रजी ठराव संमत करण्यात आला.

ठरावात म्हटले होते, ''संयुक्त महाराष्ट्राच्या आमच्या मागणीच्या संदर्भात राज्यपुनर्रचना आयोगाने केलेल्या शिफारशींबाबत काँग्रेस कार्यकारिणीने आणि भारत सरकारने जे निर्णय घेतले ते म. प्र. काँ. समितीच्या कार्यकारी मंडळाला दुःखदायक वाटतात. त्यामुळे महाराष्ट्रातील जनतेमध्ये व काँग्रेसजनांमध्ये असमाधानाची व वैफल्याची भावना निर्माण झाली आहे.''

''सरकारमधील सर्व अधिकारपदांचे काँग्रेसजनांनी राजीनामे देऊन आपल्या भावना व्यक्त करणे हा एकच मार्ग उरला आहे, असे समितीला वाटते. म्हणून महाराष्ट्राच्या सर्व मंत्र्यांनी, उपमंत्र्यांनी, संसदीय सचिवांनी ताबडतोब राजीनामे द्यावेत; तसेच महाराष्ट्रातील काँग्रेसच्या संसद सदस्यांनी तसेच राज्यविधान मंडळाच्या सदस्यांनी आपले राजीनामे प्रदेश काँग्रेसच्या अध्यक्षामार्फत संसदीय मंडळाकडे पाठवावेत असे कार्यकारी मंडळ आवाहन करीत आहे. या प्रयत्नांना आंदोलनाचे रूप येता उपयोगी नाही. महाराष्ट्रातील काँग्रेसजन काँग्रेसशी एकनिष्ठ असून निष्ठावंत काँग्रेसजन म्हणूनच ते कार्य करीत राहतील.'' (महाराष्ट्र प्रदेश काँग्रेस समितीच्या कार्यकारी मंडळाच्या १० जानेवारी १९५६ च्या सभेचे वृत्त.)

बबनराव बडवे यांनी ठरावामध्ये राजीनाम्याचा आदेश नसावा असे मत व्यक्त केले. सदर ठराव मताला टाकला असता हजर असलेल्या सभासदांपैकी १५ सभासद अनुकूल, १ विरुद्ध व १ तटस्थ याप्रमाणे मते देण्यात आली. सदर ठराव १५ विरुद्ध १ मताने मंजूर करण्यात आला.

शंकरराव देव एव्हाना काँग्रेसपासून पूर्ण अलग झाले होते; पण काँग्रेसमध्ये न राहताही गांधीजींच्या उपोषण मार्गाचा अवलंब करून आपण काही करू शकतो असे अजूनही त्यांना वाटत होते.

१९ जानेवारीसच शंकरराव देवांनी जवाहरलाल नेहरूंना पत्र पाठवून कळवले, ''ह्या महिन्याच्या ३० जानेवारीपासून (म्हणजे गांधीजींच्या स्मृतिदिनापासून) मी ३० दिवसांचे उपोषण (शंकररावांनी त्याला 'कपॅसिटी फास्ट'

म्हटले आहे.) करण्याचा निर्णय घेतला आहे हे तुम्हाला कळवण्यासाठी पत्र लिहावेसे वाटले. ६ जानेवारीस पुण्याहून मी एक छोटेसे निवेदन प्रसृत केले. सर्वांना मान्य होईल असे सूत्र वा तोडगा सुचवण्यात मला अपयश आल्याची त्यात मी जाहीर कबुली दिली होती. त्यात आत्मक्लेशासाठी काहीतरी कृती करण्याची मला निकडीची गरज असल्याचे मी सूचित केले होते. उपोषणाच्या पद्धतीवर तुमचा काहीही विश्वास नाही हे मला माहीत आहे. कोणी उपोषण सुरू केले की तुम्हाला त्रास होतो; त्याचा तुम्हाला राग येतो. उपोषण करणे हे अविवेकी कृत्य आहे एवढेच नव्हे, तर ते लोकशाहीविरोधी कृत्य आहे असे तुम्हास वाटते. माझा उपवास कोणावरही दबाव आणण्यासाठी नाही. तसेच त्यामुळे कोणतेही भौतिक उद्दिष्ट साध्य करण्याचा विचार नाही. उपोषण हा एक प्रायश्चित्त घेण्याचा व प्रार्थनेचा प्रकार आहे. उपवास करून मरावयाची माझी इच्छा नाही. तसेच हिंसाचार करणाऱ्या शक्तींना भडकवण्याचाही माझा हेतू नाही. उपोषणामुळे ज्या वेळी माझ्या जिवाला धोका निर्माण होईल असे डॉक्टरांना वाटेल त्यावेळी वैद्यकीय सल्ल्यानुसार मी उपोषण थांबवीन.''

महाराष्ट्र प्रदेश कॉंग्रेस समिती असो वा शंकरराव देव असोत, यापैकी कोणीही मुंबईतील गोळीबाराचा साधा निषेधही केला नाही, मग गोळीबाराची चौकशी करण्याची मागणी करण्याचे तर दूरच. २० जानेवारीला बहुतेक वृत्तपत्रांनी शंकरराव देव ३० दिवसांचे उपोषण करणार अशी बातमी छापली होती. त्यामुळे वातावरणात वेगळाच तणाव होता. त्याच दिवशी म्हणजे २० जानेवारीला संयुक्त महाराष्ट्र परिषदेच्या कार्यकारी मंडळाची बैठक मुंबईत भरली. बैठकीसाठी दिल्लीहून विमानाने मुंबईस आलेल्या डांग्यांना विमानतळावरच अटक करून तुरुंगात पाठवण्यात आले. यशवंतराव चव्हाणांनी परिषदेच्या सदस्यत्वाचा राजीनामा दिला असल्याने ते हजर नव्हते. दोन तासांच्या चर्चेनंतर ३० जानेवारीपर्यंत मुंबईत शांतता प्रस्थापित करण्यावर भर देण्यावर सर्वांचे एकमत झाले. याच सभेत शंकरराव देवांनी संयुक्त महाराष्ट्र परिषद विसर्जित करण्याचा निर्णय घोषित केला आणि परिषदेतील सर्व पक्षांना एकत्रित वा स्वतंत्र कृती करण्यास मोकळीक देण्यात आली. सभा चालू असताना कार्यालयाबाहेर संयुक्त महाराष्ट्रवाद्यांची प्रचंड गर्दी झाली होती. काहीतरी नवा कार्यक्रम जाहीर होणार या अपेक्षेने लोक जमले होते. मात्र शंकरराव देव आणि इतर नेते बाहेर येऊन आपले निर्णय सांगू लागताच 'पुढील कार्यक्रम ताबडतोब सांगा', अशा घोषणा लोकांनी दिल्या. शंकरराव देवांचा शांतीपाठ ऐकण्याच्या मन:स्थितीत जमाव अजिबात नव्हता. म्हणूनच 'निश्चित कार्यक्रम सांगणार

नसाल तर बोलू नका', असा आरडाओरडा लोकांनी सुरू केला. शंकरराव देव आमरण उपोषण करा, अशी घोषणाही अनेकांनी दिल्या. गोंधळ एवढा वाढला की देवांनी परिषदेचे विसर्जन केल्याची घोषणा कोणाला समजलीच नाही.

तिकडे दिल्लीत नवे नाटक रंगात येत होते. १९ जानेवारीस काँग्रेसचे अध्यक्ष यू. एन. ढेबर यांनी सर्व प्रदेश काँग्रेस समित्यांच्या अध्यक्षांना आणि विधानमंडळातील काँग्रेस पक्षाच्या नेत्यांना एक परिपत्रक पाठवले. त्यात म्हटले होते, ''राज्यपुनर्रचना आयोगाचा अहवाल जसाच्या तसा स्वीकारावा असे आरंभी वाटत होते; पण हा प्रश्न काँग्रेस कार्यकारिणीने उदासीन वृत्तीने हाताळला असा लोकांचा समज होऊ नये म्हणून काँग्रेस कार्यकारिणीने यात अधिक लक्ष घातले. अडीच महिने आम्ही विविध शिष्टमंडळांना भेटलो आणि त्यांनी सादर केलेली ज्ञापने वाचली. प्रत्येक दृष्टिकोनाचा काँग्रेस कार्यकारिणीने आणि तिच्या उपसमितीने (या उपसमितीत नेहरू, मौलाना आझाद व पंत हे तिघे होते. हेच त्रिकूट कॅबिनेटच्या उपसमितीत होते.) काळजीपूर्वक विचार केला आणि हितसंबंधी गटाचे समाधान करण्याचा प्रयत्न केला.'' महाराष्ट्र प्रदेश काँग्रेसचे समाधान झाले नव्हते म्हणून याच दिवशी राजीनामे देण्यासंबंधीचा ठराव प्रदेश काँग्रेस समितीने पारित केला होता. त्याप्रमाणे मुंबई राज्यातून निवडून आलेले काँग्रेसचे संसदसदस्य आणि आमदार अशा एकूण १६९ जणांची राजीनाम्याची पत्रे खिशात ठेवून देवगिरीकर दिल्लीस काँग्रेस कार्यकारिणीच्या २२ जानेवारीच्या सभेसाठी गेले होते.

२३ जानेवारीला दिल्लीमध्ये काँग्रेसच्या राष्ट्रीय कार्यकारिणीची सभा झाली. यामध्ये राज्य पुनर्रचनेवरून उद्भवलेल्या परिस्थितीवर चर्चा करण्यात आली आणि 'राष्ट्राला आवाहन' (कॉल टू द नेशन) या शीर्षकाचा ठराव संमत झाला. ठरावाच्या तिसऱ्या परिच्छेदात म्हटले होते, ''कार्यकारिणीने महान मुंबई राज्याच्या भवितव्याकडे विशेष लक्ष दिले. कार्यकारिणीने सुचवलेला प्रत्येक तोडगा प्रथम स्वीकारण्यात आला आणि नंतर फेटाळण्यात आला. अखेर संबंधितांशी विचारविनिमय करून मुंबईसंबंधीचा निर्णय जाहीर करण्यात आला. कार्यकारिणीने इतके प्रयत्न करूनही मुंबईत गंभीर स्वरूपाच्या दंगली झाल्या आणि जीवित व वित्त यांची मोठी हानी झाली. त्यामुळे मुंबईची आणि भारताची नाचक्की होऊन कलंक लागला'' असे चौथ्या परिच्छेदात म्हटले होते. (इंडियन नॅशनल काँग्रेस : रेझोल्यूशन्स ऑन स्टेट्स रिऑर्गनायझेशन)

ठरावातील पाचवा आणि विशेषत: सहावा परिच्छेद महत्त्वाचे होते. हिंसाचार आणि दहशतवाद पद्धतींचा कोणी अवलंब केल्यास काँग्रेस कार्यकारिणी शरणागती पत्करणार नाही. राज्यपुनर्रचनेबाबत जे निर्णय आधी घेण्यात आले आहेत किंवा नंतर घेतले जातील. त्यामध्ये कोणी हिंसाचार केला अगर दहशतवादी पद्धती वापरल्या तरी बदल केले जाणार नाहीत असे पाचव्या परिच्छेदात म्हटले होते. सहाव्या परिच्छेदात पुढील मजकूर होता, ''काही मंत्री आणि विधानमंडळांचे सदस्य यांनी आपल्या पदांचे राजीनामे देऊ केले आहेत किंवा देण्याचा त्यांचा विचार आहे अशी माहिती काँग्रेस कार्यकारिणीला देण्यात आली आहे. सद्य:परिस्थितीच्या संदर्भात राजीनामे दिल्यामुळे हिंसाचार करणाऱ्या जमावांना उत्तेजन मिळेल. त्यामुळे राष्ट्राचे नुकसान होईल. काँग्रेसच्या घटनेनुसार संसदीय मंडळाच्या किंवा काँग्रेस कार्यकारिणीच्या अनुमतीशिवाय कोणाही काँग्रेसच्या सदस्याला राजीनामा देता येत नाही. कोणत्याही प्रदेश काँग्रेसला राजीनामा मागण्याचा आदेश देता येत नाही. तसे केल्यास ते घटनाबाह्य कृत्य ठरते आणि म्हणून त्याला मान्यता देता येणार नाही. असे राजीनामे दिले गेले असल्यास ते परत घ्यावे लागतील.'' (काँग्रेस बुलेटीन : जानेवारी ते मार्च १९५६) मुंबई केंद्रशासित करण्याबाबतचा निर्णय बदलला जाणार नाही असे नेहरूंनी २२ जानेवारीस काँग्रेस कार्यकारिणीत बोलताना जाहीर केले.

महाराष्ट्र प्रदेश काँग्रेस समितीने सर्व लोकप्रतिनिधींना राजीनामे देण्याचे आदेश दिले असले तरी मालोजीराजे नाईकनिंबाळकर, गणपतराव तपासे, केंद्रीय मंत्री हरिभाऊ पाटसकर यांनी राजीनामे दिलेच नाहीत. दुसऱ्याच दिवशी म्हणजे २० जानेवारीला मँचेस्टर गार्डीयन या ब्रिटिश वृत्तपत्राच्या प्रतिनिधी श्रीमती ताया झिंकीन यांनी यशवंतराव चव्हाणांची भेट घेतली होती. आपण राजीनामा देणार का असा प्रश्न त्यांनी यशवंतरावांना विचारला. ''मी कसा राजीनामा देऊ? मी निष्ठावंत काँग्रेस कार्यकर्ता आहे. बहुसंख्येने घेतलेला निर्णय मला स्वीकारला पाहिजे आणि काँग्रेसश्रेष्ठींनी दिलेल्या आदेशांचे पालन केले पाहिजे. हे आवडले नाही किंवा ते आवडले नाही म्हणून प्रत्येक वेळी काँग्रेसजन राजीनामे देऊ लागले तर काँग्रेसचे काय होईल? प्रत्येकाने आपल्या मतांचा तसेच भावी काळाचा विचार आपल्या पक्षाच्या संदर्भात केला पाहिजे. नाही. मी राजीनामा देणार नाही. मी पक्षात राहून पक्षाची मते बदलण्याचा प्रयत्न करीन. मला जरी तसे करण्यात अपयश आले तरी मी राजीनामा देणार नाही. त्यामुळे कदाचित पुढल्या निवडणुकीत माझा पराभव होईल. एक सासू सुनेचा इतका दुस्वास करीत असे की सून विधवा झालेली पाहता

यावी म्हणून तिने आपल्या पोटच्या पोराला विष घालून मारले. तसे काँग्रेसश्रेष्ठी वागत आहेत असे मी दिल्लीला जाऊन त्यांना सांगेन. दिल्लीत आम्हा महाराष्ट्रीयांना योग्य प्रतिनिधित्व मिळालेले नाही. गांधी गुजरातचे होते आणि महाराष्ट्रीय खऱ्या अर्थाने काँग्रेसशी समरस झाले नाहीत. काँग्रेसश्रेष्ठींमध्ये फक्त एक महत्त्वाचा महाराष्ट्रीय आहे. (म्हणजे स.का. पाटील) आणि त्यालाही गुजराती भाषकांनी खिशात टाकला आहे. एका मोठ्या तळ्यातील छोट्या माशासारखी माझी अवस्था आहे. जास्तीत जास्त मला काय करता येईल? दिल्लीला जाऊन संसदेच्या सभाकक्षात प्रचार करता येईल.''

झिंकीन यांना आपले मत स्पष्टपणे सांगणाऱ्या यशवंतरावांना नंतर लगेचच दोन गोष्टींची जाणीव झाली. आपण राजीनामा दिला नाही; त हिऱ्यांनी राजीनामा दिला; पण चव्हाण मात्र खुर्चीला चिकटून बसले असा आक्षेप आपल्यावर घेतला जाईल. शिवाय मोरारजी देसाई किंवा काँग्रेसश्रेष्ठी कोणीच काँग्रेस लोकप्रतिनिधींचे राजीनामे स्वीकारणार नाहीत. त्यामुळे राजीनाम्याच्या नाटकात सहभागी व्हायला काहीच हरकत नाही.

काँग्रेसचे राजीनामा नाटक २३ जानेवारीपासून सुरू झाले. २३ जानेवारीस भाऊसाहेब हिरे यांनी मंत्रिपदाचा राजीनामा देणारे पत्र मोरारजींना पाठवले. ''संयुक्त महाराष्ट्रनिर्मितीचे बाबतीत हिंदुस्थान सरकारने जो अखेरचा निर्णय घेतला आहे त्यात मुंबई शहर व सरहद्दीवरील मराठीभाषक प्रदेशाचे बाबतीत महाराष्ट्राची मागणी मान्य न झाल्यामुळे मला अत्यंत दुःख झाले आहे. हे दुःख व्यक्त करण्याचा एकमेव मार्ग म्हणजे अधिकारपदाचा त्याग करणे हाच मला वाटतो म्हणून मंत्रिमंडळातील मंत्रिपदाचा हा राजीनामा देत आहे.'' (भाऊसाहेब हिरे : खासगी पत्रव्यवहार)

३० एप्रिल २००६च्या 'लोकसत्ता' दैनिकाच्या रविवारच्या पुरवणीत माजी केंद्रीय गृहसचिव राम प्रधान यांनी २३ जानेवारी १९५६ रोजी यशवंतराव चव्हाणांनी मोरारजी देसाई यांना पाठवलेले राजीनाम्याचे पत्र आणि त्याला मोरारजींनी त्याच दिवशी पाठवलेले उत्तर हे दोन मूळ दस्तऐवज छापलेले आढळले. वर उद्धृत केलेल्या हिऱ्यांच्या २३ जानेवारीच्या पत्रातील मजकूर जसाच्या तसा यशवंतरावांच्या पत्रातही आहे. यशवंतरावांनी पुढील वाक्यांची त्यात भर घातली आहे. ''आपण माझेशी नेहमीच ठेवलेल्या स्नेहभावाच्या वागणुकीबद्दल मी आपला आभारी आहे. हा राजीनामा स्वीकारल्यानंतर देखील काँग्रेस कार्यकर्ता म्हणून माझी जी जबाबदारी आहे ती मी सतत पार पाडीत राहीन. आमच्या भावना

लक्षात घेऊन हा राजीनामा मंजूर करावा अशी विनंती आहे.'' मोरारजींनी हिऱ्यांना स्नेहभावाची वागणूक दिली नसल्यामुळे असावे बहुतेक, हिऱ्यांनी पत्रात असे काही लिहिले नाही.

मोरारजींनी हिऱ्यांना पाठवलेल्या उत्तरातील मजकूर आणि चव्हाणांना पाठवलेला मजकूर यामध्ये एका शब्दाचाही फरक नाही, असे आढळले. ''आपले ता. २३-१-१९५६ चे पत्र मिळाले. संयुक्त महाराष्ट्र निर्मितीचे बाबतीत मुंबई शहर व सरहद्दीवरील मराठीभाषक प्रदेशाबाबत जो निर्णय मध्यवर्ती सरकारने घेतलेला आहे त्याबाबत आपला असंतोष व्यक्त करण्याकरिता आपण मंत्रिपदाचे त्यागपत्र पाठविलेत; परंतु काँग्रेस अध्यक्षांकडून मला याबाबतीत आलेल्या आदेशानुसार मी ते त्यागपत्र स्वीकारू शकत नाही. म्हणून मी दिलगीर आहे. तेव्हा एकंदर परिस्थितीचा विचार करता ज्या काँग्रेसवरील निष्ठेने आपण या मंत्रिमंडळात आजपर्यंत काम केलेत त्याच निष्ठेने यापुढे ते करीत राहाल अशी मला आशा आहे. कळावे. (हिरे : खासगी पत्रव्यवहार)

तिकडे दिल्लीत वेगळेच घडत होते. पुण्यात महाराष्ट्र प्रदेश काँग्रेस समितीने राजीनाम्याचा निर्णय घोषित करताच वित्तमंत्री चिंतामणराव देशमुखांनी देवगिरीकरांशी दूरध्वनीवरून त्वरित संपर्क साधला. देवगिरीकर म्हणाले, ''सर्वांनाच राजीनामे द्यावे लागणार आहेत; पण आम्ही दिल्लीला येईपर्यंत थांबा.'' त्यावर देशमुखांनी 'मी महाराष्ट्र प्रदेश काँग्रेस समितीच्या आदेशाची वाट पाहात आहे. तो मिळताच त्याचे पालन करण्यात मी कसूर करणार नाही, हे निश्चित.' असे सांगितले. २० जानेवारीच्या लोकसत्तामध्ये हे वृत्तही प्रसिद्ध झाले. २३ तारखेला दिल्लीत पोहोचताच देवगिरीकर, हरिभाऊ पाटसकर आणि कऱ्हाडचे खासदार गणपतराव आळतेकर यांनी देशमुखांच्या निवासस्थानी त्यांची भेट घेतली. देशमुखांनी आत्मचरित्रात लिहिले आहे, ''सर्वांनी राजीनामे द्यावे असे ठरले. राजीनामा दिल्यानंतर तुम्ही राजकारण सोडून देणार का'' असे मी त्यांना विचारले तेव्हा ते म्हणाले, ''नाही. पोटनिवडणूक घेतली गेल्यास आम्ही पुन्हा निवडून येऊ.'' केंद्रीय मंत्रिमंडळाच्या बैठकीत आंतरराज्य विक्रीकरासंबंधीचे प्रस्ताव मंजूर करून घ्यावयाचे असल्यामुळे मी चार दिवसांपर्यंत राजीनामा देणे पुढे ढकलू का, असे विचारले तेव्हा देवगिरीकर म्हणाले, तसे करू नका. हिरे उद्याच आपला राजीनामा सादर करणार आहेत.'' तेव्हा मी म्हणालो, ''तसे असेल तर मी आजच वित्तमंत्रिपदाचा राजीनामा देतो.'' तात्काळ मी मंत्रिपदाचे त्यागपत्र पंतप्रधानांकडे पाठवले.

दुसऱ्या दिवशी तिघेहीजण किंवा कदाचित एकटे देवगिरीकर माझ्याकडे आले आणि म्हणाले, "माफ करा, आम्हाला राजीनामे देणे शक्य नाही. काँग्रेस कार्यकारिणी आम्हाला राजीनामे देण्यासाठी परवानगी देणार नाही. आयुष्यभर आम्ही काँग्रेसचे काम केले आहे. आम्हाला काँग्रेसश्रेष्ठींच्या आदेशाची अवज्ञा कशी करता येईल?" मी म्हणालो, "मी काही काँग्रेसवाला नाही. मी माझ्या वाटेने पुढे जात राहणार." (सी. डी. देशमुख : द कोर्स ऑफ माय लाइफ)

दिल्लीत काँग्रेस कार्यकारिणीने दंडुका उगारताच महाराष्ट्र प्रदेश काँग्रेस समितीने एकदम नरमाईचे धोरण स्वीकारले. २८ जानेवारीला पुण्याच्या काँग्रेस भवनात समितीची सभा झाली. त्यामध्ये कार्यकारी मंडळाने दोन ठराव एकमताने संमत केले. पहिल्या ठरावाच्या पहिल्या परिच्छेदात म्हटले होते, "राजीनामे मागण्याचा व मंजूर करण्याचा अधिकार सेंट्रल पार्लमेंटरी बोर्डाला आहे याची जाणीव असल्यामुळेच राजीनामे प्रांताध्यक्षांपर्यंत सेंट्रल पार्लमेंटरी बोर्डाकडे पाठविण्याचे प्रदेश काँग्रेसच्या कार्यकारी मंडळाकडून सुचविण्यात आले होते." ठरावाच्या दुसऱ्या परिच्छेदात म्हटले होते, "काँग्रेसची घटना व वर्किंग कमिटीचा आदेश यांच्याशी कुठल्याही प्रकारची विरोधी वृत्ती ठेवावी ही आमची कधीही इच्छा नव्हती व नाही. म्हणूनच वर्किंग कमिटीने आपल्या ठरावात जो आदेश दिला आहे त्याचा आमच्या भावना व परिस्थिती लक्षात घेऊन फेरविचार करावा आणि मंत्री, उपमंत्री, आमदार, खासदार यांचे येणारे राजीनामे मंजूर करावेत अशी आमची विनंती आहे.

२८ जानेवारीसच दुपारी प्रदेश काँग्रेस समितीची सर्वसाधारण सभा भरली. तिला १४६ सभासदांखेरीज निमंत्रित आणि बहुसंख्य आमदार हजर होते. काकासाहेब गाडगीळांनी पहिला ठराव मांडला. त्याला आवटे यांनी अनुमोदन दिले. या ठरावाला धुळ्याचे वि. वा. नेने आणि नगरचे के. ज. क्षीरसागर यांनी दुरुस्ती करणारी उपसूचना मांडली. ठरावातील दुसरा व तिसरा हे दोन्ही परिच्छेद गाळावेत आणि त्याऐवजी जनतेने केलेल्या उत्स्फूर्त निदर्शनाबद्दल तिचे अभिनंदन करणारा व सरकारच्या दडपशाहीबद्दल नापसंती दर्शविणारा मजकूर घालावा असे नेने व क्षीरसागर यांनी सुचवले होते. त्यांची ही उपसूचना मतास टाकण्यात आली तेव्हा ५ विरुद्ध हजर असलेले अशा प्रचंड बहुमताने ती नामंजूर करण्यात आली. याउलट ठरावाच्या दुसऱ्या परिच्छेदातील 'मंत्री, उपमंत्री, आमदार व खासदार यांचे येणारे राजीनामे मंजूर करावेत अशी विनंती आहे.' हे शब्दप्रयोग गाळून टाकावेत आणि त्याऐवजी 'आमच्या भावना व्यक्त करण्याची संधी द्यावी' अशी शब्दयोजना

करावी ही डी. ए. मणिरे यांनी सुचविलेली दुरुस्ती ५ प्रतिकूल आणि हजर असलेले सर्वजण अनुकूल असे मतदान झाल्यामुळे उपसूचना प्रचंड बहुमताने मंजूर करण्यात आली. ठराव गुळमुळीत आहे, स्पष्ट आदेश द्यावा असे नानासाहेब कुंट्यांनी व्यक्त केलेले मत कार्यवृत्तामध्ये नोंदविण्यात आले.'' महाराष्ट्रातील काँग्रेस नेते काँग्रेसश्रेष्ठींसमोर 'घालीन लोटांगण, वंदीन चरण' अशा लीन वृत्तीने वागत असत हेच पुन्हा एकदा सिद्ध झाले.

मुंबईतील आंदोलनात बिगरमराठी लोकांवर विशेषत: गुजराती महिलांवर अत्याचार झाल्याच्या बातम्या इंग्रजी व गुजराती वृत्तपत्रांनी दिल्या होत्या. 'टाईम्स ऑफ इंडिया', 'फ्री प्रेस जर्नल' ही इंग्रजी दैनिके आणि 'जन्मभूमी' व 'प्रजातंत्र' ही गुजराती दैनिके त्यामध्ये आघाडीवर होती. मुंबईत असुरक्षित वाटल्यामुळे गुजराती भाषक कुटुंबे मोठ्या संख्येने मुंबईबाहेर जात आहेत अशा बातम्या आणि फोटो १२ जानेवारीलाच टाईम्स ऑफ इंडियाने छापले होते. त्यामध्ये एक्झोड्स म्हणजे लोंढे असा शब्द वापरून टाईम्सने अतिरंजित वृत्त दिले होते. टाईम्सचे भावंडं 'इव्हिनिंग न्यूज'ने एक पोलीस शिपाई दंगेखोरांकडून मारला गेला' अशी बातमी छापली. ती खोटी ठरल्यावरही माफी मागण्याचे सौजन्य संपादकाने दाखवले नाही. टाईम्स ऑफ इंडियाने त्याच्यापुढे जाऊन नायगावच्या पोलीस ठाण्यावर दहा हजार लोकांनी हल्ला केल्याची खळबळजनक; पण खोटी बातमी छापली. जन्मभूमी या गुजराती वृत्तपत्राने तर रेल्वेतही गुजरातीभाषकांना मारहाण होते, असे भासवले. जमावाने कलकत्तामेल अडवून गुजरातीभाषक प्रवाशांना बेदम मारहाण केली. अशी त्यामध्ये दोन माणसे मरण पावली असे छापले; पण प्रत्यक्षात तसे काहीच घडले नव्हते.

गुजराती महिलांच्या विनयभंग प्रकरणाचा एवढा गाजावाजा इंग्रजी व गुजराती वृत्तपत्रांनी केला, की त्या प्रकरणाची चौकशी करण्यासाठी विधानसभेचे अध्यक्ष नानासाहेब कुंटे यांच्या पत्नी विमलाबाई आणि डॉ. काशीबाई अवसरे स्वत: बाहेर पडल्या. मुंबईच्या दंगलग्रस्त विभागातील गल्लीबोळात ७-८ दिवस फिरून त्यांनी सर्व माहिती गोळा केली. कथित विनयभंग प्रकरण म्हणजे निव्वळ कल्पनाविलास आहे हे त्यांच्या लक्षात आले. त्यांनी आपले शोधमोहिमेवर एक इंग्रजी अहवाल तयार करून सर्व खासदार-आमदारांना वाटला.

या पुस्तिकेत डॉ. काशीबाई अवसरे आणि विमलाबाई कुंटे यांनी म्हटले होते, ''मुख्यमंत्र्यांनी विधानसभेत ज्यांचा उल्लेख अशांत भाग असा केला होता अशा सर्व भागात आम्ही जाऊन आलो. कोणत्याच महिलेच्या अंगावर स्त्री म्हणून

कोणी हात टाकल्याचे किंवा हल्ला (अ‍ॅसॉल्ट) केल्याचे एकही प्रकरण आढळले नाही. आम्हाला निवेदन देणाऱ्या महिलापुरुषांपैकी बहुतेक गुजराती असून बाकीचे मारवाडी स्त्रीपुरुष आहेत. त्यांच्या मुलाखती आम्ही त्यांच्या घरी किंवा त्यांच्या मालकीच्या दुकानात जाऊन घेतल्या. 'आमच्या वस्तीत कोणाही स्त्रीवर हमला केल्याची घटना घडलेली नाही. इतर वस्त्यात स्त्रियांवर हात टाकल्याच्या बातम्या आमच्यापर्यंत पोचल्या. आपण त्या वस्त्यात जा आणि खरोखरच तसे काही घडले आहे का ते शोधून काढा', असे उत्तर आम्हाला दिले जात असे. हा अनुभव आम्हाला प्रत्येक वस्तीत येत होता. तरीही स्थानिक वृत्तपत्रांच्या एका गटाला धडधडीत खोट्या बातम्या छापण्याचे स्वातंत्र्य देण्यात आले.''

२२ फेब्रुवारी १९५६ रोजी विधानसभेत निवेदन करताना मोरारजी देसाई म्हणाले, 'महिलांचा विनयभंग केल्याच्या तुरळक घटना घडल्या; पण या अपराधांची संबंधित महिलांनी पोलिसांकडे येऊन नोंद केलेली नाही. सुदैवाने विनयभंगाची फार प्रकरणे घडली नाहीत.' आपल्या या निवेदनाला पुष्टी देणारा कोणताही पुरावा मुख्यमंत्र्यांनी सादर केलेला नाही; तसेच विनयभंग केला म्हणजे नेमके काय केले याचा अर्थही स्पष्ट केला नाही.''

डॉ. वसंत रणदिवे यांनी 'अनहॅपी बॉम्बे' या नावाचा एक अहवाल तयार करून नेहरूंना पाठवला. डॉ. वसंत रणदिवे यांनी 'फ्री प्रेस जर्नल' या इंग्रजी दैनिकाने कशा धडधडीत खोट्या बातम्या छापल्या याची उदाहरणे आपल्या इंग्रजी पुस्तिकेत दिली आहेत. २१ नोव्हेंबर १९५५ रोजी प्रक्षुब्ध जमावाने एक बस जाळली. त्या जळत्या बसचे प्रकाशचित्र 'फ्री प्रेस'ने २२ नोव्हेंबरच्या अंकात छापले होते. १८ जानेवारी १९५६ रोजी जमावाने बस जाळलेली नसताना 'फ्री प्रेस'ने तेच २२ नोव्हेंबरचे जळत्या बसचे प्रकाशचित्र १९ जानेवारीच्या अंकात पुन्हा छापले होते. गुजराती महिलांचा विनयभंग केला जात आहे; एका गुजराती महिलेला विवस्त्र करून तिची वस्त्रे जाळून टाकण्यात आली, अशा आशयाची वाचकांची पत्रेही 'फ्री प्रेस'ने छापली.

मराठी भाषकांचा न्याय्य लढा दडपून टाकण्यासाठी मोरारजी देसाईंनी, आंदोलकांनी मुंबई सरकार उलथून पाडण्याचा कट केला होता, अशी भाकडकथा रचून सांगितली होती. त्याला अनुसरून मोरारजींनी १६ जानेवारीला पहाटेच ७ जणांना अटक केली होती. यामध्ये बहुसंख्येने कम्युनिस्ट होते. त्यामुळे 'कम्युनिस्टांचा सरकारविरोधी कट' असे स्वरूप त्याला द्यायचा प्रयत्न मोरारजींनी केला आणि सर्वांना प्रतिबंधक स्थानबद्धता कायद्याखाली तुरुंगात डांबले. या ११

जणांत ९ जण महागुजरातवादी होते, तर २ व्यक्ती मुंबईसह संयुक्त महाराष्ट्राचा पुरस्कार करणाऱ्या होत्या. या स्थानबद्धांमध्ये प्रबोधनकार के. सी. ठाकरे, आचार्य अत्रे, तरुण पत्रकार अशोक पडबिद्री आणि दिनू रणदिवे, परशुराम पुष्पाला, 'हरहर महादेव' पत्राच्या संपादिका मालती तेंडुलकर, ल.ग. थत्ते, वि. घ. देशपांडे हे कम्युनिस्ट नव्हते. प्रबोधनकार ठाकरे, ल. ग. थत्ते आणि वि. घ. देशपांडे हे तर हिंदुत्वाचा अभिमान असणारे आणि कम्युनिस्टांचे कडवे विरोधक म्हणून ओळखले जात. त्यामुळे मोरारजींची कम्युनिस्ट कटाची भाकडकथा त्यांच्याच कृतीने खोटी ठरली होती; पण मोरारजींची ही कृतीच पुढेही कम्युनिस्टांपासून हिंदुत्ववाद्यांपर्यंत सर्व काँग्रेस विरोधकांना मुंबईसह संयुक्त महाराष्ट्राच्या चळवळीत एकत्र आणण्यास कारणीभूत ठरली.

काँग्रेसजनांच्या दुटप्पी वागण्यामुळे मुंबईसह संयुक्त महाराष्ट्राची चळवळ आता नेहरू आणि मोरारजींविरुद्ध न राहता ती काँग्रेसविरोधी बनू लागली. शंकरराव देवांनी २० जानेवारीला संयुक्त महाराष्ट्र परिषद बरखास्त केल्यानंतर इतर शहरांतील शाखा बरखास्त झाल्या नव्हत्या. पुणे शहर संयुक्त महाराष्ट्र परिषदेच्या वतीने २९ जानेवारी १९५६ रोजी पुण्यात शनिवारवाड्याच्यासमोर जाहीर सभा आयोजित करण्यात आली होती. सभेत बोलताना महाराष्ट्र प्रदेश काँग्रेसचे ज्येष्ठ नेते केशवराव जेधे यांनी स्वपक्षीयांवर कडाडून टीका केली. ते म्हणाले, ''जनता व काँग्रेस पक्ष यांच्यामध्ये अंतर पडत आहे. हिरे हे जनतेपासून दूर जाऊन पळपुटे बाजीराव बनले आहेत. माझ्यावर शिस्तभंगाची कारवाई होण्याची शक्यता आहे. कारण मी स्वस्थ बसणारा नाही. मी बंडखोर आहे. देवांचे नेतृत्व प्रथम झुगारून महाराष्ट्र काँग्रेसमधील काही नेत्यांनी काँग्रेसच खलास केली आहे. काकांना जनतेसमोर येण्याची भीती वाटत आहे. देवांचा उपवास खोटा आहे. मोरारजींना विश्वासात घेतले नाही तर हिरे मंत्रिपदावर राहिलेच कशाला?'' (केसरी : ३१ जानेवारी १९५६) संयुक्त महाराष्ट्राचे स्वप्न साकार करण्यामध्ये काँग्रेसने जनतेचा विश्वासघात केला; हा लढा चालू ठेवला पाहिजे, असेही जेधे या सभेत म्हणाले.

पुणे शहर संयुक्त महाराष्ट्र परिषदेचे अध्यक्ष एस. एम. जोशी होते. या सभेत बोलताना ते म्हणाले, ''आपला लढा हा केवळ महाराष्ट्राचा नाही; पण काँग्रेसच्या स्वरूपातील हुकूमशाही विरुद्ध लोकशाही असा हा लढा आहे. काँग्रेसला आज लोकांपेक्षा स्वतःच्या पक्षाचाच जास्त विचार सुचतो. लोकांच्या उत्स्फूर्त प्रतिक्रियेला संयुक्त महाराष्ट्र परिषदेने योग्य वळण दिले नाही. लोकांचे विधायक व परिणामकारक नेतृत्व करण्यात परिषदेला अपयश आले आहे. ज्यांनी नेतृत्व

करण्याचा प्रयत्न केला त्यांना परिस्थिती आवरता आली नाही. या सर्व गोष्टींमुळे चळवळीला हादरा बसला आहे. म्हणून आता पुढे हा लढा शिस्तबद्ध व संघटितरीत्या चालवावा लागेल. लोकांना संयुक्त नेतृत्व देण्याच्या दृष्टीने प्रजासमाजवादी पक्ष परिषदेची पुनर्रचना करण्याचे कार्य हाती घेईल असे सांगून एस. एम. नी सत्याग्रहाचा व असहकाराचा कार्यक्रम हाती घेतला जाईल असे जाहीर केले. भावी कार्यक्रमाची आखणी करण्यासाठी एक सर्वपक्षीय सभा बोलावण्याचे संपूर्ण अधिकार या सभेने एस. एम. जोशी यांना दिले.
(लोकसत्ता : ३१ जानेवारी १९५६)

२९ जानेवारीच्या या सभेतच कम्युनिस्ट नेते विष्णुपंत चितळे यांनी ३० जानेवारीपासून पुण्यात सत्याग्रह सुरू होणार असल्याचे जाहीर केले. जरा सबुरीने घ्या, सत्याग्रह सुरू करण्याची घाई करू नका; ६ फेब्रुवारीपर्यंत थांबा असे एस. एम. आणि दत्ता देशमुख या दोघांनी सभेतच सुचवले; पण काही झाले तरी सत्याग्रह ३० जानेवारीपासून सुरू करावयाचा असा कम्युनिस्ट पक्ष, बोल्शेविक पक्ष आणि लोहियांचे नेतृत्व मानणारा समाजवादी पक्ष या पक्षांनी निर्णय घेतला होता. प्रजासमाजवादी पक्ष वगळून इतर पक्षांच्या प्रतिनिधींची बैठक घेण्यात आली. पुण्याच्या जिल्हाधिकाऱ्यांच्या कार्यालयासमोर सत्याग्रह करण्याचे ठरले. ३० जानेवारीस १४४व्या कलमाचा भंग करून २६ जणांनी सत्याग्रह केला. अटक झालेल्यांमध्ये कॉ. कमल भागवत, समाजवादी पक्षाच्या इंदुमती केळकर, हरिभाऊ लिमये वगैरेंचा समावेश होता. (द. टाईम्स ऑफ इंडिया : ३१ जानेवारी १९५६) "अटक करण्यात आलेल्या सर्वांना न्यायालयात हजर करून पोलिसांनी आठ दिवसांची मुदत मागितली. 'ताबडतोब शिक्षा द्या' अशी सत्याग्रहींनी मागणी केली, तरी खटला २ फेब्रुवारीपर्यंत तहकुब करून त्यांना कच्च्या कैदेत ठेवण्यात आले. दि. २ रोजी सर्व सत्याग्रहींना प्रत्येक दोन महिन्यांच्या तुरुंगवासाची शिक्षा ठोठावण्यात आली." (लालजी पेंडसे : महाराष्ट्राचे महामंथन) ४ फेब्रुवारीस शे. का. पक्षाच्या मालिनीबाई तुळपुळे यांच्या नेतृत्वाखाली २० जणांनी सत्याग्रह केला. त्यांनाही अटक करण्यात आली. नवशक्तिकारांनी ५ फेब्रुवारीच्या अंकातील अग्रलेखात एस.एम.ना 'जबाबदारी टाळू नका' असा सल्ला दिला. एकतर कम्युनिस्ट, बोल्शेविक, समाजवादी आणि मजदूर किसान यांनी पुढाकार घेऊन सुरू केलेल्या सत्याग्रहात बिनशर्त सामील होणे किंवा आपला वेगळा कार्यक्रम आखणे एवढाच मार्ग साथी एस. एम. जोशी यांच्यापुढे आहे असे नवशक्तिकारांचे म्हणणे होते. ५ फेब्रुवारीच्या अंकात 'केसरी'ने एस. एम. जोशी यांची मुलाखत प्रकाशित

केली. तीत एस. एम. नी म्हटले होते, "संयुक्त महाराष्ट्राच्या लढाईत माघार घ्यावयाला आता वावच राहिलेला नाही. जनतेच्या भावनांचे ज्यांना प्रतिनिधित्व करावयाचे आहे त्यांना सत्याग्रहाशिवाय आता तरणोपायच नाही. तथापि या सत्याग्रह आंदोलनाला सनदशीरपणाच्या मर्यादा पाळल्याच पाहिजेत... कोणत्याही परिस्थितीत भूमिगत वा गुप्त कार्याला या आंदोलनात वाव मिळता कामा नये."

काँग्रेसचे सर्वच नेते मराठी भाषकांच्या मनातून उतरले आहेत आणि भीषण राजकीय पेचप्रसंग तयार झाला आहे, अशी जाणीव जेष्ठ विचारवंत धनंजयराव गाडगीळांना झाली. दिल्लीतूनच कोणीतरी महाराष्ट्रात येऊन ही परिस्थिती सावरली पाहिजे असे प्रामाणिकपणे त्यांना वाटले आणि हे करायला चिंतामणराव देशमुखच योग्य आहेत अशी त्यांची खात्री झाली. म्हणून त्यांना आवाहन करणारे एक पत्र धनंजयरावांनी ३० जानेवारी १९७६ला लिहिले. पत्रात म्हटले होते, "आपणास हे पत्र लिहिण्याची माझी कृती नेहमीच्या शिरस्त्यास सोडून असली तरी अत्यंत अपवादात्मक परिस्थितीत मला ती करावी लागत आहे. महाराष्ट्रातील परिस्थितीबद्दल आपणास कोणती माहिती दिली जाते हे मला ठाऊक नाही. आपण अराजकाच्या काठावर उभे आहोत असे म्हटले तर ते अतिशयोक्तीचे होईल असे मला वाटत नाही. मुंबई शहरात उंच आवाजात बोलले गेले आणि महाराष्ट्राच्या काँग्रेसच्या नेत्यांनी आशावादी दृष्टिकोनातून इतके अंदाज केले की पंडित नेहरूंनी आपला निर्णय अपरिवर्तनीय असल्याचे घोषित केल्यावर गंभीर स्वरूपाचा पेचप्रसंग निर्माण होणे अटळ झाले. गेल्या आठवड्यातील मुंबई शहरातील घटनांमुळे उभय पक्षांच्या दृष्टीने या पेचप्रसंगातून जे निष्पन्न होईल ते अधिकच वाईट असेल. सबंध पश्चिम महाराष्ट्रात निर्माण झालेली अशांतता खेड्यापाड्यातही लवकरच पसरेल. महाराष्ट्रातील काँग्रेसच्या नेत्यांच्या कोलांटउड्यांमुळे त्यांना समाजाचे नेते व राजकीय पुढारी म्हणून जनमानसात स्थान उरलेले नाही. परिणामत: त्यांच्यापैकी कोणीही लोकांना मार्गदर्शन करू शकत नाही किंवा जमावाला आवरू शकत नाही. त्यामुळे अर्थहीन अव्यवस्था निर्माण होणे अपरिहार्य आहे. सरकारविषयी लोकांना आदर वाटत नाहीच; नेत्यांविषयी आदरभाव राहिलेला नाही. आपल्यावर अन्याय झाला आहे ही भावना त्याच्या मुळाशी आहेच; शिवाय पाच वर्षांसाठी मुंबईचे शहरराज्य असावे हे सूत्र बदलून एकदम केंद्रशासित मुंबईचा अपरिवर्तनीय निर्णय जाहीर केल्यामुळे आपली फसवणूक झाल्याची भावनाही त्याच्या मुळाशी आहे. दिल्लीतल्या कोणीतरी येथे येऊन परिस्थिती हाताळली तरच तिचा ताण कमी होईल. जर अन्य परिस्थिती अनुकूल

असेल तर केंद्रशासित मुंबईच्या निर्णयाचा फेरविचार केला जाईल अशी लोकांना थोडी तरी आशा वाटली पाहिजे. अव्यवस्था माजलेली दिसत असताना सरकारने माघार घेणे किती कठीण आहे याची मला जाणीव आहे; पण परिस्थितीच अशी आहे की, आपला निर्णय अपरिवर्तनीय नसल्याचे संदिग्ध आश्वासन जरी पंडित नेहरूंनी दिले तरी सुव्यवस्था प्रस्थापित होण्यास मदत होईल. परिस्थिती इतकी गंभीर आहे की आज जर ब्रिटिश सरकार असते तर हा प्रश्न सोडविण्यासाठी गोलमेज परिषद भरवण्यात आली असती. आपण या प्रकरणात व्यक्तिश: पुढाकार घ्यावा आणि परिस्थितीचे गांभीर्य लक्षात आणून द्यावे अशी विनंती करण्यासाठी हे पत्र लिहिले आहे.''

''...महाराष्ट्र प्रदेश काँग्रेस समितीचा शेवटचा ठराव लक्षात घेता प्रदेश काँग्रेसच्या नेत्यांचे दिल्लीत काही वजन असेल असे वाटत नाही. त्यामुळे मध्यस्थी करण्यासाठी आपण एकटेच आहात. महाराष्ट्राच्या काँग्रेसच्या नेत्यांनी आरंभी ज्या चाली खेळल्या, त्यांच्याशी सुदैवाने आपला संबंध नव्हता. कॅबिनेटमध्ये 'केंद्रशासित मुंबई नको', अशी ठाम भूमिका घेतल्याच्या वृत्तपत्रातील बातम्यांमुळे जनतेमध्ये आपला नावलौकिक वाढला आहे. आपण प्रथमच राजकीयदृष्ट्या सक्रिय होऊन शांतता प्रस्थापित करण्याचे आवाहन केलेत आणि एक आठवडाभर महाराष्ट्रात येऊन प्रयत्न केले तर ते साहाय्यकारी ठरतील. आजपर्यंत ज्यांनी ज्यांनी नेते म्हणून परिस्थिती हाताळण्याचा प्रयत्न केला, त्यांनी त्यांनी राजकीय पेचप्रसंग निर्माण होताच तो सोडवण्याऐवजी पळ काढला. आपण जर पुढाकार घेतलात तर आपणास मदत करण्यासाठी जे जे करणे मला शक्य आहे ते मी करीनच. शिवाय रँग्लर परांजपे यांच्यासारख्या ज्या व्यक्ती आजपर्यंत मुंबईसह महाराष्ट्राच्या आंदोलनात सक्रिय नव्हत्या त्यांचाही आपल्या प्रयत्नांना पाठिंबा मिळेल.''
(सी. डी. देशमुख : खासगी पत्रव्यवहार)

हे पत्र वाचले म्हणजे थोरल्या बाजीरावास बुंदेलखंडाच्या राजा छत्रसालाने पाठविलेल्या पत्रांची आठवण होते. त्या पत्रातील दोन ओळी तर प्रसिद्ध आहेत. 'जो गत भई गजेंद्र की, सो गत भई आज बाजी जात बुंदेलकी राखो बाजी लाज.' प्रबोधनकार ठाकरेंनी या दोन ओळीत थोडा बदल करून चिंतामणराव देशमुखांना २४ एप्रिल १९५६ला पत्र धाडले. 'जो गत भई गजेंद्र की सो गत भई आज। बाजी जात बंबई-महाराष्ट्र की राखो सी.डी. लाज।; पण सी. डी. देशमुख म्हणजे काही थोरले बाजीराव नव्हते. कुशाग्र बुद्धिमत्ता, विद्वत्ता, प्रशासन कौशल्य, अर्थशास्त्रज्ञ अशा अनेक गुणांनी चिंतामणराव समृद्ध असले तरी राजकारणात

उतरून आंदोलनाचे नेतृत्व करण्याचा त्यांचा पिंड नव्हता. त्यामुळे त्यांनी हे नेतृत्व स्वीकारण्याचे आवाहन मनावर घेतले नाही. मात्र मुंबईसह संयुक्त महाराष्ट्रासाठी वित्तमंत्रिपदाचा दिलेला राजीनामाही त्यांनी मागे घेतला नाही. त्यामुळे संयुक्त महाराष्ट्रासाठी केंद्रीय मंत्रिपद सोडणारे ते एकमेव नेते ठरले.

आंदोलन सामाजिक, राजकीय वा सांस्कृतिक असले तरी नवे नेतृत्व उभे राहते ते अशा जनआंदोलनातूनच. चिंतामणराव देशमुखांनी नेतृत्व नाकारले असले तरी रक्तरंजित जानेवारीमधून एस.एम. जोशींचे नेतृत्व उदयाला येत होते. मराठी भाषिकांचे नेतृत्व हा नेता करणार आहे अशी पुसटशी कल्पनाही त्या क्षणी तरी कोणाला नव्हती.

◻◻◻

१२

संयुक्त महाराष्ट्र समितीची स्थापना

महाराष्ट्र प्रदेश काँग्रेस समितीच्या नेत्यांनी मुंबईसह संयुक्त महाराष्ट्रासाठी लोकप्रतिनिधींच्या राजीनाम्याचे अस्त्र उगारले आणि पक्षश्रेष्ठींनी डोळे वटारताच लगोलग ते मान्य केले. काँग्रेस नेतृत्वाने अशी सपशेल माघार घेतली असताना डाव्या पक्षांनी मात्र आमदारांचे राजीनामा सत्र चालूच ठेवले होते. मजदूर किसान पक्षाच्या आठ आमदारांनी विधानसभा अध्यक्षांकडे आपले राजीनामे ३१ जानेवारीसच पाठवून दिले. मुंबईतील प्रजासमाजवादी पक्षात मात्र मुंबई प्रश्नावरून उभी फूट पडली होती. एस. एम. जोशी यांनी मुंबईसाठी चळवळ चालू ठेवण्याचा निर्णय घेतल्यामुळे अशोक मेहतांच्या गटातील ४५ सदस्यांनी मुंबई प्रजासमाजवादी पक्षाच्या कार्यकारिणीचे राजीनामे दिले. त्यामध्ये आमदार डॉ. अमोल देसाई, डॉ. शांती पटेल, वासंती श्रॉफ व वीरचंद शेठ यांचा समावेश होता. हे सर्वजण मुंबईवर महाराष्ट्राचा हक्क आहे असे मानत होते; पण जानेवारीतील दंगलीच्या पार्श्वभूमीवर मुंबईसह संयुक्त महाराष्ट्रासाठी चळवळ करणे त्यांना अयोग्य वाटत होते, शिवाय कम्युनिस्टांचे प्राबल्य असेल अशा कोणत्याही सभा व परिषदेत प्रजासमाजवाद्यांनी भाग घेणे हे पक्षाच्या राष्ट्रीय भूमिकेला मारक ठरेल असे अशोक मेहतांना वाटत होते. हरताळ, सत्याग्रह, संप, निरोधन, राजीनामे या मार्गांचा पुरस्कार करणाऱ्या कार्यक्रमासही आपला विरोध असल्याचे अशोक मेहतांनी जाहीर केले.

या सर्व पार्श्वभूमीवर एस. एम. जोशी आणि केशवराव जेधे यांच्या नेतृत्वाखाली विरोधी पक्षांच्या नेत्यांची व निवडक कार्यकर्त्यांची एक सभा ६ फेब्रुवारी १९५६ ला पुण्यात टिळक स्मारक मंदिरात भरली. सभेत सहभागी झालेल्यांमध्ये काँग्रेसचे केशवराव जेधे, हिंदू महासभेचे ह. भा. भिडेआणि जयंतराव टिळक, भारतीय जनसंघाचे भि. ल. कवडी, समाजवादी पक्षाचे केशव ऊर्फ बंडू

गोरे, प्र.स.प.चे बा.न. राजहंस, मजदूर किसान पक्षाचे र. के. खाडिलकर, यशवंतराव मोहिते, शे. का. पक्षाचे उद्धवराव पाटील, दाजीबा देसाई, सीमा भागातील बा. रं. सुखठणकर, अमरावतीचे के. जी. जोध, लाल निशाण गटाचे दत्ता देशमुख आणि अर्थतज्ज्ञ धनंजयराव गाडगीळ वगैरेंचा समावेश होता. आपली भूमिका मांडताना एस. एम. जोशी म्हणाले,

"मुंबईसह बेळगाव, कारवार असलेला संयुक्त महाराष्ट्र स्थापन होण्यासाठी लढा केला पाहिजे, अशा मताचा मी आहे व तो लढा केल्याशिवाय मी राहणार नाही. नव्हे, मी स्वस्थ बसूच शकत नाही. मी उपोषण करणार नाही.. त्यामुळे आध्यात्मिक हुकूमशाही निर्माण होते. जनतेला ज्यात भाग घेता येईल असाच लढ्याचा कार्यक्रम आखला जाईल." (केसरी : ७ फेब्रुवारी)

ज्येष्ठ अर्थतज्ज्ञ धनंजयराव गाडगीळ यांनी एक महत्त्वाची सूचना या सभेत केली. ते म्हणाले, "मी बंधने व पथ्ये पाळणारा गृहस्थ आहे. लढ्यात भाग घेणारा मी नव्हे. आपल्या चळवळीचे दोन भाग करावेत. आपण प्रत्यक्ष लढा करण्यासाठी एक कृती समिती नेमा. दुसरा भाग वैचारिक भूमिका मांडणारा असावा. संयुक्त महाराष्ट्र स्थापन करण्यासाठी व स्थापन झाल्यावर शाश्वत योजना तयार करणारा वर्ग हाही लढ्याचाच भाग आहे. संयुक्त महाराष्ट्र परिषद गुंडाळली गेली नसून ती गुंडाळण्याचा अध्यक्षांना कोणीही अधिकार दिलेला नाही. संयुक्त महाराष्ट्राचा खरा प्रश्न आर्थिक आहे व त्या पातळीवरूनही विचार करणारी मंडळी चळवळीत असावी." (केसरी : ७ फेब्रुवारी १९५६)

सभेला जमलेले बहुतेक सर्वजण थेट कार्यक्रमावर विश्वास असणारे होते. त्यामुळे समितीच्या वतीने आंदोलनात आणि संयुक्त महाराष्ट्र झाल्यावर बौद्धिक मांडणी करू शकणारे धनंजयराव गाडगीळ, द. वा. पोतदार असे विचारवंत सोबत असावेत, असे कोणालाच वाटले नाही. त्यामुळे धनंजयरावांची सूचना हवेतच विरून गेली आणि गाडगीळ, पोतदार वगैरेंसारखे लोक समितीपासून दुरावले.

या सभेमध्ये मुंबईसह संयुक्त महाराष्ट्रासाठी संयुक्त लढा उभारण्याचा निर्णय घेण्यात आला. या लढ्यांचे मार्गदर्शन व नियंत्रण करण्यासाठी एक कृतिसमिती नेमण्यात आली. या कृतिसमितीला स्वयंसेवकांची नोंदणी करणे, सभासद स्वीकृत करणे, कामकाज चालविण्याची पद्धत ठरणे आणि इतर सर्व गोष्टी करण्याचा अधिकार देण्यात आला. आरंभी सात-आठ दिवस ही कृतिसमिती संयुक्त महाराष्ट्र परिषदेची कृतिसमिती म्हणून ओळखली जात होती; पण संयुक्त महाराष्ट्र परिषदेचे सर्वाधिकारी शंकरराव देवांनी १० फेब्रुवारीला पत्रक काढून आक्षेप घेतला. संयुक्त

महाराष्ट्र परिषद सर्वानुमते २० फेब्रुवारीला अधिकृतपणे विसर्जित झाली आहे त्यामुळे हे नाव अन्य कोणालाही वापरता येणार नाही, असे सांगितले. या पत्रकानंतर नव्या संघटनेचे नाव 'संयुक्त महाराष्ट्र समिती' असे करण्यात आले. ७ फेब्रुवारीला झालेल्या समितीच्या पहिल्या बैठकीत अध्यक्षपदी र. के. खाडिलकर यांची निवड करण्यात आली. सरचिटणीसपदी एस. एम. जोशी आणि अन्य दहा सचिव निवडण्यात आले. शिवाजीराव पाटील हे कार्यालय सचिव म्हणून नियुक्त झाले. या दरम्यान ज्येष्ठ काँग्रेस नेत्यांचा एकमेकांत पत्रव्यवहार चालूच होता.

३ फेब्रुवारीस जवाहरलाल नेहरूंनी एक विस्तृत पत्र देवगिरीकरांना पाठवले. "तुम्हाला ज्या अडचणींना तोंड द्यावे लागत आहे त्यांची मला जाणीव आहे. त्याबद्दल कोणाही एका व्यक्तीला दोष देणे बरोबर ठरणार नाही. आपण सगळेच दोषी आहोत. गेल्या काही महिन्यात निर्माण झालेली परिस्थिती हाताळण्यात मला यश आले नाही, असे मला वाटते. महाराष्ट्र प्रदेश काँग्रेसही चुकीच्या दिशेने गेली आणि मूळ प्रश्न सुटण्याऐवजी त्याचा गुंता अधिकाधिक वाढत गेला असे मला वाटते. मुंबई शहराबद्दलच्या महाराष्ट्र प्रदेश काँग्रेस समितीच्या मतांचा मी येथे उल्लेख करीत नसून त्यांनी जो वेळ दवडला त्यातून गुंतागुंत निर्माण झाली असे मला वाटते."

"स्पष्ट बोलणे अनेकांना आवडत नसले तरी आपल्याच लोकांसमोर सगळे स्पष्ट बोलणे हे नेहमीच शहाणपणाचे धोरण ठरते असे मला वाटते. अखेर आपल्या लोकांना तेच आवडते. लोकानुरंजनापेक्षा त्यांना सचोटी आवडते. विशेषत: लोकशाहीत सर्वच राजकारणी माणसे काही प्रमाणात लोकानुरंजन करीत असतात; पण क्षणिक आवेगामुळे किंवा विकारामुळे वाहवून न जाता त्याला आवर घालण्याचा प्रयत्न करण्यास आपण गांधींकडून शिकलो आहोत. ते शिकण्यात फार मोठ्या प्रमाणावर आपण यश मिळवलेले नाही याची मला जाणीव आहे. तरीही गांधीजींकडून शिकलेल्या धड्याचा आपल्यावर थोडासा का होईना, परिणाम झाला असल्यामुळे इतर राजकीय संघटनांपेक्षा काँग्रेस पक्ष वेगळा वाटतो. लोकांच्या झुंडींनी मुंबई शहरात, ओरिसात तसेच अन्य ठिकाणी केलेल्या हिंसाचारामुळे तुम्हाला जसे क्लेश झाले तसेच मलाही क्लेश झाले. आपण आजपर्यंत ज्या तत्त्वांचा पुरस्कार केला ती तत्त्वे शून्यवत् झाली असे मला भासले. विशेषत: महाराष्ट्रीयांना त्यामुळे कलंक लागला. महाराष्ट्रीयांना वैफल्याच्या भावनेने पछाडलेले पाहून मला दुःख झाले. त्यांच्यापासून मी एकटा पडलो आहे, असे मला वाटते. महाराष्ट्राच्या सदिच्छेशिवाय व सहकार्याशिवाय नव्या भारताची

उभारणी करता येईल, अशी मी कल्पनाही करू शकत नाही.''

''गेल्या तीन महिन्यात आम्ही चुका केल्या असतीलही; पण आम्ही पुन:पुन्हा हा मुंबईचा प्रश्न सोडवण्यासाठी झटापट करीत होतो आणि आम्ही कोणताही निर्णय घेतला तरी त्याला महाराष्ट्रीय पुढाऱ्यांची कशी मान्यता मिळेल, याची काळजी करीत होतो, याबद्दल तरी तुम्ही सहमत व्हाल अशी आशा आहे. ज्या परिस्थितीत आम्ही सापडलो होतो त्या परिस्थितीत महाराष्ट्रीय नेत्यांच्या इच्छांची पूर्णतया पूर्ती करण्यास आम्ही असमर्थ ठरलो, हे खरे आहे. तरीही आम्ही प्रश्न सोडवण्याचा प्रत्येक मार्ग शोधला आणि अनेक प्रसंगी महाराष्ट्राच्या नेत्यांनी त्याला मान्यता दिली असे आम्हाला वाटले. आम्हाला यश आले नाही हे आमचे दुर्दैव म्हटले पाहिजे.''

''भविष्यकाळात काय घडेल याची कोणीही हमी देऊ शकत नाही. सद्य:परिस्थितीत सुधारणा करणे आणि सदिच्छेची व परस्पर विश्वासाची भावना निर्माण करण्यासाठी शर्थीचे प्रयत्न करणे हा भविष्यकाळाला सामोरे जाण्याची तयारी करण्याचा एकच मार्ग आहे असे मला वाटते. दुर्भावनेवर व संघर्षावर आधारलेला कोणताही निर्णय घेण्यापेक्षाही परस्परविश्वासाची भावना निर्माण करणे कितीतरी महत्त्वाचे आहे. ती आजची निकडीची गरज आहे.''

''आपण सगळे शांत राहून 'सहकार्य' व 'शांतता' यावर आधारलेली स्थिती पूर्ववत् निर्माण करण्यासाठी कणखर भूमिका घेऊया. हे कार्य आपण प्रथम करूया आणि जनतेला त्याबद्दल सांगण्याइतके शूर होऊया. जेव्हा वातावरण निवळून स्वच्छ होईल तेव्हा नवी सकारात्मक भूमिका घेणे शक्य होईल.''

नेहरूंच्या या पत्रामुळे देवगिरीकर भारावून जाणे स्वाभाविक होते. प्रत्यक्षात हे पत्र म्हणजे एकही ठोस आश्वासन न देता केवळ शाब्दिक आणि भावनेचा फुलोरा फुलवण्याच्या साहित्यिक नेहरूंच्या कसबाचा मूर्तिमंत आविष्कार होता. देवगिरीकरांनी वारंवार विनंती करूनही नेहरू वा गोविंद वल्लभ पंत महाराष्ट्रात येऊन जाहीर सभेत आपली भूमिका मांडायला तयार नव्हते. देवगिरीकर मात्र ठिकठिकाणी सभा घेऊन नेहरूंचे म्हणणे सांगायचा प्रयत्न करीत होते. त्यासाठी शिवीगाळ, दगडफेक आणि काळी निशाणेही त्यांनी सहन केली.

याच दरम्यान, प्रजासमाजवादी पक्षाच्या राष्ट्रीय कार्यकारिणीची सभा १० ते १२ फेब्रुवारीपर्यंत कोईमतूर व पेरूंदुराई येथे झाली. मुंबईतील परिस्थितीची पाहणी करायला आलेल्या प्रेम भसिन यांनी आपला अहवाल कार्यकारिणीला सादर केला. त्यावर चर्चाही झाली. कार्यकारिणीने संमत केलेल्या प्रस्तावाला एम. एम. जोशी, मधू दंडवते आणि पीटर अल्वारिस यांचा विरोध होता म्हणून. त्यांनी आपली भिन्न

मते नोंदवली. प्रजासमाजवादी पक्षाच्या राष्ट्रीय कार्यकारिणीतही संयुक्त महाराष्ट्रवादी अल्पसंख्य ठरले होते.

याचवेळी अमृतसरमध्ये काँग्रेसचे ६१वे अधिवेशन भरले. या अधिवेशनाला काकासाहेब गाडगीळांनी उपस्थित राहू नये असा प्रयत्न गो. ह. देशपांडे, देवकी नंदन, नारायणन, हरिभाऊ पाटसकर वगैरेंनी केला. काकासाहेब आपले ऐकतील असे मात्र त्यांना वाटत नव्हते. म्हणून त्यांनी जाता जाता सूचना केली, 'अमृतसरला गेलात, तर अधिवेशनात बोलू नका.' वित्तमंत्री चिंतामणराव देशमुखांनी मात्र काकासाहेबांनी अमृतसरला जाऊन मुंबई गोळीबाराच्या चौकशीसाठी आवाज उठवावा असा आग्रह धरला. ९ फेब्रुवारीला विषय नियामक समितीत त्रिराज्य योजनेचा ठराव झाला. त्यावर बोलण्याची संधी काकासाहेबांना मिळाली. व्यासपीठावर नेहरू, मौलाना आझाद असे सर्व काँग्रेसश्रेष्ठी बसलेले असताना काकासाहेबांनी त्यांच्यावर हल्ला चढवला. त्यांच्याकडे पाहात काकासाहेब म्हणाले, "महाराष्ट्राचे मन व मत समजून घेण्याचा प्रयत्न न करता काँग्रेसश्रेष्ठींनी निर्णय लादल्यामुळे मुंबईत दंगली झाल्या. म्हणूनच त्या दंगलीची आणि गोळीबाराची चौकशी केली पाहिजे." अर्थात्च काँग्रेसश्रेष्ठी ती मागणी मान्य करण्याच्या मन:स्थितीत नव्हते.

अमृतसर अधिवेशनात महाराष्ट्रातील काँग्रेस नेते पक्षश्रेष्ठींशी आणि अन्य महत्त्वाच्या नेत्यांशी महाराष्ट्रासंबंधी चर्चाविमर्श करीत होते. लालबहादुर शास्त्रींनीही देवगिरीकरांची भेट घेऊन नेहरूंना भेटण्यासाठी पुढाकार घेतला; पण त्यांचे मध्यस्थीचे प्रयत्नही निष्फळ ठरले.

१६ फेब्रुवारीसच गाडगीळांनी देवांना पत्र लिहून कळवले, "पंत, काटजू (कैलासनाथ) व डॉ. (सय्यद) महमूद, काहीतरी करा व मिटवा असा, आग्रह करीत आहेत. मी त्यांना सांगितले की, तुमचे म्हणणे सांगा. लालबहादुर यांनी सांगितले की मी नेहरूंना भेटावे. मी सांगितले की, मी बोलावल्याशिवाय जाणार नाही. परिस्थिती अशी बदलत आहे की, सर्वच मान्य होईल तेव्हा काही जाहीर कमिटमेंट नसावी." उत्तरादाखल १८ फेब्रुवारीस गाडगीळांना पाठवलेल्या पत्रात देवांनी लिहिले, "तुमचे ता. १६चे पत्र काल संध्याकाळी मिळाले... अमृतसरची भाषणे वाचली. ठराव साधारण पाहिले व महाराष्ट्र प्रतिनिधींच्या प्रतिक्रिया वर्तमानपत्रातून वाचल्या; पण या सर्वांतून नक्की पुढे काय? याचा उमज अद्याप पडलेला नाही. जे (राज्यपुनर्रचना) बिल तयार होऊन येईल ते १६ तारखेच्या निर्णयाहून (म्हणजे १६ जानेवारी १९५६ रोजी मुंबई केंद्रशासित करण्यासंबंधी

नेहरूंनी घोषित केलेला निर्णय) काही निराळे असेल काय, हा खरा प्रश्न आहे. महाराष्ट्रात व मुंबईत परिस्थिती फार स्फोटक आहे. वरून शांत; पण आत खरी अशांत मने आहेत. १६ तारखेचा निर्णयच बिलाच्या रूपाने प्रकट झाला, तर मुंबईत काय होईल हे आज देवसुद्धा जाणतो की नाही, याबद्दल शंका आहे. बिलामध्ये काही बदल झाला नसेल तर एस. एम. जोशी यांच्या नेतृत्वाखाली डावा गट काही निश्चित कृती केल्याशिवाय राहणार नाही. इतकेच नव्हे तर मुंबईतील महाराष्ट्र काँग्रेसजन व त्यांचे नेते डॉ. नरवणे हेही अगदी बेचैन असून, त्यावेळी आपण कृती केली पाहिजे असा आग्रह करीत आहेत. म्हणून परिस्थिती काबूत ठेवून तिला योग्य वळण लावणे व काही अनिष्ट घडणार नाही यासाठी अटीतटीने प्रयत्न करणे हे माझे कामही अतिकठीण झाले आहे. श्रद्धा ठेवून काम करीत आहे. आतापर्यंत पंडितजींना (नेहरू) मी एकंदर तीन पत्रे पाठवली. अमृतसर काँग्रेसपूर्वी दोन व नंतर एक. एकाचीही अद्याप पोचसुद्धा नाही... पंत, काटजू, डॉ. महमूद हे नक्की काय करायला तयार आहेत? तसेच तुम्ही पंडितजींना भेटला तर लालबहादुरच्या मते पंडितजी काय करायला तयार आहेत? याचा तुमच्या पत्रावरून काहीच बोध होत नाही. (न. वि. गाडगीळ : खासगी पत्रव्यवहार)

आपण नेमके काय करत आहोत ते काकासाहेबांनी देवांना कळवले नसले तरी ते नवेनवे पर्याय सुचवण्याचा प्रयत्न करीत होते. १७ फेब्रुवारी रोजी काकासाहेब गाडगीळांनी गृहमंत्री पंतांच्या विचारार्थ एक मसुदा पाठवला. त्यात लिहिले होते, ''(१) मुंबई शहर ही महाराष्ट्राची राजधानी असावी. महाराष्ट्राचे एक वेगळे विधानमंडळ असावे आणि त्याच्या सदस्यांमध्ये मुंबई शहरातून निवडून आलेल्या लोकप्रतिनिधींचा समावेश असावा. (२) मुंबई शहर हाच एक प्रशासकीय विभाग असावा आणि त्याचा आयुक्त महाराष्ट्राच्या मंत्रिमंडळाशी विचार विनिमय करून केंद्रसरकारने नेमावा. मुंबई शहरासाठी एक वेगळा मंत्री असावा आणि मुंबई शहराच्या प्रशासनाबाबत सल्ला देण्यासाठी केंद्र सरकारने एका विशेष अधिकाऱ्याची नेमणूक करावी. (३) मुंबई शहराच्या प्रशासनाबाबत केंद्राने नेमलेला सल्लागार आणि महाराष्ट्राचे मंत्रिमंडळ यांच्यामध्ये मतभेद निर्माण झाल्यास ते प्रकरण मुंबईच्या राज्यपालांमार्फत भारत सरकारकडे पाठवावे आणि केंद्र सरकारने त्याबाबत दिलेला निर्णय स्वीकारावा.'' १७ फेब्रुवारीस उत्तरादाखल धाडलेल्या पत्रात पंतजींनी गाडगीळांना लिहिले, ''पत्रासोबत तुम्ही पाठवलेल्या मसुद्याने मी बिलकूल प्रभावित झालेलो नाही हे मला कबूल केले पाहिजे.'' (न. वि. गाडगीळ : खासगी पत्रव्यवहार)

लढ्याचा कार्यक्रम ठरवण्यासाठी संयुक्त महाराष्ट्र समितीची सभा २४ फेब्रुवारी १९५६ला मुंबईत प्रजासमाजवादी पक्षाच्या कार्यालयात भरली. त्याला समितीचे सदस्य आणि निमंत्रित हजर होते. त्यामध्ये दोन प्रमुख विषय चर्चेला आले. मुंबई शहराप्रमाणेच बेळगाव, कारवार, निपाणी या शहरात व परिसरात केंद्र सरकार विरुद्ध संतापाची भावना धुमसत होती. ती व्यक्त करण्यासाठी समितीच्या स्थानिक शाखांनी १६ फेब्रुवारीला चारही शहरात महाराष्ट्र दिन पाळला होता. घरावर काळी निशाणे लावा आणि मनगटावर काळ्या फिती लावा असे आवाहन समितीने केले होते. त्याला लोकांचा प्रचंड प्रतिसाद मिळाला. बेळगाव नगरपालिकेने तर आपल्या इमारतीवर काळा झेंडा कायम फडकवत ठेवणार असल्याचे जाहीर केले. ही सर्व माहिती समितीत मांडल्यानंतर बेळगावच्या परिस्थितीची पाहणी करण्यासाठी समितीचे प्रतिनिधी पाठविण्याचे ठरले. समितीच्या वतीने सुरू होणाऱ्या सत्याग्रह आंदोलनाची सुरुवात ९ मार्चला बेळगावातूनच करण्याचे ठरले.

राज्यपुनर्रचना विधेयक मुंबई विधिमंडळात मांडले जाईल, तेव्हा कोणता कार्यक्रम हाती घ्यावा, हा महत्त्वाचा विषय सभेसमोर होता. त्यावर विचार होऊन महत्त्वाचे निर्णय घेण्यात आले. त्यामध्ये संसद, राज्यविधान मंडळ, महापालिका, नगरपरिषदा यासारख्या स्थानिक स्वराज्य संस्थांमध्ये निवडून आलेल्या लोकप्रतिनिधींनी तसेच सरकारी सल्लागार समित्यांच्या सदस्यांनी राजीनामे द्यावेत असा आदेश समितीने दिला. सर्व सरकारी समारंभांवर बहिष्कार टाकण्याचा निर्णय झाला. मुंबई विधिमंडळात राज्यपुनर्रचना विधेयकावर चर्चा होईल तेव्हा विधिमंडळ, सर्व जिल्हाधिकारी कचेऱ्या आणि मामलेदार कचेऱ्यांसमोर निदर्शने करण्याचा निर्णय घेण्यात आला. या शांततापूर्ण सत्याग्रहात एकावेळी एका ठिकाणी फक्त १२ जणांनी भाग घ्यावा. मात्र, कोठेही एका दिवसात ३६ पेक्षा अधिक जणांनी सत्याग्रह करू नये अशी मर्यादा घालण्यात आली. याशिवाय जागोजाग सभा घेऊन स्थानबद्ध केलेल्यांची मुक्तता करा, नोव्हेंबर १९५५ आणि जानेवारी १९५६ या दोन्ही गोळीबारांची चौकशी करा अशी मागणी या जाहीर सभांतून करण्याचे ठरले.

संयुक्त महाराष्ट्र समितीने घोषित केल्याप्रमाणे लढ्याची सुरुवात ९ मार्चला बेळगावमधून झाली. जयंतराव टिळक यांच्या नेतृत्वाखाली १० जणांच्या तुकडीने १४४ कलमांचा भंग करत सत्याग्रह केला. सर्वांना अटक करण्यात येऊन प्रत्येकी ५० रु. दंड आणि दंड न दिल्यास १५ दिवसांचा तुरुंगवास अशी शिक्षा ठोठावण्यात आली. सत्याग्रहींनी दंड भरून सुटका करून घेण्यास नकार दिला

आणि १५ दिवसांचा तुरुंगवास सोसला. मुंबईसह संयुक्त महाराष्ट्रासाठी समितीच्या वतीने सुरू झालेल्या आंदोलनातील हा पहिला तुरुंगवास होता. लढ्याचे रणशिंग बेळगावातून फुंकले गेले असतानाच प्रजासमाजवादी पक्षाच्या राष्ट्रीय कार्यकारिणीने सत्याग्रहांना विरोध केला. एवढेच नव्हे, तर पक्षाच्या सदस्यांनी सत्याग्रहात सामील होऊ नये आणि सत्याग्रहाची मोहीम संघटित करू नये, असा ठराव केला. मात्र, हा ठराव प्रसपच्या महाराष्ट्र शाखेला आणि मुंबईतील संयुक्त महाराष्ट्रवाद्यांना पसंत नव्हता. त्यामुळे एस. एम. जोशी आणि बा. न. राजहंस या दोघांनी एक पत्रक काढून समितीचा सत्याग्रह चालूच राहणार अशी जाहीर ग्वाही दिली. काही दिवसांतच प्रसपच्या महाराष्ट्र शाखेनेही समितीत राहून सत्याग्रह करण्याचा पाठिंबा दिला.

मधल्या काळात महाराष्ट्रासंबंधी नेहरूंचे मन वळविण्याचा प्रयत्न जयप्रकाश नारायण, दादा धर्माधिकारी इत्यादींनी केला. आचार्य विनोबा भावेंनेही नेहरूंची भेट घेऊन महाराष्ट्रावरचे म्हणणे मांडले; पण नेहरू कोणतेही ठोस आश्वासन द्यायला तयार नव्हते.गोडगोड बोलून नेहरू वेळ मारून नेत आहेत असेच सर्वांचे मत झाले.

१६ फेब्रुवारी १९५६ला दिल्लीत संसदेचे आणि मुंबईत विधिमंडळाचे सत्र सुरू झाले. संसदेत त्या दिवशी संयुक्त महाराष्ट्र समितीच्या आदेशानुसार काळे झेंडे फडकवण्यात आले. संसदेच्या या सत्रात राज्यपुनर्रचना विधेयक मांडण्यात आले. त्यामध्ये मुंबई शहर केंद्रशासित करावे अशी तरतूद केली होती. मात्र, त्यामध्ये मुंबई किती वर्षे केंद्रशासित राहील याचा उल्लेख नव्हता किंवा ही व्यवस्था तात्पुरती आहे असेही म्हटले नव्हते. त्यामुळे मुंबई शहर हे कायमचे केंद्रशासित राहणार आणि महाराष्ट्रापासून वेगळे ठेवले जाणार अशी भीती मराठीभाषक काँग्रेसजनांनाही वाटू लागली. गुजरातीभाषकांना मात्र त्याचा आनंद होणे स्वाभाविक होते. कारण गुजरातचे वेगळे राज्य होणार होतेच; पण मुंबईही महाराष्ट्रात जाणार नव्हती. या विधेयकानुसार मुंबई शहरातून लोकसभेसाठी पाच आणि महाराष्ट्रातून ४० तर राज्यसभेत १७ सदस्य निवडून देण्याची तरतूद होती. या त्रिराज्यांसाठी एकच विभागीय मंडळ आणि एकच मुंबई उच्च न्यायालय अशी तरतूद होती. सीमा निश्चितीसाठी सीमा आयोग नेमण्याचा इरादा व्यक्त करणारा उल्लेखही विधेयकात नव्हता. मराठी भाषकांना दिलासा देणारी एकही गोष्ट विधेयकात, गृहमंत्र्यांच्या भाषणात नव्हती. या विधेयकावरील चर्चा १८ एप्रिलपासून सुरू करण्याचे घोषित करण्यात आले.

संसदेत राष्ट्रपतींच्या अभिभाषणावरील चर्चेत काही मराठी सदस्यांनी मुंबईतील गोळीबाराची चौकशी करण्याची मागणी केली. मात्र, पंडित नेहरूंनी ती

धुडकावून लावली. मुंबई विधिमंडळातही राज्यपालांच्या अभिभाषणावरील चर्चेत अशीच मागणी करण्यात आली; पण मुख्यमंत्री मोरारजी देसाईंनी ती धुडकावून लावली. मुंबई विधानसभेतील संयुक्त महाराष्ट्रवादी सदस्यांपैकी बहुतेकांनी आपले राजीनामे दिले होते. त्यामुळे विधिमंडळात राज्यपुनर्रचना विधेयक चर्चेला येईल तेव्हा मुख्यत: काँग्रेस आमदारच त्यावर मतप्रदर्शन करणार होते; पण पक्षश्रेष्ठींना आपल्या आमदारांचीच खात्री वाटत नव्हती. काँग्रेस आमदारांनी काही गडबड करू नये म्हणून काँग्रेसचे अखिल भारतीय सरचिटणीस के. पी. माधवन् यांनी २० मार्च १९५६ला एक पत्र सर्व काँग्रेस आमदारांना पाठविले. त्या पत्राच्या पाचव्या परिच्छेदात म्हटले होते– ''राज्यपुनर्रचना विधेयकातील प्रस्तावांची सर्वसाधारण चौकट विधानमंडळातील काँग्रेसच्या सदस्यांनी स्वीकारलीच पाहिजे. त्या चौकटीत बसतील असे किरकोळ बदल त्यांना सुचवता येतील. मात्र ते सुचवताना पक्षाचे व देशाचे ऐक्य तसेच त्यातील सुसंवाद अभंग राहील अशी दक्षता त्यांनी घेतली पाहिजे. विधेयकासंबंधी विधानमंडळात भाषण करताना त्यांनी सदनाची प्रतिष्ठा लक्षात घेऊन तिला साजेलसा संयम राखला पाहिजे.''

पत्रातील सहाव्या परिच्छेदात पुढील आदेश देण्यात आले होते.

''(१) विधानमंडळातील काँग्रेस पक्षाच्या कोणत्याही सदस्याने विधेयकाविरुद्ध मत देता कामा नये. (२) विधानमंडळ काँग्रेस पक्षाच्या नेत्याच्या परवानगीशिवाय कोणाही सदस्याने विधेयकात दुरुस्ती सुचवू नये किंवा दुरुस्तीसूचनेला पाठिंबा देऊ नये. (३) विशेष परिस्थितीत विधानमंडळातील काँग्रेस पक्षाच्या नेत्याला आपण मतदानात सहभागी होणार नसल्याची आधी माहिती द्यावी; मग त्यांना मतदानापासून अलग (ॲबस्टेन) राहता येईल. (काँग्रेस बुलेटीन : जानेवारी-मार्च १९५६) पक्षशिस्तीच्या नावाखाली आमदारांची मुस्कटदाबी करण्याचे काँग्रेसश्रेष्ठींचे धोरण होते हे उघड झाले.

मुख्यमंत्री मोरारजी देसाईंनी १७ मार्च १९५६ला विधानसभेत राज्यपुनर्रचना विधेयक मांडले. विधेयक मांडताना आपल्या इंग्रजी भाषणात ते म्हणाले, ''दहा वर्षांपूर्वी मुंबईसह संयुक्त महाराष्ट्राची चळवळ सुरू करण्यापूर्वी शंकरराव देवांनी माझ्याशी चर्चा केली होती. तेव्हा तुम्ही अशी चळवळ सुरू करू नका, असा मी युक्तिवाद केला. कारण मुंबईसारखे बहुभाषिक राज्य हे भारतातील सर्वोत्कृष्ट प्रशासन असलेले राज्य आहे. त्यावर शंकररावांनी विचारले, 'मुंबई शहराचे काय?' असा प्रश्न विचारला. याचाच अर्थ त्यांच्याही मनात मुंबई कोणाची? याबद्दल शंका होती आणि हा प्रश्न वादग्रस्त असल्याची त्यांना जाणीव होतीच. मुंबई शहर महाराष्ट्रापासून वेगळे करावेच लागेल, असे मी त्यांना सांगितले. माझी ही मते

माझ्या मित्रांना व इतरांना माहीत नव्हती असे नाही. मुंबई राज्याची पुनर्रचना करावयाची झाल्यास तीन राज्ये निर्माण करणे अटळ असल्याचा निष्कर्ष स्वीकारण्यास मी मान्यता दिली. मुंबई शहर केंद्रशासित केले पाहिजे असा निर्णय घेण्यात आला; कारण केंद्रसरकारच्या मते तोच एक योग्य तोडगा होता.

धुळे मतदारसंघातून निवडून आलेले काँग्रेसचे आमदार एन. ए. पाटील म्हणाले, ''आपल्या देशातील हिमाचल प्रदेशसुद्धा केंद्रशासित आहे; परंतु त्याच्या बाबतीत 'फॉर द प्रेझेंट' म्हणजे तूर्त अशी शब्दयोजना करण्यात आली आहे. 'फॉर द प्रेझेंट' असे साधे शब्द घाला, ही साधी सूचनाही आमच्या नेत्यांनी मान्य केली नाही. आम्हाला ऑल इंडिया काँग्रेसकडून असा एक मँडेट आला आहे की, तुम्हाला या बिलाला उपसूचना देता येतील. बिलावर बोलता येईल... पण ही व्यवस्था कायम आहे असेच जर ठरवावयाचे असेल तर आम्हाला दिलेल्या मँडेटचा आणि सवलतीचा उपयोग काय आहे? ह्या बिलाविरुद्ध मत देण्याशिवाय दुसरा मार्ग शिल्लक नाही.

मोरारजी देसाईंचे पुतणे अमोल देसाई प्रजासमाजवादी पक्षाकडून बलसाडमधून निवडून आले होते. विधेयकावरील चर्चेत सहभागी होताना ते म्हणाले, व्यक्तिशः माझे मत भाषावार प्रांतरचना करण्याच्या विरुद्ध आहे. ह्या माझ्या बलसाड मतदारसंघातील लोक त्रिराज्य योजनेच्या बाजूचे आहेत. प्रजासमाजवादी पक्षाच्या मुंबई शाखेचे मत गुजरात व मुंबईसह महाराष्ट्र अशी दोन राज्ये निर्माण करण्यास अनुकूल आहे. प्रजासमाजवादी पक्षाच्या कार्यकारिणीच्या मते मुंबई शहर महाराष्ट्र राज्यात समाविष्ट करावे... अशा स्थितीत मतदारसंघातील मतदारांवरील निष्ठा शिरोधार्य समजावयाची की पक्षनिष्ठा सर्वोच्च महत्त्वाची मानावयाची?

यशवंतराव चव्हाणांनी पक्षनिष्ठा ही सर्वोच्च महत्त्वाची मानून पेच आधीच सोडवला होता. २८ मार्च १९५६ रोजी विधानसभेतील चर्चेत भाग घेऊन त्यांनी आपली भूमिका स्पष्ट केली. ते म्हणाले, ''नवी राज्यरचना करीत असताना एकमेव भाषेचेच तत्त्व घ्यावे असा माझा हट्टाग्रह नाही. आर्थिक व इतर बाबींचाही त्यावेळी विचार करावा लागतो हे मला अमान्य नाही. कर्नाटकाला १०५ टक्के मिळालेले आहे. गुजरातलासुद्धा त्यांच्या मनाप्रमाणे मिळालेले आहे. मुंबईच्या प्रश्न कोणत्याही असंतोषाची चळवळ पेटविण्याच्या मार्गाने सोडवला जाऊ नये... दुसऱ्यांना आपले म्हणणे पटवून मतपरिवर्तनाच्या मार्गाने सोडवला पाहिजे. असे प्रश्न पक्षीय दृष्टिकोन न घेता सोडविता आले तर ठीकच; पण अनुभव असा आहे की अवघड राजकीय

प्रश्नांची उकल पक्षनिष्ठेशिवाय होत नाही. म्हणूनच मी पक्षनिष्ठा सोडलेली नाही.''
हे यशवंतरावांचे भाषण एकाचवेळी 'स्वार्थ' आणि 'परमार्थ' साधणारे होते. संयुक्त
महाराष्ट्र हवा तर म्हणायचे; पण पक्षश्रेष्ठींना मात्र दुखवायचे नाही असे त्यांचे धोरण
होते.

विधानसभेतील चर्चेत भाग घेताना कोल्हापूरचे उमेदवार नारायण तुकाराम
सरनाईक म्हणाले, ''महाराष्ट्रामध्ये काँग्रेस पॉप्युलर आहे; पण काँग्रेसमध्ये महाराष्ट्र
पॉप्युलर नाही.''

बेळगाव शहरातून निवडून आलेले अपक्ष आमदार भुजंग केशव दळवी
म्हणाले, ''विनवण्या, प्रार्थना करण्याचे सर्व प्रयत्न करून देखील कोणत्याही
गोष्टीचा निश्चितपणे विचार न होता काही मिळत नाही हे दृश्य डोळ्यासमोर
असताना आणखी विनवण्या करून आपला कार्यभाग सोडावयास जनता आज
तयार होणार नाही.'' मुंबई नागरिक समितीने राज्यपुनर्रचना आयोगाला सादर
केलेल्या ज्ञापनातील उतारे व अवतरणे मोरारजींनी आपल्या विधानसभेतील
भाषणामध्ये वापरली असल्याचे सांगून मोरारजींच्या मुखाने मुंबई नागरिक समितीचे
सूत्रधार बोलत आहेत असे पेण–उरण मतदारसंघातून निवडून आलेले काँग्रेसचे
उमेदवार अंबाजी तुकाराम पाटील यांनी सूचित केले.

महाराष्ट्रातील काँग्रेस आमदारांनी शिस्त पाळावी, बंडखोरी करू नये म्हणून
केंद्रीय सरचिटणीसांनी दंडुका उगारला, तरी तो उपयोगी पडला नाही. मुंबई शहर
केंद्रशासित करण्याच्या निर्णयाचा निषेध करणारी मते कोकणातून निवडून आलेल्या
काँग्रेस आमदारांनी व्यक्त केली. मूळ ठरावाला उपसूचना मांडण्यात आणि मूळ
ठरावाच्या विरोधात मतदान करण्यात बाळासाहेब सावंत, अंबाजी तुकाराम पाटील,
भास्कर नारायण दिघे यांचा पुढाकार होता. तब्बल २४ काँग्रेस आमदारांनी पक्षाचा
आदेश झुगारून सदसद्विवेकबुद्धीनुसार मतदान केले. ४ एप्रिल १९५६ला
मोरारजींचा मूळ ठराव मताला टाकण्यात आला. त्यावेळी १४८ सदस्यांनी
विधेयकाच्या बाजूने मतदान केले, तर २३ काँग्रेस आमदारांनी विरोधी मत नोंदवले.
मतदानप्रसंगी ४ मराठी भाषक मंत्री, २ उपमंत्री, आणि ६८ आमदार असे ७४
जण तटस्थ राहिले. विरोधी पक्षाच्या ३५ आमदारांनी आपले राजीनामे दिले होते.
त्यामुळे राज्यपुनर्रचना विधेयक संमत झाले असले तरी त्याला खऱ्या बहुमताचा
पाठिंबा नाही, हे स्पष्ट झाले होते. विधान परिषदेतही तीच परिस्थिती होती.
विधेयकाच्या बाजूने ३० मते पडली, तर ५ जणांनी विरोधी मत नोंदविले. मात्र,
१६ जण तटस्थ राहिले. या दरम्यान १९ मार्च रोजी संसदेत मौलाना आझादांनी

केलेल्या निवेदनात मुंबई शहर केंद्रशासित करण्याचा निर्णय महाराष्ट्रातील नेत्यांच्या सूचनेनुसारच घेतला गेला, असे विधान केले होते. त्यामुळे महाराष्ट्रातील सर्वच काँग्रेस नेते अस्वस्थ झाले होते. आझादांचे हे म्हणणे खोडून काढणे आवश्यक आहे असे वाटल्याने धनंजयराव गाडगीळांनी एक निवेदन इंग्रजीत तयार केले. त्याचा मसुदा द. रा. घारपुरे यांनी महाराष्ट्र प्रदेश काँग्रेस समितीचे अध्यक्ष देवगिरीकर यांना पाठवला. त्या सोबतच्या पत्रात घारपुऱ्यांनी त्या निवेदनाबद्दल लिहिले होते.

''ते येथे (मुंबईत) भाऊसाहेबांनी (म्हणजे हिऱ्यांनी) वाचले. त्यावर त्यांनी 'धिस शुड बी ॲप्रूव्हड' (याला मान्यता दिली पाहिजे) असे लिहिले आहे. मौलाना आझादांचे स्टेटमेंट व नेहरू-नेने पत्रव्यवहारानंतर महाराष्ट्रीय पुढाऱ्यांनी एखादे पत्रक काढणे जरुरीचे आहे असे अनेकांना वाटते. केंद्रशासित मुंबई कोणत्या भूमिकेवरून सुचवली, ती कायमची व्यवस्था नव्हती, वगैरे पत्रकात जी भूमिका मांडली आहे ती प्रसिद्ध होणे जरूर आहे. स्टेटमेंट मसुदा प्रा. धनंजयराव गाडगीळांनी तयार केला आहे हे आपल्या लक्षात येईलच. भाऊसाहेबांना पसंत आहे. यशवंतरावांनी प्रत्यक्ष वाचला नाही; पण त्यांच्याशी झालेल्या बोलण्यावरून त्यांना मान्य असावे असे दिसते. त्यांना भेटलो त्यावेळी हा मसुदा तयार नव्हता म्हणून दाखविता आला नाही.''

''मुंबई शहराचा समावेश केंद्रशासित प्रदेशांमध्ये करण्याचा भारत सरकारने घेतलेला निर्णय महाराष्ट्राच्या नेत्यांच्या सूचनेनुसार किंवा मागणीनुसार घेण्यात आला, असे मौलाना आझादांनी १९ मार्च १९५६ रोजी केलेल्या निवेदनात सूचित करण्यात आले आहे. ते दिशाभूल करणारे निवेदन असून महाराष्ट्राच्या नेत्यांवर अन्याय करणारे आहे. उर्वरित महाराष्ट्रापासून मुंबई शहर वेगळे करण्याचा कोणताही प्रस्ताव मान्य करण्यास महाराष्ट्राचे नेते तयार नाहीत अशी त्यांनी नेहमीच भूमिका मांडली होती आणि आजही ते त्या भूमिकेबद्दल आग्रही आहेत.

''त्रिराज्य योजनेमुळे मुंबई शहर महाराष्ट्रापासून तोडून अलग केले जाणार होते म्हणून त्यांनी त्या योजनेला पूर्णतया विरोध केला. त्रिराज्य योजनेला पर्याय म्हणून मुंबई शहर केंद्रशासित करण्याची सूचना करण्यात आली, तेव्हा महाराष्ट्राच्या नेत्यांनी ती पसंत पडावी असे कोणतेही कारण दिलेले नव्हते. मुंबई शहर केंद्रशासित करणे, म्हणजे मग ते सध्यापुरते असो किंवा भविष्यकाळी करावयाचे असो, मुंबई महाराष्ट्रापासून तोडून अलग करणे. जेव्हा, शहराचे प्रशासन केंद्राने करावे असे महाराष्ट्राचे नेते चर्चा करताना म्हणाले, तेव्हा त्यांनी संक्रमणकाळात करावयाची व्यवस्था म्हणून ती सूचना केली होती. अखेर मुंबई शहराचे व

महाराष्ट्राचे एकात्मीकरण होईल असे मानले तरी ते पाऊल ताबडतोब उचलता येणार नाही असे केंद्रातील नेत्यांचे म्हणणे होते. या संदर्भात मुंबई शहराच्या व महाराष्ट्राच्या अंतिम एकात्मीकरणास ताबडतोब मान्यता देऊन ते प्रत्यक्षत: घडवून आणण्यासाठी लागणाऱ्या संक्रमणकाळापुरता केंद्रशासित मुंबईचा विचार करण्यात आला होता. राज्यपुनर्रचा विधेयकात हिमाचल प्रदेशाबाबतच्या तरतुदीबाबत 'तूर्त करण्यात आलेली व्यवस्था' असे म्हटले आहे. तशीच मुंबई शहर व महाराष्ट्र यांच्या अंतिम एकात्मीकरणाबाबत घोषणा केली जावी अशी महाराष्ट्राच्या नेत्यांची किमान अपेक्षा होती. अशी वस्तुस्थिती असताना महाराष्ट्राच्या नेत्यांच्या निवेदनातील परंतुकांकडे दुर्लक्ष करून महाराष्ट्राच्या नेत्यांना केंद्रशासित मुंबईचा पर्याय अधिक पसंत पडला असे म्हणणे म्हणजे महाराष्ट्राच्या नेत्यांवर अन्याय करणे ठरते.'' 'त्र्यं. र. देवगिरीकर : खासगी पत्रव्यवहार) केंद्रशासित मुंबईच्या पर्यायाला महाराष्ट्राच्या नेत्यांनी सशर्त मान्यता दिली असल्याचे उपलब्ध पुराव्यावरून स्पष्ट दिसते. तरीही नेहरू, पंत वगैरे काँग्रेसश्रेष्ठींनी महाराष्ट्राच्या नेत्यांनी केंद्रशासित मुंबईचा पर्याय बिनशर्त मान्य केला असल्याचा समज पसरवीत होते.

मुंबई विधिमंडळात राज्यपुनर्रचना विधेयक मांडले गेले त्याच दिवशी म्हणजे १७ मार्चला ठरल्याप्रमाणे मुंबईत आणि इतरत्र समितीच्या वतीने सत्याग्रहांना सुरुवात करण्यात आली. मुंबईच्या प्रश्नावर विनोबाजी, जयप्रकाश नारायण, शंकरराव देव या सर्वच नेत्यांचा विरोध होता. सत्याग्रहाच्या निर्णयामागची आपली भूमिका समजावून सांगण्यासाठी एस. एम. जोशी २५ मार्चला विनोबाजींना भेटण्यासाठी कन्नरचेडू नामक गावी गेले. तिथे दोघांची तीन तास चर्चा झाली, त्यावेळी विनोबाजींना एस. एम. जोशींनी पुढील निवेदन सादर केले. ''भाषावार प्रांतरचनेच्या वादात महाराष्ट्राचा पराभव झालेला आहे. जनतेमध्ये तीव्र निराशा व क्रोध धुमसतो आहे. अगतिकता व चीड वाटू नये आणि काहीतरी इलाज उपलब्ध करून द्यावा म्हणून आम्ही सत्याग्रहाचा निर्णय घेतलेला आहे. महाराष्ट्रावर झालेला अन्याय चव्हाट्यावर मांडण्याचा हा एक सौम्य पर्याय आहे. महाराष्ट्राविरुद्ध अत्यंत अतिशयोक्त व अवास्तव प्रचार पद्धतशीरपणे चालू आहे. मागे ज्याप्रमाणे मुस्लिम लीगविरोधी वाटेल तो प्रचार खपत होता तसा आज महाराष्ट्राविरुद्ध प्रचार चालला आहे. मोठी इंग्रजी वृत्तपत्रे जवळजवळ विरोधीच बनली आहेत. बुद्धिपुरस्सर आमच्या विरुद्ध धादांत खोटे आरोप केले जात आहेत.''

''मुंबईतील दंगलीची मी शक्य तितकी कसून चौकशी केलेली आहे. स्त्रियांवर अत्याचार झाल्याचे सिद्ध झाले तर आमचा त्याच्याशी प्रत्यक्ष संबंध

नसतानाही चळवळीचे नेते म्हणून पाहिजे तर आम्हाला फाशी द्या. माझे नाव मी प्रथम देतो; पण मोघम व काल्पनिक आक्षेप आम्ही सहन करणार नाही. मला या सर्व गोष्टींचा भयंकर राग आला आहे हे मी कबूल करतो. मुंबई महाराष्ट्रात आली तरी आता त्यात स्वारस्य उरलेले नाही. राज्यकर्त्यांची मेहेरबानी म्हणूनच ती मिळणार!''

''माझ्या तीन मागण्या आहेत – (१) महाराष्ट्रावर आपल्या हातून काही अन्याय झाला आहे असे राज्यकर्त्यांना खरोखरी वाटते का? मग तो अन्याय पाच टक्के असो की, पंचवीस टक्के असो, असे जर त्यांना वाटत असेल तर त्यांनी तो ताबडतोब स्वेच्छेने दूर केला पाहिजे. इभ्रत की न्याय असे द्वंद्व त्यांना भेडसावता कामा नये. (२) मुंबई शहराचा प्रश्न वर्षा/दोन वर्षांनी पुन्हा विचारात घ्यायचा असला तरीही आजची परिस्थिती कायम राहिली पाहिजे. आमची राजधानी तेथून हलविण्याची सक्ती करता कामा नये. तात्पुरती सोय आणि मेहेरबानी म्हणून नव्हे तर न्यायाची मागणी म्हणून महाराष्ट्राची राजधानी व कचेऱ्या तेथे ठेवता आल्या पाहिजेत. (३) सरहद्दी ठरविताना तयार होणाऱ्या एकभाषी राज्यात अन्य भाषी लोक किमान राहतील अशी योजना आखली पाहिजे. या दृष्टीने सलग असलेले खेडे हा सीमा ठरविताना घटक मानावा असे आम्ही म्हणतो. ज्या न्यायाने बेल्लारी कर्नाटकात आली आहे त्याच न्यायाने बेळगाव महाराष्ट्रात समाविष्ट झाले पाहिजे. ग्राम हाच घटक मानला पाहिजे. कर्नाटकला खुष करण्यासाठी बेळगाव, निपाणी व कारवार यांच्यावर अन्याय झाला आहे. काहीतरी सर्वसाधारण तत्त्वे प्रथम ठरवून दिली पाहिजेत व त्या कसोटीवरच सर्व ठिकाणी सीमा निश्चित केल्या पाहिजेत.''

नेहरू, जयप्रकाशजी, ढेबर यांच्याबरोबर झालेल्या खासगी चर्चेत मुंबईच्या प्रश्नासंबंधी विनोबाजींनी जी मते व्यक्त केली होती त्यांचाच एस्.एम्. जोशी यांच्याशी बोलताना विनोबाजींनी बव्हंशी पुनरुच्चार केला. त्यातली अन्यायाची व्याख्या आणि महाराष्ट्रीयांचे दोष हा भाग नवीन होता. विनोबाजी म्हणाले, ''महाराष्ट्रात चार दोष मुख्य आहेत असे मला वाटते. (१) जातीयवाद, (२) मध्ययुगाचा वृथा अभिमान, (३) हिंसेचे समर्थन करणारे तत्त्वज्ञान आणि, (४) न्यूनगंड.'' विनोबाजींनी एस. एम. जोशींना हे सांगितले त्यालाही पन्नास वर्षे होऊन गेली. विनोबाजींनी उल्लेखिलेल्या चार दोषांपैकी एकाचेही निर्मूलन महाराष्ट्राला करता आले नाही.

एस. एम. जोशींशी बोलताना विनोबाजी म्हणाले, ''राजकाज लोकभाषेत चालावे एवढाच भाषावार प्रांतरचनेचा अर्थ आहे असे मी मानतो. एका भाषेची

एकाहून अधिक राज्ये झाली तर बिघडले काय? भाषेवर जोवर आक्रमण झालेले नाही तोवर भाषिक प्रांताच्या दृष्टीने अन्याय म्हणजे काय? 'अन्याय' या शब्दाला निश्चित असा काही अर्थ आहे. केवळ अप्रीती, नाराजी, असमाधान, असंतुष्टता म्हणजे अन्याय नव्हे. आपले ध्येय काय आहे? आपल्याला शोषणरहित समाज निर्माण करावयाचा आहे व भाषिक जुलूम कोणावर होता कामा नये. तेव्हा न्याय-अन्यायाची परीक्षा याच दोन कसोट्यांवर होऊ शकते. अमुक एका विवक्षित योजनेमुळे शोषण व शासन यात वाढ होत आहे का असा प्रश्न मी स्वत:ला विचारतो. सत्याग्रहाला सत्याचा पाया आवश्यक आहे."

विनोबाजी एस. एम. ना म्हणाले, "शंकरराव देवांसारखी महाराष्ट्राची अस्मिता माझ्यात नाही. या प्रश्नाबद्दल तुम्हा सर्वांइतकाच मला जिव्हाळा आहे. अभिमान व हट्ट हे जिव्हाळ्याचे चिन्ह आहे असे जे मानीत असतील त्यांना अर्थातच माझा जिव्हाळा समजणार नाही. सर्व मराठी भाषिक व सर्व गुजराती भाषिकांचा एकच प्रांत बनविण्याचा निर्णय जर मान्य झाला असता तर त्यात वावगे काही नव्हते. वऱ्हाडची रुक्मिणी द्वारकेच्या कृष्णाने वरली असे मी म्हणालो असतो." (साधना : ७ एप्रिल १९५६) एस. एम. जोशी यांच्या आठवणीनुसार कन्नरचेडू येथे विनोबाजींशी चर्चा करण्यापूर्वी सर्वसेवासंघांच्या बैठकीत तयार करण्यात आलेल्या निवेदनावर एस. एम.नी सही करावी अशी त्यांना विनंती करण्यात आली. ते वाचताच मी सांगितले, "हे निवेदन मला पसंत नाही." संयुक्त महाराष्ट्र आंदोलन थांबवावे व तो प्रश्न विनोबांच्या हाती सोपवावा असे त्यात होते. मी म्हणालो, "विनोबाजी मोठे आहेत हे सगळे ठीक आहे; पण ही चळवळ जनतेची आहे. मी या निवेदनावर सही करणार नाही."

तिकडे हैदराबादमध्ये जोरदार राजकीय घडामोडी घडत होत्या. ३ एप्रिल १९५६ पासून हैदराबाद राज्य विधानसभेचे अधिवेशन सुरू झाले. मुख्यमंत्री बी. रामकृष्णराव यांनी राज्यपुनर्रचना विधेयक विधानसभेत मांडले. त्यावर वादळी चर्चा सुरू झाली. विधानसभेमध्ये अध्यक्ष वगळता १७४ सदस्य होते. त्यापैकी काँग्रेसचे १०२ तर विरोधी पक्षांचे ७२. म्हणजे काँग्रेसला भक्कम बहुमत होते; पण परिस्थिती मात्र झपाट्याने बदलत होती. चर्चा सुरू होऊन चार दिवस झाले असतानाच ९ एप्रिलला आमदार निवासात मराठवाड्यातील सर्व काँग्रेस आमदारांची अनौपचारिक सभा झाली. सभेला गृहमंत्री दिगंबरराव बिंदू, वित्तमंत्री विनायकराव कोरटकर, शिक्षणमंत्री गोपाळराव एकबोटे, भगवंतराव गाढे या मंत्र्यांसह ३६ आमदार हजर होते. या सर्व आमदारांनी चर्चेत सहभागी होऊन विधेयकाला विरोध

करायचा, आपले म्हणणे ठामपणे मांडायचे; पण १२ एप्रिलला मतदानाच्या वेळी तटस्थ राहायचे अशी व्यूहरचना ठरवली आणि मतदानाच्या वेळी मराठवाड्यातील ३६ आमदार तटस्थ राहतील अशा आशयाचे पत्र मुख्यमंत्र्यांना पाठविले.

विधेयकावरील चर्चेत विरोधी पक्षांच्या जोडीने मराठवाडा व तेलंगणातील काँग्रेस आमदारांनी आपली भूमिका ठामपणे मांडली. भोकरदनचे विरोधी पक्षीय आमदार बी. डी. देशमुख यांनी ११ एप्रिलला दोन महत्त्वाच्या दुरुस्त्या सुचविल्या. एका उपसूचनेनुसार विधेयकाच्या आठव्या कलमातील मुंबई शहर केंद्रशासित करण्यासंबंधीची तरतूद गाळून टाकावी असे सुचविले होते. दुसऱ्या उपसूचनेत बृहन्मुंबई जिल्ह्याचा महाराष्ट्रात समावेश करावा अशी दुरुस्ती विधेयकाच्या नवव्या कलमात सुचविली होती. विरोधी पक्षांसह मराठवाड्यातील ३६ काँग्रेस आमदार आणि तेलंगणातील सात आमदारांनी उपसूचनांना पाठिंबा दिला. त्यामुळे उपसूचना संमत होणार असा रंग दिसू लागला. मुख्यमंत्री बी. रामकृष्णराव यांचे धाबे दणाणले. विधानसभेत बोलताना ते म्हणाले –

‘‘मुंबईसह महाराष्ट्राचे उद्दिष्ट साध्य करावयाचे असेल तर विधेयकात कोणतीही दुरुस्ती करू नये. काँग्रेसश्रेष्ठी ज्यामुळे चिडतील असे आपण काही करू नये. त्यांना जखमा होतील असे काही करणे म्हणजे आपण आपल्यालाच दुखापत करण्यासारखे ठरेल... जेथे मुंबई विधानमंडळाने विधेयकात दुरुस्ती केलेली नाही तेथे आपण दुरुस्त्या करण्याचा आग्रह का धरावा हे मला समजत नाही. मी काँग्रेसश्रेष्ठींना दगा देणार नाही.’’

असे आवाहन करूनही मराठी आमदार आपले ऐकतील याची मात्र मुख्यमंत्र्यांना अजिबात खात्री नव्हती. त्यामुळे मतदानापूर्वी दोन तास मुख्यमंत्र्यांनी मराठवाड्याच्या प्रतिनिधींनी तटस्थ राहू नये असा आदेश काढला. अर्थात त्याचा काहीही उपयोग झाला नाही. प्रत्यक्ष मतदानाच्या वेळी काँग्रेसचे ९७ आमदार आणि विरोधी पक्षांचे ६९ आमदार सभागृहात उपस्थित होते. मतदानाच्या वेळी काँग्रेसचे ३७ आमदार तटस्थ राहिले. त्यामध्ये काँग्रेसचे मराठवाड्यातील मंत्री व उपमंत्री यांच्यासह २९ आमदार होते, तर हैदराबाद राज्यातील कन्नड भाषिक जिल्ह्यातील काँग्रेसचे ७ आमदार तटस्थ राहिले. हे सर्वजण स्वामी रामानंदतीर्थ यांच्या गटातील होते. पहिली उपसूचना मतदानाला टाकली तेव्हा त ६१ विरुद्ध ६0 अशा मतांनी आणि दुसरी उपसूचना ६९ विरुद्ध ६१ मतांनी संमत करण्यात आली. त्यामुळे ‘मुंबईसह संयुक्त महाराष्ट्र झाला पाहिजे’ याला हैदराबाद विधानसभेने बहुमताने संमती दिली. मुंबई विधानसभेत आणि मध्य भारत

विधानसभेत मात्र मुंबईसह संयुक्त महाराष्ट्राचा प्रस्ताव कधीच संमत झाला नाही. पक्षशिस्त, पक्षनिष्ठा यांचा बडेजाव न माजविता ३७ काँग्रेस आमदारांनी जे धैर्य दाखविले, ते महाराष्ट्र आणि विदर्भातील नेत्यांना कधीही दाखविता आले नाही.

याच काळात नागपुरात वेगळेच राजकारण आकाराला येत होते. ११ मार्च १९५६ रोजी अकोला मतदारसंघात पोटनिवडणूक झाली. काँग्रेसचे उमेदवार म्हणून ब्रिजलाल बियाणी उभे होते. वऱ्हाडातील काँग्रेसवर २१ वर्षे बियाणींचे एकहाती वर्चस्व होते. त्यामुळे ते निवडून येणार असे काँग्रेसजनांना व महाविदर्भवाद्यांना वाटत होते. बियाणींच्या विरोधात प्रजासमाजवादी पक्षाचे कोथळकर आणि भाऊराव देशमुख हे अपक्ष उमेदवार उभे होते. भाऊराव मुंबईसह संयुक्त महाराष्ट्राचा पुरस्कार करणारे असल्याने शे. का. प. आणि कम्युनिस्ट पक्षाचा त्यांना पाठिंबा होता. या तिरंगी लढतीत भाऊराव देशमुखांनी बियाणींचा ९६४ मतांनी पराभव केला. या पराभवामुळे महाविदर्भवाद्यांना जबरदस्त हादरा बसला. बियाणींचा पराभव झाला असला, तरी मारोतराव कन्नमवारांबरोबर हातमिळवणी करून ते सत्तेची नवी समीकरणे मांडत होते. मुंबई शहर केंद्रशासित होणार असे गृहीत धरून कन्नमवारांनी महाराष्ट्राची राजधानी नागपूर असावी, अशी मागणी सुरू केली होती. त्यासोबतच प्रादेशिक परिषद, प्रदेश काँग्रेस समित्या आणि विदर्भातील विधानसभा सदस्यांची संख्या आहे तशीच ठेवावी अशा मागण्याही त्यांनी पुढे केल्या होत्या. याचा अर्थ महाराष्ट्रातच महाराष्ट्र, नागपूर, वऱ्हाड, मराठवाडा अशा वेगवेगळ्या प्रादेशिक परिषदा व समित्या त्यांना हव्या होत्या.

नव्या महाराष्ट्रातील काँग्रेस पक्षाचा संसदीय नेता कोण, यावरून नवी राजकीय समीकरणे मांडली जात होती. त्यामागे एक साधे गणित होते. १९५७ मध्ये होणाऱ्या निवडणुकीत पश्चिम महाराष्ट्रात विराधी पक्ष प्रबळ बनतील आणि काँग्रेसचे आमदार कमी निवडून येतील, विदर्भ-मराठवाड्यात मात्र काँग्रेस आमदारांचे संख्याबळ मोठे राहील. हे दोन गट एकत्र आले तर नेतेपद आणि बहुसंख्य अधिकारपदे विदर्भ-मराठवाड्याकडे येतील, अशी व्यूहरचना सुरू होती. या पार्श्वभूमीवर देवगिरीकर, देवकीनंदन, यशवंतराव चव्हाण आणि बियाणी हे एकत्र आले होते. भाऊसाहेब हिरे, शंकरराव देव, काकासाहेब गाडगीळ या संयुक्त महाराष्ट्रवादी त्रिकुटाला त्यांना संपवायचे होते. महाराष्ट्राचे संभाव्य मुख्यमंत्री म्हणून भाऊसाहेब हिऱ्यांचे नाव घेतले जात होते. आपणच मुख्यमंत्री व्हावे, अशी कन्नमवारांची महत्त्वाकांक्षा होती म्हणून हिरेगटाला नामोहरम करण्यासाठी कन्नमवारांनी यशवंतरावांशी हातमिळवणी केली. हिऱ्यांच्या, 'मुंबईसह संयुक्त

महाराष्ट्र झालाच पाहिजे' या आग्रही भूमिकेमुळे मोरारजी देसाई हिरे यांच्यावर नाराज होते. हिऱ्यांना शह देण्यासाठी यशवंतरावांनी मोरारजींना पाठिंबा दिला.

या घडामोडींच्या पार्श्वभूमीवर शंकरराव देव हे एप्रिल १९५६ रोजी नागपुरात येऊन पोचले. देवांनी मारोतराव कन्नमवार आणि मारोतराव तुमपल्लीवार या दोघांची भेट घेतली. संसदेत राज्यपुनर्रचना विधेयक चर्चेला येईल, तेव्हा प्रत्येकाने वेगवेगळ्या दुरुस्त्या सुचविण्यापेक्षा सर्वांनी एकत्र विचार-विनिमय करून दुरुस्त्या सुचविल्या, तर त्याचा परिणाम अधिक होईल, असे देवांनी सुचविले. संपूर्ण महाराष्ट्राची एकच प्रादेशिक 'काँग्रेस समिती' असावी असा आग्रहही त्यांनी धरला. मध्यभारताचे एक मंत्री पु. का. देशमुख यांच्या निवासस्थानी आणखी एक बैठक झाली. त्यात उपमंत्री डॉ. शंकरराव कुलकर्णी, शेषराव वानखेडे यांच्यासह बरीच मंडळी उपस्थित होती. या बैठकीत डॉ. कुलकर्णी म्हणाले, "तुम्ही रिजनल कौन्सिलची मागणी मान्य केल्याशिवाय आमच्या पक्षाचे (म्हणजे कन्नमवारांच्या गटाचे) समाधान होणार नाही. नागपूर कराराला चिकटून बसल्याने कार्यभाग होणार नाही. नागपूर कराराच्या अंमलबजावणीसाठी रिजनल कौन्सिल मान्य केले तर समाधान होण्याचा संभव आहे. आमच्या अनुयायांना आम्ही काही मिळविले असे आम्हाला दाखवता आले पाहिजे... शंकरराव देव यांना आमदारांनी भेटावे अशी इच्छा असेल तर तुमची सभा बोलावून भागणार नाही. श्री. कन्नमवार यांच्या परवानगीशिवाय त्यांच्या पक्षाच्या (म्हणजे गटाच्या) ४०-४५ सभासदांपैकी कोणीही उपस्थित राहणार नाही, तसेच श्री. पु. का. देशमुख यांच्या पक्षाच्या १७-१८ आमदारांपैकी त्यांच्या परवानगीशिवाय कोणीही सभेला येणार नाही, तरी सभा बोलावण्यापूर्वी श्री. कन्नमवार आणि श्री. पु. का. देशमुख यांचा सभेस उपस्थित राहण्याचा आदेश मिळाला पाहिजे."

"आज श्री. कन्नमवार यांची देव यांच्याशी भेट झाली. त्यावेळी श्री. नाशिकराव तिरपुडे आणि मी हजर राहू अशी आमची अपेक्षा होती; पण तसे झाले नाही. श्री. तिरपुडे यांचेकडून मी आताच आलो. ते म्हणाले, "हे पुढारी एकान्तात काय बोलतात व बाहेर काय म्हणतात व आम्हाला काय सांगतात याचा आम्हाला पत्ताच नसतो. आम्ही शंकररावांना भेटून काय फायदा? कन्नमवार हे जे सांगतील तेच आम्हाला वागावयाचे आहे." डॉ. कुलकर्णी यांची सूचना सर्वांना पसंत पडली. डॉ. कुलकर्णी पुढे असेही म्हणाले, "आमचे पुढारी मुंबईला जाऊन येतात. तेथील विशिष्ट गटाशी काही करार-मदार करून येतात व काही योजनाही आखीत आहेत, असे कळते. भावी महाराष्ट्रात अशीच गटबाजी चालणार असेल तर राज्यकारभार कसा चालेल, हे सांगता येत नाही."

संयुक्त महाराष्ट्र समितीची स्थापना / १८१

९ एप्रिलला शंकरराव कुलकर्णींच्या घरी कन्नमवार गटातील आमदारांची सभा शंकरराव देवांच्या उपस्थितीत झाली. त्यामध्ये चार मागण्या करण्यात आल्या- (१) रिजनल कौन्सिल द्यावे, (२) विधानसभेतील सदस्य संख्या ३४० पर्यंत वाढवावी, (३) विधानपरिषद निर्माण करावी आणि (४) संघटनात्मक संरक्षण द्यावे. या मागण्या ऐकल्यानंतर देव म्हणाले,

"श्री. बियाणी हे मुंबईला आले असताना त्यांनी हिरे व श्री. चव्हाण वगैरे मंडळींना सांगितले की, रीजनल कमिटीची मी मागणी करणार नाही. आमच्या मंडळींनी केली असेल तर ती त्यांना वापस घ्यावयाला लावीन." ह्यावर (विधानसभेचे) सभासद म्हणाले, "बियाणींचे असेच आहे. त्यांनी तेथे काय सांगितले हे आम्हाला कळू शकत नाही; पण आम्हाला या चार गोष्टी हव्या आहेत."

दुसऱ्या दिवशी १० एप्रिलला पु. का. देशमुखांच्या घरी संयुक्त महाराष्ट्रवादी आमदारांची सभा झाली. या सभेत एकमताने दोन सूचना करण्यात आल्या. (१) एकच महाराष्ट्र प्रदेश काँग्रेस समिती असावी. (२) रिजनल कौन्सिलला उत्तेजन देऊ नये.

यानंतर त्याच दिवशी कन्नमवार यांच्याकडे महाविदर्भवादी आमदारांची सभा झाली. या सभेत शंकरराव देव कोणत्या नात्याने बोलणी करायला आले आहेत, असा प्रश्न उपस्थित झाला. दुपारी पुन्हा पु. का. देशमुखांच्या घरी एक बैठक झाली. त्यात नागपूर कराराच्या अंमलबजावणीच्या दृष्टीने चर्चा करण्यात आली. वऱ्हाड-विदर्भातील नेते वैचारिकदृष्ट्या किती वेगवेगळ्या गटा-तटांत विभागले गेले होते याचेच दर्शन देवांना या चार दिवसांच्या भेटीत झाले.

या राजकीय घडामोडी एकीकडे सुरू असताना संयुक्त महाराष्ट्र समितीचा सत्याग्रहाचा कार्यक्रम सर्वत्र उत्स्फूर्तपणे सुरू होता. सुरुवातीला वैयक्तिक सत्याग्रहाचे स्वरूप होते, ते बदलून पुढे सामुदायिक सत्याग्रह सुरू झाले. या सत्याग्रहांमध्ये किती जणांना अटक झाली, असा प्रश्न मुंबई विधानसभेत बापूसाहेब कांबळे, यांनी विचारला. त्याला उत्तर देताना मोरारजी म्हणाले, "७ एप्रिल १९५६ पर्यंत १३,७२१ पुरुष आणि २०१ महिलांना अटक करण्यात आली. या एकूण १४ हजार स्त्री-पुरुषांपैकी ८,७२१ पुरुष आणि ८६ महिला बृहन्मुंबईतील होत्या. बेळगावात पकडण्यात आलेल्या पुरुषांची संख्या १३०७ होती." सत्याग्रहींचा हा आकडा सतत वाढत गेल्याचेच दिसते. ४ ऑक्टोबर १९५६ रोजी आमदार जी. डी. साने यांच्या प्रश्नाला उत्तर देताना मोरारजींनी पुढीलप्रमाणे आकडेवारी दिली.

अटक केलेल्या माणसांची एकूण संख्या ३१,९०२. त्यापैकी १९,४४५ जणांवर खटले भरण्यात आले. त्यापैकी १८,४१९ लोकांना शिक्षा ठोठावण्यात आली. १२,४५७ जणांना अटक केल्यानंतर, खटले न भरता पोलिसांनी आपण होऊन मुक्त केले.

या सत्याग्रहांमध्ये कम्युनिस्ट सत्याग्रहींची संख्या मोठी असल्यामुळे दिल्लीतील काँग्रेसश्रेष्ठी अस्वस्थ झाले. कम्युनिस्ट पक्षाच्या महाराष्ट्र प्रांतिक समितीने ६ जून १९५६ला एक टंकलिखित परिपत्रक सर्व सभासदांना पाठविले होते. त्याची एक प्रतच काँग्रेसचे सरचिटणीस श्रीमन्नारायण यांनी दिल्लीहून देवगिरीकरांना माहितीसाठी पाठविली. या परिपत्रकातील, येत्या निवडणुकीत काँग्रेसचा पराभव करण्यासाठी संयुक्त महाराष्ट्रवादी पक्षांनी आणि व्यक्तींनी एकत्र येण्याची गरज आणि त्यासाठी एक समिती नेमल्याची, माहिती काँग्रेसच्या दृष्टीने महत्त्वाची होती.

या घटना घडत असतानाच पुढच्या घटनाक्रमांना कलाटणी देणारी महत्त्वाची गोष्ट घडली, ती म्हणजे आचार्य अत्रे यांची तुरुंगातून सुटका. २७ जानेवारी १९५६ ला अत्रे यांना प्रतिबंधक स्थानबद्धता कायद्याखाली अटक करून ऑर्थर रोड तुरुंगात ठेवले होते. हिंसेला चिथावणी देणारी भाषणे केल्याचा आरोप त्यांच्यावर ठेवला होता. मुंबईतील जानेवारीतील गोळीबाराच्या आधी अत्रे यांनी मुंबईत ७० आणि मुंबईबाहेर ३० अशी तब्बल १०० भाषणे केली होती. त्यापैकी तीन भाषणांतील काही वाक्ये, त्यांचा संदर्भ लक्षात न घेता आरोपपत्रात उद्धृत करण्यात आली होती. अत्रे यांना प्रथम ठाणे तुरुंगात ठेवण्यात आले. १५ फेब्रुवारीला आपल्या स्थानबद्धतेला आव्हान देणारी याचिका अत्रे यांनी मुंबई उच्च न्यायालयात पाठविली. तिची सुनावणी २९ फेब्रुवारीला होईल असे सांगण्यात आले. हा दिवस मोरारजींचा जन्मदिवस. ते वयाची साठी पूर्ण करीत होते म्हणून त्यांना ६० हजारांची थैली देण्याचा घाट स. का. पाटील यांनी घातला; पण मोरारजी गेले नाहीत.

आचार्य अत्रे यांनी मात्र मोरारजींचा वाढदिवस त्यांच्या खास शैलीत तुरुंगात साजरा केला. तुरुंगाच्या कँटीनमधून ताटभर जिलब्या मागवून त्यांनी कावळ्यांना मेजवानी दिली. अत्रे यांचे कावळ्यांसमोर एक दणदणीत भाषणही झाले. ते म्हणाले, ''राजवाड्याच्या शिखरावर जाऊन बसलेल्या तुमच्याच कुळातील, एका महात्म्याच्या वाढदिवसानिमित्त ही मेजवानी दिली आहे.'' अत्रे पुढे म्हणाले, ''कावळा गरुड जरी होऊ शकला नाही, तरी राज्याचा मुख्य प्रधान मात्र होऊ शकतो.''

सत्तर दिवसांच्या आपल्या तुरुंगवासातही अत्रे यांनी 'निकटवर्ती', 'महाराष्ट्र सेवक' आणि 'जन्मदग्नि' या टोपणनावांनी लिहिलेले जळजळीत लेख त्यांच्या 'साप्ताहिक नवयुग'मध्ये प्रसिद्ध झाले. त्यांची हस्तलिखिते बिनबोभाटपणे तुरुंगात येणाऱ्या-जाणाऱ्यामार्फत दत्तू बांदेकरांकडे पोहोचत होती. प्रतिबंधक स्थानबद्धता कायद्याखाली अटक झालेल्यांची प्रकरणे एका त्रि-सदस्यीय सल्लागार मंडळाकडे जात. या मंडळात मुंबई उच्च न्यायालयाचे निवृत्त न्यायमूर्ती वासुदेव हे अध्यक्ष म्हणून होते. बॅ. दीक्षित हे गुजराती भाषक आणि बॅ. भरुचा हे पारशी असे दोघे सदस्य होते. २२ मार्च १९५६ ला अत्रे यांनी सल्लागारमंडळासमोर आपली कैफियत तोंडीच सादर केली. न्या. वासुदेव यांच्या खोचक आणि खवचट प्रश्नांना आपल्या खास वक्तृत्वशैलीत तिखट आणि हजरजबाबी उत्तरे अत्रे यांनी दिली. त्यामुळे सल्लागार मंडळ प्रभावित झाले आणि अत्रे यांना मुक्त करण्याची शिफारस त्यांनी केली. ५ एप्रिल १९५६ला ठाण्याच्या तुरुंगातून अत्रे यांची मुक्तता करण्यात आली.

❑❑❑

१३

केंद्रशासित मुंबईचा घोळ

संसदेत मांडण्यात आलेल्या राज्यपुनर्रचना विधेयकावर लोकसभेत १८ एप्रिल १९५६ रोजी चर्चा सुरू झाली. त्यामुळे सर्व घडामोडींचे केंद्र दिल्लीला हलले. चर्चेला सुरुवात करताना गृहमंत्री गोविंद वल्लभ पंत यांनी केलेल्या भाषणात केंद्रशासित मुंबईबद्दल कोणताही बदल सुचविला नव्हता. तसेच सीमाप्रश्नाबाबतही ठोस उपाययोजना सुचविली नव्हती. दोन्ही सभागृहात विधेयकावर सविस्तर चर्चा झाल्यानंतर ते विधेयक प्रवर समितीकडे (संयुक्त चिकित्सा समिती) सोपविण्याचे ठरले. या समितीत दोन्ही सदनातील सदस्यांचा समावेश होणार होता; पण त्यांची निवड करण्यापूर्वी एक महत्त्वाची अट घालण्यात आली होती. ज्यांना प्रवर समितीचे सदस्यत्व हवे आहे, त्यांना सदनातील चर्चेत सहभागी होता येणार नाही, अशी ती अट होती.

संयुक्त महाराष्ट्र समितीनेही विधेयकावर संसदेत चर्चा सुरू असताना, संसदेसमोर सत्याग्रह करण्याचा निर्णय घेतला. २३ एप्रिल १९५६ ला ४१ जणांच्या पहिल्या तुकडीने आणि दुसऱ्या दिवशी ३४ जणांच्या तुकडीने सत्याग्रह केला. दिल्लीत असे सत्याग्रह सुरू असताना हरिभाऊ पाटसकरांच्या घरी काँग्रेस खासदारांची एक बैठक झाली. या बैठकीत एक संयुक्त पत्र तयार करून ते २४ काँग्रेस खासदारांच्या सहीनिशी पंडित नेहरूंना पाठविण्यात आले.

"मुंबईतील परिस्थिती सुधारली असून मुंबईच्या प्रश्नाचा अभिनिवेशरहित विचार करता येण्याजोगे वातावरण निर्माण झाले आहे, हे आपल्याला कळवताना आम्हाला समाधान वाटते आहे. मुंबईबाबतचा निर्णय अंतिम नसून, तो बदलता येईल असे एका आणीबाणीच्या वेळी आपण जाहीर केलेत त्याचा आम्हाला आनंद झाला."

"आता संसदेने अंतिम निर्णय घेण्यापूर्वी राज्यपुनर्रचना विधेयक संसदेच्या संयुक्त प्रवर समितीकडे सोपवण्याचा प्रस्ताव मांडला जाणार आहे. मुंबई शहर हा महाराष्ट्राचा भाग असल्याबद्दलचा वाद मिटलेला आहे. अशावेळी मुंबई शहर आणि महाराष्ट्राचा सीमा प्रदेश यांच्याबाबतच्या महाराष्ट्राच्या वाजवी आकांक्षांची ज्यामुळे पूर्ती होईल असा तोडगा शोधणे आपणास शक्य होईल असे आम्हाला वाटते. जेथे जेथे सीमेबाबतचे तंटे आहेत तेथे तेथे ते निकालात काढण्यासाठी आपण सीमा आयोग नेमावा अशी आम्ही आपणास प्रार्थना करतो. महसुली, राजकीय किंवा प्रशासकीय विभागाबाबतचे कोणतेही निर्बंध न घालता सीमा प्रदेशातील लोकांचे मत आजमावून सीमा आयोगाने निर्णय द्यावेत."

"या अत्यंत महत्त्वाच्या टप्प्यावर आपण प्रक्षोभक प्रश्नासंबंधी घोषणा केलीत तर केवळ महाराष्ट्रातील जनतेलाच नव्हे तर आपल्या देशातील सर्व थरांतल्या लोकांना दिलासा मिळेल आणि या बिकट प्रश्नावर समाधानकारक तोडगा काढण्याच्या दृष्टीने मोठा पल्ला गाठता येईल." (ह. वि. पाटसकर : खासगी पत्रव्यवहार)

२२ एप्रिलच्या या काँग्रेस खासदारांच्या बैठकीत काय झाले ते स्वामी रामानंद तीर्थ यांनी २४ एप्रिल १९५६ रोजी शंकरराव देवांना पत्र लिहून कळवले. "श्री. काकासाहेब गाडगीळ यांनी सही केली आहे. श्री. राणे (खानदेशचे खासदार शिवराम रंगो) यांनी सही केली नसावी. कारण बैठकीत हायकमांड जे ठरवील तेवढे मान्य करावयाचे ही त्यांची भूमिका त्यांनी स्पष्ट केली. काकांनी जरी सही केली तरी त्यांनी स्पष्टपणे सांगितले, की आता 'ह्यापुढे तुमचा माझा मार्ग भिन्न आहे. मला रिप्युडिएट केले तरी चालेल; पण ह्यापुढे मला जे वाटते ते मी करणार व विरुद्ध मत नोंदविणार.' सिलेक्ट कमिटीत जे सभासद जातील त्यांनी तेथे काय करावे हेही ठरले व ते मुद्देही निश्चित करण्यात आले तेव्हा तेथपर्यंत ही एकमुखी दिशा आहे. सिलेक्ट कमिटीच्या रिपोर्टनंतर पुन: एकत्र यावे व पुढची अशी दिशा ठरवावी असे ठरले आहे... माझे नाव सिलेक्ट कमिटीत समाविष्ट केले गेले नाही. श्री. राणे, खेडकर, अळतेकर व पाटसकर ही मंडळी आहेत. ते जे करतील तेवढे होईल. निदान मिनिट ऑफ डिसेंट तरी त्यांनी लिहावे अशी आशा आहे."

"ता. २५ रोजी (लोकसभेतील) चर्चा संपेल. दि. ३० रोजी राज्यसभेत चर्चा होईल व दि. ३ किंवा ४ मे पासून सिलेक्ट कमिटीच्या कामास प्रारंभ होईल. दि. १४ मे पर्यंत रिपोर्ट सादर करण्यात येईल. दि. ३ ते १४ मे हा काल महत्त्वाचा आहे. आपण त्या दरम्यान येथे राहावे व जे सदस्य-निदान महाराष्ट्राचे-कमिटीवर

आहेत त्यांना मार्गदर्शन करावे, ही माझी स्वतःची सूचना आहे. मीही ७ पासून येथे राहीन. भाऊसाहेब (हिरे) सध्या येथेच आहेत... पदावर न राहता जेवढा माझा उपयोग होईल तेवढा महाराष्ट्राने करावा. भाषावार प्रांतरचनेचा प्रश्न निकालात निघेपर्यंत मी राहण्याचे मान्य केले आहे. तो निकालात निघत आला आहे. त्यापुढे संयुक्त महाराष्ट्राची रचना व विकास करण्याची जबाबदारी मी घेऊ शकत नाही. महाराष्ट्राच्या नेतृत्वाशी मी एकाग्रता अनुभवू शकलो नाही व अनुभवू शकणार नाही.''

२७ एप्रिलला महाराष्ट्रातील काँग्रेसच्या सुमारे ३५ खासदारांशी, पंतप्रधान नेहरूंनी चर्चा केली. त्याबाबतचे वृत्त स्वामीजींनी २८ एप्रिल १९५६ रोजी शंकरराव देवांना पत्र पाठवून कळवले. ''काल पंडितजींशी सुमारे दोन घंटे चर्चा झाली. पंतजी, कृष्ण मेननही होते. पंडितजीच बोलत होते. लोकल ऑप्शनचे तत्त्व आम्हास मान्य नाही असे त्यांना स्पष्ट सांगितले. एकंदर वृत्ती सहानुभूतीची व प्रश्न सोडविण्याची होती.

राज्यसभेमध्ये राज्यपुनर्रचना विधेयक चर्चेला आले असताना, १ मे १९५६ ला दोन महत्त्वाची भाषणे झाली. त्यापैकी एक हृदयनाथ कुंझरू यांचे होते. कुंझरू हे राज्यपुनर्रचना आयोगाचे सदस्य होते. राज्यपुनर्रचना आयोगाने विदर्भ वगळून समतोल द्विभाषिक राज्याची निर्मिती करावी अशी शिफारस केली होती. त्याऐवजी गृहखात्याने विशाल द्विभाषिक, मुंबई राज्य, त्रिराज्य योजना, मुंबई शहर केंद्रशासित करणे असे पर्याय सुचविले होते. कुंझरू यांनी आपल्या भाषणात मुंबई शहरराज्य करणे किंवा केंद्रशासित करण्यापेक्षा मुंबई शहर महाराष्ट्रात समाविष्ट करावे, असे मत व्यक्त केले. अर्थात काँग्रेसश्रेष्ठींना हा पर्याय मान्य होण्याची शक्यताच नव्हती.

दुसरे महत्त्वाचे भाषण झाले, ते डॉ. बाबासाहेब आंबेडकरांचे. ते म्हणाले, ''मुंबई शहराला राज्यपुनर्रचना विधेयकात जे स्थान देण्यात आले आहे ते वादळाचा केंद्रबिंदू ठरले आहे. या देशातल्या नागरी जीवनात मुंबई शहराला सर्वोच्च स्थान होते ते हिरावून घेऊन त्याला अंदमान आणि निकोबार बेटांप्रमाणे केंद्रशासित प्रदेश करण्याची तरतूद विधेयकात केलेली आहे. याचा अर्थ आता अन्य केंद्रशासित प्रदेशांप्रमाणे मुंबईलाही वेगळे कायदेमंडळ तसेच कार्यपालिका असणार नाही. असा वेडेपणा केला जाईल याची स्वप्नातही कोणी कल्पना केली नसेल. मुंबई शहराने भारताला राजकारणाचे धडे शिकवले. देशात आघाडीला असलेल्या शहराला लखदीव आणि मालदीव बेटे (आज ती लक्षद्वीप म्हणून ओळखली जातात.) तसेच निकोबार बेटे यांच्या पातळीवर आणण्यात आली आहे.''

‘‘मुंबई शहर आमचे आहे असा महाराष्ट्रीय दावा करीत असतात. आमचे गुजराती मित्र कोणत्या आधारावर मुंबई शहरावर हक्क सांगतात हे मला माहीत नाही. ते करीत असलेला दावा हा एक प्रकारचा सुविधाधिकार (इझमेंट) म्हणता येईल.’’

‘‘मुंबई शहर महाराष्ट्रीयांच्या ताब्यात देणार नाही असे गुजराती मित्र म्हणत असल्यामुळे भांडण चाललेले आहे. मुंबई महाराष्ट्राची आहे, असे मोरारजींनी मान्य केले आहे. महागुजरात प्रदेश काँग्रेस समितीसमोर त्यांनी केलेल्या भाषणात मुंबई महाराष्ट्राची आहे असे त्यांनी नि:संदिग्ध विधान केल्याचेही मी वाचले आहे. तसे असेल तर मुंबई महाराष्ट्राला देण्यात आक्षेप घेण्यासारखे काय आहे, हे मला समजले नाही.’’

‘‘ब्रिटिश राजवटीत कोणाही नागरिकाला कोठेही जाऊन राहता येत असे आणि स्थानिक लोक हरकत घेत नसत. अशा परिस्थितीत निरनिराळ्या प्रांतातील विविध प्रकारचे लोक इतर प्रांतातील शहरात जाऊन तेथे स्थायिक होत असत आणि पिढ्यान्‌पिढ्या तेथे राहात असत. आपण आता राज्याची पुनर्रचना करीत आहोत. मद्रासचा रहिवासी असलेला; पण मद्रासी नसलेला (म्हणजे तमिळ मातृभाषा नसलेला) कोणीही माणूस मद्रास शहर (आजचे चेन्नई) तमिळ भाषकांना देण्यास आक्षेप घेताना मला दिसलेला नाही. कलकत्ता (आजचे कोलकाता) हेही बहुढंगी (कॉस्मॉपॉलिटन) शहर आहे. मी व्हॉइसरॉयच्या कार्यकारिणीचा सदस्य असताना मजुरासंबंधीचे खाते मला देण्यात आले होते. कलकत्त्यातील कामगारांची परिस्थिती पाहण्यासाठी तेव्हा मला वारंवार कलकत्त्याला जावे लागत असे. बंगाली भाषक कलकत्त्यातील लोकांना बंगाली म्हणत नसून, ‘कलकत्तीया’ म्हणतात, असे मला आढळले. आमच्या काँग्रेसवाल्या मित्रांनी तसेच कलकत्तीयांनी कलकत्ता शहर बंगालला देण्यास कधी हरकत घेतली नाही. माझे मित्र (गृहमंत्री) पंत यांना माझा पहिला प्रश्न आहे जर कलकत्ता शहर बंगालला दिले जाते आणि मद्रास तमिळ भाषकांना दिले जाते, तर मुंबई महाराष्ट्राला देण्यात आक्षेप का घेतला जातो आहे? या मूलभूत प्रश्नाचे समाधानकारक उत्तर त्यांनी महाराष्ट्रीयांना दिले पाहिजे.’’

‘‘मुंबई शहराच्या एकूण लोकसंख्येत गुजराती भाषिकांचे प्रमाण १५ टक्क्यांहून जास्त नाही. मराठी भाषकही मुंबई शहरात बहुसंख्य नाही या कारणामुळे महाराष्ट्रीयांचा मुंबई शहरावरचा दावा सदोष ठरतो, असे म्हटले जाते. आपल्या देशातल्या शहरातील लोकवस्ती संमिश्र स्वरूपाची असल्याची कितीतरी उदाहरणे

देता येतील. कोणत्याही शहरातील लोकवस्ती एकजिनसी असल्याचा दावा करता येत नाही. अशा स्थितीत कलकत्ता पश्चिम बंगालचे आहे असा हक्क सांगितला जात असेल तर असाच हक्क मुंबई शहराबाबत महाराष्ट्राने सांगितला तर त्यात काय चुकले, हे मला समजत नाही. मुंबई महाराष्ट्राची कधीच नव्हती असे काहीजणांनी म्हटले आहे. असे विधान करणाऱ्यांच्या ज्ञानाचे मला अत्यंत आश्चर्य वाटते. मुंबईचे पहिले रहिवासी कोण होते? ते होते कोळी आणि आपण महाराष्ट्रीय नाही असे कोळी कधी म्हणतात का?... मुंबई बेट पोर्तुगिजांनी बळकावण्यापूर्वी तेथे लक्ष्मीबाई नावाच्या राणीचे राज्य होते. पोर्तुगिज राणी लक्ष्मीबाईचे खंडकरी होते (टेनंट) होते. पोर्तुगिजांनी मुंबई जिंकून घेतली नाही, त्यांनी ती बळकावली. अखेर इंग्लंडचा राजा दुसरा चार्ल्स याच्या पत्नीला मुंबई हुंड्यादाखल देण्यात आली. हुंडा म्हणून देण्यात आलेली रक्कम १० पौंडापेक्षा जास्त नव्हती... ऐतिहासिक दृष्ट्या आणि भौगोलिक दृष्ट्या महाराष्ट्रीयांच्या मुंबईवरील हक्काबाबत वाद घालणे तर्कसंगतही नाही.

''माझे महाराष्ट्रीयांबरोबर मतभेद आहेत. संयुक्त महाराष्ट्र या एकभाषी राज्याचा अविभाज्य भाग म्हणून महाराष्ट्रीयांना मुंबई हवी आहे; पण माझा संयुक्त महाराष्ट्रालाच विरोध आहे. मुंबई महाराष्ट्राची आहे या मुद्द्याबाबत माझे व अन्य महाराष्ट्रीयांचे एकमत आहे. म्हणूनच मी मुंबई शहराला वेगळा शहरराज्याचा दर्जा द्यावा आणि त्याला महाराष्ट्राचे शहरराज्य म्हणावे असे सरकारला सुचवले होते. त्यामुळे मुंबई महाराष्ट्रात राहूनही तिला 'अ' राज्याचा दर्जा लाभेल; पण सरकारने तिला कोणत्या कारणासाठी निकोबार बेटांसारखा दर्जा दिला ते मला समजत नाही. माझी आधीची भूमिका मी बदलली असून मुंबई शहरासाठी मी अन्य महाराष्ट्रीयांच्या खांद्याला खांदा लावून लढणार आहे, असे मी सरकारला सांगू इच्छितो...''

''....एका भाषेचे एकच राज्य असावे की, एका राज्याची एकच भाषा असावी?... उत्तरप्रदेशाचे तीन तुकडे करून तीन राज्ये निर्माण करावीत. बिहारचे विभाजन करून दोन राज्ये निर्माण करावीत. मध्यप्रदेशाचेही विभाजन करून दोन राज्ये निर्माण करावीत. उत्तरप्रदेशाचे विभाजन केल्यास आपण हरकत घेणार नाही असे माझे मित्र पंत एकदा म्हणाल्याचे मी वाचलेले आहे; पण आता होत असलेल्या चर्चेत त्यांनी त्याबाबत चकार शब्द उच्चारला नाही, की आपण होऊन त्याग करण्याची तयारी दाखवलेली नाही.''

''... मराठवाड्यासंबंधीच्या माझ्या भावना तीव्र आहेत आणि मुंबईसह

संयुक्त महाराष्ट्राच्या एका राज्याच्या निर्मितीस माझा विरोध आहे. महाराष्ट्रात सातारा जिल्ह्यातील मराठेच राजकीय अधिकारपदे काबीज करतात. सातार्‍यातून आलेल्या मंत्र्याला रत्नागिरी जिल्ह्याबाबत कशी आस्था असणार?... महाविदर्भातील ब्राह्मणाला सातारा जिल्ह्याविषयी कशी आस्था असणार?... ज्या भूमीत राम आणि कृष्ण जन्मले त्या भूमीचे (म्हणजे उत्तरप्रदेशाचे) विभाजन कसे करणार असा युक्तिवाद माझे मित्र पंत करीत असल्याचे मी ऐकले आहे... माझे मित्र काका गाडगीळ संयुक्त महाराष्ट्राचे मुख्यमंत्री झाले, तर ते मराठवाड्यातील लोकांच्या दु:स्थितीकडे लक्ष देतील की, पुण्यातील रहिवाशांकडे लक्ष देतील? मराठवाड्याचे वेगळे राज्य का करू नये?... मराठवाड्याबाबत बोलणाऱ्या मुंबईतील लोकांपेक्षा मराठवाड्यातील लोकच आपली काळजी अधिक चांगल्या तऱ्हेने घेतील.'' (राज्यसभा डिबेट्स : खंड १२ ए)

डॉ. बाबासाहेब आंबेडकरांच्या या भाषणावर वृत्तपत्रांनी कडक टीका केली. ती लक्षात घेऊन बाबासाहेबांनी लिहिलेला लेख 'लोकसत्ता' या दैनिकाच्या १९ मे १९५६च्या अंकात प्रसिद्ध झाला. ''राज्यसभेमध्ये मी मुंबईबाबत ज्या सूचना केल्या त्या महाराष्ट्रीयांना पूर्णत: समाधानकारक वाटत नाहीत. त्यांना अशी भीती वाटते की, मुंबईचे शहरराज्य झाल्यास त्यांना पुरेसे बहुमत मिळणार नाही. गुजराती लोकसंख्या १५ टक्के असल्यामुळे त्यांना २ किंवा फारतर ४ जागा मिळतील. यामुळे दोन्ही जमाती एकमेकांविरुद्ध जळफळत राहतील. आपल्याला सद्भावना निर्माण करता आल्या नाहीत, तरी शांतता हवी आहे म्हणून राज्यसभेत केलेल्या सूचनेपेक्षा निराळी सूचना मी करू इच्छितो.''

''माझी सूचना ही की, महाराष्ट्राची दोन राज्ये करावी. यातले एक राज्य पुढीलप्रमाणे असावे. (१) बृहन्मुंबई, (२) ठाणे, कुलाबा, रत्नागिरी व कोल्हापूर हे जिल्हे व (३) सुरत, कारवार, बेळगाव या जिल्ह्यातील मराठी भाषक भाग. सह्याद्रीची पर्वतश्रेणी ही या दोन भागांना छेदून जाणारी रेषा आहे. त्याचे फायदे असे – (१) मुंबई शहरात नसले तरी या राज्यात महाराष्ट्रीयांना बहुमत मिळेल. (२) तो एक स्वतंत्र सांस्कृतिक तसाच भाषिक घटक बनेल. या घटकाचे क्षेत्रफळ ११,९०० चौरस मैल व लोकसंख्या ९०,६७,४१३ असेल. एकराज्य होण्यास या गोष्टी अनुकूल आहेत. समुद्रतीराला लागून हे राज्य आहे. त्याचे लोक बुद्धिमान, दर्यावर्दी व शूर आहेत. महाराष्ट्राचे पुढारी या भागातूनच येतात. मुंबई हा आरमाराचा तळ आहे. लोक नाराज व असंतुष्ट असतील तर आरमारविषयक कार्य यशस्वीरीत्या होणार नाही याचा विचार विशेषत: भारत सरकारने केला पाहिजे.''

"ब्राह्मणांनी संयुक्त महाराष्ट्राचा एवढा आग्रह का धरावा हे मला तरी कळत नाही. संयुक्त महाराष्ट्रात अस्थिरता व झगडे होण्यापेक्षा त्याचे दोन भाग का करू नयेत?... दक्षिणेतील ब्राह्मणांना पुणे ही राजधानी व्हावी असे वाटते. मध्यप्रदेशातील ब्राह्मणांचा नागपूरबद्दल आग्रह आहे. काहींनी दोन राजधान्या सुचविल्या आहेत. मला हे तिन्ही पर्याय मंजूर नाहीत. औरंगाबाद हेच संयुक्त महाराष्ट्राच्या राजधानीचे ठिकाण असावे.''

"माझी मुंबईबाबतची ही सूचना गुजरात्यांना मान्य होणार नाही. कारण त्यांची भूक फार वाढली आहे; पण मुंबईवर त्यांचा कसलाही हक्क नाही हे त्यांना सांगितले पाहिजे. मुंबई कोठे असावी व कोणत्या राज्यात ती सामील व्हावी? या प्रश्नात त्यांना मत देण्याचा कसलाच अधिकार नाही. मुंबई कोठेही गेली तरी ते मुंबईत येतील, राहतील व व्यापार करतील. हे अधिकार त्यांना घटनेनेच दिलेले आहेत. म्हणून मुंबईत राहणाऱ्या इतर नागरिकांना घटनेने जेवढे अधिकार व संरक्षण दिले आहे, त्यापेक्षा गुजरात्यांना अधिक देण्याचे कारण नाही. लोकसभा व राज्यसभा या दोन्ही ठिकाणी काँग्रेस पक्षीयांनी मुंबई महाराष्ट्रात जावी असे सुचविले. यावरून तरी गुजराती व काँग्रेस सरकार (मुंबईचे तसेच केंद्रातील सरकार) यांना निराळी बुद्धी सुचायला हवी. एवढ्या विरोधानंतरसुद्धा काँग्रेस जर आपल्याच निर्णयाला चिकटून बसेल तर गुजरात्यांनी आपल्या फायद्यासाठी काँग्रेस हाती ठेवली आहे असा निष्कर्ष लोक काढल्याशिवाय राहणार नाहीत.''

'लोकसत्ता' दैनिकात हा लेख प्रसिद्ध केल्यानंतर मुंबईसह संयुक्त महाराष्ट्राच्या प्रश्नासंबंधी बाबासाहेबांनी कोठे भाषण केले किंवा काही लिहिले असे आढळत नाही.

दिल्लीमध्ये संसदेत अशा चर्चा रंगल्या असताना पुण्यात वेगळेच सवाल-जबाब सुरू होते. संयुक्त महाराष्ट्र समितीने सुरू केलेल्या सत्याग्रह आंदोलनाची तीव्रता एप्रिल-मे मध्ये एवढी वाढली, की टीकाकारांनीही तारस्वरात सत्याग्रहाचा निषेध करण्यास सुरुवात केली. तर्कतीर्थ लक्ष्मणशास्त्री जोशी हे मुळात रॉयवादी म्हणजे कम्युनिस्ट. यशवंतराव चव्हाणांचे ते गुरू. तर्कतीर्थांनी एक वेगळाच मुद्दा उपस्थित केला. "भाषावार प्रांतरचना लोकशाहीशी जरी सुसंगत असली, तरी ती मानवी मूलभूत हक्कांशी विसंगत आहे.'' आपल्या या मुद्द्याचे तर्कसंगत विवेचन मात्र शास्त्रीबुवांनी केले नाही. उलट 'सत्याग्रह करणे म्हणजे देशद्रोह' असे म्हणण्यापर्यंत तर्कतीर्थांची मजल गेली. तेव्हा एस. एम. जोशींनी पुण्याच्या वसंत व्याख्यानमालेत भाषण करताना त्यांना खणखणीत उत्तर दिले,

"ज्या लोकशाहीत मंत्र्यांना राजीनामा देण्याचा हक्क नाही; जनतेशी द्रोह होईल म्हणून मी राजीनामा देतो असे म्हणण्याची देखील सवलत नाही, मुंबई महापालिकेचा ठराव कचऱ्याच्या पेटीत टाकला जातो तसेच हैदराबाद विधानसभेने केलेल्या मुंबईसह संयुक्त महाराष्ट्राच्या ठरावाची दखल घेतली जात नाही; आमदारांनी, नगरपित्यांनी (म्हणजे नगरसेवकांनी) राजीनामे दिले तरी सरकार त्या संस्था चालविते; संप, हरताळ व निदर्शने झाली तरी राज्यकर्ते हलण्यास तयार नाहीत अशा रीतीने भारतीय लोकशाही घट्ट, मठ्ठ व थिल्लर झालेली असताना लोकशाहीच्या सर्व वाटा बुजवून टाकल्यावर जनतेने काय करावे, याचा मार्ग न सांगता 'सत्याग्रह म्हणजे देशद्रोह आहे' असे लक्ष्मणशास्त्री म्हणतात. जिथे जाणूनबुजून अन्याय होत आहे तेथे जनजागृतीसाठी शांततामय सत्याग्रह हा एकच मार्ग आहे. याला नावे ठेवणारेच गांधीवधाचे दोषी व लोकशाहीचे द्रोही आहेत. स्वातंत्र्याच्या चळवळीत मोठ्या हिरिरीने भाग घेणारे तुम्ही जालियनवाला बागेसारखे मुंबईत हत्याकांड झाले असता निषेध, प्रतिकार न करता स्वस्थ कसे बसलात, असे आमच्या भावी पिढ्यांनी म्हणू नये यासाठीच कर्तव्यबुद्धीने अन्यायाच्या प्रतिकारार्थ सत्याग्रह-मोहीम आम्ही सुरू ठेवली आहे." (केसरी : २५ मे १९५६)

२६ मे १९५६ ला काँग्रेस कार्यकारिणीची सभा दिल्लीत भरणार होती. या सभेमध्ये मुंबईचा प्रश्न चर्चेला आणून काहीतरी नवा तोडगा काढण्याचा प्रयत्न महाराष्ट्रातील काँग्रेस नेते करीत होते. डॉ. य. कृ. सोवनी २३ मे पासूनच दिल्लीत मुक्काम ठोकून होते. जूनच्या पहिल्या आठवड्यात काँग्रेसचे अ. भा. अधिवेशन मुंबईत भरणार असल्यामुळे या मधल्या काळातच काही गोष्टी तातडीने करण्याची गरज सोवनींना वाटत होती. म्हणून २४ मे ला त्यांनी देवगिरीकरांना पत्र पाठवून कळविले, "असे कळते की, २६ तारखेस येथे वर्किंग कमिटीची सभा आहे व त्यात मुंबईचा प्रश्न कदाचित चर्चिला जाण्याचा संभव आहे... चर्चेस प्रश्न निघाल्यास आपण पूर्वी अनेकवार बोललो त्याप्रमाणे मुंबई कार्पोरेशनचे १९५७ मध्ये लोकमत पाहून त्यानुसार मुंबई महाराष्ट्रात विलीन करण्याचे ठरविले जाईल अशी स्पष्ट घोषणा अगर त्या तऱ्हेची बिलात दुरुस्ती करण्याचा निर्णय त्यांनी घेतल्यास आपण स्वागतार्ह मानावा. मत न पाहता सरळ तशीच मुंबई मिळण्याची शक्यता नसल्यामुळे व आता बहुमत आपणास मिळणार हे निश्चित असल्यामुळे केवळ तात्त्विक भूमिकेवरून उगीच अडून बसण्यात अर्थ नाही. आपण या बाबतीत पुढाकार घेऊन काँग्रेस वरिष्ठ याला तयार असल्यास तशी त्यांनी ए. आय. सी. सी. पूर्वी (अगर तेथेच) घोषणा करावी अशी खटपट कराल अशी आशा करतो.

लोकमत आजमावण्याचे बाबतीत तात्त्विक विरोध असला तरी अखेर व्यवहार्य मार्ग म्हणून मुंबईचे लोक (संयुक्त महाराष्ट्रवादी काँग्रेसजन व इतर पक्षीयही) लोकमतानुसार मुंबईत सामील करण्याच्या निर्णयास (१९५७ मध्ये) कबूल होतील, हे मी तुम्हास सांगितलेच आहे... वाटल्यास तशी एखादी सभा मुंबईस बोलावून तुम्हास त्यांची आम्ही संमतीही मिळवून देऊ शकू. मी तुम्हास सांगितलेच, की प्रा. (धनंजयराव) गाडगीळ अखेर याप्रमाणे मुंबई मिळत असल्यास तो निर्णय पत्करण्यास आपण तयार असले पाहिजे या मताचे असल्याने त्यांचा उपयोग करून विरोधी पक्षीयांचीही संमती मिळविता येईल. विरोधी पक्षीयांशीही माझे बोलणे झाले आहे व त्यांचीही त्यास संमती मिळेल असे मी आपणास आश्वासन देतो. श्री. काकासाहेब गाडगीळ परवा तुम्ही येथे त्यांना अमेंडमेंट सांगू लागला त्यावेळी लोकमतासंबंधीचे वाक्य आल्यावर एकदम उसळले; पण अशा उसळण्याने काम होणार नाही. आपण वाटल्यास लोकमत आजमावण्याचे वाक्य प्रथम घालू नये; पण अखेर त्यांच्याकडून ते आल्यास संमती द्यावी असे माझे स्पष्ट मत आहे... मुंबईस ए.आय.सी.सी. भरण्यापूर्वी जर काही घोषणा झाली तर त्याला महत्त्व आहे. काही घोषणा न झाली व मुंबईस विशेष निदर्शने झाली, तर असाही अर्थ केला जाण्याचा संभव आहे की, आता आपला निर्णय रेटता येईल. काही विशेष होणार नाही. दुसरीकडे विरोध-निदर्शने व काही खळबळ झाल्यास अजून वातावरण शांत झाले नाही; त्यामुळे फेरविचार करणार नाहीत असेही घडण्याचा संभव. तोंडाने कोणतेही तत्त्वज्ञान सांगितले तरी अखेर प्रत्यक्ष कशाचा परिणाम होईल? हे सांगता येत नाही. हे गूढ आहे. याला कारण हायकमांडची मनोवृत्तीच. म्हणजे ती काय आहे, ते नीट कळत नाही. परमेश्वराने सर्वांना सुबुद्धी द्यावी हीच प्रार्थना. (त्र्यं. र. देवगिरीकर : खासगी पत्रव्यवहार)

हरिभाऊ पाटसकरांनी एक नवीन तोडगा काँग्रेस कार्यकारिणीत ठेवण्यासाठी तयार केला होता. त्यावर चर्चा करण्यासाठी त्यांनी सर्व प्रमुख नेत्यांना तारा करून, दिल्लीत बोलावून घेतले. २७ मे रोजी पाटसकरांच्या घरी महाराष्ट्रातील काँग्रेस नेत्यांची बैठक झाली. अर्थातच पाटसकरांच्या तोडग्यावर चर्चा झाली. या बैठकीबद्दल हिरे यांनी लोणावळा येथून शंकरराव देवांना धाडलेल्या पत्रात लिहिले, ‘‘पाटसकरांनी तारा केल्या म्हणून मी, कुंटे व यशवंतराव गेलो. पाटसकरांनी नवा मसुदा काढला. चर्चेत दिल्लीला सगळे होतो. विशेषत: चिंतामणरावांनी खूप भाग घेतला. मी सांगितले की, आता आपल्यातर्फे पर्याय नको. मांडायचाच झाला तर मागचाच मांडा. टाइम, मॅनर आणि मेथड पंडितजींवर सोपवा. त्यांच्या (म्हणजे

पाटसकरांच्या) बोलण्यात असे आले की, 'मी या योजनेसंबंधी बोलत असताना लोक मला विचारतात, की या योजनेला हिरे-चव्हाणांचा पाठिंबा आहे का? नाहीतर तुमचे कोण मानणार?' म्हणून त्यांनी आम्हाला बोलावले होते असे दिसते... पंतांनी सांगितले, की दोन वर्षांनी जर मुंबई यायची मग आजच काय हरकत? मागचाच विरोध त्यांनी दर्शविला.''

२९ मे १९५६ रोजी पाटसकरांनी दिल्लीतील 'हिंदुस्थान टाईम्स'च्या प्रतिनिधीला मुलाखत दिली, ती ३० मे १९५६ च्या दिल्लीच्या आवृत्तीत प्रसिद्ध झाली. मुलाखतीत पाटसकरांनी पुढील तोडगा सुचवला, (१) दोन वर्षांच्या कालावधीपुरती मुंबई केंद्रशासित असावी. या कालावधीत महाराष्ट्र सरकारची कार्यालये नागपुरात, पुण्यात त्याचप्रमाणे मुंबई शहरातही असावीत. हा दोन वर्षांचा कालावधी संपल्यानंतर मुंबई शहर महाराष्ट्रात विलीन करावे, की ते केंद्रशासित राहू द्यावे याबद्दलचा निर्णय संसदेने घ्यावा. आपण सुचवलेल्या सूत्रात काही सुधारणा व समायोजन (ॲडजस्टमेंट्स) करता येतील; पण तेव्हाच्या परिस्थितीत हाच तोडगा उत्कृष्ट ठरेल असे पाटसकर म्हणाले. या तोडग्यामुळे महाराष्ट्रीयांचे तसेच बिगर महाराष्ट्रीयांचे समाधान होईल असे त्यांना वाटत होते. सर्व संबंधितांनी या सूचनेचा काळजीपूर्वक विचार करावा असे त्यांनी आवाहन केले. रविवार दि. २७ मे १९५६ ला त्यांच्या घरी महाराष्ट्रातील खासदारांची बैठक भरली होती. या बैठकीस वित्तमंत्री देशमुख, न. वि. गाडगीळ आणि निमंत्रित म्हणून हिरे, कुंटे आणि यशवंतराव चव्हाण हजर होते अशी माहिती देऊन पाटसकर म्हणाले, ''मी सुचवलेल्या तोडग्यास उपस्थितांपैकी जवळजवळ सर्वांनी पाठिंबा दिला.'' (हिंदुस्थान टाइम्स, ३० मे १९५६)

पाटसकरांची मुलाखत प्रसिद्ध होताच काकासाहेब गाडगीळांनी दिल्लीतूनच पाटसकरांना पुढील पत्र पाठवले, ''आज हिंदुस्थान टाइम्स'मध्ये प्रसिद्ध झालेल्या मुलाखतीत तुम्ही २७ मे रोजी तुमच्या घरी झालेल्या बैठकीविषयी जे सांगितले आहे त्याचा आशय बैठकीत सहभागी झालेल्या काही जणांवर तरी अन्याय करणारा आहे, हे म्हणणे भाग आहे. त्या बैठकीत मी पुढीलप्रमाणे माझे मत आग्रहपूर्वक मांडले. भूतकाळातील आपला कटू अनुभव लक्षात घेता आपण कोणताही तोडगा सुचवण्यात पुढाकार घेऊ नये आणि व्यवहार्य तोडगा काढण्याची जबाबदारी पंतप्रधानांवर टाकावी असे मत मी मांडले होते. दोन वर्षांची मुदत संपल्यानंतर संसदेने निर्णय घ्यावा या तुमच्या मताला विरोध करून मी त्यातले धोकेही दाखवले होते. आज प्रसिद्ध झालेल्या तुमच्या मुलाखतीत तुमच्या

मतामध्येही बदल झाला असल्याचे दिसते. बैठकीतील चर्चेत तुम्ही संरक्षक तरतुदी विशद केल्या होत्या. त्यातील एकीचाही उल्लेख मुलाखतीत आढळत नाही.''

''जर महाराष्ट्राची राजधानी मुंबई करण्यास परवानगी दिली जात नसेल तर आपण कोणत्याही अन्य प्रस्तावाकडे ढुंकूनही पाहू नये असे मी बैठकीत म्हणालो होतो. महाराष्ट्राची काही कार्यालये नागपुरात, काही मुंबईत आणि काही पुण्यात असतील असे तुम्ही म्हणाल्याचे आजच्या मुलाखतीत आढळले. त्यामुळे केंद्रशासित मुंबईच्या दोन वर्षांच्या कलावधीत महाराष्ट्राची राजधानी मुंबईच असावी ही योजना आपण सोडून दिल्याचा अनेकांचा समज होईल. तुमच्या मुलाखतीत तुम्ही बैठकीत सुचवलेला तोडगा जवळजवळ एकमताने स्वीकारण्यात आल्याचे म्हटले आहे; पण वस्तुस्थिती तशी नाही. मुंबईच्या भवितव्याबाबत सार्वमत घेऊन किंवा महापालिकेमार्फत अगर संसदेमार्फत लोकमत आजमावण्याचे कारण नाही; देशातील अन्य कोणत्याही शहराबाबत ही कार्यपद्धती अवलंबिली नसल्यामुळे फक्त मुंबईत ती लागू केल्यास भेदभाव केल्यासारखे होईल. आजवर आपण मान्य केलेले हे महत्त्वाचे तत्त्व त्याज्य ठरवण्यासारखी परिस्थिती तुमच्या मुलाखतीमुळे निर्माण झाली आहे.''

''महाराष्ट्रातील लोकांची मन:स्थिती कशी आहे, ते मला माहीत आहे. तुमच्या प्रस्तावाबद्दल त्यांची प्रतिक्रिया अनुकूल असणार नाही. तोडगा सुचवण्याबाबत तुम्ही पुढाकार घेऊ नये असे, मला वाटते. पंतप्रधान नेहरूंकडूनच प्रस्ताव येऊ द्यावा. आपण गप्प बसावे आणि वातावरण चांगले व्हावे यासाठी प्रयत्न करावेत. तरच आपल्याला अधिक चांगले काहीतरी दिले जाण्याची शक्यता आहे.'' (न. वि. गाडगीळ : खासगी पत्रव्यवहार)

मुंबईत भरणाऱ्या काँग्रेस महासमितीच्या अधिवेशनाच्या वेळी संयुक्त महाराष्ट्र समितीने मुंबईतील सत्याग्रह तात्पुरता स्थगित ठेवावा, अशी विनंती काकासाहेब गाडगीळांनी एस. एम. जोशींना केली होती. समितीला ही सूचना मान्य होण्याची शक्यताच नव्हती. त्यांच्या दृष्टीने पंडित नेहरूंसह प्रमुख काँग्रेस नेतेच महाराष्ट्रावर अन्याय करणारे खलनायक होते. त्यामुळे समितीने आपला कार्यक्रम आणखी तीव्र करण्याचा निर्णय घेतला. काँग्रेस अधिवेशन कुलाबा भागातील कुपरेज मैदानावर भरणार होते. २ व ३ जून रोजी महासमितीचे अधिवेशन असले, तरी अन्य बैठकांसाठी पंतप्रधान नेहरू ३१ मे लाच मुंबईत येणार होते. सांताक्रूज विमानतळापासून राजभवनापर्यंत पंतप्रधान जातील तेव्हा जागोजाग काळे झेंडे दाखवून निदर्शने करण्याचा निर्णय समितीने घेतला. अधिवेशन काळात तीनही

दिवस सत्याग्रहाचे भरगच्च कार्यक्रम आखण्यात आले होते. समितीच्या ३२ प्रमुख नेत्यांनी पत्रक प्रसिद्ध करून 'सत्याग्रह शिस्तीने व शांततेने पार पाडा' असे आवाहन केले. याउलट 'मुंबईत निदर्शने केल्यास ते महाराष्ट्राच्या हिताचे होणार नाही.' असा इशारा देणारे पत्रक काँग्रेसच्या ३१ खासदारांनी काढले.

२ जून रोजी दुपारी कुपरेज मैदानावर काँग्रेस महासमितीचे अधिवेशन सुरू झाले. या अधिवेशनात खूप गोंधळ उडाला. काकासाहेब गाडगीळांसह अनेकांच्या भाषणात सारखा व्यत्यय आणण्यात आला. हा गोंधळ किती मोठा होता, हे सांगताना काकासाहेब म्हणतात, ''थोडे लाठीमार झाले, दंगे करणाऱ्यांत महाराष्ट्रेतर गुंड होते. त्यांना पोलिसांचा पाठिंबा होता.'' काँग्रेस अध्यक्ष ढेबर जेव्हा लोकांना 'शांत रहा' असे सांगत, तेव्हा गोंधळ अधिक वाढत असे. अखेर ढेबर यांनी काकासाहेबांना आपले भाषण आवरते घेण्यास सांगितले.

देवगिरीकरांच्या आठवणीनुसार २ जूनला रात्री भरणाऱ्या महाराष्ट्र प्रदेश काँग्रेसच्या सभेस येऊन जवाहरलाल नेहरूंनी मार्गदर्शन करावे, यासाठी इंदिरा गांधींमार्फत यशवंतराव चव्हाणांनी प्रयत्न चालवले होते. देवगिरीकरांना ती कल्पना आवडली आणि प्रदेशाध्यक्ष व काँग्रेस कार्यकारिणीचे सदस्य म्हणून त्यांनी नेहरूंना विनंती केली तेव्हा नेहरूंनी महाराष्ट्र काँग्रेसच्या नेत्यांना राजभवनात येऊन भेटण्यास सांगितले. हिरे आणि काकासाहेब गाडगीळ राजभवनात गेले नाहीत. देवगिरीकर, चव्हाण, त्र्यं. शि. ऊर्फ भारदेबुवा मात्र नेहरूंना भेटण्यासाठी गेले. देवगिरीकरांनी आठवणी सांगताना लिहिले आहे, ''त्यांच्या सांगण्यावरून मुंबईकरिता पाच वर्षे थांबावे लागणार नाही, असे वाटते.'' चव्हाण त्यांना म्हणाले, ''तुम्ही कृपा करून हे तुमचे म्हणणे अखिल भारतीय काँग्रेस समितीपुढे मांडा.'' जवाहरलाल म्हणाले, ''मी तेथेच काय, पण चौपाटीवरच्या जाहीर सभेतही ही भूमिका सांगेन.'' ''आम्ही समाधानी वृत्तीत परत हिरे यांच्या बंगल्यावर आलो.'' (त्र्यं. र. देवगिरीकर : राजकीय आठवणी)

२ जून लाच एकीकडे काँग्रेस अधिवेशन सुरू असताना कावसजी जहांगीर हॉलमध्ये संयुक्त महाराष्ट्र समितीच्या वतीने एक सर्वपक्षीय परिषद भरली होती. कॉम्रेड ए.के. गोपालन अध्यक्षस्थानी होते. भारताच्या निरनिराळ्या भागातून आलेल्या ४५० प्रतिनिधींनी परिषदेत भाग घेतला. गुजरातेतून आलेल्या वजुभाई शुक्ला यांनी मुंबईसह संयुक्त महाराष्ट्राच्या मागणीला पाठिंबा देणारे भाषण केले.

३ जून रोजी अधिवेशन संपल्यावर पंहित नेहरूंची सभा चौपाटीवर आयोजित करण्यात आली होती. नेहरू बंद मोटारीतून चौपाटीकडे निघाले, तेव्हा

वाटेत समितीच्या निदर्शकांनी उग्र निदर्शने केली. मुंबईसह संयुक्त महाराष्ट्र झालाच पाहिजे, अशा घोषणा दिल्या. चौपाटीत सभास्थानाबाहेर तर प्रचंड जमाव जमला होता. नेहरू सभास्थानी येताच हा जमाव कुंपणे तोडून सभास्थानी घुसला. दगडफेकीला सुरुवात झाली. या अशांत परिस्थितीत संतापलेल्या नेहरूंचे भाषण सुरू झाले. अपशब्दांचा वर्षाव करीत नेहरू कडाडले,

"दगडधोंडे ही माणसांची साधने नसून, माकडांची आहेत." आमची काँग्रेस हजारो आपत्तींशी झुंजत आली आहे. तिने एका बलाढ्य साम्राज्याशी लढा देऊन स्वातंत्र्य मिळविले आहे. आम्ही काय धाकदपटशाने, दगडफेकीने व आत्याचाराने शरण येणार आहोत? आम्ही माणसे आहोत, की जनावरे? दगडांच्या वर्षावाने सरकार कोलमडेल असे समजणे मूर्खपणाचे आहे. अशा कृत्यांनी सरकार तुमच्या मागण्या पुऱ्या करण्याइतके दुबळे नाही; जर मुंबईला हल्ला करावयाचा असेल तर हा मी येथे उभा आहे. त्यांना माझे डोके हवे असेल तर घेऊ द्या; पण मला एक गोष्ट स्पष्ट करावयाची आहे, की त्या प्रश्नाकरिता सरकार कोसळून पडणार नाही."

या सभेत बोलताना नेहरूंनी समितीच्या सत्याग्रहाचे वर्णन 'तमाशा' असे केले होते. त्यापुढे जाऊन सर्वांना झोंबेल असे वाक्य त्यांनी उच्चारले, ते म्हणजे, "कोणीही दगड मारून, दोन-चार दिवस तुरुंगात जाऊन यावे आणि वीर व्हावे हा यांचा सत्याग्रह." नेहरू प्रचंड संतापले. संतापून त्यांनी चौपाटीवर भाषण केले. चौपाटीवरील सभेला खरेच किती लोक जमले होते यावर उपस्थितांचे वेगवेगळे मत होते. काकासाहेब गाडगीळांच्या आठवणीनुसार ५-१० हजारांपेक्षा जास्त लोक नव्हते. देवगिरीकरांच्या मते, जेमतेम पाऊण लाख लोक होते. 'टाईम्स ऑफ इंडिया'ने तर एवढी विराट सभा मुंबईच्या इतिहासात झाली नाही असे म्हटले होते. त्यावर अत्रे यांनी लिहिले, "चौपाटीच्या सभेएवढी क्षुद्र सभा नेहरूंच्या आयुष्यात त्यांना पाहायला मिळाली नसेल. सभेला २०-२५ हजार लोकच जमले होते."

नेहरूंची चौपाटीवरील सभा रक्ताचा डाग लागल्याशिवाय कशी पूर्ण होणार? हे सत्कार्य मुंबई प्रदेश काँग्रेसचे उपाध्यक्ष के. के. शहा यांच्या सहकाऱ्याने केले वाडीलाल पांचाळ यांनी. चौपाटीहून परत येत असताना चर्नीरोड स्टेशनलगत रस्त्यावर संयुक्त महाराष्ट्रवादी घोषणा देत उभे होते. चिडलेल्या पांचाळांनी या जमावावर गोळीबार केला. त्यात सीताराम घाडीगावकर हा १८ वर्षांचा तरुण मारला गेला. जखमी झालेल्या एका भैय्याला मात्र पोलीस चौकशी आणि खटल्याला सामोरे जावे लागले.

३ जूनला काँग्रेस महासमितीच्या सभेत पंडित नेहरूंनी भाषण केले. त्यात नेहरू नेमके काय म्हणाले, त्याबद्दल महाराष्ट्रातील काँग्रेस नेत्यांतच एकमत होत नव्हते. म्हणून देवगिरीकरांनी खुलासा विचारणारे पत्र श्रीमन्नारायण यांना पाठविले. त्यांनी ते नेहरूंना दिले. नेहरूंनी आपल्या 'ह्या' भाषणाबद्दल एक मुद्देसूद टिपण करून १३ जून १९५६ रोजी देवगिरीकरांना पाठविले आणि आवश्यक तर प्रदेश काँग्रेस समितीत हे टिपण ठेवण्याची विनंती केली. नेहरूंनी पाठविलेले टिपण असे-
३ जून १९५६ रोजी मुंबईत अ. भा. काँग्रेस समितीच्या बैठकीत मी केलेल्या भाषणासंबंधी विचारणा केली जात आहे. मी नेमके काय म्हणालो, हे पुढे स्पष्ट केलेले आहे. पुढील सहा मुद्दे विशद करावेत असे मला सांगण्यात आले आहे.

(१) **केंद्रशासित मुंबईचा कालावधी** - संसदेसमोर मांडण्यात आलेल्या विधेयकात मुंबई शहर केंद्रशासित करावे अशी तरतूद आहे. ती सरकारने घेतलेल्या भूमिकेमुळे केलेली असून तिला काँग्रेस पक्षानेही मान्यता दिलेली आहे. त्याबद्दल अधिक काही बोलण्याजोगे नाही. मात्र, मुंबई शहरातील प्रतिनिधींचे केंद्रशासित मुंबईच्या प्रशासनाबरोबर साहचर्य असावे यासाठी योग्य ती व्यवस्था करण्याचा आमचा इरादा असल्याचे मी सांगितले. सुमारे ५ वर्षांचा कालावधी संपल्यावर मुंबईतील नागरिकांना आपल्या शहराचे भवितव्य काय असावे याचा निर्णय घेण्याची संधी दिली जाईल, असे मी म्हणालो. त्यासाठी कोणती पद्धती वापरावी हे नंतर संबंधित लोकांशी विचारविनिमय करून ठरवले जाईल.

(२) **मुंबईतील कार्यालये** - जोपर्यंत आवश्यक असेल तोपर्यंत महाराष्ट्र सरकारची कार्यालये मुंबई शहरात राहू दिली जातील. मात्र, मुंबई ही महाराष्ट्राची राजधानी असणार नाही. महाराष्ट्राची राजधानी महाराष्ट्रात अन्यत्र असेल.

(३) केंद्रशासित मुंबई, महाराष्ट्र व गुजरात या तिन्हीसाठी एकच उच्च न्यायालय असेल असे मी म्हणालो.

(४) या तिन्हीसाठीही एकच लोकसेवा आयोग असेल आणि केंद्रशासित मुंबई, महाराष्ट्र व गुजरात त्यास मान्यता देतील अशी आम्हाला आशा वाटते.

(५) **ठाणे, कुलाबा व रत्नागिरी या जिल्ह्यांचे भवितव्य** - संसदेसमोर मांडण्यात आलेल्या विधेयकातील तरतुदींनुसार या जिल्ह्यांचे मुंबई शहराशी निकटचे संबंध आहेत. विशेषत: अनेक लोक मुंबई शहरात नोकऱ्या

करतात आणि पोटापाण्यासाठी उद्योग–व्यवसाय करतात. संकल्पित बदलांमुळे त्यांचे नुकसान होणार नाही, याची काळजी घेतली जाईल.

(६) **नोकऱ्यांबाबतची परिस्थिती** – संकल्पित बदलामुळे कोणत्याही अधिकाऱ्याचे किंवा कारकुनाचे नुकसान होणार नाही याची खबरदारी घेतली जाईल. अनेक सरकारी कर्मचारी मुंबई शहरातच राहतील. काहींची मात्र गुजरात राज्यात किंवा महाराष्ट्र राज्यात बदली करावी लागेल. संकल्पित बदलांमुळे नोकरकपात केली जाईल अशी भीती कोणी बाळगू नये. कारण नोकरकपात करण्याचा प्रश्नच उद्‌भवत नाही. (त्र्यं. र. देवगिरीकर : खासगी पत्रव्यवहार)

नेहरूंच्या चौपाटीवरील भाषणामुळे विविध प्रतिक्रिया उमटल्या. ''३ जून रोजी मुंबईसंबंधी जी घोषणा करण्यात आली तिच्यामुळे माझे मन अगदी निराळ्या अवस्थेत आहे.'' असे ग. त्र्यं. माडखोलकरांनी शंकरराव देवांना ६ जूनला पत्र पाठवून कळवले आणि लिहिले, ''संयुक्त महाराष्ट्राचा प्रश्न तडजोडीने सुटण्याची शक्यता या घोषणेमुळे नष्ट झाल्यासारखी दिसत आहे. आजपर्यंत काँग्रेसश्रेष्ठींवर माझी यत्किंचितही श्रद्धा किंवा विश्वास नसतानासुद्धा केवळ आपल्यासंबंधीच्या आदरामुळे, विश्वासामुळे आणि १९४६ सालच्या जुलैमध्ये मुंबई प्रदेश कमिटीच्या कार्यालयात आपल्याला दिलेल्या वचनानुसार मी आपल्याला सर्वस्वी बांधलेला होतो व म्हणूनच संयुक्त महाराष्ट्राच्या बाबतीत आपल्या नेतृत्वाला सुसंगत अशा रीतीने वागण्याचा आणि 'तरुण भारता'चेही धोरण शक्य तोवर ठेवण्याचा प्रयत्न मी दक्षतेने केला. आजही आपल्यासंबंधीच्या व्यक्तिगत भावनेत अणुमात्रही अंतर पडलेले नाही; पण आपले धोरण यशस्वी होणार नाही असे मात्र विश्वासाने वाटत आहे... कोणत्याही अवैधानिक चळवळीत मी स्वभावत:च भाग घेऊ शकत नाही. माझी जी काय अल्पस्वल्प शक्ती आहे ती फक्त लेखक आणि पत्रकार म्हणूनच. त्यामुळे सध्याच्या स्थितीत माझ्यासारख्या शक्ती नसलेल्या माणसाला सत्याग्रहाशिवाय कर्तव्यपूर्तीचा दुसरा मार्ग नाही. १५ जुलैनंतर मी या बाबतीत निर्णय घेईन व नागपूर किंवा पुणे येथे सत्याग्रहात सामील होईन. (शंकरराव देव : खासगी पत्रव्यवहार)

मुंबईत तेव्हा 'नवाकाळ' या एकमेव मराठी दैनिकाचे मालक व संपादक मराठी भाषक होते. 'नवाकाळ' सुरुवातीपासूनच काँग्रेसचा पाठीराखा होता. मुंबईसह संयुक्त महाराष्ट्राचा मात्र 'नवाकाळ'ने सुरुवातीपासूनच पुरस्कार केला होता.

चौपाटीवरील नेहरूंच्या भाषणाने ‘नवाकाळ’चे संपादक अप्पासाहेब खाडिलकर खवळले नसते तरच नवल ! अत्यंत सात्त्विक संतापाने त्यांनी लिहिले,

“पंडित नेहरूंच्या घोषणेने महाराष्ट्राच्या हृदयावर जळता निखारा ठेवला आहे... निदान महाराष्ट्र–मुंबईपुरती तरी भारतात लोकशाही नाही. सत्य, अहिंसा नाही. गोळीबार, लाठीहल्ले, आगपाखड आणि अन्याय्य निर्णयांची जबरदस्ती यांची पूजा नव्या महाराष्ट्राच्या पाचवीला पूजली जात आहे. श्रेष्ठींनी नेहरूंच्या मुखाने हा निर्णय वदवून महाराष्ट्र बरबाद करण्याचा निर्धारच जसा काही केला आहे, तसा निर्धाराचा अनुभव महाराष्ट्राला काही नवा नाही. दिल्लीचा औरंगजेब असाच चतुरंग सैन्यासह महाराष्ट्रावर कोसळला होता. सुरत काँग्रेसच्या वेळी महाराष्ट्रीय पक्षाचे वाटोळे करण्याचा असाच चंग ब्रिटिशांनी व त्यांच्या मवाळ हस्तकांनी बांधला होता. पानिपतनंतर महाराष्ट्राला खच्ची करावयास असेच त्यावेळचे राजेरजवाडे टपलेले होते. चोहोबाजूंनी महाराष्ट्र संकटांनी घेरला जाऊन महाराष्ट्राचे कोळसे गोणीत भरण्याची तयारी झाली होती... आणीबाणीच्या काळातच महाराष्ट्राची कसोटी लागलेली आहे व कणखरपणामुळे त्याचे कोळसे होण्याचा प्रसंग टळलेला आहे. इतकेच नव्हे तर भारताचा भाग्यविधाता हा दर्जा महाराष्ट्राकडे चालत आलेला आहे. संयुक्त महाराष्ट्राच्या लढ्यातही महाराष्ट्र केवळ स्वहित साधत आहे असे नाही तर न्यायनीतीचा मुडदा भारतात कधीही व कोठेही पडणार नाही अशी कणखर परंपरा महाराष्ट्राच्या लढ्याने निर्माण होऊ घातलेली आहे.”

१९५६च्या जूनपासून अत्रे, बागल, ठाकरे (प्रबोधनकार) या कट्टर संयुक्त महाराष्ट्रवादी पण अपक्ष नेत्यांनी भाषणाच्या अखेरीस ‘जय महाराष्ट्र’ असा जयघोष करण्यास सुरुवात केली.

❑❑❑

१४

राजीनाम्याचा काँग्रेसी फार्स

पंतप्रधान पंडित नेहरूंनी चौपाटीवरील जाहीर सभेत महाराष्ट्राच्या जखमांवर मीठ चोळणारे भाषण केल्यानंतर संयुक्त महाराष्ट्रवादी काँग्रेसजनांमध्येही त्याची तीव्र प्रतिक्रिया उमटली. नेहरूंच्या विधानांचा निषेध करीत आपल्याला पदांचे राजीनामे द्यायचे की शिस्त आणि पक्षनिष्ठेचे नाव सांगत नेहरूंचा निर्णय निमूटपणे स्वीकारायचा, यावर मात्र मतभेद कायम होते. या सगळ्या प्रश्नावर चर्चा करण्यासाठी महाराष्ट्र प्रदेश काँग्रेस समितीने १६ व १७ जूनला पुण्यात एक बैठक घेण्याचे ठरविले आणि त्याची निमंत्रणेही मुंबई प्रदेश, विदर्भ प्रदेश, काँग्रेस अशा अन्य प्रदेश समित्यांच्या नेत्यांनाही पाठविण्यात आली. या निमंत्रण पाठविण्यातही राजकारण केले गेले होते. मुंबईसह संयुक्त महाराष्ट्राच्या प्रश्नावर मंत्रिपदाचा राजीनामा दिलेल्या डॉ. नरवणे यांना निमंत्रणच नव्हते; पण मुंबई प्रदेश काँग्रेसच्या घारपुरे आणि महाशब्दे यांना मात्र आवर्जून बोलविण्यात आले होते. या तिघांमध्ये फूट पाडण्याचेच हे राजकारण असल्याने घारपुरे, महाशब्देही पुण्याच्या बैठकीला गेले नाहीत.

विदर्भ प्रदेश काँग्रेसचे अध्यक्ष गोपाळराव खेडकर आणि नागपूर प्रदेश समितीचे अध्यक्ष तुमपल्लीवार या दोघांनाही निमंत्रण होते; पण या दोघांनीही आपण येत नसल्याचे देवगिरीकरांना एक पत्र लिहून कळविले.

तुमपल्लीवारांनी १२ जून १९५६ रोजी धाडलेल्या पत्रात आपली भूमिका स्पष्ट केली होती. ‘‘या बाबतीत मी श्री. खेडकरांशीही बोललो. त्या ठिकाणी आमच्या दोघांच्या येण्याने कोणत्याही प्रकारे विशेष लाभ होणार नाही असे आमचे दोघांचेही मत आहे. जर संमती द्याल तर तिन्ही प्रदेश काँग्रेस कमिट्यांच्या कार्यकारिणीची बैठक नागपूरला बोलवावी अशी माझी इच्छा आहे.

श्री. खेडकरांनीही या गोष्टीला संमती दिली.... मुंबईबाबत पंडित नेहरूंनी जो निर्णय जाहीर केला त्याबाबत श्री. खेडकरांनी आपले मत पत्रकाद्वारे व्यक्त केले आहेच. काँग्रेसश्रेष्ठींचा निर्णय निमूटपणे मानावा आणि त्याच्या अंमलबजावणीसाठी हिमतीने जनतेसमोर यावे व साऱ्या प्रतिक्रियांना तोंड देण्यात आपले कसब वेचावे ही आमची भूमिका पूर्वीपासून स्पष्ट आहे. त्यामुळे मी पत्रक वगैरे काढण्याच्या भानगडीत पडलो नाही, तरी मौनाचा कोणी गैरसमज करू नये म्हणून मी आज एक पत्रक प्रकाशनार्थ पाठवीत आहे.'' (त्र्यं. र. देवगिरीकर : खासगी पत्रव्यवहार)

पुण्याच्या बैठकीपूर्वीच मुंबई, विदर्भ आणि नागपूर या समित्यांचे प्रतिनिधी हजर राहणार नाहीत हे स्पष्ट झाले होते. त्यामुळे आता निर्णय महाराष्ट्र प्रवेश काँग्रेस समितीनेच घ्यायचा होता. हा निर्णय काय असावा, यासंबंधी प्रसिद्ध उद्योगपती शांताराम डहाणूकर यांनी एक टिपण तयार केले आणि ते देवगिरीकरांना १५ जूनला पाठवून दिले. डहाणूकरांनी केलेल्या सूचना अत्यंत महत्त्वाच्या होत्या. त्यांनी पुढील सूचना केल्या होत्या.

(१) अधिकारपदांचा त्याग : काँग्रेस कार्यकारिणीचे सदस्यत्व, केंद्रीय तसेच राज्य मंत्रिमंडळातील मंत्रिपदे आणि विधानसभेचे अध्यक्षपद याचे राजीनामे देऊन ह्या जागा रिकाम्या कराव्यात.

(२) आपण काँग्रेसचे सदस्य म्हणून कार्य करीत राहावे. ते करताना मुंबई शहर, बेळगाव, कारवार वगैरेंचा समावेश महाराष्ट्रात करावा यासाठी चळवळ करीत राहणे चुकीचे म्हणता येत नाही. जर काँग्रेसश्रेष्ठींना अशी चळवळी करीत राहणे हा शिस्तभंग वाटला तर त्यांनी कोणती कृती करावी हे ठरवण्याची जबाबदारी सोपवावी. बहुसंख्य काँग्रेसजनांनी चळवळ चालू ठेवली तर काँग्रेसश्रेष्ठी त्यांच्याविरुद्ध कारवाई करणार नाहीत असे मला वाटते.

(३) वर दर्शविल्याप्रमाणे खंबीरपणे कणखर कृती केल्यास काँग्रेसने गमावलेली प्रतिष्ठा पुन्हा मिळविण्याची संधी लाभेल.

(४) मुंबई शहर, बेळगाव, कारवार वगैरेंचा समावेश महाराष्ट्रात व्हावा यासाठी शांततापूर्ण व अहिंसक चळवळ चालू ठेवण्यासंबंधी महाराष्ट्र प्रदेश काँग्रेसने प्रस्ताव मंजूर करून निर्देश द्यावा.

(५) महाराष्ट्रात मंत्रिमंडळ बनवण्याची घाई करू नये. मुंबई शहर महाराष्ट्रात समाविष्ट केले जाईपर्यंत आपण वाट पाहात राहावी. दरम्यान महाराष्ट्रही केंद्रशासित झाला (म्हणजे महाराष्ट्रात राष्ट्रपती राजवट प्रस्थापित झाली)

तरी अशा स्थितीला आपण सामोरे गेले पाहिजे.... मुंबई शहरातील मराठीभाषकांची संख्या ज्यामुळे घटेल अशी धोरणे मुंबईतील गुजरातीभाषकांच्या वर्तुळात आखली जात आहे. मुंबई शहर ही महाराष्ट्राची राजधानी राहिली नाही तर मराठीभाषकांच्या एकूण संख्येपैकी काही टक्के लोक मुंबई सोडून अन्यत्र जातील आणि त्यांच्या जागी बिगरमराठी भाषक येतील. परिणामतः १९६० पर्यंत मराठीभाषकांचे प्रमाण घटून ते ३० ते ३५ टक्क्यांपर्यंत घसरेल तेव्हा मुंबई शहर महाराष्ट्रात समाविष्ट करावे की केंद्रशासित राहू द्यावे ह्या प्रश्नावर मतदान घेतल्यास मराठीभाषकांना साधे बहुमत मिळवण्याचीही संधी मिळणार नाही. भंगलेल्या महाराष्ट्रात मंत्रिमंडळ बनवण्यास आपण नकार दिला तसेच केंद्र सरकारचा निर्णय स्वीकारण्याचे नाकारले तरच ही धोकादायक परिस्थिती टाळता येईल. आपण असे केले तर आपल्या कल्पनेपेक्षाही कितीतरी आधी ह्या प्रश्नांचा फेरविचार केला जाईल आणि मुंबई शहराचा समावेश महाराष्ट्रात केला जाईल.

(६) या दृष्टिकोनातून मी संयुक्त महाराष्ट्र समितीच्या प्रस्तावाला पुष्टी देत आहे.

(७) लोकांच्या इच्छेची कदर करण्याची हीच वेळ आहे. त्यामुळे काँग्रेसश्रेष्ठींची अवकृपा झाली तरी आपण धैर्य दाखवून प्रस्ताव मंजूर करून कृती करण्यासंबंधीचा निर्देश द्यावा असे मला वाटते. (त्र्यं. र. देवगिरीकर : खासगी पत्रव्यवहार)

प्रदेश काँग्रेसच्या बैठकीपूर्वी देवगिरीकरांनी १५ जूनला जिल्हा काँग्रेसचे अध्यक्ष व चिटणीस यांची एक अनौपचारिक सभा घेतली. या सभेला १० जिल्हा काँग्रेस समित्यांचे अध्यक्ष व चिटणीस उपस्थित होते. या सभेत राजीनामे देण्याचा प्रश्न चर्चेला आला, तेव्हा त्यांच्यात उभी फूट पडल्याचे लक्षात आले. १० पैकी ६ जिल्ह्यांतील प्रतिनिधींनी मुंबईची महाराष्ट्रापासून फारकत करणारा केंद्राचा निर्णय फेटाळून लावावा आणि निषेधार्थ राजीनामे द्यावेत असे जोरदारपणे मांडले. याउलट उत्तर सातारा, कोल्हापूर, सोलापूर व पूर्व खानदेश या चार जिल्ह्यातील प्रतिनिधींनी राजीनाम्याचे अतिरेकी पाऊल टाकू नये असे मत व्यक्त केले. निष्ठावंत काँग्रेसजन म्हणून या निर्णयाचा स्वीकार करावा आणि तो बंधनकारक मानावा असे त्यांचे म्हणणे होते.

प्रदेश काँग्रेस कार्यकारिणीच्या बैठकीत तर हिरे विरुद्ध चव्हाण गटाची दुही पुरतेपणाने चव्हाट्यावर आली. १६ जूनला सकाळीच कार्यकारिणीची बैठक सुरू

झाली. त्यात १९ सदस्य आणि ११ निमंत्रित हजर होते. भाऊसाहेब हिरे यांनी राजीनामे देण्यासंबंधीचा ठराव मांडला. त्यावर साडेचार तास चर्चा होऊनही ठरावावर एकमत झाले नाही. दुसऱ्या दिवशी सकाळी पुन्हा कार्यकारिणीची बैठक भरली, तेव्हा ठरावावर मतदान घेण्याचे ठरले. मतदानात ठरावाच्या बाजूने ९ आणि विरोधात ९ अशी समान मते पडली. विरोधात मतदान करणाऱ्यांचा हिरे यांच्या ठरावातील शेवटच्या परिच्छेदान असलेल्या, काही शब्दांना आक्षेप होता. वादाचा विषय बनलेल्या शेवटच्या परिच्छेदात म्हटले होते, ''नवीन निर्माण होणाऱ्या महाराष्ट्रात विकासाची जबाबदारी या प्रदेशातील जनतेप्रमाणे दुसऱ्याही मराठी प्रदेशातील जनतेवर पडते. ही जबाबदारी काँग्रेस टाळू इच्छित नाही; परंतु ही जबाबदारी स्वीकारताना जनतेमध्ये काँग्रेस कमिटीच्या भाषिक प्रांतांसंबंधीच्या या धोरणाविषयी स्पष्ट कल्पना व मान्यता असणे अत्यंत जरूर आहे. तसेच या कमिटीची अशी धारणा आहे की वरील कार्य सफल होण्याच्या दृष्टीने काँग्रेस कार्यकर्त्यांनी अधिकारपदांचा त्याग करून कार्य करणे योग्य ठरेल.'' ठरावातील हे शेवटचे वाक्यच बहुतेक मंत्र्यांना मान्य नव्हते. हिरे आणि विधानसभेचे अध्यक्ष कुंटे हे दोघे वगळता, कोणीही मंत्री वा उपमंत्री राजीनामा देण्यास तयार नव्हते. केंद्राच्या घोषणेप्रमाणे महाराष्ट्राचे वेगळे राज्य झालेच, तर या बाकी सर्वांनाच, मिळणारा सत्तेतील वाटा गमवायचा नव्हता.

या सर्वांची सोय करून देण्यासाठी नाशिकचे आमदार वामनराव यार्दी पुढे सरसावले. त्यांनी ठरावाला दुरुस्ती सुचविली आणि शेवटच्या वाक्यात 'जरूर तर' अशा दोन शब्दांची भर घालावी असे सुचविले. या दुरुस्तीने राजीनामा न देण्याची पळवाट तयार होणार होती. यार्दी यांची ही उपसूचना मताला टाकल्यानंतरही ९ विरुद्ध ९ असे समान मतदान झाले. प्रदेशाध्यक्ष देवगिरीकरांनी आपले निर्णायक मत उपसूचनेच्या बाजूने टाकले. त्यामुळे उपसूचना स्वीकारण्यात आली. नंतर उपसूचनेसह मूळ ठराव मताला टाकला असताना पुन्हा समान मतदान झाले. यावेळी मात्र अध्यक्षांनी निर्णायक मत देण्याचे नाकारले आणि 'आहे या स्थितीतील ठराव सर्वसाधारण सभेत मांडा' असा निर्णय दिला.

१७ जूनला दुपारी प्रदेश काँग्रेस समितीच्या सर्वसाधारण सभेची बैठक झाली, तिला १२६ सभासद व निमंत्रित हजर होते. राजीनामे देण्यासंबंधीचा मूळ ठराव भाऊसाहेब हिरे यांनी सभेत मांडला. बाळासाहेब सावंत यांनी त्याला अनुमोदन दिले. इथे यशवंतराव चव्हाणांच्या मदतीला भारदे आले. त्यांनी ठरावातील 'अधिकारपदांचा त्याग' हा उल्लेख गाळावा अशी सूचना मांडली. भारदे

यांच्या सूचनेला यशवंतरावांसह त्यांच्या गटातील अनेकांनी पाठिंबा दिला. ठराव मताला टाकल्यानंतर भारदे यांची उपसूचना ६६ विरुद्ध ५६ मतांनी फेटाळण्यात आली. शेवटचे वाक्य वगळता बाकीचा सर्व ठराव सर्वांना मान्य होता. राजीनाम्याच्या मुद्द्यावर मतदान झाले. हिरे यांचा ठराव ६६ विरुद्ध ५६ मतांनी संमत झाला. महाराष्ट्र प्रदेश काँग्रेसमध्ये हिरे विरुद्ध यशवंतराव चव्हाण अशी उभी फूट पडली आहे, हे सर्वसाधारण सभेतही स्पष्ट झाले.

भारदे यांच्या उपसूचनेला पाठिंबा देताना यशवंतराव चव्हाण काय म्हणाले ते 'सकाळ' आणि 'केसरी' या वृत्तपत्रांनी प्रसिद्ध केले आहे. ''भाऊसाहेब हिरे किंवा चव्हाण अशा स्वरूपाचा हा प्रश्न नसून प्रांताच्या हिताचा आहे. पूर्वी (म्हणजे १९५६ च्या जानेवारीत) आम्ही राजीनामे दिले होते. त्याचे काय धिंडवडे निघाले ते माहीत आहे. आता राजीनामे दिल्यावर तशीच स्थिती होणार नाही हे कशावरून? माझे तर असे मत आहे की महाराष्ट्राच्या हितासाठी भाऊसाहेबांनी राजीनामा देऊ नये. राजीनामा दिल्याने कार्यभाग होणार आहे का? राजकारण करावयाचे म्हटले की सत्ताही स्वीकारली पाहिजे. (सकाळ १९ जून १९५६) श्री. भाऊसाहेबांनी ज्यांना राजीनामा देण्याची आवश्यकता वाटत असेल त्यांनी तो द्यावा, असे म्हटले आहे त्याचप्रमाणे ज्यांना द्यावयाचा नसेल त्यांनी तो देऊ नये असे एक वाक्य तुम्ही घाला म्हणजे आमचा विरोध संपला असे माझे म्हणणे होते... काँग्रेसचे कार्य करण्यासाठी राजीनामे देणे आवश्यक आहे असे सांगितले गेले, याचा अर्थ जे राहिले ते स्वार्थासाठी राहिले असाही होऊ शकतो. आपल्याला जो अभिप्रेत नाही तो अर्थ त्यातून निघेल हे ध्यानात घ्या. राजीनाम्याची भाषा वापरून आपण विरोधकाचे मळे शिंपीत आहोत. राजीनामा देणाऱ्यांचा बाजारभाव काही अंशी वाढेल हे खरे; पण त्यातून काही साधणार नाही. नेतृत्व म्हणजे भावनावशता नाही. नेतृत्व म्हणजे योग्य मार्गदर्शन. (केसरी १९ जून १९५६)

यशवंतरावांनी आपले भाषण छापून आणून पुढे काय होण्याची शक्यता आहे, याचेच संकेत लोकांना दिले. दुसऱ्याच दिवशी प्रदेश काँग्रेसच्या प्रवक्त्याने मंजूर झालेल्या ठरावाबद्दल स्पष्टीकरण दिले, ते असे- ''संयुक्त महाराष्ट्राच्या प्रश्नामुळे लोकांचा काँग्रेसजनांवरील विश्वास उडालेला आहे. त्या विश्वासास काँग्रेसजनांनी पुन्हा पात्र व्हावे म्हणून महाराष्ट्र प्रदेश काँग्रेसने हा ठराव केला आहे. जरी यात राजीनामे देण्याची मुभा दिलेली असली तरी ते काँग्रेस संघटनेविरुद्ध बंड आहे असे मानण्याचे कारण नाही. विरोधकांची संघटित शक्ती भाषिक प्रश्नाबद्दल लोकांच्या भावनांवर विजय मिळवू शकली आणि त्यामुळे काँग्रेस संघटना व लोक

यांच्यात अंतर पडत चालले होते. सत्तारूढ काँग्रेसजनांनी 'काहीतरी कृती' करून दाखववावी अशी लोकांची इच्छा होती व लोकांच्या या इच्छेस मान देण्यासाठी काही करणे आवश्यक असल्यामुळे हा ठराव करण्यात आला आहे. कोणीही राजीनामा दिला तरी तो काँग्रेसश्रेष्ठी किंवा सेंट्रल पार्लमेंट बोर्डाकडून मान्य करून घ्यावा लागेल.'' (सोलापूर समाचार : २० जून १९५६)

काँग्रेस प्रवक्त्याच्या स्पष्टीकरणातील शेवटचे वाक्य महत्त्वाचे आणि दाहक वास्तव सांगणारे होते. त्याचा प्रत्ययही लगेचच सर्वांना आला. पुण्यातील बैठक आटोपून मुंबईला पोहोचताच भाऊसाहेब हिरे यांनी मोरारजींची भेट घेतली आणि आपण मंत्रिपदाचा राजीनामा देणार असल्याचे सांगितले. त्यावर मोरारजी म्हणाले, ''आपण त्यासाठी आधी काँग्रेसश्रेष्ठींची परवानगी मिळवा आणि मगच राजीनामा द्या.'' १९ जूनला सकाळी भाऊसाहेब हिरे, नानासाहेब कुंटे आणि रा. कृ. पाटील विमानाने दिल्लीला रवाना झाले. हिरे यांच्या आग्रहाच्या विनंतीवरून प्रदेशाध्यक्ष देवगिरीकरही त्यांच्याबरोबर दिल्लीला गेले. २१ जून १९५६ रोजी सकाळीच पंतप्रधान नेहरू राष्ट्रकुल परिषदेसाठी परदेशी जाणार होते. हा दौरा ३-४ आठवड्यांचा होता. त्यामुळे महाराष्ट्रातून आलेल्या या नेत्यांना भेटीगाठींसाठी जेमतेम दीड दिवस शिल्लक होता. दुसऱ्या दिवशी या सर्व नेत्यांनी आधी चिंतामणराव देशमुखांची भेट घेतली आणि नंतर काँग्रेस अध्यक्ष ढेबर यांना ते भेटले. ढेबरभाईंनी प्रेमाने आगत-स्वागत करीत, गोड बोलून राजीनामे देऊ नका, त्याचा काही उपयोग नाही असा सल्ला देऊन त्यांना निरोप दिला.

पंतप्रधान नेहरू, आधी भेट ठरली असल्याशिवाय सहसा कोणाला भेटत नसत; पण हिरे, देवगिरीकर भेटायला आल्याचे कळताच नेहरूंनी घरातील आपल्या कार्यालयाचे दरवाजे स्वत: उघडत त्यांचे स्वागत केले. भेटीत अर्थातच 'राजीनामा देऊ नका' हा सल्ला दिलाच. भेटीची वेळ संपल्यावर या दोघांना निरोप द्यायला ते स्वत: बाहेर आले आणि मोटारीचे दार स्वत: उघडून दोघांना मोटारीत बसायला सांगितले. नेहरूंच्या या सौजन्यपूर्ण वागणुकीमुळे हिरे भारावले. देवगिरीकर दिल्लीत नेहमी वावरत असल्याने नेहरूंची दोन्ही टोकाची वागणूक त्यांना परिचित होती. नेहरूंचे घर सोडताना आपला राजीनामा कोणी स्वीकारणार नाही हे हिरे यांना पुरेसे स्पष्ट झाले होते. तरीही संध्याकाळी सर्वांनी गृहमंत्री पंतांची भेट घेतली. त्यांनीही राजीनामा न देण्याचा सल्ला देऊन सर्वांची बोळवण केली.

२१ जूनला सकाळीच हिरे आणि मंडळी मुंबईला परतण्यासाठी पालम विमानतळावर पोचली. नेहरू अजून विमानतळावरच होते. चार-पाचशे लोक त्यांना

निरोप देण्यास जमले होते. मुंबईच्या विमानाला थोडा वेळ असल्याने हिरे वगैरे त्या गर्दीत शिरले. नेहरूंनी लांबूनच त्यांना पाहिले आणि निरोप पाठवून एकट्या हिऱ्यांना भेटायला बोलावले. हिरे जवळ येताच त्यांच्या पाठीवरून हात फिरवत नेहरूंनी त्यांना चक्क मिठी मारली. विमानाजवळ त्यांना घेऊन जात विमानात चढण्यापूर्वी 'राजीनामा देऊ नका', अशी विनंती नेहरूंनी केली. नेहरूंचा हा वशीकरण प्रयोग एवढा प्रभावी होता की हिरे यांच्या मनातील राजीनाम्याचा विचार त्याच क्षणी विरघळून गेला.

दिल्लीतील काँग्रेसश्रेष्ठींनी महाराष्ट्रातील नेत्यांना 'राजीनामा देऊ नका' असे सांगून परत पाठवले, यामागे दुसरेच कारण होते. त्रिराज्य योजनेऐवजी विशाल द्विभाषिक करण्याची योजना त्यांच्या मनात तयार झाली होती आणि कुंटे, देव वगैरे नेत्यांना ती संमत करायला लावण्याचे काम पी. के. देशमुख यांच्याकडे सोपविण्यात आले होते. त्या संदर्भात देशमुखांनी नेहरूंना पाठविलेल्या पत्रातूनच हा सर्व बनाव स्पष्ट केला.

२५ जून १९५६ रोजी नेहरूंना पाठवलेल्या पत्रात पी. के. देशमुखांनी लिहिले होते, "सर्व मराठीभाषक प्रदेश तसेच गुजरातीभाषक प्रदेश समाविष्ट करून विशाल द्विभाषिक मुंबई प्रांत निर्माण करण्यास श्री. हिरे, श्री. कुंटे आणि शंकरराव देव यांची मी संमती मिळवली आहे. हे वृत्त आपणास कळवण्यासाठी मी हे पत्र लिहिले आहे. २३ जून १९५६ रोजी मी आंतर-राज्य मंत्र्यांच्या परिषदेसाठी मुंबईला गेलो असताना मोरारजी देसाई यांना तीन वेळा भेटलो. तेव्हा हे वृत्त मी मोरारजी देसाई यांनाही सांगितले. त्यांच्याबरोबर संभाषण करीत असताना मला कळले की, आपण, तसेच ढेबरभाई आणि पंतजी यांचेही मत सर्व मराठी भाषक प्रदेश व सर्व गुजरातीभाषक प्रदेश समाविष्ट करून विशाल द्विभाषिक मुंबई राज्य निर्माण करावे असेच आहे.''

"महाराष्ट्रातल्या विशिष्ट राजकीय परिस्थितीचा विचार करता श्री. देव, श्री. हिरे आणि श्री. कुंटे यांना आपण दिल्लीस बोलावून घ्यावे आणि विशाल द्विभाषिक मुंबई राज्याची निर्मिती करणे केवळ महाराष्ट्राच्याच नव्हे तर सबंध देशाच्याही हिताचे ठरेल, असे आपण त्यांना सांगावे. आपण त्यांना असे सांगताच ते आपली संमती देतील. आरंभी हिऱ्यांचा विशाल द्विभाषिकास पूर्णपणे विरोध होता; पण त्यांनी आपला विरोध मागे घेतला आणि विशाल द्विभाषिकास पूर्णपणे संमती दिली आहे. मात्र ही बाब सहानुभूती दाखवून हाताळली पाहिजे. आधीच्या सर्व प्रसंगांमध्ये आपल्याला योग्य रीतीने वागवण्यात आले नाही अशी त्यांची

भावना आहे. त्यामुळे आपण होऊन ते कोणताही प्रस्ताव मांडणार नाहीत. आपण होऊन कोणताही प्रस्ताव मांडल्यामुळे आपली स्थिती अधिकच अडचणीची होईल असे त्यांना वाटते. आता जलदीने कृती करणे आवश्यक आहे. दिरंगाई केल्यास परिस्थिती अधिकच गुंतागुंतीची होईल अशी मला भीती वाटते. आता कोणती पावले उचलणे योग्य ठरेल हे आपणास ठरवावयाचे आहे.''

विशाल द्विभाषिक मुंबई राज्याची कल्पना खरे तर शंकरराव देवांनी ऑक्टोबर १९५५ मध्येच सुचविली होती; परंतु त्यावेळी काँग्रेसश्रेष्ठींनी हा तोडगा स्वीकारला नव्हता. मुंबईसह संयुक्त महाराष्ट्रासाठी सुरू झालेल्या उग्र आंदोलनामुळे आणि महाराष्ट्रीय काँग्रेसजनांचा मुंबई केंद्रशासित करण्यास विरोध असल्यामुळे दिल्लीत त्रिराज्य योजनेचा फेरविचार सुरू झाला होता. मुंबई महाराष्ट्राला द्यायची नाही, यावर काँग्रेसश्रेष्ठींचे एकमत होते; पण विशाल द्विभाषिक करण्यास त्यांची ना नव्हती. त्यामुळे हा जुनाच तोडगा पुन्हा नव्याने चर्चेला आला. फक्त याचा निर्णय नेहरू परदेशातून परतल्याशिवाय होणार नव्हता.

महाराष्ट्र काँग्रेसचे नेते नेहरू येण्याची वाट बघत स्वस्थ बसले असताना अचानक नवीनच कलगीतुरा सुरू झाला. त्याची सुरुवाती केली पां. न. ऊर्फ बापूसाहेब राजभोज यांनी. राजभोज हे मुळात आंबेडकरांचे प्रमुख अनुयायी. शेतकरी कामगार फेडरेशनचे बारा वर्षे सरचिटणीस राहिलेले. आंबेडकरांशी मतभेद झाल्याने ते काँग्रेसवासी झाले. श्रीरामपूरमध्ये झालेल्या काँग्रेस कार्यकर्त्यांच्या एका सभेत त्यांनी महाराष्ट्रातील काँग्रेस नेत्यांवर थेट हल्लाबोल केला. 'महाराष्ट्राचे काँग्रेस नेते, दिल्लीत एक बोलतात आणि महाराष्ट्रात दुसरेच सांगतात' असा स्पष्ट अरोप करून त्यांनी खळबळ उडवून दिली.

''मुंबई केंद्रशासित करण्यास हरकत नाही असे लेखी निवेदन महाराष्ट्र काँग्रेसच्या पुढाऱ्यांना काँग्रेसश्रेष्ठींना दिले होते. त्यानंतरच तशी घोषणा करण्यात आली. पत्रकावर भाऊसाहेब हिरे, यशवंतराव चव्हाण व मामासाहेब देवगिरीकर यांच्या सह्या होत्या. हा गौप्यस्फोट केव्हा ना केव्हा होणारच असेही ते म्हणाले. पुढारीपण दुसरीकडे जाईल या भीतीने पुण्यात त्यांनी विरोध केला. पुण्यात झालेल्या महाराष्ट्र प्रांतिक काँग्रेस समितीच्या बैठकीत राजीनाम्यासंबंधी अमान्य झालेली उपसूचना श्री. चव्हाण यांनी मांडली असती तर कदाचित पास झाली असती; परंतु त्र्यं. शि. भारदे यांच्यासारख्या जिल्हा कार्यकर्त्याने मांडल्यामुळे ती पास होऊ शकली नाही असेही मत त्यांनी व्यक्त केले. (सकाळ २९ जून १९५६)

प्रदेशाध्यक्ष देवगिरीकरांनी राजभोज यांच्या आरोपांचा स्पष्ट शब्दात इन्कार केला आणि राजभोज म्हणतात, तसे आमच्या सह्यांचे निवेदन जाहीरपणे प्रसिद्धीला द्यावे, असे आव्हान दिले. अर्थातच, राजभोज यांनी ते स्वीकारले नाही. शंकरराव देव यांनी मात्र राजभोज यांची पाठराखण केली. महाराष्ट्र प्रदेश काँग्रेसच्या नेत्यांच्या सांगण्यावरूनच मुंबई केंद्रशासित ठेवण्याचा निर्णय भारत सरकारकडे घेतला हे मान्य करून देव म्हणाले, ''मुंबईसंबंधीचा वाद मिटावा म्हणून प्रदेश काँग्रेसच्या नेत्यांनी ही तात्पुरती योजना सुचविली होती; पण पंतप्रधानांनी जाहीर केल्याप्रमाणे मुंबई पाच वर्षे केंद्रशासित ठेवण्यात येईल अशी महाराष्ट्र काँग्रेसच्या नेत्यांची अपेक्षा नव्हती, असा खुलासा देवांनी केला. देवांच्या या खुलाशामुळे मुंबई केंद्रशासित होण्यास महाराष्ट्र प्रदेश काँग्रेसच जबाबदार आहे हे स्पष्ट झाले.

संयुक्त महाराष्ट्राच्या प्रकरणात काँग्रेस नेत्यांची धरसोडीची वृत्ती, मतमतांचा गलबला आणि अंतर्गत गटबाजी यांमुळे महाराष्ट्र प्रदेश काँग्रेसची अवस्था अत्यंत शोचनीय झाली होती. प्रदेश काँग्रेस नेत्यांना सर्व प्रकारची मदत करणाऱ्या उद्योगपती शांताराम डहाणूकरांनी २८ जून १९५६ला शंकरराव देवांना एक पत्र पाठविले. त्यात काँग्रेसच्या या अवस्थेचे वर्णन त्यांनी नेमक्या शब्दात केले आहे.

''मुंबई आम्ही गमावून बसलो असंच सारखं वाटतं म्हणजे न्याय्य बाजू असूनही आम्ही आमची बाजू नीट मांडू शकलो नाही म्हणून हा परिणाम झाला असंही वाटतं. काँग्रेसची परिस्थिती बिकट झाली तीही लोक काँग्रेसच्या त्यांच्या प्रतिनिधींकडून जी त्यागाची अपेक्षा करीत होते ती पुरी झाली नाही म्हणूनच.''

''आमच्या पार्टीची (म्हणजे हिरे गटाची) गोष्टही विचारात घेण्यासारखी आहे. नोव्हेंबर (१९५५) मध्ये ज्यांना वाटत असेल त्यांनी 'राजीनामे द्यावे' असं मामांनी (म्हणजे देवगिरीकरांनी) सांगितले तेव्हा ११० लोकांनी ते दिले. कोअर्शन (सक्ती) किंवा कॅनव्हासिंग न करता. ते पुढे गेलेच नाहीत. जानेवारीत काँग्रेसश्रेष्ठींकडे एकूण ८९ राजीनामे गेले म्हणजे २०-२१ कमी का? मुंबईच्या अन्यायाबद्दलची परिस्थिती तीच होती. तरीही असे का? परवाच्या महाराष्ट्र प्रांतिक काँग्रेस कमिटीत हिऱ्यांच्या ठरावास ६६ मते (म्हणजे) आणखी कमी. आमची मागणी न्याय्य असूनही स्वीकारली नव्हती. इतकेच नव्हे तर निदान पंडित नेहरू तरी काही न्याय देतील अशी अपेक्षा होती तीही विफल झाल्यावर हे असे का? ह्याचं कारण सर्वसामान्य माणूस हा विकारवश असतो. स्वार्थाला अगर लोभास बळी पडून अगर भीतीने आपण कोणाच्या बाजूस राहावे ह्याचा तो निर्णय घेत असतो. सर्वांना आपल्या सदसद्‌विवेक बुद्धीने वागण्याचे धैर्य असत नाही. मात्र त्यास

वरिष्ठांनी सांगितले असं म्हणण्याची वाट मोकळी केली की हाच मनुष्य इतरांबरोबर एकजुटीने उभा राहतो. ह्या दृष्टीने महाराष्ट्र प्रांतिक काँग्रेसकडून मार्गदर्शन व डायरेक्टिव (निर्देश) मिळावयास पाहिजे होते. ते आता तुमच्या मार्गाने कितपत साधेल हा प्रश्नच आहे... काही थोडे लोक बाहेर पडले तर ते काँग्रेसमधून बाहेर हाकलले जातील... सध्या चालू असलेली सत्याग्रहाची चळवळ थांबवावी, असंही आता वाटू लागलं आहे. डॉ. नरवणे व श्री. एस. एम. बरोबर बोलणार आहे. पाहू त्यांना पटतं का - किंवा ते ह्याबद्दल काय म्हणतात ते.''

''अजूनही आम्ही सर्वांनी एकजुटीने ह्या निर्णयास (म्हणजे पाच वर्षे मुंबई केंद्रशासित ठेवण्याच्या) मान्यता दिली नाही व त्यासंबंधी त्यागाची कृती लोकांना दाखवली तर लोक पुन्हा काँग्रेसकडे वळविता येतील व लोकांचा आधार आहे असे दिसल्यावर काँग्रेस वरिष्ठही आपला निर्णय बदलतील अशी आशा वाटते. मात्र कृती सर्वांची (शक्य तेवढ्या अधिकांची) व त्यागाची झाली तरच.''

डहाणूकरांना काँग्रेस नेत्यांकडून ज्या त्यागाची वगैरे अपेक्षा होती, तसे काही घडण्याची शक्यताच नव्हती. काँग्रेसच्या त्याग वगैरे गोष्टी ब्रिटिश राजवटीबरोबरच लयाला गेल्या होत्या आणि खुर्चीसाठी काहीही करण्यास तयार असणारे नवे नेतृत्व उदयाला येत होते. त्यामुळे खरे भांडण तत्त्वासाठी त्याग की निष्ठेच्या नावाखाली सत्ता असे होते. काँग्रेसजनांची ही नवी मानसिकता लक्षात घेऊनच पक्षश्रेष्ठी मराठीभाषक गटांमध्ये तोडफोड करीत होते. मुंबई केंद्रशासित राहिली तर महाराष्ट्राची राजधानी नागपूरला व्हावी म्हणून विदर्भातील नेते प्रयत्नशील होते आणि त्याला दिल्लीतील काही नेत्यांचा पाठिंबा होता. बिनशर्तपणे महाराष्ट्रात सामील होण्यास उत्सुक असणारा मराठवाडा विभाग पश्चिम महाराष्ट्रापासून तोडण्याचे नवे डावपेच सुरू होते. त्यासाठी संपूर्ण मराठीभाषक प्रदेशाच्या दोन प्रदेश काँग्रेस समित्या कराव्यात, अशी सूचना पुढे आली होती. यामध्ये पश्चिम महाराष्ट्राची एक आणि पूर्व महाराष्ट्राची म्हणजे विदर्भ-मराठवाड्याची वेगळी अशी योजना होती. या सर्व डावपेचांचा अंदाज स्वामी रामानंद तीर्थांना आला होता म्हणून त्यांनी शंकरराव देवांना ५ जुलै १९५६ला एक पत्र लिहून पोटतिडकीने आपले म्हणणे मांडले.

''राजीनाम्याच्या प्रश्नाची जी धरसोड होत आहे ती शोचनीय आहे. वेळ टळून गेल्यानंतर उपयोग होत नाही, अविश्वास निर्माण होतो. मला वाटते यापुढे राजीनाम्याच्या गोष्टीचा विचार सोडून द्यावा. लोकसभेत अखेरच्या अवस्थेत तेथील सभासदांनी काय धोरण स्वीकारावे हा आता प्रश्न आहे. आजच्या स्वरूपात

बिल राहिले तर विरुद्ध मत द्यावे लागेल असे माझे मत आहे. तेच मराठवाड्यातील काँग्रेसजनांचे आहे. त्याचा परिणाम शिस्तभंग होईल तर राजीनामा द्यावा.''

"लोकांना साधन व मार्ग ह्या दृष्टीने शिक्षित करणे आवश्यक आहे. पंडित नेहरूंची ३ जून १९५६ची घोषणा स्वीकारा हा आदेश देता येत नाही; पण मतपरिवर्तनाच्या मार्गानेच जावे लागेल व ज्या मर्यादा आहेत त्या सांभाळूनच ध्येयसिद्धी होईल हे पटवून देणे हे काम आहे. ते सर्वांनीच करावे. मराठवाड्यात आम्ही अशा प्रकारे चालना देत आहोत; परंतु त्याची महाराष्ट्रात अधिक आवश्यकता आहे. कार्याचे साधन (म्हणून) सध्या तरी आपणास काही व्यक्तीच उपलब्ध होतील. मी स्वत: पंडितजींची घोषणा मान्य करू शकत नाही. बाकीची इतर सर्व भूमिका मला मान्य आहे. माझे जे सहकार्य आवश्यक असेल ते मी देईन.

"विदर्भ एका बाजूने जातच आहे. मराठवाड्यावर त्यांची नजर आहे. ती आम्ही सफल होऊ दिलेली नाही. काँग्रेसश्रेष्ठींचा बराच मोठा हात त्यामागे असावा असे वाटते. मराठवाड्याला ह्या घटकेपर्यंत योग्य असे पाऊल टाकण्याचे धोरण घेणे शक्य झाले आहे. पुढचे भवितव्य महाराष्ट्राच्या बुद्धिमत्तेवर अवलंबून आहे. उणीव त्याचीच आहे.''

राजीनाम्याच्या निर्णयाबाबत सतत धरसोड करणाऱ्या हिरे यांनी आपली भूमिका नाशिक जिल्हा काँग्रेस समितीच्या सभेत बोलताना मांडली. यशवंतरावांवरील आडवळणाने केलेली टीका हे या भाषणाचे वैशिष्ट्य होते.

"काँग्रेसच्या नेत्यांनी दिलेला सल्ला आणि त्यांचा अनुभव यांच्याकडे दुर्लक्ष करून मी मंत्रिपदाचा राजीनामा दिला असता तर ते कदाचित व्यक्तिश: शूरपणाचे लक्षण ठरले असते; पण त्यामुळे काँग्रेस संघटना दुबळी ठरली असती... काही लोकांप्रमाणे मी नेहरूनिष्ठेचा बाजार मांडू इच्छित नाही. ज्यांनी नेहरूनिष्ठेच्या बाजाराचे प्रदर्शन मांडले त्यांनी उतावीळपणा केला असे मला वाटते. विदर्भ मिळविला, मुंबई महाराष्ट्राचीच आहे हे नेहरूंकडून वदवून घेतले हे महाराष्ट्र प्रदेश काँग्रेसचे दोन मोठे विजय आहेत. करबंदी, असहकार, निवडणुका न लढवण्याचा निश्चय या मार्गांचा आम्ही अवलंब कदापि करणार नाही. लोकमताची मान्यता घेऊन नव्या महाराष्ट्र राज्याची जबाबदारी स्वीकारण्याचे आम्ही ठरवले आहे.''
(लोकसत्ता १७ जुलै १९५६)

"लोकसभेत बिलाला मंजुरी मिळेतो आम्ही रागवावे, रुसावे, भांडावे आणि उद्दिष्ट साध्य करावे ही माझी भूमिका होती; पण काहींना आपल्या नेहरूनिष्ठेचे

प्रदर्शन करण्याची उताविळी झाली होती. ते आधीच श्रेष्ठींना सांगू लागले, 'तुम्ही द्याल ते आम्हाला मान्य आहे.' आम्ही एकोप्याने मागत राहिलो असतो तर आमचे उद्दिष्ट साध्य झाले असते. आपली निष्ठा बावनकशी तर आमची निष्ठा हिणकस असा आभास ते निर्माण करू लागले. ह्या दुहीच्या प्रदर्शनामुळे आमचे मोठे नुकसान झाले. आम्ही झाकली मूठ राखली असती तर आमचे हित झाले असते.'' असे हिरे नाशिक जिल्हा काँग्रेस समितीच्या सभेत म्हणाले.

□□□

१५

प्रवर समितीचा अहवाल

राज्यपुनर्रचना विधेयक संसदेने विचारार्थ संयुक्त प्रवर समितीकडे पाठविले होते. याच समितीला आपण आज 'संसदीय संयुक्त चिकित्सा समिती' असे म्हणतो. मामासाहेब देवगिरीकर या प्रवर समितीचे सदस्य होते. समितीचा अहवाल तयार होण्यापूर्वी महाराष्ट्र-कर्नाटक सीमावाद सामंजस्याने मिटावा यासाठी त्यांनी प्रयत्न करण्याचे ठरविले. त्यासंबंधी धनंजयराव गाडगीळांशीही त्यांची सविस्तर चर्चा झाली. धनंजयरावांनीही इतरांशी चर्चा करून या प्रश्नावर तोडगा काढण्यासाठी वातावरण तयार करण्याचे प्रयत्न चालविले होते. संयुक्त महाराष्ट्र समितीचे नेते एस. एम. जोशीही या सर्व प्रयत्नांना अनुकूल होते. या सर्व घडामोडींबद्दल ३० जून १९५६ रोजी डॉ. य. कृ. सोवनी यांनी देवगिरीकरांना पत्र पाठवून कळवले, "आपली व श्री. धनंजयरावांची गाठ झाल्यानंतर माझे व श्री. धनंजयरावांचे बोलणे झाले होते. परवाही पुन्हा बोललो. आपण कर्नाटक-महाराष्ट्र सरहद्दीबाबतचा प्रश्न वाटाघाटीने सोडविण्याचा प्रयत्न करीत असल्यास आपणास आम्ही सर्वस्वी मदत करू. बेळगाव शहरासंबंधीचा मुख्य वादग्रस्त प्रश्न रेल्वे लाईन ही विभागणी रेषा समजून सुटण्याची शक्यता असल्यास जरूर प्रयत्न व्हावा. याबाबत आमचे म्हणजे माझेच नव्हे तर श्री. गाडगीळांचेही एस. एम. जोशी यांच्याशी बोलणे झाले आहे व कानडी पुढारी बेळगावसंबंधी ही योजना स्वीकारून कारवारसह सर्व मराठी-कानडी सरहद्दीचा प्रश्न एकत्र बसून सोडवू इच्छित असल्यास काँग्रेसविरोधी पक्षांचा किंवा संयुक्त महाराष्ट्र समितीचा तुमच्या या प्रश्नास पाठिंबा राहील याबाबत निश्चिंत रहावे... तसेच राज्यपुनर्रचना बिलात मुंबईबाबत आपण मागे दिल्लीस मी तेथे असताना जी अमेंडमेंट तयार केली होती ती पुढे रेटण्याचा प्रयत्न करावा, असे प्रा. गाडगीळांचे मत आहे... आता प्रयत्न ५ वर्षांची मुदत अलीकडे ओढण्याचाच मुख्यत्वे झाला

पाहिजे. त्या दृष्टीने आपण योजलेली अमेंडमेंट यावेळी मंजूर करून घेण्याचा प्रयत्न होणे जरूर आहे. नवीन राज्ये निर्माण झाल्या दिवसापासून म्हणजे 'अमेंडमेंट डे' पासून वर्षाचे आत मुंबईकर रहिवाशांचे मत भारत सरकार ठरवील त्या रीतीने अजमावून मुंबई महाराष्ट्र राज्यात विलीन व्हावी हे मान्य होत असल्यास एक वर्षासाठी राजधानी मुंबईत ठेवण्यासंबंधीच्या अमेंडमेंटमधील दुसऱ्या प्रोव्हिजनबद्दल (परंतुकाबद्दल) विशेष आग्रह धरला नाही तरी चालेल... श्री. गाडगीळांनी, वरील दोन्ही प्रयत्न करणे जरूर आहे. आपण त्यास सर्वस्वी मदत करू असे मला सांगितले आहे ते मी आपणास कळवीत आहे.''

''प्रांतिकचा परवाचा ठराव, राजीनाम्याची घोषणा, पुन: सर्व येरे माझ्या मागल्या! झाली नाचक्की पुरे नाही का? यापेक्षा मला वाटते, प्रांतिकची सभा भरविली नसती तरी बरे झाले असते... काँग्रेसमधील दोन गटांचे बलाबल जगासमोर उघड होऊन त्याचा फायदा मतलबी लोक घेणार हे उघड आहे.'' (त्र्यं. र. देवगिरीकर : खासगी पत्रव्यवहार)

१० जुलै १९५६ ला प्रवर समितीतील काँग्रेस पक्षाच्या सदस्यांची एक बैठक दिल्लीत झाली. त्यामध्ये देवगिरीकरांनी महाराष्ट्र-कर्नाटक सीमावादाचा प्रश्न उपस्थित केला. तेव्हा सर्व सदस्यांनी एक महत्त्वाची सूचना केली. प्रवर समितीत असणाऱ्या महाराष्ट्र व कर्नाटकातील सर्व सदस्यांनी एकत्र बसून सीमावादाबद्दल चर्चा करावी आणि उभय पक्षांना मान्य होईल असा तोडगा काढावा, असे सुचविले गेले. ही सूचना सर्वांनाच मान्य झाली. दुसऱ्याच दिवशी म्हणजे ११ जुलैला हरिभाऊ पाटसकरांच्या निवासस्थानी ही बैठक झाली.

या बैठकीत शिवराम रंगो राणे आणि आचार्य काका कालेलकर हे मराठी भाषक असून गैरहजर राहिले. बाकीचे सर्व मराठी सदस्य आणि कर्नाटकचे दोन सदस्य बैठकीला उपस्थित होते. या बैठकीचे वृत्त प्रवर समितीचे अध्यक्ष गृहमंत्री पंत यांना ११ जुलै १९५६ रोजी देवगिरीकरांनी पत्र पाठवून कळवले. 'महाराष्ट्र आणि कर्नाटक या राज्यांमधील तंटा उभय पक्षांना मान्य असलेल्या काँग्रेसपक्षातील एखाद्या व्यक्तीला लवाद म्हणून नेमून तिच्याकडे सोपवावा अशी प्रवर समितीच्या महाराष्ट्रातील सदस्यांनी शिफारस केली; पण प्रवर समितीच्या कर्नाटकातील सदस्यांनी ती स्वीकारण्यास आपण असमर्थ असल्याचे सांगितले. मात्र, नंतर काहींनी याबाबत काही करता येईल का हे पाहण्याचे आश्वासन दिले. या प्रकरणात हैदराबादचे राज्यसभा सदस्य व्ही. के. (व्यंकटराव) ढगे यांनी किमान १२ बैठका आधी आयोजित केल्या होत्या. तेथील चर्चेचा अनुभव लक्षात घेता तसेच

आजच्या बैठकीत जे घडले त्याचाही विचार करता असे प्रश्न सोडविण्यासाठी जी पद्धत सुचवण्यात आली आहे तिने काहीही साध्य होणार नाही असे मला वाटते. त्यामुळे महाराष्ट्र व कर्नाटक यांच्यातील सीमातंटा मिटवण्यासाठी आपणास इष्ट वाटतील अशी पावले आपण उचलावीत अशी माझी आपणास विनंती आहे. (त्र्यं. र. देवगिरीकर : खासगी पत्रव्यवहार)

वरील पत्रात खासदार ढगे यांचा संदर्भ आला आहे. महाराष्ट्र-कर्नाटक सीमाप्रश्नात थेट गुंतलेले नसताना आणि हैदराबादचे लोकसभेत प्रतिनिधित्व करीत असताना ढगे यांनी सीमावादावर तोडगा काढण्यासाठी केलेले प्रयत्न आज विस्मरणात गेले आहेत. १९६५ साली राजकीय आठवणी सांगताना देवगिरीकरांनी लिहिले, ''बेळगावचा प्रश्न सोडविण्याकरिता हैदराबादचे खासदार व्यंकटराव ढगे यांनी जिवापाड मेहनत केली. त्यांनी पार्लमेंट सभासदांच्या १९ बैठका घेतल्या. काही तडजोडीच्या तत्त्वांचा मसुदाही त्यांनी तयार केला. निजलिंगप्पा त्यात होते, पाटसकर होते; पण तो मसुदा कर्नाटकच्या पुढाऱ्यांनी अमान्य केला. मी स्वत: बेळगावकरिता खूप प्रयत्न केला; पण आम्हाला कोणालाच यश आले नाही. अद्यापही यश येण्याची चिन्हे दिसत नाहीत.'' देवगिरीकरांनी ४५ वर्षांपूर्वी लिहिलेले हे शेवटचे वाक्य आज २००९ सालातही तेवढेच खरे आहे.

दिल्लीत काँग्रेस पक्षात सीमावादासंबंधी असे प्रयत्न चालू असताना महाराष्ट्रात संयुक्त महाराष्ट्र समितीच्या कामाबद्दल आणि स्वरूपाबद्दल चर्चा सुरू झाली होती. समितीमध्ये कम्युनिस्टांपासून जनसंघ, हिंदू महासभेपर्यंत सर्व विचारसरणीचे पक्ष एकत्र आले होते. १९५७ मध्ये विधानसभेच्या निवडणुकीला सामोरे जायचे होते. या सर्व संदर्भात काही महत्त्वाचे प्रश्न उपस्थित केले जात होते. समिती ही काँग्रेसविरोधी राजकीय पक्षांची आघाडी आहे की तो एक पक्ष आहे? समितीने १९५७च्या सार्वत्रिक निवडणुका लढवाव्यात की नाही? लढविण्याचे ठरल्यास त्या समितीच्या तिकिटावर लढवाव्यात की आपापल्या पक्षाचा टिळा लावलेले उमेदवार उभे करून लढवाव्यात? समजा निवडणुकीत साधे किंवा निर्विवाद बहुमत मिळालेच, तर मंत्रिमंडळ बनवून सत्ता स्वीकारावी का? का नवनिर्वाचित आमदारांनी पुन्हा राजीनामे देऊन घटनात्मक पेचप्रसंग निर्माण करावा? काँग्रेसमधील जे नेते संयुक्त महाराष्ट्रवादी आहेत, त्यांच्या विरुद्ध समितीने उमेदवार उभा करावा का? अशा अनेक प्रश्नांवर समितीत आणि जाहीरपणे विचारमंथन सुरू होते.

या सर्व प्रश्नांसंबंधी अत्रे यांनी ८ जुलै १९५६ च्या 'नवयुग' मध्ये एक लेख लिहून, सविस्तर चर्चा सुरू केली. ''संयुक्त महाराष्ट्र आघाडी हा राजकीय पक्ष नव्हे.

निरनिराळ्या राजकीय पक्षांची ती एकजूट आहे. आपले व्यक्तीमत्त्व व अस्तित्व तसेच कायम ठेवून एका विशिष्ट ध्येयपूर्तीसाठी बांधावयाची ती संघटना आहे... निरनिराळ्या पक्षांच्या बलाबलाची तुलना करावयाची तर असे म्हणता येईल की सर्व पक्षात शेतकरी कामगार पक्ष हा महाराष्ट्रामध्ये जास्त व्यापक आणि प्रभावी आहे. ग्रामीण जनतेचा आणि बहुजनसमाजाचा त्याला फार मोठा पाठिंबा आहे. त्याच्या खालोखाल कम्युनिस्ट आणि प्रजासमाजवादी पक्ष येतात. (लोहियावाद्यांचा) समाजवादी पक्ष हा नवीन पक्ष आहे. जनतेत त्याची पाळेमुळे अद्याप रुजलेली नाहीत. लालनिशाण आणि किसान मजदूर गट हे लहान लहान गट आहेत. काँग्रेसशी सहकार्य करण्याची चिन्हे लालनिशाण गट अलीकडे दाखवू लागला आहे. म्हणून संयुक्त मंडळाच्या आंदोलनाच्या दृष्टीने त्याचा विचार करण्याचे कारण नाही. जनसंघ आणि हिंदूमहासभा ह्यांची व्याप्ती शहरापुरतीच मर्यादित आहे. एवंच संयुक्त महाराष्ट्रासाठी लढणाऱ्या पक्षांमध्ये शेतकरी कामगार पक्ष, कम्युनिस्ट आणि प्रजासमाजवादी एवढे तीनच पक्ष आज महाराष्ट्रात महत्त्वाचे आहेत. शे. का. प. आणि कम्युनिस्ट हे दोन पक्ष आम्ही म्हणतो त्या उद्देशाने संयुक्त महाराष्ट्र आघाडी निर्माण करण्यास उत्सुक आहेत असे आम्हास वाटते. प्रजासमाजवादी पक्षाच्या महाराष्ट्रातील पुढाऱ्यांनी मात्र त्यासंबंधी अद्याप काही ठरवलेले दिसत नाही. किंबहुना त्यांची मने अनेक शंकांनी, भयांनी आणि संशयांनी व्याप्त झालेली दिसतात. राजीनामे देऊन पेचप्रसंग निर्माण होईल हा नुसता भ्रम आहे... निवडणुका जिंकल्यानंतर सत्ता हाती न घेता राजीनामे देऊन पेचप्रसंग निर्माण करावयाचा हे मृगजळ प्रजासमाजवादी पक्षाच्या लोकांनी आपल्या डोक्यामधून अजिबात काढून टाकावयालाच हवे. सत्ता स्वीकार करावयाची की नाही ह्यासंबंधी आताच वादंग न घालता केवळ निवडणुका जिंकून काँग्रेस पक्षाचा धुव्वा उडवावयाचा एवढ्या एकाच मुद्द्यावर सर्वपक्षीय एकजूट साधावी. त्यानंतर मग पुढे सत्तेचा स्वीकार करून मंत्रिमंडळ बनवावयाचे की नाही हे सर्वपक्षीय राजकीय पुढाऱ्यांनी ठरवावे असा काही जण सल्ला देतात. आम्हाला हा सल्ला अत्यंत भोंगळ आणि धोकेबाज वाटतो... आपला पक्ष कसा टिकेल याची विवंचना न करता संयुक्त महाराष्ट्र कसा टिकेल ह्याचा सर्व पक्षांनी विचार करावा.''

संयुक्त महाराष्ट्र समितीची भूमिका आणि येऊ घातलेल्या निवडणुकीतील सहभाग याविषयी असलेले मतभेद ७ जुलै १९५६ला विदर्भातील अकोला येथे झालेल्या कार्यकारिणीच्या बैठकीत तीव्रपणे पुढे आले. समिती आघाडी म्हणून राहावी की तिचा एक पक्ष बनवावा या प्रश्नाचाही खल झाला; पण प्रामुख्याने खल

झाला तो निवडणुकीतील रणनीतीचा. कार्यकारिणीतील प्रदीर्घ चर्चेनंतर, सर्व घटक पक्षांना एक अधिकृत पत्रक पाठवून तीन महत्त्वाच्या मुद्द्यांवर त्यांची पूर्वसंमती घ्यावी, असे ठरले. त्या तीन मुद्द्यांसंबंधी स्वतंत्र ठरावही कार्यकारिणीत संमत करण्यात आले. समितीचे कार्यालयीन चिटणीस शिवाजी पाटील यांच्या सहीनिशी १० जुलै १९५६ला पाठविलेल्या पत्रकात म्हटले होते.

(१) मुंबई, बेळगाव, कारवार आणि अन्य मराठीभाषक प्रदेश समाविष्ट असलेल्या संयुक्त महाराष्ट्राची निर्मिती ह्या एकाच प्रश्नावर समिती आगामी निवडणुका लढवील.

(२) जर समितीच्या उमेदवारांना बहुमत मिळाले तर त्याचा उपयोग मूलत: वरील उद्दिष्ट साध्य करण्यासाठी केला जाईल. हा एकच कार्यक्रम मतदारांपुढे ठेवण्यात येणार आहे.

(३) घटकपक्ष त्यांचे वेगळे अस्तित्व व स्वरूप टिकवून मुंबई, बेळगाव, कारवार वगैरे प्रदेशासकट संयुक्त महाराष्ट्राच्या ह्या विशिष्ट प्रश्नावर निवडणुका लढविण्यासाठी समितीच्या संयुक्त व्यासपीठावर एकत्र येण्यास मान्यता देतील. आपापल्या पक्षसंघटनेकडून वरील प्रस्तावास शक्य तितक्या लवकर मान्यता मिळवण्याचा घटकपक्षांनी प्रयत्न करावा, अशी समिती त्यांना विनंती करीत आहे.''

अकोल्याच्या या बैठकीत नेमके काय घडले हे तेव्हा स्पष्ट झाले नव्हते. लोहियावादी नेते सदाशिव बागाईतकर यांनी या लढ्यासंबंधी लिहिलेल्या पुस्तकात त्याचा खुलासा आहे. तो वाचल्यानंतर वर दिलेल्या तीन मुद्द्यांचा संदर्भ लक्षात येईल. बागाईतकर यांनी लिहिले आहे, ''याच बैठकीत र. के. खाडिलकर यांनी पक्षसदृश बनून काम करण्याची आवश्यकता प्रतिपादन केली. तसेच कम्युनिस्ट, शे. का. पक्ष, लालनिशाण गट इत्यादींच्या प्रतिनिधींनीही समितीने संयुक्त आघाडीचे काम करून किमान कार्यक्रम ठरवावा व निवडणुकीत काँग्रेस पक्षाला तोंड द्यावे अशी भूमिका मांडली... १३ जूनला समितीने एक ठराव करून जाहीर केले होते की खंडित महाराष्ट्रात कोणी सत्ता स्वीकार करतील तर समिती लढ्याच्या मार्गाने सत्तेला विरोध करील; पण त्या ठरावाचे कोणी स्मरण ठेवले नाही. अकोल्याच्या बैठकीत निवडणुकांचाच विशेष खल झाला. सोशालिस्ट पार्टीच्या प्रतिनिधींनी या कल्पनांना विरोध केला, तसेच पीटर अल्वारिस, एस. एम. जोशी व भरूचा यांनीही असे सांगितले की मूलभूत स्वरूपाचे वैचारिक मतभेद असलेले पक्ष समितीत आहेत. या प्रश्नावर निर्णय घेणे तेथे अशक्य झाले तेव्हा निरनिराळ्या राजकीय

पक्षांना त्यांच्या निवडणूक भूमिकेची विचारणा करणारे एक निवेदन पाठविण्याचे ठरवून हा प्रश्न निकालात काढण्यात आला.'' (सदाशिव बागाईतकर : संयुक्त महाराष्ट्राचा लढा आणि सोशालिस्ट पार्टी.)

याच दरम्यान घडलेली एक छोटीशी घटना समितीची एकूण मानसिकता आणि कट्टर काँग्रेस विरोध यावर प्रकाश टाकणारी आहे. अमरावती मतदारसंघातून मध्यप्रदेश विधानसभेवर वीर वामनराव जोशी निवडून गेले होते. वीर वामनराव हे मुंबईसह संयुक्त महाराष्ट्र झालाच पाहिजे अशी आग्रही भूमिका मांडणारे वैदर्भीय नेते होते. नागविदर्भवाद्यांना तोंड देऊन नागपूर-विदर्भात जे संयुक्त महाराष्ट्रवादी उभे राहिले, त्यात वीर वामनरावांचा मोठा वाटा होता. दुर्दैवाने त्यांचे निधन झाले आणि पोटनिवडणूक घ्यावी लागली. संयुक्त महाराष्ट्रासाठी लढणारी त्यांची कन्या कु. मालती जोशी हिला काँग्रेसने तिकीट दिले. ती निवडून आली तर विदर्भातही संयुक्त महाराष्ट्रवादी प्रभावी आहेत हे सिद्ध करता येईल असे काँग्रेस नेत्यांना वाटत होते. म्हणूनच २० जुलै १९५६ रोजी ग. त्र्यं. माडखोलकरांनी शंकरराव देवांना एक पत्र पाठविले.

''वीर वामनराव दादा यांच्या मृत्यूने रिकाम्या झालेल्या जागेसाठी दादांची कन्या कु. मालती जोशी हिला विदर्भ काँग्रेसने निवडणुकीसाठी उभे केले आहे. संयुक्त महाराष्ट्र समिती तिच्याविरुद्ध आपला उमेदवार उभा करणार आहे. त्यासंबंधीचे पत्र आम्ही (ए. श्री. पटवर्धन, पु. दि. ढवळे, पु. य. देशपांडे व माडखोलकर) श्री. एस.एम. जोशी यांना लिहीत आहोत... जो अनुभव अकोल्याच्या पोटनिवडणुकीत पीएसपीला आला तोच अमरावतीच्या निवडणुकीत समितीला येईल हे निश्चित. आज समितीला विदर्भात जी थोडीबहुत लोकप्रियता मिळालेली आहे ती या कृत्यामुळे नष्ट होईल... समितीच्या पुढील कार्याच्या दृष्टीनेही हे कृत्य अगदी गैर होईल... आपण श्री. एस. एम. जोशी यांच्याशी फोनवर बोलून किंवा समक्ष भेटून त्यांना उमेदवार उभा न करण्याचा सल्ला ताबडतोब द्यावा.''

माडखोलकरांनी दिलेल्या इशाऱ्याकडे दुर्लक्ष करून प्रजासमाजवादी पक्षाने उमेदवार उभा केला. १९५६च्या ऑगस्ट अखेरीस झालेल्या पोटनिवडणुकीत मालती जोशी आपल्या प्रतिस्पर्ध्यापेक्षा ७८८० मते जास्त मिळवून निवडून आल्या. (उदय : २८ ऑगस्ट १९५६) प्रजासमाजवादी पक्षाच्या पराभूत उमेदवाराला एस. एम. जोशींनी पाठवलेल्या पत्रात म्हटले आहे, ''आपला पराभव झाला याचे आश्चर्य वाटत नाही; परंतु इतकी मते कमी पडतील अशी मला कल्पना नव्हती. अमरावती शहराबाबतचा आमचा अंदाज चुकला असावा असे दिसते.''
(उदय : ४ सप्टेंबर १९५६)

त्रिराज्य योजना अस्तित्वात येणार आणि मुंबई वगळून उर्वरित महाराष्ट्राचे स्वतंत्र राज्य होणार असे गृहीत धरून काँग्रेस पक्षात सुदोपसुंदी सुरू झाली होती. त्याचे नेमके स्वरूप काय होते ते ग. त्र्यं. माडखोलकर यांनी शंकरराव देवांना लिहिलेल्या १५ जुलै १९५६च्या पत्रामधून स्पष्ट होते. त्यांनी शंकररावांना कळवले, "काल श्री पु.का. देशमुख यांच्याशी रात्री सुमारे दोन तास बोलणे झाले... त्यावरून असे दिसते की भाऊसाहेब हिरे यांना पक्षाचे नेतृत्व म्हणजे मुख्यमंत्रिपद मिळू नये यासाठी फार पद्धतशीर प्रयत्न सुरू आहेत. श्री. (मोरारजी) देसाई हे स्वत: तसा प्रयत्न करीत आहेत. या मुक्कामात बहुधा बाहेरून आलेल्या सगळ्या मंत्र्यांशी ते यासंबंधी बोललेले असावेत. त्यांच्या (म्हणजे मोरारजींच्या) मनात श्री. चव्हाण प्रामुख्याने आहेत. जोडीला रामराव (देशमुख), पंजाबराव (देशमुख) वगैरे काही नावे त्यांनी घेतली; पण ती औपचारिक. सारांश, भाऊसाहेबांच्या पायाखालची वाळू झपाट्याने घसरत आहे... स्वत: भाऊसाहेबांसंबंधी तक्रार अशी की श्री. देसाई यांच्याइतकेसुद्धा अगत्य ते बाहेरून देणाऱ्या मंडळींसंबंधी दाखवीत नाहीत. विश्वासात घेऊन बोलण्याची प्रवृत्ती नाही. पूर्वी श्री. कन्नमवार, सौ. प्रभावतीबाई जकातदार आणि वसंतराव नाईक यांनीही हीच तक्रार केली होती. श्री. कन्नमवार नेहमीच ही तक्रार करतात. त्या मानाने श्री. देसाई यांच्यासुद्धा वागण्यात सौजन्य अधिक आहे... श्री. रामराव यांनी विश्वासाने व बरोबरीच्या नात्याने वागविण्याची वृत्ती नसल्याबद्दल तक्रार केली."

प्रवर समितीचे अध्यक्ष आणि गृहमंत्री पंत यांनी प्रवर समितीचा अहवाल १६ जुलै १९५६ रोजी संसदेत सादर केला. राज्यपुनर्रचना विधेयकातील आठव्या कलमामध्ये असलेल्या केंद्रशासित मुंबई शहरासंबंधीच्या तरतुदीचा समितीने काळजीपूर्वक विचार केल्याचा निर्वाळा देऊन समितीने म्हटले होते, "३ जूनला मुंबईत पंतप्रधानांनी केलेल्या निवेदनानुसार केंद्रशासित मुंबईबाबतच्या निर्णयाची पाच वर्षांनंतर पुन्हा समीक्षा केली जाईल. तोपर्यंत विधेयकात आधी केलेली तरतूद तशीच कायम राहील." याचा अर्थ स्पष्ट होता. मुंबई केंद्रशासित राहणार होती. प्रवर समितीनेही त्यात कोणताही बदल सुचविला नव्हता. मात्र हा निर्णय समितीच्या सदस्यांनी एकमताने घेतलेला नव्हता. तब्बल सात जणांनी समितीच्या अहवालाला भिन्न मतपत्रिका जोडल्या होत्या.

हिंदू महासभेचे नेते निर्मलचंद्र चटर्जी यांनी 'मुंबई शहर केंद्रशासित करणे म्हणजे अत्यंत प्रतिगामी पाऊल उचलणे आहे', असे मत आपल्या भिन्न मतपत्रिकेत नोंदविले होते. त्यांनी पुढे म्हटले होते, "काही व्यापारी व उद्योगपतींच्या

संभाव्य मानसिक असमाधानाची भीती बाळगून मुंबई शहर महाराष्ट्रापासून तोडले जात आहे. पाच वर्षांनंतर मुंबईबाबतच्या निर्णयाची पुन:समीक्षा केली जाणार असेल, तर तशी निश्चित कालमर्यादा का घातली नाही?'' असे विचारून चटर्जींनी पुढे म्हटले आहे, ''मुंबई शहर हे कलकत्ता, मद्रास, बंगलोर, हैदराबाद, दिल्ली या शहरांसारखेच बहुरंगी शहर असताना फक्त मुंबईचाच अपवाद का करण्यात आला? मुंबई शहर पाच वर्षे केंद्रशासित केल्यास तेथील तणाव वाढेल आणि वादग्रस्त प्रचार व आंदोलन करण्यात लोकांची शक्ती वाया जाईल आणि ते आर्थिक विकासाला मारक ठरेल.''

के. के. बसू आणि जेव्हीके वल्लभराव या सदस्यांनी आपल्या भिन्न मतपत्रिकेत काँग्रेसी धोरणावरच ठपका ठेवला. त्यांनी म्हटले, ''व्यापार व उद्योग क्षेत्रातील बड्या धेंडांच्या तुष्टीकरणासाठी सत्ताधारी काँग्रेस पक्ष मुंबई शहर महाराष्ट्राला देण्यास विरोध करीत आहे.'' डॉ. एन. एम. जयसूर्य आणि व्ही. के. ढगे यांनी आपल्या भिन्न मतपत्रिकेत मागणी केली की, ''एक तर मुंबई शहर कायमचे केंद्रशासित राहील असे जाहीर करा नाही तर निश्चित कालावधी उलटल्यावर आवश्यक त्या संरक्षक तरतुदी करून मुंबई शहर महाराष्ट्रात समाविष्ट करण्यासंबंधीची घोषणा करा.''

त्र्यं. र. देवगिरीकर आणि गणपतराव अळतेकर या दोन्ही मराठीभाषक खासदारांनी आपली भिन्न मतपत्रिका अहवालाला जोडली होती. त्यात त्यांनी म्हटले होते, ''मुंबई शहराला स्वतंत्र राज्याचा दर्जा देण्याचा किंवा ते शहर केंद्रशासित करण्याचा प्रश्न अशा तऱ्हेने विचारात घेण्याचे कारण नाही. राज्यपुनर्रचना आयोगाने ज्याची शिफारस केली होती, ते द्विभाषिक राज्यही निर्माण केले जाणार नाही. त्यामुळे मुंबई शहर महाराष्ट्रात विलीन करण्याशिवाय दुसरा पर्याय उरलेला नाही. राज्यपुनर्रचना आयोगाचे सदस्य पंडित हृदयनाथ कुंझरू यांनी राज्यसभेतील चर्चेत तसेच पुण्यात अलीकडे केलेल्या भाषणात असेच मत व्यक्त केले आहे. मुंबई शहर महाराष्ट्रात विलीन करणे न्याय्य ठरेल तसेच लोकशाही तत्त्वांशी सुसंगत ठरेल. आता लगेच तसे करणे अवघड वाटत असेल तर परिस्थिती पूर्ववत् झाल्यावर तसे करावे. त्यासाठी ५ वर्षांचा कालावधी घेण्याची गरज नाही. सध्या मुंबई शहराला महाराष्ट्राची राजधानी म्हटले नाही तरी महाराष्ट्र शासनाची सर्व कार्यालये मुंबईत राहू द्यावीत.'' ह्या भिन्न मतपत्रिकेवर देवगिरीकर आणि आळतेकर या दोघांनीही सह्या केल्या असल्या तरी तिचा मसुदा आळतेकरांनी केला होता आणि देवगिरीकरांना तो इतका पसंत पडला की कसलाही फेरफार न सुचवता त्यांनी सही केली.

देवगिरीकरांनी केवळ भिन्न मतपत्रिकाच जोडली असे नाही, तर मुंबई पाच वर्षे केंद्रशासित राहील, या नेहरूंच्या घोषणेनुसार तशी विधेयकात दुरुस्ती करावी अशी मागणी केली. विधेयकात जरी नाही तरी संयुक्त समितीच्या अहवालात पंतप्रधानांच्या घोषणेचा उल्लेख करण्याचे गृहमंत्र्यांनी मान्य केले. देवगिरीकर व आळतेकर या दोघांनीही भिन्न मतपत्रिका सादर करू नये यासाठी गृहमंत्री पंतांनी त्यांच्यावर अनेक प्रकारे दडपण आणले. देवगिरीकर हे काँग्रेस कार्यकारिणीचे सदस्य असल्याने त्यांनी तरी भिन्न मतपत्रिकेवर सही करू नये असे पंतांचे म्हणणे होते. गृहमंत्र्यांचे हे दडपण झुगारून देऊन देवगिरीकर व आळतेकर या दोघांनी भिन्न मतपत्रिका सादर केल्याने गृहमंत्री संतापले. ह. वि. पाटसकर आणि डॉ. खेडकर यांच्यामार्फत देवगिरीकरांना बोलावून घेऊन पंतांनी 'भिन्न मतपत्रिका मागे घ्या', अशी गळ घातली. त्यांना त्यासाठी काही प्रलोभनेही दाखविण्यात आली. देवगिरीकरांनी आपल्या राजकीय आठवणीत लिहिले आहे, ''त्याचा उल्लेख करणे मला प्रशस्त वाटत नाही... माझ्या महाराष्ट्रनिष्ठेमुळे मी त्यांच्या (म्हणजे पंतजींच्या) अवकृपेला पात्र झालो... त्यामुळे माझे राजकीय जीवन संपणार आहे याची मला जाणीव होती.''

प्रवर समितीच्या अहवालासह राज्यपुनर्रचना विधेयक १६ जुलै रोजी संसदेत मांडले जाताच वित्तमंत्री चिंतामणराव देशमुख यांनी आपला पूर्वीच दिलेला राजीनामा ताबडतोब स्वीकारावा असा आग्रह धरण्याचे ठरविले. परदेश दौरा आटोपून पंतप्रधान परतल्यावर देशमुख यांनी २२ जुलैला त्यांना दोन पत्रे पाठविली. एक पंतप्रधान या नात्याने मंत्रिपदाचा राजीनामा स्वीकारण्याबद्दल होते, तर दुसरे पक्षाध्यक्ष म्हणून संसदीय काँग्रेस पक्षाच्या सदस्यत्वाचा राजीनामा स्वीकारण्याचा आग्रह धरणारे होते.

२२ जुलै १९५६ला संसदीय काँग्रेस पक्षाच्या कार्यकारिणीची बैठक झाली. त्यात देशमुख यांना आपले म्हणणे मांडण्यास सांगण्यात आले. देशमुख यांनी ठामपणे आपली मते मांडली; पण त्यांना कोणीही पाठिंबा दिला नाही. ''देशमुखांच्या बाजूने काही बोलण्यासारखे आहे'' असे अर्धवट वाक्य उच्चारून नेहरू गप्प बसले. सभेतून बाहेर पडता पडता, 'आपण संसद सदस्यत्वाचाही राजीनामा देत आहोत', असे देशमुखांनी सांगताच गृहमंत्री पंत त्यांना म्हणाले, ''जाऊ नका. आम्ही काहीतरी तोडगा काढू.'' पण पंतांसह इतर कोणीही देशमुखांना अडविले मात्र नाही. पंतांनी सूचित केलेला संभाव्य तोडगा विशाल द्विभाषिक मुंबई राज्याचा असेल असे त्यांनी आधीच सांगितले असते, तर

देशमुखांनी राजीनामा मागे घेतला असता. कारण त्यांना मुळातच ती कल्पना मान्य होती; पण देशमुखांनी राजीनामा मागे घ्यावा हे नेहरूंना आणि पंतांना नको होते. मुळात हा राजीनामा सहा महिने विचाराधीन होता. या काळात नेहरू व पंतांनी त्यांना समजावण्याचे कष्ट घेतले नाहीत. उलट २२ जुलैला पत्रे हातात पडताच देशमुखांचा राजीनामा स्वीकारण्याची शिफारस पंतप्रधानांनी राष्ट्रपतींना केली आणि राष्ट्रपतींनी तो स्वीकारला असल्याची प्रेसनोटही तातडीने जारी केली.

एखाद्या मंत्र्याने राजीनामा दिला तर त्याबद्दलचे निवेदन करण्याचा अधिकार त्याला असतो. चिंतामणराव देशमुखांनी २५ जुलैला लोकभेत राजीनाम्याचे भाषण केले. आपल्या भाषणात त्यांना पंतप्रधान नेहरूंच्या मनमानी करण्याच्या प्रवृत्तीवर थेट हल्ला चढवला. ते म्हणाले, ''काही काळ माझा मंत्रिपदाचा राजीनामा अनिर्णित अवस्थेत पडून होता. मुंबई शहर महाराष्ट्रापासून वेगळे करण्याची तरतूद राज्यपुनर्रचना विधेयकात केलेली आहे. सरकारच्या त्या निर्णयाच्या जबाबदारीचा वाटा स्वीकारण्याची माझी तयारी नाही म्हणून मी राजीनामा दिला आहे. ह्याखेरीज राजीनामा देण्याचे आणखी एक कारण आहे. राज्यपुनर्रचनेचा हा अत्यंत महत्त्वाचा प्रश्न ज्या तऱ्हेने पंतप्रधानांनी हाताळला आहे तिचा मला निषेध करावासा वाटतो.'' (लोकसभा डिबेट्स : तेरावे सत्र, खंड ६ भाग २) ''विशेषत: पुढील दोन बाबींच्या संदर्भात मी निषेध नोंदवीत आहे.

(१) नोव्हेंबर १९५५ आणि जानेवारी १९५६ मध्ये पोलिसांनी केलेल्या गोळीबाराची न्यायालयीन चौकशी करण्याबद्दल मुंबई सरकारचे मन वळवण्याबाबतीतील केंद्र सरकारची अनिच्छा किंवा असमर्थता.

(२) राज्यपुनर्रचना विधेयक लोकसभेत मांडल्यानंतर ते संयुक्त प्रवर समितीच्या विचाराधीन असताना जून महिन्याच्या आरंभी मुंबई शहराच्या भवितव्यासंबंधी पंतप्रधानांनी केलेल्या घोषणेचे अनौचित्य...

अ. भा. काँग्रेसचे अधिवेशन संपल्यानंतर ज्या दिवशी पंतप्रधान दिल्लीत परतले त्याच दिवशी विचाराधीन असलेला माझा राजीनामा स्वीकारावा असे मी सांगितले. आपण परदेशचा दौरा करून येईपर्यंत मी थांबावे ही त्यांनी केलेली सूचना मी मान्य केली. पंतप्रधानांनी वारंवार विनंती केल्यानंतरच मे १९५० मध्ये वित्तमंत्रिपद स्वीकारले... लॉर्ड वेव्हेल यांनी १९४६च्या मे महिन्याच्या मला वित्तमंत्रिपद देऊ केले होते; पण मी ते स्वीकारले नाही. कारण राजकीय नेत्यांची भूमिका वठवण्यासाठी आवश्यक असलेले प्रशिक्षण मी घेतलेले नव्हते. राजकारणी होण्यास मी पात्र नव्हतो.

“मी काँग्रेस पक्षाचा कधीही सभासद नव्हतो. राज्यपुनर्रचना आयोगाचा अहवाल प्रसिद्ध होण्यापूर्वी काही महिन्यांपासून माझा आगामी सार्वत्रिक निवडणूक लढवण्याचा इरादा नसल्याचे मी पंतप्रधानांना सांगत होतो. एवढेच नव्हे तर काँग्रेस पक्षातल्या कोणीतरी वित्तमंत्रिपदाची जबादारी घेण्याची वेळ आलेली असल्याचेही मी पंतप्रधानांना सांगितले होते. माझी भूमिका अपक्ष अर्थतज्ज्ञाची होती. मी कुलाबा जिल्ह्यातून लोकसभेत निवडून आलो असलो तरी पंतप्रधान वगळता माझ्या इतर कोणत्याही सहकाऱ्यापेक्षा स्थानिक प्रश्नामध्ये मी कमी रस घेतला असा मी दावा केला तर तो अवास्तव ठरणार नाही. माझा कोणत्याही राजकीय पक्षाशी संबंध नव्हता. वित्त मंत्रालयाशी संबंधित प्रकरणांचे स्वरूपही तांत्रिक असते... महाराष्ट्रापासून मुंबई शहर वेगळे करण्याच्या निर्णयाबाबत अलिप्तता किंवा उदासीनता दाखवण्यास माझी सदसद्विवेकबुद्धी मला मुभा देत नव्हती. कारण मुंबई शहरासंबंधीचा अलीकडचा थोडासा बदललेला निर्णयही केवळ महाराष्ट्रातील लोकांच्या दृष्टीनेच नव्हे, तर सबंध देशाच्या हितसंबंधाच्याही दृष्टीने अन्याय्य आहे.”

“मुंबई शहराबाबत उद्भवणाऱ्या अडचणी आणि महाराष्ट्राचे नेते त्यासाठी कोठवर जातील याच्या मर्यादा आधीच लक्षात घेऊन सौराष्ट्र व विदर्भाचा समावेश असलेले विशाल द्विभाषिक राज्य स्वीकारले जावे यासाठी प्रयत्न करताना मी माझे वजन वापरले. महाराष्ट्र आणि गुजरात या दोन्ही प्रदेशातील जनता आजही विशाल द्विभाषिक राज्याचा तोडगा स्वीकारण्यास अनुकूल आहे अशी मला खात्री वाटते. मात्र या दोन्ही प्रदेशातील सध्याचे नेतृत्व लक्षात घेता हा तोडगा सुसाध्य ठरणार नाही अशी भीती मला वाटते.”

“मुंबईत जानेवारी १९५६ मध्ये पंतप्रधानांनी घोषणा करण्यापूर्वी मी पंतप्रधानांना तसेच कॅबिनेटच्या बैठकीतही माझ्या मताविषयीची माहिती दिली होती. जर विशाल द्विभाषिक मुंबई राज्य निर्माण करणे शक्य नसेल तर गुजरातचे तसेच मुंबई शहरासकट महाराष्ट्राचे अशी वेगळी राज्ये निर्माण करणे हा माझ्या मते एकच पर्याय उरतो. महाराष्ट्रापासून मुंबई शहर हे वेगळे करणे म्हणजे महाराष्ट्रावर अन्याय करणे ठरेलच, खेरीज तसे करणे म्हणजे गंभीर स्वरूपाची आर्थिक व राजकीय घोडचूक करणे ठरेल. जानेवारी १९५६ मध्ये पंतप्रधानांनी घोषित केलेला निर्णय सबंध कॅबिनेटच्या बैठकीत चर्चा करून घेतलेला नव्हता. तरीही मी त्याचा तात्काळ निषेध करण्याच्या विचारास आवर घातला. महाराष्ट्र प्रदेश काँग्रेस समितीची प्रक्रिया जाणून घेतल्यानंतर केंद्रसरकारचा निर्णय सर्वसाधारणपणे

महाराष्ट्राला आणि विशेषत: माझ्या मतदारसंघातील मतदारांना स्वीकारार्ह वाटत नाही असे मला दिसले. मी वित्तमंत्रिपदाचा राजीनामा पंतप्रधानांना पाठवला. उत्तरादाखल त्यांनी पाठवलेल्या पत्रात हिंसाचारास पायबंद घालण्यासाठी जे जे करणे शक्य आहे ते ते करणे उचित होईल असे लिहिले. तसेच दक्षिण प्रदेश, पूर्व प्रदेश वगैरे मोठी द्विभाषिक राज्ये अस्तित्वात येण्याची शक्यता असल्याचेही पंतप्रधानांनी लिहिले. त्याच सुमारास संसदसदस्य असलेले काही स्नेही मला येऊन भेटले. ह्या प्रश्नाबाबत संसदेला चर्चा करण्याची संधी मिळेपर्यंत मी थांबावे असा त्यांनी सल्ला दिला. ह्या सगळ्या गोष्टी विचारात घेऊन मी जानेवारी १९५६ मध्ये दिलेला राजीनामा पंतप्रधानांनी स्वीकारावा असा आग्रह धरला नाही.

''संयुक्त प्रवर समितीचा अहवाल सादर केला जाईपर्यंत मी थांबलो... मात्र जून १९५६च्या आरंभी मुंबईबाबत घोषणा करण्याची पंतप्रधानांची असाधारण कृती संसदेतील चर्चेला बाधक ठरली. ह्या प्रस्तावाबाबत कॅबिनेटच्या बैठकीत निर्णय घेण्यात आला नव्हता तसेच तो आधी कॅबिनेट मंत्र्यांना वितरीत करून त्यांची मतेही अजमावण्यात आली नव्हती. कॅबिनेट मंत्र्यांबरोबर व्यक्तिश: विचारविनिमय करण्यात आला नव्हता. उदाहरणार्थ, मुंबईच्या प्रश्नाविषयी रस व आस्था असलेल्या माझ्यासारख्या कॅबिनेट मंत्र्यांबरोबर कधीही व्यक्तिश: विचारविनिमय करण्यात आला नव्हता. ह्या प्रश्नासंबंधीच्या कॅबिनेटच्या बैठकीचे कार्यवृत्तही असल्याचे आढळत नाही. तसेच पंतप्रधानांनी घेतलेल्या तथाकथित निर्णयाची अधिकृत संहिता आजही कॅबिनेट मंत्र्यांना उपलब्ध करून देण्यात आलेली नाही. राज्यपुनर्रचनेशी संबंधित प्रकरणांमध्ये पंतप्रधानांसकट काही कॅबिनेट मंत्र्यांनी अनधिकृतरीत्या एकांड्या शिलेदाराप्रमाणे आणि घटनाबाह्य पद्धतीने कसे निर्णय घेतले त्याचे हे प्रातिनिधिक उदाहरण आहे. तमिळनाडूपासून आंध्रप्रदेश वेगळा करण्याचा निर्णयही कॅबिनेटपुढे न आणता पंतप्रधानांनी असाच घोषित केला.''

''मुंबई शहरराज्य करण्यासंबंधीचा पूर्वीचा निर्णय कॅबिनेटने घेतला होता. सीमेबाबतच्या प्रश्नांबद्दल निर्णय घेण्यासाठी कॅबिनेटची एक समिती नियुक्त करण्यात आली होती हे खरे आहे. मात्र कॅबिनेटच्या वतीने मुंबई शहरराज्य व महाराष्ट्राच्या भवितव्याबाबत निर्णय घेणे हा त्या समितीच्या नियुक्तीमागचा हेतू नव्हता... सबंध कॅबिनेटने न सोपवलेले अधिकारही अनधिकृतरीत्या पंतप्रधानांनी आणि कॅबिनेटच्या त्रिसदस्यीय समितीने ग्रहण केले अशी माझी तक्रार आहे. मुंबईतील लोकांच्या गैरवर्तनामुळे मुंबई शहराच्या प्रश्नाचा आता फेरविचार करता येणार नाही असा पंतप्रधानांनी युक्तिवाद केला. या प्रकरणाशी केवळ मुंबई सरकारचा संबंध आहे

असा पंतप्रधानांना आता युक्तिवाद करता येणार नाही. उच्चपदस्थांमध्ये महाराष्ट्राविरुद्ध आकस दिसून येतो. त्यांच्याबरोबर साहचर्य करण्याचे मी नाकारतो. सुसंस्कृत म्हणवून घेणाऱ्या अन्य कोणत्याही देशात मुंबईत जशी निरपराध माणसांची कत्तल करण्यात आली तशी करण्यात आली असती तर कायद्यानुसार त्याची न्यायालयीन चौकशी करणे तेथील सरकारला भाग पडले असते. न्याय देऊन आणि विवेकपूर्ण वर्तन करून हिंसेला आवर घालता येतो. कोणताही सुबुद्ध माणूस हिंसेच्या उद्रेकाला क्षमापित करणार नाही. हिंसाचार खंबीरपणे हाताळावयास हवा. मात्र जेव्हा विशेषत: शेकडो निष्पाप नागरिक त्यात सापडतात तेव्हा त्यांच्याशी पाशवी वर्तन करणे गैर आहे. हिंसाचारापेक्षा मुंबईबाबतचा निर्णय घेण्यास जबाबदार असलेल्या अनेकांच्या आक्रमक अहिंसेमुळे देशाचे ऐक्य भंग पावेल.''

चिंतामणराव देशमुखांनी घेतलेल्या आक्षेपांना पंडित नेहरूंनी उत्तर देण्याचा प्रयत्न केला खरा; पण तो अगदीच तांत्रिक होता. पंडित नेहरू म्हणाले, ''जेव्हा कॅबिनेटने उपसमिती नेमली तेव्हा उपसमितीच्या कामाबद्दल कॅबिनेटच्या बैठकीत माहिती देण्यात आली... जर मुंबईतील दंगलीची न्यायालयीन चौकशी करण्यासाठी समिती नेमली असती आणि चौकशीचे काम पूर्ण करण्यास तिने दीर्घकाळ घेतला असता तर मुंबईतील विविध जमाती व गट यांच्यामधील संबंध पूर्ववत् सलोख्याचे करण्याच्या आमच्या हेतूला धक्का पोहोचला असता.''

पंतप्रधान नेहरूंना महाराष्ट्राविषयी आकस आहे असे विधान चिंतामणराव देशमुखांनी केल्याचे बाहेर प्रचारित केले जात होते, हे लक्षात येताच देशमुखांनी विधेयकावरील चर्चेत मध्येच सहभागी होऊन खुलासा केला.

देशमुख म्हणाले, ''पंतप्रधानांना व्यक्तिश: महाराष्ट्राबाबत आकस वाटतो असे मी म्हटलेले नाही... काँग्रेस पक्षातल्या काही महत्त्वाच्या व्यक्तींना महाराष्ट्राविषयी आकस असल्याचे मला वाटते आणि त्याकडे काही आठवड्यांपूर्वी मी पंतप्रधानांचे लक्ष वेधले होते... कोणाहीविरुद्ध आकस बाळगण्याचा पंतप्रधानांचा स्वभाव नाही याची मला जाणीव आहे. मुंबईबद्दलचे दोन महत्त्वाचे निर्णय आधी कॅबिनेटने घेण्याऐवजी पंतप्रधानांनी एकट्याने घेतले अशी माझी तक्रार आहे. त्यावर आधी कॅबिनेटमध्ये विचार झाला नाही असे मी म्हटलेले नाही. ३ जूनच्या पंतप्रधानांच्या निवेदनास सरकारचा निर्णय म्हणता येत नाही या माझ्या विधानाची मी पुनरुक्ती करतो. हा निर्णय जवाहरलाल नेहरूंनी अ. भा. काँग्रेस समितीच्या अधिवेशनात घोषित केला. तसे करण्यापूर्वी निदान माझ्या माहितीप्रमाणे त्यांनी आधी कोणाही कॅबिनेट मंत्र्याबरोबर सल्लामसलत केली नव्हती. माझ्याबरोबर त्यांनी आधी निश्चितच

विचारविनिमय केला नव्हता... जे निवेदन संयुक्त प्रवर समितीने कधी पाहिलेच नाही त्याबद्दल प्रवर समितीने केवळ विश्वासापोटी उदार अंत:करणाने विधाने केली आहेत. प्रवर समितीसमोर त्या निवेदनाची प्रत ठेवण्यात आली नव्हती असे प्रवर समितीच्या एका सदस्याने मला सांगितले.''

चिंतामणराव देशमुख यांनी केलेले जहाल भाषण नेहरूंच्या आजवरच्या प्रतिमेला जबरदस्त तडा देणारे होते. त्यामुळे नेहरूंचा जयजयकार करणाऱ्या देशभरातील सर्व इंग्रजी दैनिकांनी देशमुखांवरच कोरडे ओढले. 'द बॉम्बे क्रॉनिकल' आणि मद्रासच्या 'इंडियन एक्सप्रेस'ने आपल्या संपादकीयात टिप्पणी करताना म्हटले, ''भाषण करताना ते भावनावश झाले होते आणि क्रोधाने त्यांच्या विवेकावर मात केली होती.'' पंतप्रधान नेहरू परदेश दौऱ्यावर जाण्यापूर्वीच देशमुखांचा राजीनामा स्वीकारण्याचा निर्णय झाला होता, असा शोध 'हिंदुस्तान स्टँडर्ड'ने आपल्या संपादकीयात लावला; पण राजीनामा महिनाभर का लांबला हे मात्र त्यांना सांगता आले नाही. कलकत्त्याच्या 'अमृत बझार' पत्रिकेने 'खेदजनक' अशा शीर्षकाखाली लिहिलेल्या संपादकीयात म्हटले होते, ''चिंतामणराव देशमुख गेली सहा वर्षे नेहरू मंत्रिमंडळात वित्तमंत्री होते. पंतप्रधान हे एक प्रकारचे हुकूमशहा आहेत असा देशमुख लोकांचा ग्रह करून देत आहेत हे दुर्दैवी म्हटले पाहिजे. नेहरू लोकशाहीवादी असले तरी ते कधी कधी हुकूमशहाचे मार्ग वापरतात. असे वर्तन करणारा माणूस आणि खराखुरा हुकूमशहा यांच्यामधला फरक ओळखला पाहिजे.''

(अमृतबझार पत्रका : २७ जुलै १९५६)

देशमुखांच्या भाषणाचा नेमका काय परिणाम झाला, हे नोंदविताना काकासाहेब गाडगीळांनी आपल्या आत्मचरित्रात म्हटले आहे, ''विशेषत: नेहरूंचा स्वभाव हुकूमशाही आहे या त्यांच्या टीकेने काँग्रेस पक्षात प्रक्षोभ निर्माण झाला. भाषण संपताच विरोधी पक्षाकडून टाळ्या पडल्या तर काँग्रेस सभासदांच्या तोंडांना कुलूप लागले. नेहरू दिसतात तसे लोकशाही वृत्तीचे नाहीत. त्यांचा येथपर्यंत उदो उदो होत होता; पण त्यांच्या मोठेपणाचा तो पडदा देशमुखांच्या निवेदनाने फाडला व त्यांचे खरे स्वरूप लोकांच्या पुढे आले, अशी टीका देश व परदेशांमध्ये झाली... त्यांनी थोडे अधिक कडवट भाषण केले एवढे मला वाटले आणि ते मी यांना सांगितले.'' देवगिरीकर, कुंटे यांच्या आठवणीपर पुस्तकात मात्र देशमुखांच्या राजीनाम्याबद्दल फारसा उल्लेख आलेला नाही.

२७ जुलैला दिल्लीत संसदेसमोर संयुक्त महाराष्ट्र समितीच्या वतीने निदर्शने व सत्याग्रह करण्याचे ठरले होते. त्यापूर्वी संसदेतील बिगरमराठी, बिगरगुजराती

खासदारांना भेटून महाराष्ट्राची बाजू समजावून देण्यासाठी एस. एम. जोशींसह प्रमुख नेते २२ जुलैलाच दिल्लीत पोहोचले होते. काही मराठी खासदारांनी, समिती नेत्यांनी एकदा तरी पंतप्रधानांना भेटावे, असा आग्रह धरला. अशोक मेहता अशी भेट घडवून आणण्यास तयार होते; पण पंतप्रधानांची भेट घ्यावी की नाही यावर समिती नेत्यांचेच एकमत होत नव्हते. २४ जुलैला या सर्व नेत्यांनी चिंतामणराव देशमुखांची त्यांच्या घरी भेट घेतली, तेव्हा पंतप्रधानांना भेटावे का? असे विचारताच देशमुख म्हणाले, ''जरूर भेटा; पण त्याचा काहीही उपयोग होणार नाही.'' सर्वात गंमत म्हणजे २४ जुलैला ही भेट झाली असतानाही आपला राजीनामा पंतप्रधानांनी स्वीकारल्याचे देशमुखांनी या नेत्यांना सांगितले नाही. दुसऱ्या दिवशी आपण राजीनाम्याचे भाषण करणार आहोत हेही ते बोलले नाहीत. त्यामुळे समितीचे सर्व नेते दिल्लीत असूनही भाषण ऐकायला उपस्थित राहू शकले नाहीत. त्यामुळे साहजिकच दुसऱ्या दिवशीच्या बातम्या वाचून अवाक् होण्याची पाळी या नेत्यांवर आली. या सर्वच नेत्यांनी राजीनामा दिल्याबद्दल चिंतामणरावांचे कौतुक केले असले, तरी त्यांचा विशाल द्विभाषिकांचा पर्याय मात्र कोणालाही मान्य नव्हता.

❑❑❑

१६

विशाल द्विभाषिक घोषणा

पंतप्रधान नेहरूंनी संयुक्त महाराष्ट्र समितीच्या नेत्यांना २५ जुलैला दुपारीच भेटीला बोलाविले. हे निमंत्रण स्वीकारून एस.एम. जोशी, बी. टी. रणदिवे, रघुनाथराव खाडिलकर आणि दत्ता देशमुख पंतप्रधानांना भेटण्यास गेले. पाऊण तासाच्या या भेटीत नेहरूंनी आपल्या खास शैलीत या नेत्यांचे समाधान करण्याचा प्रयत्न केला. 'महाराष्ट्राविषयी आपल्या मनात अजिबात आकस नाही' असे भेटीच्या प्रारंभीच त्यांनी सांगून टाकले. 'मुंबईचा प्रश्न पाच वर्षांच्या आतच सुटेल; पण त्यासाठी मुंबईतील अन्य भाषकांचे मन वळविले पाहिजे', असे सांगून नेहरू म्हणाले की, 'मुंबई शहराचा समावेश ताबडतोब महाराष्ट्रात करण्यास अनेक अडचणी आहेत; थोडा वेळ जाऊ द्या, मग सुचेल आपोआप काहीतरी उपाय.' अशी गोलमाल उत्तरे देत नेहरूंनी समितीच्या नेत्यांची बोळवण केली.

समितीचे हे नेते एकत्र येऊन पंतप्रधानांना भेटले खरे; पण त्यांचा एकमेकांवरच विश्वास नव्हता. कॉम्रेड रणदिवे आणि लालजी पेंडसे दिल्लीत एकत्रच राहात होते; पण रणदिवे अशोक मेहतांना भेटत आहेत, पंतप्रधानांना भेटायला गेले आहेत याचा पत्ताच त्यांनी लालजींना लागू दिला नाही. 'महाराष्ट्राचे महामंथन' या नावाने लालजी पेंडसे यांनी संयुक्त महाराष्ट्राच्या लढ्याबद्दल एक पुस्तकच लिहिले आहे. त्यात या मानसिक दुराव्याबद्दल त्यांनी लिहिले आहे, ''मला अंदाज येऊन चुकला की संयुक्त महाराष्ट्राबद्दलच्या आम्हा सर्वांच्या निष्ठा एका घडणीच्या नाहीत. द्वैभाषिकाच्या पर्यायाबद्दल व सीमाभागाबद्दल विकल्प आहेत. पुढे ते धोरणातून अप्रत्यक्षपणे घडत गेले.'' (लालजी पेंडसे : महाराष्ट्राचे महामंथन)

समितीच्या नेत्यांनी पंतप्रधानांची अशी घेतलेली भेट समितीतल्या लोहियावाद्यांना मुळीच आवडली नव्हती. प्रजासमाजवादी आणि समाजवादी पक्ष

यातील वादाला ते निमित्त ठरले. सदाशिव बागाईतकरांनी लिहिले आहे, ‘‘समितीची संमती न घेता समितीमधील काही प्रमुख पुढारी २६ जुलैला नेहरूंना भेटले. त्याआधी नेहरूंशी काय बोलावयाचे या चर्चेत गोळीबाराचा प्रश्न काढू नये, मुंबईच्या प्रश्नावर भर देऊन मुंबई तीन वर्षे केंद्रशासित ठेवून नंतर आपोआपच महाराष्ट्रात घालण्याचे नेहरूंना सुचवावे असे ठरविण्यात आले. हे सर्व समितीच्या भूमिकेशी विरोधी आहे म्हणून सोशलिस्ट पार्टीच्या प्रतिनिधींनीच या गोष्टीला विरोध केला.’’

२७ जुलैला दिल्लीत समितीच्या वतीने सत्याग्रह होणार होता. त्याच्या पूर्वसंध्येला, २६ जुलैला संध्याकाळी अजमल पार्कमध्ये सत्याग्रहींच्या स्वागतासाठी मोठी सभा झाली. दहा हजारांवर लोक या सभेला जमले होते. सभेमध्ये सुचेता कृपलानी, कॉम्रेड ए.के. गोपालन, हिंदू महासभेचे प्रा. रामसिंग आणि वि. घ. देशपांडे, एस. एम. जोशी आणि अत्रे यांची भाषणे झाली.

दिल्लीतील सत्याग्रहात सहा-सातशे सत्याग्रही पोहोचतील असे समितीच्या नेत्यांना वाटत होते. प्रत्यक्षात दोन हजारांवर सत्याग्रही २६ तारखेला सकाळीच दिल्लीत पोहोचले. पुरुष सत्याग्रहींची व्यवस्था बिर्ला मंदिराजवळच्या हिंदू महासभा भवनात तर महिलांची व्यवस्था पहाडगंजमधील बृहन्महाराष्ट्र भवनात केली होती. दिल्ली स्टेशनवर उतरताच सत्याग्रही मोर्चानेच आपापल्या निवासस्थानी गेले. ‘मुंबईसह संयुक्त महाराष्ट्र झालाच पाहिजे’ या घोषणेबरोबरच हिंदी व इंग्रजीतून घोषणा देत सत्याग्रहींनी दिल्ली दणाणून सोडली. संध्याकाळच्या सभेलाही सत्याग्रही मोर्चानेच आले. त्यामुळे दिल्लीभर संयुक्त महाराष्ट्राच्या घोषणा दुमदुमत राहिल्या.

२६ जुलैला रात्री दिल्लीत मुसळधार पाऊस झाला. त्यामुळे सत्याग्रहावरच पाणी पडणार की काय अशी भीती सर्वांनाच वाटत होती; पण सुदैवाने सकाळी पाऊस थांबला. त्यामुळे तुकड्या-तुकड्यांनी सत्याग्रही संसदभवनासमोर जमू लागले. संसदभवनाला पोलिसांनी वेढा घातला होता. पोलीस बंदोबस्त कडक असला, तरी दिल्ली पोलीस मात्र सत्याग्रहींशी सौजन्याने वागत होते. सत्याग्रहींच्या प्रत्येक तुकडीत २५ जणांचा समावेश होता. सर्वांत पुढे एक नेता आणि चार चार जणांच्या सहा रांगा अशा पद्धतीने प्रत्येक तुकडी सत्याग्रह करीत होती. पोलिसांची साखळी तोडून पहिला गट पुढे घुसला की पोलीस त्यांना अडवीत आणि बाकीचे सत्याग्रही मग शांतपणे पोलिसांच्या गाडीत जाऊन बसत. सत्याग्रह शिस्तबद्ध आणि शांततापूर्ण असल्यामुळे पोलिसांनी कडक कारवाई करण्याचा प्रश्नच आला नाही. सकाळपासून सुरू झालेला सत्याग्रह संध्याकाळी ५ वाजता संपला.

काँग्रेस श्रेष्ठींनी केंद्रशासित मुंबई राज्याबाबत घातलेला घोळ १९५६च्या ऑगस्टच्या पहिल्या आठवड्यात स्वत:च निस्तरला तो विशाल द्विभाषिक मुंबई राज्याची घोषणा करून. महाराष्ट्रातील काँग्रेस नेत्यांनी हा पर्याय पूर्वी सुचविला होता; पण तो काँग्रेसश्रेष्ठींनी तेव्हा नाकारला. आता तो स्वीकारताना त्यासाठी २८२ खासदारांच्या सह्यांच्या निवेदनाचा आधार घेण्यात आला. चिंतामणराव देशमुखांच्या राजीनामा नाट्यानंतर आणि खळबळजनक भाषणानंतर हे संसद सदस्य उत्स्फूर्तपणे पुढे आले असे चित्र निर्माण झाल्यामुळे देशमुखांसह महाराष्ट्रातील नेत्यांना, हा त्या भाषणाचाच परिणाम आहे असे वाटले. प्रत्यक्षात गोविंद वल्लभ पंत यांच्या पुढाकाराने आणि नेहरूंच्या संमतीने हे निवेदन नाट्य घडवून आणण्यात आले होते, हे खूप नंतर स्पष्ट झाले.

मोरारजी देसाईंनाही या विशाल द्विभाषिकाचे पुरस्कर्ते बनविण्याचा प्रयत्न काँग्रेस पक्षश्रेष्ठींनी केला. मोरारजींनी आपल्या आत्मचरित्रात त्याबद्दल स्पष्टपणे लिहिले आहे. मोरारजींच्या आठवणीनुसार ‘‘जेव्हा राज्यपुनर्रचनेसंबंधीच्या विधेयकावर लोकसभेत चर्चा सुरू होती तेव्हा संसदेतील काही प्रमुख सदस्य त्यांनी तयार केलेल्या ठरावावर अन्य सदस्यांच्या सह्या गोळा करीत होते. विशाल द्विभाषिक मुंबई राज्य निर्माण करावे असे त्यांनी केलेल्या ठरावात सुचवले होते. ह्या सूचनेला पंतजींचा पाठिंबा असल्याचे मला समजले. अमृतसर काँग्रेसच्या वेळीही त्यांनी विशाल द्विभाषिक मुंबई राज्याच्या योजनेचा मी पुरस्कार करावा असे सुचवले होते; पण ह्या योजनेचा प्रायोजक (स्पॉन्सर) होण्यास मी नकार दिला. मात्र जर काँग्रेस कार्यकारिणीने आणि केंद्र सरकारने विशाल द्विभाषिक मुंबई राज्याची निर्मिती करण्यास अनुकूलता दर्शविली तर मी त्याचा निषेध करणार नाही असे त्यांना सांगितले. लोकसभेचे सदस्य ज्या ठरावावर सह्या घेत होते त्याला जवाहरलालजींचाही पाठिंबा होता.’’ (मोरारजी देसाई : द स्टोरी ऑफ माय लाइफ) मोरारजींनी आत्मचरित्रात पुढे लिहिले आहे, ‘‘(१९५६च्या) जूनअखेरीस श्री. ढेबरभाईंनी मला फोन केला आणि विशाल द्विभाषिक मुंबई राज्याचा प्रस्ताव विचाराधीन असून त्यावर चर्चा करण्यासाठी मी दिल्लीत यावे असे आमंत्रण दिले. त्यांना माझी संमती हवी होती. लगेच दिल्लीला येणे मला शक्य नसल्याचे मी त्यांना सांगितले. मात्र जुलैत होणाऱ्या काँग्रेस कार्यकारिणीच्या सभेसाठी मी दिल्लीत येणार असल्याचे त्यांना कळवले. ह्या सभेत विशाल द्विभाषिकाचा ठराव आणला गेला. काँग्रेस कार्यकारिणीच्या सभेपूर्वी जवाहरलालजी, मौलाना आझाद, पंतजी, ढेबरभाई, लालबहादुरशास्त्री आणि मी यांची बैठक झाली. तीत मी विशाल

द्विभाषिक राज्यासंबंधीचा ठराव स्वीकारावा असे मला सांगण्यात आले. मी अमृतसरला जे सांगितले त्याचीच पुनरुक्ती केली. काँग्रेस कार्यकारिणीने जर ठराव केला तर मी त्याला विरोध करणार नाही; मात्र ठरावाचा पुरस्कार करणे मला शक्य नाही असे मी म्हणालो. विशाल मुंबई राज्याची निर्मिती मला पसंत होती; पण महाराष्ट्रातील चळवळ आणि गुजरातमधील अनेक लोकांचे मत लक्षात घेऊन त्रिराज्य योजनेस मान्यता दिली. त्यानंतर नव्याने निर्माण झालेल्या परिस्थितीत विशाल द्विभाषिक मुंबई राज्याच्या निर्मितीस पाठिंबा देणे मला योग्य वाटत नाही.'' (मोरारजी देसाई : द स्टोरी ऑफ माय लाइफ)

मोरारजींचे हे सर्व बोलणे ऐकून नेहरूंना अतिशय दुःख झाले आणि त्यांनी ते बोलूनही दाखविले. विशाल द्विभाषिक राज्याखेरीज अन्य पर्याय उरलेला नाही हे पाहून मोरारजींनी अनिच्छेने मान्यता दिली खरी; पण ती बिनशर्त दिलेली नव्हती. त्यांनी काँग्रेसश्रेष्ठींना पुढील अटी घातल्या –

(१) द्विभाषिक मुंबई राज्य अस्तित्वात आल्यानंतर आपण त्याचे विभाजन करणार नाही अशी काँग्रेसश्रेष्ठींनी लेखी हमी द्यावी.

(२) संसदेतील महाराष्ट्रीय सदस्यांची ह्या प्रस्तावास मान्यता मिळवावी.

(३) विशाल द्विभाषिक मुंबई राज्याची निर्मिती करण्यात आली तर त्या नव्या राज्याचा मुख्यमंत्री महाराष्ट्राचा असावा. या तीन अटींपैकी पहिली अट तोंडी मान्य करण्यात आली. मात्र तशी लेखी हमी देण्यास काँग्रेसश्रेष्ठी तयार झाले नाहीत.

काकासाहेब गाडगीळ, देवगिरीकर आणि यशवंतराव चव्हाण यांचा विशाल द्विभाषिक राज्याला ठाम विरोध होता. त्यामुळे या तिघांना वगळून महाराष्ट्रातील बाकीच्या काँग्रेस नेत्यांना या प्रस्तावाला अनुकूल करून घेण्यात आले. त्यासाठी वेगवेगळे मार्ग अवलंबिले गेले. मुंबईतील डॉ. हिरानंदानी यांच्या पुढाकाराने स. का. पाटील, हिरे व कुंटे यांची एकत्र भेट झाली होती. त्यावेळी या तिघांनी विशाल द्विभाषिकाला मान्यता दर्शविली. कुंटे कदाचित आपले मत बदलतील असे वाटल्यामुळे त्यांच्याशी वेगळा संपर्क प्रस्थापित करण्यात आला. उत्तर प्रदेश विधानसभेचे अध्यक्ष आत्माराम खेर यांनी नानासाहेब कुंटे यांना पत्र पाठविले. त्यासंबधी खुद्द कुंटे यांनीच आपल्या आत्मचरित्रात लिहिले आहे, ''उत्तरप्रदेशचे सभापती व माझे स्नेही खेर यांचे पत्र आले. 'मुंबई राजधानी असलेले मोठे द्विभाषिक केले तर तुमचे त्याविषयीचे मत काय राहील?' मी उत्तर पाठविले, ''ती तर आमचीच सूचना होती; परंतु आम्ही ती एकदा केली असता वर्किंग कमिटीने

ती स्वीकारली नाही. मुंबई व गुजरातने ती झिडकारली; नव्हे गुजरातने आमचा हेतू वाईट असल्याचे आरोपही केले. यास्तव ती सूचना आम्ही पुन्हा करणार नाही; पण ती जर दुसऱ्या कोणी केली तर आमचा पाठिंबा राहील, मान्यता राहील.'' (नाना कुंटे : वाटचाल)

काकासाहेब गाडगीळांना मात्र या गोष्टीची कुणकुण लागली असावी. त्यामुळे विशाल द्विभाषिकाला विरोध करणारे एक पत्र त्यांनी नेहरूंना पाठविले. ५ मे १९५६ रोजी दिल्लीतूनच धाडलेल्या खासगी पत्रात त्यांनी लिहिले होते, ''माझ्या प्रदेशात विशाल द्विभाषिक मुंबई राज्य निर्माण करणे म्हणजे ब्राह्मण-ब्राह्मणेतर वाद पुनरुज्जीवित करणे ठरेल. आमच्यापैकी काहींनी आयुष्यभर प्रयत्न करून ब्राह्मण-ब्राह्मणेतर वाद नियंत्रणाखाली आणला आहे. मागे (म्हणजे ऑक्टोबर १९५५ मध्ये) विशाल द्विभाषिक मुंबई राज्याचा तोडगा (शंकरराव देवांनी) सुचवला होता तेव्हा ब्राह्मणेतरांच्या एका गटाने जातिवादाचा आधार घेऊन आमच्यावर हल्ला चढवला होता.''

विशाल द्विभाषिकाच्या काँग्रेसमधील विरोधकांपैकी राहता राहिले देवगिरीकर आणि यशवंतराव चव्हाण; पण पक्षश्रेष्ठींनी हा प्रस्ताव मांडला, तर पक्षशिस्तीचे पालन करून हे दोघेही तो मान्य करतील, असे पक्षश्रेष्ठींना वाटत होते.

५ ऑगस्टला दिल्लीत काँग्रेस कार्यकारिणीची सभा भरणार होती. त्यात विशाल द्विभाषिक मुंबई राज्याचा प्रस्ताव मान्य करून घेण्याचा चंग नेहरू आणि पंत यांनी बांधला होता. त्यामुळे १ ऑगस्टपासूनच खासदारांच्या सह्या मिळविण्याची मोहीम सुरू करण्यात आली. काँग्रेसपक्षाचे मुख्य प्रतोद सत्यनारायण सिन्हा आणि आदिवासींचे नेते जयपालसिंग हे खासदार सह्या गोळा करण्यात आघाडीवर होते. आश्चर्य म्हणजे प्रजासमाजवादी पदाचे नेते अशोक मेहता यांनीही त्यासाठी पुढाकार घेतला होता. ५ ऑगस्टला कार्यकारिणीच्या सभेसाठी देवगिरीकर जेमतेम एक तास आधी दिल्लीत पोहोचले, तेव्हा या सह्यानाट्याची त्यांना काहीच कल्पना नव्हती. त्यामुळे देवगिरीकरांनी एकट्याने विशाल द्विभाषिकाला कार्यकारिणीत विरोध केला. 'इतक्या घाईने हा प्रश्न सोडवू नका' असे देवगिरीकरांनी म्हणताच, 'आता थांबायला वेळ नाही', असे त्यांना सांगण्यात आले. अर्थातच काँग्रेस कार्यकारिणीत विशाल द्विभाषिक मुंबई राज्याचा प्रस्ताव संमत झाला.

मुंबईहून भाऊसाहेब हिरे, कुंटे आणि यशवंतराव चव्हाणांना ६ ऑगस्टला दिल्लीत बोलविण्यात आले. दिल्लीत पोहोचताच सर्वजण हरिभाऊ पाटसकरांच्या निवासस्थानी जमले. तेव्हा देवगिरीकरांनी चव्हाणांना थेट प्रश्न केला, ''तुम्हाला हे

द्विभाषिक मान्य आहे का?'' त्यावर चव्हाण हिरे यांच्या समक्ष म्हणाले, ''या हिऱ्यांनी सारी घाण केली. आता मी काय करणार? (त्र्यं. र. देवगिरीकर : राजकीय आठवणी) या सर्वांचा अर्थ एकच होता की महाराष्ट्रातील नेत्यांना एकेकटे, वेगवेगळे गाठून विशाल द्विभाषिकासाठी तयार करण्यात आले होते; पण त्याचा एकमेकांना पत्ताच नव्हता. प्रत्यक्ष प्रस्ताव मंजूर झाला, तेव्हा मात्र आपण फसविले गेलो आहोत, याची जाणीव सर्वांनाच झाली.

याच काळात प्रजासमाजवादी पक्षाच्या राष्ट्रीय कार्यकारिणीची बैठक दिल्लीत भरली होती. तिला हजर राहण्यासाठी एस. एम. जोशी ५ ऑगस्टलाच दिल्लीत पोहोचले. ह्या दिवशीच्या वृत्तपत्रात काँग्रेसश्रेष्ठी विशाल द्विभाषिकाचा पर्याय स्वीकारणार असल्याचे वृत्त प्रसिद्ध झाले होते. एस. एम. जोशींनी समितीच्या वतीने ताबडतोब एक पत्रक प्रसिद्धीला दिले. पत्रकात पुढील मजकूर होता.

''संयुक्त महाराष्ट्र समिती ही महाराष्ट्रातील जनतेच्या वाजवी आकांक्षांची अभिव्यक्ती करणारी संघटना आहे. ही संघटना विशाल द्विभाषिक मुंबई राज्याचा प्रस्ताव नि:संदिग्धपणे फेटाळत आहे. विशाल द्विभाषिक मुंबई राज्य लादण्याचे प्रयत्न झाल्यास समिती त्यांना सर्व शक्तीनिशी विरोध करील. विशाल द्विभाषिक मुंबई राज्याच्या प्रस्तावास काँग्रेस अनपेक्षितपणे पाठिंबा संघटित करीत आहे. मराठी भाषकांचा मुंबई शहरावरचा वाजवी दावा नाकारणे, मुंबईसह संयुक्त महाराष्ट्राच्या वेगळ्या राज्याच्या मागणीसाठी चाललेल्या चळवळीत गोंधळ माजवून ती मोडून काढणे आणि महाराष्ट्रातील काँग्रेसची राजवट टिकवून धरणे हे काँग्रेसचे हेतू आहेत. लोकांच्या इच्छेविरुद्ध महाराष्ट्रावर विशाल द्विभाषिक राज्य लादल्यास जातिवादाच्या व जमातवादाच्या ज्वाळा भडकतील.''

विशाल द्विभाषिक मुंबई राज्याचा प्रस्ताव काँग्रेस कार्यकारिणीने संमत केला असला, तरी काँग्रेस संसदीय पक्षाचा त्याला पाठिंबा घेणे नेहरूंना आवश्यक वाटत होते. म्हणून लगेचच दुसऱ्या दिवशी म्हणजे ६ ऑगस्ट १९५६ला काँग्रेस संसदीय पक्षाची बैठक भरली. अध्यक्षस्थानी नेहरू होते. काँग्रेस अध्यक्ष ढेबर आणि मुंबई राज्याचे मुख्यमंत्री मोरारजी देसाई, विशेष निमंत्रित म्हणून हजर होते. नेहरूंनी काँग्रेस कार्यकारिणीने संमत केलेला प्रस्ताव सभेपुढे ठेवला. त्यानिमित्ताने नेहरूंनी एक छोटे भाषण केले. संसदेतील काँग्रेस पक्षाच्या सदस्यांनी सह्यांचे एक ज्ञापन सादर केले असल्याचा जवाहरलाल नेहरू यांनी सभेच्या सुरुवातीस उल्लेख केला. मुंबई राज्याचा प्रश्न सोडविण्यासाठी सर्व बाजूंनी पुढाकार घेतल्याचा अनोखा अनुभव आला असे ते म्हणाले. कोणती तरी अदृश्य शक्ती निश्चितच दिशा दर्शवीत होती. विशाल

द्विभाषिक मुंबई राज्याच्या प्रस्तावास मिळालेला प्रतिसाद चमत्कार वाटावा असा होता. त्यावरून ही कल्पना चैतन्यदायी असल्याचे दिसून आले. महाराष्ट्र, विदर्भ, मराठवाडा, मुंबईशहर यांचा समावेश असलेले हे विशाल द्विभाषिक राज्य म्हणजे अरबी समुद्रावर नजर असलेला सागरी प्रदेश म्हणता येईल. विशाल द्विभाषिक राज्याची ही कल्पना नवी नाही. जरी पूर्वी एकदा महाराष्ट्र प्रदेश काँग्रेस समिती आणि गुजरात प्रदेश काँग्रेस समिती यांनी ह्या प्रस्तावामागची मूलभूत कल्पना स्वीकारली होती तरी नंतरच्या घडामोडींमुळे ती मूर्त स्वरूपात उतरू शकली नाही. मिश्र (काँपोझीट) राज्य निर्माण करण्याबाबत कॅबिनेटमध्ये, काँग्रेस कार्यकारिणीत तसेच अन्य ठिकाणच्या ज्येष्ठ सहकाऱ्यांबरोबर चर्चा करण्यात आली होती. हे ज्येष्ठ सहकारी मुख्यत: महाराष्ट्रातील व गुजरातमधील आहेत. ही कल्पना मूर्त रूपात आणताना ज्या अडचणी येण्याची शक्यता आहे त्यांचा विचार करून अखेर विशाल द्विभाषिक मुंबई राज्याची निर्मिती हाच पर्याय योग्य असल्याचा निष्कर्ष काढण्यात आला. ह्या निर्णयामुळे पीडानिवारण झाल्याचे समाधान लाभेल आणि लोकांचे लक्ष अन्य समस्यांकडे वळेल. मुंबई राज्याचा प्रश्न हा एका राज्याचा हा प्रश्न राहिला नव्हता, तर तो राष्ट्रीय स्वरूपाचा प्रश्न बनला. त्यामुळे ह्या निर्णयप्रक्रियेत सहभागी होण्याचा प्रत्येकाला अधिकार आहे. मात्र जे लोक ह्या अवघड व अवजड जबाबदारीचे ओझे वाहणार आहेत त्यांना हा निर्णय यशस्वी करण्याची कामगिरी करावी लागणार आहे.'' महाराष्ट्र, गुजरात, सौराष्ट्र, कच्छ, विदर्भ आणि मुंबई शहर यातील सहकाऱ्यांच्या गटांशी आपण चर्चा केल्याचे पक्षाचे नेते असलेल्या नेहरूंनी सांगितले. विदर्भातील लोकांनी त्यांच्या अडचणीबाबतची मते व्यक्त केली. त्यांनी नव्या निर्णयाचा पाठपुरावा करावा असे त्यांना वारंवार सांगण्यात आले. विदर्भातील सहकाऱ्यांशी जी बोलणी झाली त्यात सहकार्याची भावना दिसली. त्याबद्दल विदर्भातल्या काँग्रेसजनांची नेहरूंनी प्रशंसा केली. नंतर ह्या प्रस्तावाबाबत ज्यांना आपली मते मांडावयाची आहेत त्यांनी ती मांडावीत असे नेहरूंनी सांगितले.

नाशिकचे खासदार गोविंद हरी देशपांडे यांनी प्रस्तावावरील चर्चेला सुरुवात केली. त्यानंतर बळवंतराय मेहता, स. का. पाटील, काकासाहेब कालेलकर, ह. वि. पाटसकर इत्यादी मराठी-गुजराती भाषक खासदारांनी आपली मते व्यक्त केली. गोविंद हरी देशपांडे एकभाषी राज्याचे कट्टर पुरस्कर्ते असूनही त्यांनी या निर्णयाला पाठिंबा दिला. बाकीच्या खासदारांनीही नेहरूंच्या प्रस्तावाचे समर्थनच केले.

काँग्रेस संसदीय पक्षाच्या बैठकीत विशाल द्विभाषिकाला विरोध करण्याचे धैर्य एकट्या काकासाहेब गाडगीळांनी दाखविले.

मुळात विशाल द्विभाषिक मुंबई राज्याचा प्रस्ताव महाराष्ट्र प्रदेश काँग्रेस समितीच्या सभेत पूर्वी काकासाहेबांनीच मांडला होता. त्याबाबत काँग्रेस अध्यक्ष ढेबर यांच्याशी चर्चाही केली होती. तेव्हा पक्षश्रेष्ठींनी या प्रस्तावाला ठोकरून लावले होते आणि त्यातूनच मुंबई गोळीबारासारखा पुढील घटनाक्रम निर्माण झाला. या सर्व पार्श्वभूमीवर हा नवा प्रस्ताव स्वीकारू नये असे त्यांना वाटत होते. म्हणूनच ''आपण एकटे पडलो असलो, तरी कसलाही गैरसमज राहू नये म्हणून मनातले सगळे स्पष्टपणे बोलून दाखवीत आहे'', असे सांगत काकासाहेबांनी सर्व तपशील मांडला. ते म्हणाले, ''काँग्रेसश्रेष्ठींनी आता जसे गुजराती व मराठी नेत्यांचे मन वळवले आहे, ते तेव्हाच केले असते तर गेल्या आठ महिन्यात जे घडले, ते घडले नसते. त्यामुळे माझ्या मनावर खोल जखम झाली आहे. एकभाषी राज्ये राष्ट्रीय ऐक्यास विघातक आहेत असे त्यांना बिलकूल वाटत नाही. मिश्र राज्य निर्माण करण्यासंबंधीचा निर्णय घेतल्यामुळे मराठीभाषकांवरचा अन्याय कमी झालेला नाही. मी ह्या प्रस्तावाविरुद्ध मत देणार आहे. देशाचा कायदा मला मान्य असो वा नसो, तो स्वीकारणे हे माझे कर्तव्य आहे. मी माझा विरोध व्यक्त केला आहे. काँग्रेसला मी पक्षामध्ये राहावे असे वाटत असेल तर मी पक्षात राहीन.''

या सर्व चर्चेनंतर प्रस्ताव मताला टाकण्यात आला. काकासाहेब गाडगीळ वगळता सर्व खासदारांनी हात वर करून प्रस्तावाला मान्यता दिली. मतदानानंतर बोलताना ''आज येथे ह्याविषयी घेतलेला निर्णय ऐतिहासिक स्वरूपाचा आहे'', असे नेहरू म्हणाले. ''गेले अनेक महिने आपण आपल्या मूलबंधापासून (मूरिंग्ज) दूर भरकटत आलो. आपण अमृतसर काँग्रेसमध्ये ते मूलबंध मिळवण्याचा प्रयत्न केला; पण आपल्या मार्गात नेहमी निर्माण झालेला गोंधळ ही खरी अडचण होती.'' आपल्या भाषणाचा समारोप करताना नेहरू म्हणाले, ''हा निर्णय घेऊन आपण सर्व संसदसदस्यांनी राष्ट्राला महान मिश्र मुंबई राज्याची बहुमोल देणगी दिली आहे.'' (संसदीय काँग्रेस पक्षाच्या ६ ऑगस्ट १९५६च्या सभेचे कार्यवृत्त)

दुसऱ्याच दिवशी म्हणजे ७ ऑगस्ट १९५६ला गृहमंत्री पंतांनी विशाल द्विभाषिक मुंबई राज्याच्या निर्मितीसंबंधीची उपसूचना लोकसभेत मांडली. ही उपसूचना २४१ विरुद्ध ४० मतांनी संमत करण्यात आली.

विशाल द्विभाषिक मुंबई राज्य करण्याचा निर्णय ऐतिहासिक असल्याचे ढोलताशे काँग्रेस नेते बडवीत असले, तरी मराठीभाषकांप्रमाणेच गुजरातीभाषकांनाही

द्विभाषिकाचा पर्याय मान्य नव्हता. संसदेत द्विभाषिकाचा प्रस्ताव संमत होताच दुसऱ्या दिवशी ८ ऑगस्ट १९५६ला अहमदाबादेत महागुजरातसाठी विद्यार्थ्यांचे आंदोलन सुरू झाले. विद्यार्थ्यांनी काँग्रेस हाऊसवर मोर्चे नेले. मोरारजी देसाईंनी विश्वासघात केला असे विद्यार्थ्यांचे म्हणणे होते. शहर आणि जिल्हा काँग्रेसचे नेते काँग्रेस हाऊसमध्ये लपून बसले. त्यामुळे विद्यार्थ्यांचे आंदोलन उग्र होत गेले. विद्यार्थ्यांचा प्रचंड जमाव पांगविण्यासाठी पोलिसांनी केलेला लाठीमार निष्फळ ठरला. हे आंदोलन अनपेक्षित आणि उत्स्फूर्त असल्याने पोलिसांजवळ अश्रुधुराची नळकांडीच नव्हती. त्यामुळे थेट गोळीबार करण्यात आला. पाच जण त्यात ठार झाले. सुरेशकुमार भट या तरुणाची फुटलेली कवटी एका थाळीत घालून विद्यार्थ्यांनी ती वकिलांना आणि नेत्यांना दाखविली.

८ ऑगस्ट ते १५ ऑगस्ट या काळात प्रक्षुब्ध जमाव हिंसाचार करीत अहमदाबादेत अग्निकांड करीत होता; पण कोणीही जबाबदार नेता तिथे पोहोचला नाही. या काळात विद्यार्थ्यांबरोबर अहमदाबादेतील ६५ गिरण्यांतील कामगारही रस्त्यावर उतरले. ८ ते १० ऑगस्ट या तीन दिवसांत १४ लोक गोळीबारात ठार झाले. एवढे सगळे घडूनही काँग्रेस अध्यक्ष ढेबर दिल्लीत बसून होते. तर मोरारजी देसाई, जीवराज मेहता वगैरे ज्येष्ठ नेते दिल्ली सोडण्यास तयार नव्हते. सर्व शांत झाल्यावर मोरारजी पोलीस संरक्षणात अहमदाबादला गेले, तेव्हा त्यांना तेथे दगड खावे लागले.

अहमदाबादेतील दंगल आणि प्राणहानी टाळण्यासाठी मोरारजींना उपाय सुचला, तो उपोषण करण्याचा; पण तेही त्यांना नेहरूंच्या संमतीनेच करायचे होते. म्हणून ढेबरांशी त्यांनी संपर्क साधला आणि 'नेहरूंची संमती नसेल तर मुख्यमंत्रिपदाचा राजीनामा देऊन उपोषण करीन' असे सांगितले. ढेबर घाईघाईने १९ ऑगस्टला अहमदाबादला आले. मोरारजींना त्यांनी 'नेहरूंचा उपोषणाला विरोध नाही' असे सांगितल्यावर मोरारजींचे उपोषण अहमदाबादेत सुरू झाले. बेमुदत म्हणून सुरू झालेले हे उपोषण आठव्या दिवशीच संपले. त्यामुळे त्याचा काही उपयोग होण्याऐवजी त्याची टिंगलच झाली. अत्रे यांनी 'नवयुग'मध्ये लिहिले, 'खुन्या मुरारीचे खोटे उपोषण.'

विशाल द्विभाषिक मुंबई राज्य अस्तित्वात येणार असे दिसू लागताच राजकीय पक्षात दोन वेगवेगळ्या प्रतिक्रिया उमटल्या. काँग्रेसमध्ये द्विभाषिकाचा नेता कोण, या दृष्टीने राजकारण सुरू झाले. विरोधी पक्षात आणि संयुक्त महाराष्ट्र समितीत आता सत्याग्रहाच्या मागे न लागता येऊ घातलेल्या सार्वत्रिक

निवडणुकीची पूर्वतयारी सुरू करावी, असा मतप्रवाह निर्माण झाला. या दोन्ही प्रतिक्रियांचा एकत्रित परिणाम महाराष्ट्राच्या पुढील राजकारणावर झाला.

विशाल द्विभाषिक मुंबई राज्याच्या मागणीचे आद्य प्रवर्तक शंकरराव देव होते. त्यामुळे या नव्या राज्याचा मुख्यमंत्री कोण असावा, प्रशासन कसे असावे, याबाबत सूचना पाठविण्यास शंकरराव देवांनी सुरुवात केली. नेहरू, गृहमंत्री पंत आणि मोरारजी देसाई यांना त्यांनी सविस्तर पत्रे लिहिली. २८ सप्टेंबर १९५६ला शंकररावांनी मोरारजींना एक विस्तृत पत्र पाठविले. त्यातील काही निरीक्षणे फार महत्त्वाची आहेत. शंकरराव देवांनी लिहिले होते, ‘‘गुजरात काँग्रेस जवळजवळ अभंग आहे, तर महाराष्ट्र काँग्रेसला तडा पडला आहे. काँग्रेस एक राजकीय पक्ष म्हणून मी येथे या गोष्टीचा विचार करीत नाही तर या घटनेचा द्विभाषिक मुंबई राज्याच्या भवितव्यावर जो इष्टानिष्ट परिणाम होईल त्यामुळे मी हा विचार करीत आहे. कारण नोव्हेंबर १ रोजी जेव्हा मुंबईच्या विशाल राज्याला प्रारंभ होईल तेव्हा काँग्रेस हीच अपरिहार्यतेने अधिकारावर राहणार आहे.’’

‘‘लवकरच काँग्रेस पक्षप्रमुखाची निवड व्हावयाची आहे. ही निवड दोघांच्याही मनात परस्परांविषयी जे भय आहे ते दूर होऊन त्या ठिकाणी परस्परांबद्दलचा विश्वास (निर्माण) होईल अशी व अशा रीतीने होणे जरूर आहे. त्या वेळी महाराष्ट्रीय नेता निवडावा असे तुम्हा मंडळींचे धोरण असेल तर आणि मराठी भाषिक सदस्यांत एकमत नसेल तर आपण आणि गुजराती मंडळींनी तटस्थ राहून महाराष्ट्रीयांना निवड करण्याची संधी दिली तर इष्ट होईल.. या पत्राची नक्कल पंडितजी व पंतजी यांना पाठविली आहे. या उभयतांनाही मी एकदोन दिवसात पत्र पाठवीत आहे. त्याची नक्कल तुम्हाला पाठवीनच.’’

मोरारजी देसाई त्यांना भेटणाऱ्या वा पत्र लिहिणाऱ्या सर्वांना दोन महत्त्वाचे मुद्दे सांगत होते. ‘‘माझी इथे राहण्याची अजिबात इच्छा नाही; पण एकमुखाने सर्वांनी माझे नेतृत्व स्वीकारले तरच मी नेतेपद घेईन. माझ्या मनात कोणाबद्दलही हेवादावा किंवा किंतू नाही. मी नेतृत्व स्वीकारणार नसेन, तर हायकमांडने विचारल्यास माझ्यावर ज्यांचा विश्वास आहे, (म्हणजे चव्हाण) त्यांचे नाव सुचवीन.’’

विशाल द्विभाषिकाचे नेतेपद मोरारजी स्वीकारणार नाहीत आणि निवडणूक झाल्यास आपल्याला मोठी संधी आहे, हे यशवंतराव चव्हाण यांनी ओळखले होते. नागपूर विदर्भातील आमदारांचा पाठिंबा मिळविण्यासाठी चव्हाण यांनी नागपुरात मुक्काम ठोकला होता. ग. त्र्यं. माडखोलकरांसारखे नेते मात्र निदान

संक्रमणकाळापुरते तरी हिरे यांनी नेतृत्व करावे यासाठी प्रयत्नशील होते. भाऊसाहेब हिरे मोरारजींना एकमताने पक्षनेतेपदी येऊ देणार नाहीत याची सर्वांनाच खात्री होती आणि या स्थितीत मोरारजी यशवंतरावांचे नाव पुढे करणार हे पुरेसे स्पष्ट झाले होते. म्हणूनच चव्हाण विरुद्ध हिरे अशी लढत टळावी यासाठी हस्तक्षेप करावा म्हणून काही नेत्यांनी नेहरू आणि गृहमंत्री पंत यांच्याकडे धाव घेतली. शंकरराव देवांनी नेहमीच्या पद्धतीने दोघांना पत्रे पाठविली, तर स्वामी रामानंद तीर्थ यांनी दिल्लीत जाऊन नेहरूंची भेट घेतली. केंद्रीय नेते अशा हस्तक्षेपाला तयार नव्हते. शंकररावांनी मग पुन्हा मोरारजींकडे मोर्चा वळविला आणि नेतेपदासाठी सी.डी. देशमुख, वैकुंठलाल मेहता अशी नावे सुचविली. मोरारजींनी ती फेटाळून लावली. या संदर्भात शंकररावांनी मोरारजींची भेटही घेतली; पण या भेटीत काय झाले ते तिसऱ्याला सांगायचे नाही, असे ठरल्याने शंकररावांनी हिरे यांना भेटीचा वृत्तान्त दोन मिनिटात सांगितला आणि कटविले. यामुळे भाऊसाहेब हिरे निवडणुकीपूर्वीच हताश आणि निराधार झाले होते.

अशा पार्श्वभूमीवर १६ ऑक्टोबर १९५६ला नेतानिवडीसाठी विशाल द्विभाषिक मुंबई राज्याच्या विधिमंडळ काँग्रेस पक्षाची सभा झाली. तीत प्रारंभी पक्षनेतेपदासाठी यशवंतराव चव्हाणांनी मोरारजींचे नाव सुचविले. मोरारजींनी उभे राहून 'याबद्दल सर्वांचे एकमत असेल तरच मी नेतृत्व स्वीकारेन', असे सांगितले तेव्हा भाऊसाहेब हिरे यांनी मोरारजींच्या नेतृत्वाला विरोध केला. त्यामुळे मोरारजींनी आपले नाव मागे घेतले. मग बाळासाहेब देसाई यांनी यशवंतराव चव्हाणांचे नाव सुचविले. त्यामुळे भाऊसाहेब हिरे विरुद्ध यशवंतराव चव्हाण अशी लढत झाली. विधानसभा आणि विधानपरिषद मिळून काँग्रेसचे ४४६ सदस्य सभेला हजर होते. त्यापैकी ४४४ जणांनी मतदान केले. यशवंतराव चव्हाण यांना ३३३ मते पडली, तर हिरे यांना अवघी १११ मते पडली. यामुळे वयाच्या अवघ्या बेचाळिसाव्या वर्षी यशवंतराव चव्हाण विशाल द्विभाषिकाचे पहिले मुख्यमंत्री होणार हे निश्चित झाले.

चव्हाण विरुद्ध हिरे या लढतीत कोणी कोणाला मते दिली हे लक्षात घेतले, तर पुढील राजकीय घटनांचे अर्थ समजणे सोपे होईल. देवांनी मोरारजींना लिहिलेल्या पत्रात उल्लेख केल्याप्रमाणेच सर्व गुजराती आमदार एकसंधपणे मोरारजींच्या मागे उभे राहिले आणि त्यांनी मोरारजींच्या सांगण्यानुसार चव्हाणांना मते दिली. एकूण १४० गुजराती आमदारांत गुजरात विधानसभेतील ७५ आणि सौराष्ट्र, कच्छ विधानसभेतील ६५ आमदार होते. मराठीभाषक आमदारांत मात्र फूट पडली. विदर्भातील ७८ आमदारांपैकी पी.के. देशमुख गटाच्या २० आमदारांनी हिरे

यांना मते दिली तर बाकीचे चव्हाणांच्या मागे उभे राहिले. मराठवाड्यातील २९ आमदारांपैकी बहुसंख्य आमदार स्वामी रामानंद तीर्थ यांचे नेतृत्व मानणारे होते. त्यामुळे त्यांनी हिरे यांना मतदान केले. पश्चिम महाराष्ट्र म्हणून ओळखल्या जाणाऱ्या विभागात, तेव्हा ठाणे, कुलाबा व रत्नागिरी हे कोकणातले तीन जिल्हे व पूर्व व पश्चिम खानदेश शिवाय नाशिक व डांग आणि अहमदनगर, पुणे, सोलापूर, उत्तर व दक्षिण सातारा आणि कोल्हापूर असे एकूण १२ जिल्हे होते. यामधील उत्तर साताऱ्यातील ८ आमदार आणि पूर्व खानदेश-सोलापूर-कोल्हापूर येथील २५ आमदार यशवंतरावांच्या बाजूने उभे राहिले. बाकीचा पश्चिम महाराष्ट्र हिऱ्यांच्या मागे उभा राहिला. महाराष्ट्रात पडलेली ही फूटच काँग्रेसला पुढील निवडणुकीत भोवली.

या निवडणुकीत मोरारजींनी त्यांना सर्वात जवळच्या वाटणाऱ्या स.का. पाटील यांचे नाव का सुचविले नाही, असा प्रश्न साहजिकच पडतो आणि येथेच मोरारजींचे राजकारणही लक्षात येते. स. का. पाटील हे कुडाळदेशकर सारस्वत ब्राह्मण. ही निवडणूक ब्राह्मण विरुद्ध मराठा किंवा गुजराती विरुद्ध मराठी अशी व्हायला मोरारजींना नको होते. त्याऐवजी हिरे यांच्या मराठा नेतृत्वासमोर चव्हाणांसारखा दुसरा मराठा नेता उभा करणे त्यांना श्रेयस्कर वाटले. या व्यूहरचनेचाही महाराष्ट्रातील पुढील काँग्रेसी राजकारणावर परिणाम झाला.

चव्हाणांची पक्षनेतेपदी निवड झाली, त्याच दिवशी विधानसभेत मोरारजी सरकारविरुद्ध अविश्वास ठराव मांडला गेला. त्यावर चर्चाही झाली. विरोधी आमदारांनी राजीनामे दिले असल्याने ही चर्चा बरीचशी एकतर्फी झाली. गृहमंत्री व मुख्यमंत्री असलेल्या मोरारजींनी चर्चेला उत्तर दिले नाही. ती जबाबदारी नवनिर्वाचित नेते यशवंतराव यांच्यावर आली. त्यांनीही मोरारजींच्या चेल्याला शोभेल अशाच थाटात उत्तर दिले. प्रतिबंधक स्थानबद्धता कायद्याखाली तुरुंगात विनाचौकशी डांबून ठेवलेल्यांच्या मुक्ततेबद्दल त्यांनी मौन पाळले आणि मुंबईतील गोळीबाराचे ठामपणे समर्थन केले. गोळीबाराच्या चौकशीची मागणीही त्यांनी फेटाळून लावली.

३१ ऑक्टोबर १९५६ची मध्यरात्र उलटल्यानंतर आणि १ नोव्हेंबरची पहाट उजाडण्यापूर्वी विशाल द्विभाषिक मुंबई राज्याचे मुख्यमंत्री म्हणून यशवंतराव चव्हाण यांनी शपथ घेतली. मुंबई राज्याचे हंगामी राज्यपाल एम. सी. छागला यांनी त्यांना शपथ दिली. अशा रीतीने मुंबई केंद्रशासित करण्याचा घोळ अधिकृतपणे संपला आणि विशाल द्विभाषिक मुंबई राज्य अंधाऱ्या रात्री जन्माला आले.

❑❑❑

१७

निवडणुकीची रणधुमाळी

विशाल द्विभाषिक मुंबई राज्याची घोषणा होताच त्याविरुद्ध सत्याग्रह करण्याऐवजी जनतेचाच कौल घ्यावा, असा निर्णय समितीच्या नेत्यांनी घेतला; परंतु त्यामध्ये विविध पक्षांनी यापूर्वी घेतलेले निर्णय आड येत होते. २४ व २५ डिसेंबर १९५५ला गया येथे प्रजासमाजवादी पक्षाच्या राष्ट्रीय कार्यकारिणीची बैठक झाली होती. त्यात एका ठरावान्वये प्र.स.प.ने भारतीय कम्युनिस्ट पक्षाशी युती करू नये आणि जातीयवादी पक्षांशी सहकार्य करू नये असे बंधन घातले होते. त्यामुळे कम्युनिस्ट व जनसंघाबरोबर जाण्यास प्र.स.प.ला अडचण निर्माण झाली होती. अत्रे यांना असे वाटत होते की, समितीने एक पक्ष म्हणून काम करावे आणि निवडणुका लढवून बहुमत मिळाल्यास मंत्रिमंडळ बनवावे. कम्युनिस्टांना वाटत होते की, मुंबईसह संयुक्त महाराष्ट्राची मागणी करणाऱ्या सर्वांनी संयुक्त आघाडी करून निवडणुकीत काँग्रेसला पराभूत करण्यासाठी संयुक्त प्रचार मोहीम आखावी. लोहियावादी समाजवाद्यांना मात्र सत्तास्वीकार म्हणजे शरणागती असे वाटत हाते. अशी विविध टोकाची मते असणाऱ्यांना एकत्र आणून संयुक्तपणे निवडणूक कशी लढवायची हा एस. एम. जोशींपुढे प्रश्न होता.

एस.एम.नी याची सुरुवात आपल्या पक्षापासूनच करण्याचे ठरविले. १३ ऑगस्ट १९५६ रोजी एस. एम. जोशींनी जयप्रकाश नारायण यांना पत्र पाठवले. "अडोनी येथे आपल्याबरोबर चर्चा केल्यानंतर मी आपणास पत्र पाठवले नाही. सत्याग्रहासंबंधी आपण दिलेल्या सल्ल्यानुसार मला कृती करता आली नाही. अडोनीनंतरच्या घडामोडींविषयी आपणास कोणी माहिती दिली की नाही हे मला ठाऊक नाही. सध्या विशाल द्विभाषिक राज्याच्या तोडग्याची तारीफ केली जात आहे. देवाने स्फूर्ती दिल्यामुळे हा तोडगा सुचला असे म्हटले जात असले तरी

आमच्या दृष्टीने आकाशातून अचानक वीज कोसळावी तसा हा आघात होता. विशाल द्विभाषिक मुंबई राज्याविषयी आपण काहीही बोलला नाहीत. आपणासही त्याविषयी उत्साह वाटत नाही असा याचा अर्थ मी गृहीत धरतो. आपण काँग्रेसच्या अध्यक्षांना आणि अशोक मेहतांना भेटल्याचे वृत्त प्रसिद्ध झाले आहे. आगामी निवडणुकीत तिरंगी लढती टाळण्यासाठी प्रजासमाजवादी पक्ष आणि कम्युनिस्ट पक्ष यांनी परस्परांशी सलोखा करावा असे आपण सुचवले आहे आणि ह्या भेटीगाठी आणि चर्चा या सूचनेशी संबंधित होत्या असे म्हणतात. अशा प्रकारच्या सलोख्यास अशोक मेहता अनुकूल नाहीत असे प्रजासमाजवादी पक्षाच्या राष्ट्रीय कार्यकारिणीच्या बैठकीतील त्यांच्या भाषणावरून मला वाटले. प्रजासमाजवादी पक्षाच्या वाढीच्या दृष्टीने आपण केलेली सूचना बहुमोल आहे असे व्यक्तिश: मला आणि बहुसंख्य साथींना वाटते. प्रजासमाजवादी पक्षाच्या गया येथील अधिवेशनानंतर बऱ्याच गोष्टी घडल्या आहेत. त्यांच्याकडे दुर्लक्ष करून चालणार नाही. मुंबईत भरणाऱ्या पक्षाच्या राष्ट्रीय कार्यकारिणीच्या येत्या बैठकीस हजर राहणे आपणास सोयीचे होईल असे वाटते.'' (एस. एम. जोशी : खासगी पत्रव्यवहार)

एस. एम. जोशींच्या या पत्राला जयप्रकाशजींनी २ सप्टेंबरला उत्तर पाठविले. त्यांनी दिलेला सल्ला एस.एम.ना अपेक्षा होती त्याच्या नेमका उलटा होता, पत्रातील महत्त्वाचा भाग असा – ''दिल्लीत झालेल्या राष्ट्रीय कार्यकारिणीच्या सभेनंतर गंगाबाबू (गंगाशरण सिन्हा) मला भेटले. आगामी सार्वत्रिक निवडणुका प्रजासमाजवादी पक्षातर्फे न लढवता संयुक्त महाराष्ट्राच्या व्यासपीठावरून लढवण्याचा तुमचा आणि महाराष्ट्र प्रजासमाजवादी पक्षाच्या शाखेचा विचार असल्याचे त्यांनी मला सांगितले. तसे करणे शहाणपणाचे ठरणार नाही असे मला नम्रपणे म्हणावेसे वाटते. संयुक्त महाराष्ट्राचा प्रश्न कितीही महत्त्वाचा असला तरी समाजवादापेक्षा तो जास्त महत्त्वाचा नाही. समाजवाद्यांना आपला समाजवाद शीतपेटीत गोठवून ठेवता येणार नाही. तुम्हाला महाराष्ट्राचे भले व्हावे असे वाटत होते आणि ते रास्तही होते. त्यासाठी तुम्ही प्रयत्नांची शर्थ केली नाही असे कोणीही म्हणणार नाही; पण आता मुंबईच्या प्रश्नाला वाजवीपेक्षा जास्त महत्त्व देऊ नये. फक्त मुंबईच्या प्रश्नावरच नव्हे, तर सरकारच्या धोरणाला तसेच प्रशासनाला प्रजासमाजवादी पक्षाने आव्हान दिले पाहिजे. तुम्ही ह्या प्रश्नाचा फेरविचार कराल अशी आशा आहे.'' (एस. एम. जोशी : खासगी पत्रव्यवहार)

प्रजासमाजवादी पक्षाच्या राष्ट्रीय कार्यकारिणीची बैठक १६ ते २० सप्टेंबर १९५६ या काळात मुंबईत झाली. बैठकीत १७ सदस्य, १४ निमंत्रित उपस्थित

होते. १९५७च्या प्रारंभी होणाऱ्या सार्वत्रिक निवडणुकीसाठी रणनीती ठरविण्याचा मुद्दा महत्त्वाचा होता. त्यासंबंधीचा एक ठराव चर्चेसाठी बैठकीसमोर ठेवण्यात आला. ''संसदीय लोकशाही यशस्वी करण्यासाठी आणि विरोधी पक्ष मजबूत करण्यासाठी सार्वत्रिक निवडणुकीत शक्यतो तिरंगी किंवा बहुरंगी लढती टाळणे आवश्यक असल्याचे प्रजासमाजवादी पक्षाच्या राष्ट्रीय अधिवेशनाचे मत आहे. पक्षाच्या आधीच्या धोरणविषयक निवेदनात काहीही म्हटलेले असो, पक्षाच्या राज्यशाखांना अन्य विरोधी पक्षांबरोबर जागावाटपाबाबतचे करार घडवून आणण्याची मुभा राष्ट्रीय कार्यकारिणी देत आहे. मात्र असे करार राष्ट्रीय कार्यकारिणीच्या किंवा तिच्या प्रतिनिधींच्या मार्गदर्शनाखाली केले जावेत. विरोधी पक्षांची संयुक्त आघाडी स्थापन करण्यास तसेच दोन किंवा दोहोहून अधिक विरोधी पक्षांनी एकाच व्यासपीठावरून संयुक्त प्रचारमोहीम चालवण्यास मनाई करण्यात आली आहे. एकदा जागावाटपाबाबत विरोधी पक्षांमध्ये समझोता झाला की प्रजासमाजवादी पक्षाच्या उमेदवारांनी आपल्या पक्षाच्या तिकिटावर व पक्षाच्या झेंड्याखाली निवडणुका लढवाव्यात. जागावाटपाबाबत जरी समझोता झाला तरी निवडणुकीनंतरच्या धोरणाविषयी आधी कोणत्याही बाबींना बांधून घेऊ नये.''

या मसुद्यावरील चर्चेत तीन वेगवेगळे मतप्रवाह असल्याचे स्पष्ट झाले.

(१) पक्षाच्या गया येथील अधिवेशनात मान्य केलेल्या धोरणाचीच काटेकोर अंमलबजावणी व्हावी आणि अपवादात्मक परिस्थितीत निवडणुकीपुरती अन्य पक्षांशी जुळवून घेण्याची परवानगी राज्यशाखांना देऊ नये, असे मत अशोक मेहतांसह काहींनी मांडले.

(२) गया निवेदनातील 'समाजवादाची संक्रमणावस्था' या प्रकरणातील अखेरचा परिच्छेद गाळावा असे एस. एम. जोशी आणि इतरांचे म्हणणे होते. त्याला अन्य १० जणांनी विरोध केला.

(३) अपवादात्मक स्थितीत अन्य विरोधी पक्षांबरोबर जागावाटपाचा समझोता करण्यास राज्यशाखांना मुभा देण्याचा अधिकार कार्यकारिणीस नाही. पक्षाच्या राष्ट्रीय परिषदेने तसा ठराव करून कार्यकारिणीला तो अधिकार द्यावा.

अशोक मेहतांसह तिघांनी या सूचनेला विरोध केला. उरलेल्या ११ जणांनी पाठिंबा दिल्याने सूचना मंजूर झाली. एस. एम. जोशींचे एक पाऊल तरी पुढे पडले होते; पण एकापेक्षा अधिक पक्षांशी समझोता करण्यास मात्र बहुतेकांचा विरोध होता. संयुक्त प्रचार मोहिमेची कल्पना तर पी. एस. चिन्नादुराई वगळता कोणालाही मान्य नव्हती.

एकीकडे पक्षांतर्गत चाचपणी सुरू असताना एस. एम. जोशींनी मुंबईत विशाल द्विभाषिकविरोधी परिषद भरविली. २९ सप्टेंबरला भरणाऱ्या या परिषदेचे उद्घाटन कर्मवीर भाऊराव पाटील यांनी करावे, असे विनंतीपत्र एस. एम. जोशींनी पाठविले; पण भाऊराव आले नाहीत. कोल्हापूरचे सत्यशोधक माधवराव बागल यांनी परिषदेचे उद्घाटन केले. उद्घाटनाच्या भाषणात बागल यांनी शंकरराव देव, देवगिरीकर, हिरे, चव्हाण यांच्यावर टीकेची झोड उठविली. ते म्हणाले,

"मला वाटतं इतिहासात इतक्या विश्वासघाताचे उदाहरण मिळणार नाही. चव्हाण असे निघतील ही कल्पना त्यांची माहिती ज्यांना असेल त्यांना होती. मी साशंक वृत्तीनं पाहातच होतो. फलटणच्या कटापूर्वी त्यांची माझी गाठ पडली होती. त्यावेळी त्याचा मागोवा लागलाच होता; पण हिरे! मी त्यांना स्नेही म्हणून मानत होता; पण ते कमालीचे दुबळे निघाले. चव्हाणांचं कातडं चांगलं कमावलेलंच होतं. त्यांनी जनतेची कधीच चाड बाळगली नाही. देवगिरीकर या गृहस्थाने तर सर्वांनाच चकवलं." (माधवराव बागल : जीवनप्रवाह : भाग ३)

शिवाजी पार्क मैदानावर भाऊसाहेब राऊत यांच्या अध्यक्षतेखाली भरलेल्या ह्या द्विभाषिक विरोधी परिषदेची पाच प्रमुख उद्दिष्टे होती. (१) द्विभाषिक राज्यास विरोध करणे. (२) आगामी निवडणुकीत काँग्रेसचा पराभव करणे. (३) काँग्रेसच्या हुकूमशाही प्रवृत्तीस विरोध करणे. (४) आगामी निवडणुकीत संयुक्त महाराष्ट्राच्या बाजूने जास्तीत जास्त मते मिळविणे. (५) कोणत्याही परिस्थितीत काँग्रेसच्या विरुद्ध असलेली मते विभागू न देणे. परिषदेत भाषण करीत असताना डॉ. नरवणे म्हणाले, "या कसोटीच्या प्रसंगी माझा हात तुमच्या हातातच राहील."

निवडणुकीसंबंधीचा महत्त्वाचा ठराव र. के. खाडिलकर यांनी मांडला. बी. टी. रणदिवे यांनी त्याला पाठिंबा दिला. समाजवादी पक्षाचे प्रतिनिधी सदाशिव बागाईतकर यांनी मात्र या ठरावाला विरोध केला आणि समाजवादी पक्षाची भूमिका सांगणारे एक पत्रच सादर केले.

"परिषदेत समितीमार्फत मांडण्यात आलेल्या ठरावाने तिचे रूपांतर जवळजवळ एका राजकीय पक्षात होत आहे. येत्या सार्वत्रिक निवडणुकीपुरते तरी संयुक्त महाराष्ट्राच्या प्रश्नाच्या निमित्ताने किमान कार्यक्रमावर आधारलेल्या संयुक्त राजकीय आघाडीचे स्वरूप आज समितीला येणार आहे. अशा तऱ्हेच्या संयुक्त आघाडीच्या राजकारणाला सोशॅलिस्ट पार्टीचा तीव्र विरोध आहे. पंचवार्षिक योजना, परराष्ट्रीय धोरण आणि निरनिराळ्या पक्षाची यासंबंधीची भूमिका यात मूलभूत मतभेद आहेत. सोशॅलिस्ट पार्टीला समितीच्या संयुक्त आघाडीत यापुढे

राहणे शक्य नाही. संयुक्त महाराष्ट्र समितीची स्थापना महाराष्ट्राचा प्रश्न लढ्याच्या मार्गाने सोडविण्याकरिता म्हणून झाली. लढ्यामुळे अनुकूल झालेल्या वातावरणाचा फायदा घेऊन निवडणूक लढवण्याकरिता नव्हे. निवडणुका हाही जर लढ्याचा भाग असेल तर संयुक्त महाराष्ट्र समितीसमोर खालील दोनच मार्ग उपलब्ध आहेत. (अ) बहुमत मिळाल्यास घटनात्मक पेचप्रसंग निर्माण करणे. (ब) अल्पमत मिळाल्यास पुन्हा राजीनामे देऊन प्रखर लढ्याचे नेतृत्व करणे. किमान कार्यक्रमावर जमलेल्या राजकीय पक्षांचे एकमत आहे असे मुळीच नाही. जाहीर झालेला कार्यक्रम खुद्द काँग्रेसच्याही कार्यक्रमाशी खरोखर विरोधी आहे का याचाही विचार झाला पाहिजे. द्विभाषिकविरोधी मत विभागले जाऊ नये अशी खटपट सोशॅलिस्ट पार्टी करील आणि प्रत्यक्ष प्रतिकाराचा जो लढा होईल त्यात पार्टी आघाडीला राहील.''

समितीची भूमिका मात्र, समितीचा एक पक्ष करावा, अशी नव्हती. सार्वत्रिक निवडणूक हा लढ्याचाच एक भाग आहे, असे बहुतेक नेते मानत होते. म्हणूनच काँग्रेस उमेदवाराविरुद्ध एकास एक उमेदवार उभा करणे हे समितीचे सूत्र होते. म्हणूनच कोणत्याही मतदारसंघात काही झाले तरी काँग्रेसविरोधी मतांची विभागणी होऊ नये, यासाठी ते आग्रही होते. निवडणुकीला उभे राहणारे उमेदवार जरी भिन्न राजकीय मताचे, गटाचे अगर स्वतंत्र असले तरी, समिती पुरस्कृतच असावेत, त्या सर्वांनी किमान कार्यक्रमास तसेच संयुक्त महाराष्ट्र चळवळीतील लढ्याच्या डावपेचांस मूलतः मान्यता दिली पाहिजे, असे समितीचे मत होते. आपले ध्येय काय हे सांगताना या परिषदेने एका ठरावात म्हटले होते, 'समाजवादी भारतात, समाजवादी महाराष्ट्र हे परिषदेचे ध्येय आहे. लोकशाहीच्या विकासावर समाजवादी भारताची व महाराष्ट्राची उभारणी झाली पाहिजे.' प्रादेशिक विकेंद्रीकरण, वसाहतवादाचा नाश, नागपूर करारास मान्यता, महागुजरातच्या निर्मितीच्या मागणीचा पाठपुरावा वगैरेंचा उल्लेख केला होता. कित्येक वर्षे महाराष्ट्राचे राजकीय जीवन जातिजमातीच्या संकुचित भावनांनी कमजोर झालेले असताना संकुचित भावनांवर मात करून संयुक्त महाराष्ट्र चळवळीने सर्व मराठी भाषकांना एकसंध समाजाचा आकार दिला असा दावाही समितीने केलेला आढळतो.

मुंबई परिषदेने निवडणुकीसाठी काही मार्गदर्शक तत्त्वे निश्चित केली. ही तत्त्वे म्हणजे निवडणूक जाहीरनाम्याचा गाभाच होता. ही तत्त्वे अशी - (१) कसेल त्याची जमीन. (२) कामगार, शेतकरी, मध्यमवर्ग या उत्पादक वर्गांना सामाजिक न्याय व संरक्षण द्यावे. (३) कुवतीप्रमाणे करआकारणी व्हावी. (४) कामाचा व शिक्षणाचा हक्क तसेच सुस्थितीचे राहणीमानही सर्वांना प्राप्त व्हावेत. (५) नागरिक

स्वातंत्र्य, लोकशाहीचे व ट्रेड युनियनचे हक्क यांचे संरक्षण व संवर्धन. (६) अस्पृश्यतेचे संपूर्ण उच्चाटन व आदिवासी जमातींचा हक्क, विकास यांना राष्ट्रीय विकासकार्यात प्राधान्य असावे. (७) महाराष्ट्र प्रदेशाचे नियोजन करण्यास भरपूर वाव असावा. मराठवाडा व विदर्भ यांच्या निकडीच्या प्रश्नांकडे अधिक लक्ष पुरवावे. (८) पश्चिम महाराष्ट्राशी मराठवाडा व विदर्भ जोडले जावे यासाठी त्यांचे तसेच कोकणचे दळणवळणाचे मार्ग व साधने यांची वाढ करावी. (९) महाराष्ट्राच्या साहित्यिक व सांस्कृतिक विकासासाठी खास प्रयत्न केले जावेत; पण पोलिसांचे अधिकार कमी करावे. पोलीसकायदा व नि:शस्त्रांवर गोळीबार करण्यासंबंधीचे नियम मूलत: दुरुस्त करावेत; तसेच गोळीबारामुळे जबर दुखापत किंवा प्राणहानी झाली असेल तर त्याची न्यायालयीन चौकशी करण्याचा कायदा असावा. ही अखेरची बाब राज्यकर्त्या काँग्रेस पक्षाला मान्य नव्हती. ती वगळता उर्वरित कायदा तत्त्वे काँग्रेसलाही मान्य होती; त्यामुळे समितीने काँग्रेसच्या कार्यक्रमापेक्षा वेगळा व ठोस किमान कार्यक्रम देणे आवश्यक होते.

लोहियांचा समाजवादी पक्ष जरी तात्त्विक मतभेदांमुळे समितीतून बाहेर पडला, तरी संयुक्त महाराष्ट्र काँग्रेस जनपरिषद आणि शेड्युल कास्ट फेडरेशन हे दोन पक्ष समितीचे घटकपक्ष बनले. डॉ. बाबासाहेब आंबेडकरांनी शे. का. फेडरेशनला, समितीत जाण्यासाठी, काही अटींवर परवानगी दिली होती. त्यापैकी दोन अटी महत्त्वाच्या होत्या. (१) शेड्युल कास्टच्या सर्व जागा शे. का. फेडरेशन लढवील. (२) समितीने शे. का. फेसच्या उमेदवारांना सर्वसाधारण जागांवरूनही निवडून आणले पाहिजे. समितीने या अटी मान्य केल्या.

मुंबई परिषदेने एक निवडणूक उपसमिती नेमली. तिचे एक चिटणीस मंडळही नेमण्यात आले. तिचे अध्यक्ष कॉ. श्री. अ. डांगे होते; तर एस. एम. जोशी पदसिद्ध सभासद होते. डांगे आणि एस. एम. जोशी यांच्याखेरीज पुढील ९ सदस्य उपसमितीत होते. (१) र. के. खाडिलकर, (२) दाजीबा देसाई, (३) दत्ता देशमुख, (४) माधव बक्षी, (५) बी. सी. कांबळे, (६) कृ. आ. भिडे, (७) रामभाऊ गोडबोले, (८) नौशेर भरूचा, (९) रसिक भट. घटक पक्षांकडून उमेदवार व त्यांचे मतदारसंघ यांच्या याद्या प्रथम मागवाव्यात. यानंतर चर्चेने व विचारविनिमयाने वादाचे मुद्दे सोडविले जातील. स्वतंत्र उमेदवारांच्या बाबतीत जिल्हा समित्यांकडून माहिती मिळवावी. आवश्यक असेल त्या ठिकाणी प्रत्यक्ष माहिती मिळविण्यासाठी, अंदाज घेण्यासाठी जबाबदार मंडळी जातील, असेही परिषदेत ठरले.

दुसऱ्या दिवशी १ ऑक्टोबरला शिवाजी पार्कवर माधवराव बागल यांच्या अध्यक्षतेखाली एक जाहीर सभा झाली. दोन दिवस भरलेल्या परिषदेत कोणते निर्णय घेतले गेले, ते नेत्यांनी आपल्या भाषणांतून सांगितले. अत्रे, बी. टी. रणदिवे, दत्ता देशमुख, उद्धवराव पाटील आणि एस. एम. जोशी यांची सभेत भाषणे झाली. द्विभाषकाविरोधी परिषदेचे सविस्तर वृत्त मुंबईतील मराठी वृत्तपत्रांनी दिले नाही, याबद्दल बागल यांनी खेद व्यक्त केला. अत्रे यांच्या मनात एखादे दैनिक काढावे असे घोळत होते आणि भाऊसाहेब राऊत, लालजी पेंडसे यांच्याबरोबर अत्रे यांची तशी चर्चाही झाली होती. म्हणून अत्रे यांनी आपल्या भाषणात म्हटले, ''आपण जर मदत करणार असाल तर येत्या विजयादशमीपासून मी नवे दैनिक काढतो.'' लोकांनी उत्स्फूर्तपणे प्रतिसाद दिला. सभेच्या जागी ६२रु. १२ आणे जमा झाले, अशी नोंद अत्रे यांनी केली आहे.

'मराठा' दैनिक १४ ऑक्टोबरला सुरू करण्याचे जाहीर केले असले, तरी प्रत्यक्षात ते शक्य नव्हते. १४ ऑक्टोबरला गिरगाव चौपाटीवर भरलेल्या सभेत अत्रे म्हणाले, ''वस्तुत: आजच माझे दैनिक सुरू होणार होते; पण त्यासाठी साडेतीन लाख रु. हवेत... नुसती तोंडाने वर्तमानपत्रे निघत नाहीत... दिवाळी संपल्यावर ८ नोव्हेंबर रोजी 'दै. मराठा' या मुंबई शहरात आणि महाराष्ट्रात संयुक्त महाराष्ट्राचा आवाज उठविणार आहे.'' आपले 'मराठा' दैनिक समितीचे मुखपत्र म्हणून चालवावे अशी अत्रे यांची प्रारंभी कल्पना होती. समितीतील प्रत्येक घटक पक्षाने पाच हजार रुपयांचे शेअर विकत घ्यावेत अशी अत्रे यांनी सर्वांना विनंती केली; पण एकही पक्ष त्यासाठी पुढे आला नाही. कॉम्रेड डांगे यांनी स्वत:चे तीन हजार रुपये दिले आणि एक जीप तात्पुरती वापरण्यासाठी दिली. अंक सुरू करण्यासाठी लागणारे किमान २५ हजार रुपयेही अत्रे यांना कर्जाऊ घेऊन जमा करावे लागले. मजकुराची जुळणी एकीकडे, छपाई दुसरीकडे आणि कार्यालय तिसरीकडे अशी त्रिस्थळी यात्रा करीत अत्रे यांनी जिद्दीने अंकाचे काम सुरू केले. ८ नोव्हेंबर १९५६ला त्यांनी घोषित केल्याप्रमाणे पहिला अंक छापला गेला; पण घाई-गडबडीत तयार झालेला तो अंक अत्रे यांनाच समाधानकारक वाटला नाही. म्हणून त्यांनी तो बाजारात आणलाच नाही. तयार झालेला अंक खाजगीरीत्या ठिकठिकाणी वाटण्यात आला. पुढील आठवडाभर हाच प्रयोग चालू होता.

१५ नोव्हेंबरला 'दै. मराठा'चा पहिला अंक बाजारात आला आणि पहिल्याच दिवशी खपाचा आकडा २५ हजारांवर गेला. त्यामुळे अत्रे खुष झाले. अंकावर 'मराठा तितुका मेळवावा। महाराष्ट्र धर्म वाढवावा।।' हे ब्रीदवाक्य म्हणून

छापले होते. त्यांच्यासोबत शिवछत्रपती, महात्मा फुले आणि लोकमान्य टिळक या तिघांची चित्रे होती. अग्रलेखाच्या वर 'भले तरी देऊ कासेची लंगोटी। नाठाळाचे माथा देऊ काठी।।' हा तुकोबांचा चरण छापला होता. अत्रे यांच्या एकूण व्यक्तिमत्त्वाला आणि लौकिकाला हे साजेसेच होते. पहिल्या अंकातील अग्रलेखात अत्र्यांनी म्हटले होते, "दैनिक 'मराठा' हा कोणत्याही राजकीय पक्षाचा नाही. तीन कोटी मराठी जनतेचा पक्ष हाच त्याचा पक्ष. तीन कोटी मराठी जनतेचा आवाज हाच त्याचा आवाज. सत्य सांगताना कोणताही पक्षपात तो करणार नाही... राज्यकर्त्यांवर आणि सत्तारूढ पक्षांवर टीकेचा प्रहार करताना वृत्तपत्र व्यवसायाच्या मूलभूत तत्त्वांशी दैनिक 'मराठा' कधीही द्रोह करणार नाही; तसाच त्याचा महाराष्ट्राभिमान त्याच्या भारतनिष्ठेला कधीही धोका देणार नाही. तीन कोटी मराठी जनतेच्या अस्मितेवर आणि अस्तित्वावर आलेल्या महाद्विभाषकाच्या संकटाचा प्रतिकार करणे दैनिक 'मराठ्या'चे ब्रीद आहे."

'मराठा'च्या या पहिल्या अंकात अत्रे यांनी सुरेश भटांची 'मराठ्या' या शीर्षकाची एक कविता छापली होती. या कवितेतील काही ओळी अशा होत्या –

मराठ्या, उचल तुझी तलवार! एकीची उचल तुझी तलवार!
शपथ तुला आईच्या दुधाची, घेऊ नको माघार।। मराठ्या,
शपथ तुला शिवछत्रपतींची, चळचळ कापत अवनी सारी
काय विसरली दिल्ली तुझिया तलवारीची धार? मराठ्या,

"गुळगुळीत कागदावर बुळबुळीत मजकूर छापणारी पत्रे आपल्याला आवडत नाहीत", असे लोकमान्य टिळक म्हणत असत. अत्रे यांनी टिळकांचाच वारसा पुढे चालविला होता. 'महाराष्ट्राच्या क्रोधाचा अंगार आमच्या श्वासाश्वासातून आणि शब्दा-शब्दामधून उफाळतो आहे.' असे अत्रे यांनी संपादकीयात म्हटले होते. यात अतिशयोक्ती नसल्याचा प्रत्यय पहिल्या अंकापासूनच वाचकांना येत गेला. अत्रे यांचे शब्द निखाऱ्यासारखे फुललेले होते. सर्वसामान्य मराठी भाषकांच्या मनात केंद्र सरकारविरुद्धचा जो राग खदखदत होता, त्यालाच अत्रे यांनी शब्दरूप दिले. त्यामुळे पहिल्या आठवड्यातच 'मराठा'चा खप ४० हजारांवर गेला. आपला मराठी बाणा सांगताना अत्रे यांनी लिहिले, "संयुक्त महाराष्ट्राचा जो शत्रू आहे तो आमचा शत्रू आहे. आमच्या शत्रूंची आम्ही कधीही गय करणार नाही. त्याच्याबद्दल एक शब्द आम्ही कधी चांगला लिहिणार नाही. आम्ही त्यांचे वाभाडे काढू. हा आमचा मराठी बाणा आहे. आम्ही सध्या लढतो आहोत. ही लढाई संपली म्हणजे बाकीचे सगळे नखरे. महाराष्ट्राच्या भवानी मातेला तोपर्यंत आमची

एवढीच प्रार्थना आहे की सिंहगडाच्या कड्याला चिकटून बसणाऱ्या यशवंती घोरपडीची वज्रशक्ती अन् शत्रूला विदारण करणाऱ्या शिवरायाच्या वाघनखांची धार तिने आम्हाला नि आमच्या लेखणीला द्यावी. बस!''

दैनिक 'मराठा'त संयुक्त महाराष्ट्राखेरीज अन्य बातम्या येत नाहीत अशी तक्रार करणाऱ्यांना अत्र्यांनी बजावले, ''जनतेच्या संयुक्त महाराष्ट्राच्या लढ्यातून हे पत्र निघाले आहे. आयसेनहॉवरला पडसे झाले नि मॅकमिलनला खोकला झाला या बातम्या आमच्या पत्रात येणार नाहीत. त्यासाठी 'लोकसत्ता', 'लोकमान्य' पत्रे आहेत. तसेच ज्ञान मिळवण्यासाठी 'मराठा' पत्र नाही. त्यासाठी लोकांनी ग्रंथालयात जावे. 'मराठा' ही लढवय्यांची आघाडी आहे. संयुक्त महाराष्ट्राच्या शत्रूंचा समाचार घेणे आणि जनतेच्या लढ्यांना प्रसिद्धी देणे हे 'मराठा'चे कार्य आहे. (मराठा : १७ नोव्हेंबर १९५७) रणांगणावर लढणाऱ्या बिनीच्या वीराची भूमिका अत्र्यांनी 'मराठा' पत्र सुरू करण्यापूर्वीच स्वीकारलेली असल्यामुळे 'मराठा' नेहमी लढ्याची भाषा करीत असे.

१९५७च्या सार्वत्रिक निवडणुकीची पूर्वतयारी संयुक्त महाराष्ट्र समितीने सुरू केली, तेव्हा सहभागी झालेल्या प्रत्येक घटकपक्षाला आपल्या राष्ट्रीय नेत्यांशी संघर्ष करावा लागला. समितीचे अध्यक्षपद स्वीकारलेल्या एस. एम. जोशी यांना तर राष्ट्रीय सरचिटणीस असूनही राष्ट्रीय पातळीपासून मुंबईपर्यंत विरोधच सहन करावा लागला; पण शेवटी समितीच्या वतीने निवडणूक लढविण्याच्या कल्पनेवर प्र.स.प.चे शिक्कामोर्तब त्यांनी करून घेतलेच. नव्याने स्थापन झालेल्या भारतीय जनसंघासमोरही असाच गंभीर प्रश्न उभा होता. राज्यपुनर्रचना आयोगाला निवेदन सादर करताना भारतीय जनसंघाच्या केंद्रीय नेत्यांनी विशाल द्विभाषिक मुंबई राज्याचा पुरस्कार केला होता. १९५६च्या ऑगस्टमध्ये विशाल द्विभाषिकासाठी खासदारांची सह्यांची मोहीम सुरू झाली, तेव्हाही पंडित दीनदयाळजींनी सर्व खासदारांना पत्रे पाठवून विशाल द्विभाषिकाला पाठिंबा देण्याची विनंती केली होती. महाराष्ट्रातील जनसंघ नेत्यांना मात्र मुंबईसह संयुक्त महाराष्ट्र हवा होता.

विशाल द्विभाषिकाने महाराष्ट्रातील मराठी भाषक जनतेवर अन्याय झाल्याचे त्यांना वाटत होते. डिसेंबर १९५६मध्ये मुंबई प्रदेश जनसंघाच्या अधिवेशनात यासंबंधी एक ठराव संमत करण्यात आला. त्यात म्हटले होते, ''मुंबईचे महाद्विभाषिक राज्य लोकमत तुडवून बनविण्यात आले असल्यामुळे त्याला जनसंघाचा विरोध आहे. म्हणून समितीला जनसंघाचा पाठिंबा आहे.'' (मराठा : १० डिसेंबर १९५६)

समितीच्या झेंड्याखाली निवडणूक लढवायची असे निश्चित झाल्यानंतर सर्व पक्षांनी आपापल्या मागण्या पुढे रेटायला सुरुवात केली. कारण समितीच्या उमेदवाराला निश्चित यश मिळते, असा अनुभव मुंबईत आला होता. संयुक्त महाराष्ट्राच्या प्रश्नावर मुंबई महापालिकेतील पाच नगरसेवकांनी अगदी प्रारंभीच राजीनामे दिले होते. तिथे लगेच पोटनिवडणुका झाल्या. या निवडणुकांत समितीच्या वतीने हे उमेदवार लढले आणि निवडून आले. मुंबई केंद्रशासित करण्याचा निर्णय झाल्यानंतर त्याचा निषेध म्हणून मुंबईच्या ४२ नगरसेवकांनी राजीनामे दिले. पाठोपाठ झालेल्या पोटनिवडणुकीत ४२ पैकी ३६ उमेदवार बिनविरोध निवडून आले. सर्व जागा समितीने जिंकल्या. त्यामुळे समिती पुरस्कृत उमेदवार म्हणजे विजयाची खात्री असे चित्र निर्माण झाले होते.

आपल्या पक्षाला समितीच्या वतीने अधिकाधिक जागा मिळाव्या यासाठी सर्वच पक्षांची रस्सीखेच सुरू झाली. मुंबईमध्ये विधानसभेच्या २४ आणि लोकसभेच्या चार जागा होत्या. यापैकी विधानसभेच्या १८ जागांवरती प्रजासमाजवादी पक्षाने दावा केला आणि २ लोकसभा मतदारसंघही मागितले. या सर्व जागांवरचे उमेदवारही प्र.स.प.ने जाहीर करून टाकले. त्यात मध्य मुंबईचा लोकसभा मतदारसंघ महत्त्वाचा होता. तिथे मो. वा. दोंदे यांचे नाव जाहीर करून या उमेदवारीबाबत तडजोड होणार नाही, अशी भूमिका त्यांनी घेतली. संयुक्त महाराष्ट्र काँग्रेस जनपरिषदेने मुंबईतील १४ विधानसभा जागांची मागणी केली. भारतीय जनसंघानेही विधानसभेच्या ७ आणि लोकसभेची एक जागा मागितली.

खरा वाद रंगला तो लोकसभेच्या मध्य-मुंबई मतदारसंघावरून. या मतदारसंघात प्रामुख्याने कामगारांची वस्ती होती. कामगार संघटनांवर कम्युनिस्टांचा सर्वाधिक प्रभाव असल्याने कॉम्रेड डांगे यांचे नाव पुढे आले होते. त्यामुळे दोंदे विरुद्ध डांगे असा वाद निर्माण झाला. त्यातच जनसंघानेही ए. पी. मुळगावकर यांचे नाव सुचविले. दोंदे यांना उमेदवारी मिळाली नाही, तर डांगे यांच्याविरुद्ध प्रजासमाजवादी पक्ष आपला उमेदवार उभा करेल अशी भाषाही प्र.स.प. नेत्यांनी सुरू केली. पुण्यातही नव्याने विधानसभेचे चार मतदारसंघ अस्तित्वात आले होते. पूर्वी पुणे शहर नैऋत्य म्हणून ओळखल्या जाणाऱ्या मतदारसंघातून एस. एम. जोशी निवडून गेले होते. त्याचा आता शिवाजीनगर मतदारसंघ झाला होता. ब्राह्मण बहुसंख्य असलेल्या या मतदारसंघावर हिंदू महासभा व जनसंघ या दोघांनीही हक्क सांगितला. शेवटी एस. एम. जोशी यांनी शुक्रवार पेठ मतदारसंघातून लढण्याचे ठरविले आणि 'शिवाजीनगर' हिंदू महासभेच्या जयंतराव टिळकांना मिळाला.

जागावाटपाबाबत समितीतील नेत्यांत लवकर मतैक्य होण्याची लक्षणे दिसेनात, तेव्हा अत्रे, प्रबोधनकार ठाकरे, वा. रा. कोठारी हे अपक्ष नेते विलक्षण अस्वस्थ झाले. १६ जानेवारी १९५७ पासून 'हुतात्मा सप्ताह' सुरू होणार होता. त्यानिमित्ताने अत्रे यांनी 'मराठा'त अग्रलेख लिहिला. अग्रलेखात 'मराठा'कारांनी लिहिले, ''सं. म. समितीच्या निवडणूक मंडळाचा पांगुळगाडा मधूनमधून ठेचाळत व गचके खात आज दहाबारा दिवसात काही पावले पुढे सरकला आहे... या गजगतीच्या प्रवासात आणखी काही दिवस जातील... सत्याग्रह पर्व संपल्यानंतरच्या मधल्या दोन महिन्यांच्या निष्क्रिय कालगतीत अंतराचीही पोकळी निर्माण झाली आणि ती झाली म्हणूनच आज पक्षबाजीला उसळून उठायला संधी मिळाली. सत्याग्रह पर्वात कोणाचा पक्ष किती सत्याग्रही पाठवितो ही चढाओढ होती. तिच्यामुळे चळवळीला गती व व्यापकता मिळत होती. चळवळ थांबल्यावर आता वडीलकीचा मान कोणाचा, हा मान राखायला कोणाला कसला आहेर व मानापमान मिळायला पाहिजे अशी आत्मघातकी वर्दळ सुरू झाली आहे. ती वर्दळ नाहीशी करायला हुतात्म्यांचा स्मरणसप्ताह ही पुण्यपर्वणी आहे.'' (मराठा : ११ जानेवारी १९५७)

संयुक्त महाराष्ट्र समितीत जागावाटपावरून असा गोंधळ सुरू असताना, नवे मुख्यमंत्री यशवंतराव चव्हाण यांनी मात्र दौरे आणि सभांचा धडाका लावला होता. मुख्यमंत्री होताच त्यांचे सातारा-सांगली-सोलापूर या भागात सत्कार करण्यात आले. पश्चिम महाराष्ट्राचा दौरा करून ते विदर्भात गेले. नागपूर-चांदा-वर्धा या ठिकाणी त्यांचे सत्कार व भाषणे झाली. त्यात बोलताना ते म्हणाले, ''या देशातील राज्यपुनर्रचनेचा प्रश्न आता तसा संपला आहे. त्यात आता काही बदल होणार नाही. हे राज्य बदलून पुन्हा महाराष्ट्र होणार आहे नि आमचा गुजरात होणार आहे, अशी जर कोणाची कल्पना असेल, तर ती चुकीची आहे, हे मी आता गुजरातमध्येही जाऊन सांगणार आहे.'' नागपुरात म्हटल्याप्रमाणे यशवंतराव पाठोपाठ गुजरातला गेले. तेथे मात्र त्यांना प्रचंड विरोधाला सामोरे जावे लागले. अहमदाबादला महागुजरात परिषदेने 'जनता कर्फ्यू' पुकारला. यशवंतरावांच्या मोटारीवर दगडफेक करण्यात आली. मोटारीवरील राष्ट्रध्वज खेचून तो पायाखाली तुडविण्यापर्यंत हुल्लडबाजांची मजल गेली. हे उग्र स्वरूप पाहून यशवंतरावांना गुजरातचा दौरा आटोपता घ्यावा लागला.

सार्वत्रिक निवडणुकीच्या दृष्टीने यशवंतरावांनी मराठवाड्याचा दौरा सर्वात प्रथम केला. जानेवारीच्या तिसऱ्या आठवड्यात ते पोहोचले तेव्हा समितीच्या

मराठवाड्यातील उमेदवारांची यादीही ठरली नव्हती; तर काँग्रेसचा प्रचारही सुरू झाला होता. यशवंतरावांनी तुळजापूरला जाऊन तुळजाभवानीचे दर्शन घेत मराठवाड्यातील पाच दिवसांच्या दौऱ्याची सुरुवात केली. तेव्हापासून मुख्यमंत्र्यांनी तुळजाभवानी, पंढरपूरचा विठोबा यांचे दर्शन घेऊन प्रचारमोहीम सुरू करण्याची प्रथा सुरू झाली. उस्मानाबादच्या भाषणात यशवंतराव म्हणाले,

''माझ्या या दौऱ्याची सुरुवात ऐतिहासिक महत्त्वाच्या क्षेत्र तुळजापूरपासून होत आहे. हा मी तुळजाभवानीचा आशीर्वादच समजतो. मराठवाडा ही आपल्या मायबोलीची जन्मभूमी आहे. गोदातटाकी तिचा पहिला पाळणा हलला. तेथेच ती जन्मली, चालू लागली अन् बोलू लागली. महाराष्ट्राला ललामभूत असणारी आंबेजोगाई, पैठण इत्यादी अनेक पवित्र क्षेत्रे ह्या भागात आहेत. तेव्हा ह्या प्रदेशात प्रवेश करताना मी माहेरालाच चाललो आहे अशी माझी भावना झाली. आपण ह्या ठिकाणी माझा जो सत्कार केला तो व्यक्तिश: माझा नसून ज्या मुंबई राज्याचा मी मुख्यमंत्री आहे त्या द्विभाषिकाचा हा सन्मान आहे.'' अत्रे नेहमी तीन कोटी मराठी जनतेच्या वतीने एकतर शिव्याशाप देत असत किंवा गुणगान करीत असत. मुख्यमंत्री यशवंतरावांच्या सुरुवातीच्या कसोटीच्या काळात त्यांच्या मराठवाड्यातील भाषणांवर कोरडे ओढताना अत्र्यांनी लिहिले होते, ''तीन कोटी मराठी जनतेच्या वतीने आम्ही यशवंतरावांना एवढेच सांगतो की, निवडणुकीनंतर 'यशवंतराव चव्हाण' हे नाव महाराष्ट्रात कुठेच ऐकू येणार नाही.'' (प्र. के. अत्रे : झालाच पाहिजे)

यशवंतरावांच्या या दौऱ्यात 'विशाल द्विभाषिक अंतिम समजून ते स्वीकारा आणि त्यावर वाद घालू नका' असे पालुपद त्यांनी लावले होते. भाषणांतून यशवंतराव एकीकडे लोकशाहीचे गोडवे गात होते आणि प्रत्यक्षात त्यांच्यासमोर शांततापूर्ण निदर्शने करणाऱ्या संयुक्त महाराष्ट्रवादी कार्यकर्त्यांना पोलीस ठोकून काढीत होते. अनेक ठिकाणी त्यासाठी स्थानिक गुंडांचाही वापर करण्यात आला.

२० जानेवारी १९५७ला मुंबईच्या चौपाटीवर पंतप्रधान नेहरूंच्या भाषणाने काँग्रेसच्या निवडणूक प्रचारमोहिमेची अधिकृत सुरुवात झाली; पण ती रक्ताने डागाळली. चौपाटीवर नेहरू, मोरारजी आणि यशवंतराव एकीकडे साधनशुचितेचे माहात्म्य सांगत होते; पण त्याचवेळी या सभेत 'मुंबईसह संयुक्त महाराष्ट्र झालाच पाहिजे' अशा घोषणा देत निदर्शने करणाऱ्यांवर पोलिसांनी क्रूर लाठीहल्ला केला. त्यात अनंत गोलतकर हा राष्ट्रवैभव छापखान्यातला तरुण कामगार बेशुद्ध पडला आणि समोरच्याच पुरंदरे रुग्णालयात पोहोचण्यापूर्वीच मेला. नेहरूंच्या सभेत

लाठीहल्ला होऊन एका तरुणाचा बळी गेला हे दडविण्यासाठी पोलिसांनी गोलतकरने प्रेमभंग झाल्याने विष खाऊन आत्महत्या केल्याची बातमी प्रसृत केली. काँग्रेसचा निवडणूक प्रचाराचा प्रारंभच संयुक्त महाराष्ट्रवादी तरुणाचा बळी घेऊन झाल्याने महाराष्ट्रातील वातावरण तापले.

द्विभाषिक मुंबई राज्यातील लोकसभा व विधानसभा निवडणुका ९ व ११ मार्च १९५७ रोजी घेण्याची घोषणा झाली. निवडणुकीच्या या तारखा शिमगा व धुळवड या सणांच्या दिवसातच असल्याने, सर्वच पक्षांनी एकमेकांविरुद्ध बोंबाबोंब आणि चिखलफेक करीत निवडणुकीचा होलिकोत्सव साजरा केला. जानेवारीच्या अखेरीस काँग्रेस आणि संयुक्त महाराष्ट्र समिती या दोघांनीही आपापल्या उमेदवारांच्या अंतिम याद्या जाहीर केल्या.

महाराष्ट्रात सर्वसामान्य जनतेचा काँग्रेसवर जबरदस्त राग होता. त्यातही २१ वर्षे पूर्ण झाल्याने नव्याने मतदार झालेले तरुण उत्स्फूर्तपणे काँग्रेस नेत्यांच्या सभा उधळून लावत होते. काँग्रेस किती अडचणीत होती, याचे वर्णन प्रदेशाध्यक्ष देवगिरीकर यांनीच केले आहे. देवगिरीकर यांनी आठवणी सांगताना लिहिले आहे, ''१९५७ ची निवडणूक ही पश्चिम महाराष्ट्रापुरती तर आमची सत्त्वपरीक्षा घेणारीच होती. उमेदवारांच्या अर्जाबद्दल आम्हाला तुटवडा पडला नाही... ह्या निवडणुकीत हमखास जे उमेदवार निवडून येतील अशी आम्हाला खात्री वाटे त्यांनाच उभे करण्याचे ठरवले. काँग्रेसचे पुढारी प्रचाराला जाण्यास कचरत होते. दौरे ठरत होते; पण ते रद्द होत. जाहीर सभांऐवजी खासगी जागांत गटसभा होऊ लागल्या. चिन्हे ठीक नव्हती. महाराष्ट्र प्रदेश काँग्रेसतर्फे मी बाहेर पडलो. यशवंतराव चव्हाण यांनी बिलकूल माघार घेतली नाही. ते धाडसाने विरोधी पक्षाचा मारा सहन करीत, शिव्या खात, दगडांच्या वर्षावालाही जुमानीत नसत. त्यांच्या गळ्यात जोड्यांच्या माळाही घालण्यात आल्या; पण ते डगमगले नाहीत.'' (त्र्यं. र. देवगिरीकर : राजकीय आठवणी)

काँग्रेसची ही स्थिती असतानाही काकासाहेब गाडगीळांनी तेव्हाच्या पश्चिम महाराष्ट्रात फिरून तब्बल ११६ सभा घेतल्या. काकासाहेबांनाही लोकांच्या रोषाला सामोरे जावे लागत होते. ''तुम्हाला उभे राहण्यास लाज वाटत नाही का? असा थेट प्रश्न भर सभेत काकासाहेबांना विचारला जात होता. काही मुली मधेच येऊन टेबलावर बांगड्या ठेवून जात. काकासाहेबांनी लिहिले आहे, ''या खेपेला अश्मयुद्ध सुरू झाले होते व चपलानक्षत्र प्रभावीपणे अनुभवता येत होते. गर्जना व घोषणा यांनी गडगडणाऱ्या मेघांना मागे सारले होते... नवीन मतदार प्रत्येक घरीदारी,

बाजारात, कचेरीत, केशकर्तनालयात, उपाहारगृहात प्रचाराचे कार्य करत होते. सभेमध्ये प्रश्न विचारण्याची कामगिरी, टिंगल अगर आरडाओरडा करण्याची जबाबदारी याच वर्गातील प्रतिनिधींकडून होत होती. काठ्या, लाठ्या, दगड, चपला, गोवऱ्या इत्यादी दारूगोळ्याचा पुरवठा करण्याचे काम याच वर्गाकडून होत होते. त्यांच्या अंत:करणातील भावना जेवढ्या उन्नत व त्यांची तळमळ जेवढी खरी तेवढेच त्यांचे वर्तन व वाचा अयोग्य व अप्रासंगिक होती. (काकासाहेब गाडगीळ : पथिक : भाग २)

या प्रचारमोहिमेत सर्वात जास्त गाजले ते आचार्य अत्रे. त्यांच्यासारखा अफाट वक्ता लोकांच्या काळजाला हात घालणारी भाषणे करून हजारो श्रोत्यांना सहज वश करून घेत होता. त्यांच्या वाक्गंगेला महापूर आला की श्रोतेही त्यांच्याबरोबरच वाहून जात. १९५७ च्या निवडणुकीत तर त्यांच्या जात्याच अवखळ विनोदबुद्धीला विलक्षण उधाण आले होते. शब्द त्यांनी शस्त्रासारखे परजले. उपरोध, उपहास वगैरे त्यांच्या भात्यातील बाणांनी भल्याभल्यांना घायाळ केले. द्व्यर्थी शब्दांची योजना तर त्यांना सहज सुचत असे. प्रसंगानुरूप उत्स्फूर्त विनोद करण्याची प्रचंड क्षमता असल्याने ते सभेत गोंधळ घालू पाहणाऱ्या लोकांची खिल्ली उडवीत आणि क्षणभर विचलित झालेल्या श्रोत्यांना पुन्हा आपल्याकडे खेचून घेत. नाशिकच्या भद्रकाली स्टँडसमोर अत्रे यांची प्रचंड मोठी जाहीर सभा सुरू होती. एका बाजूला दहा हजारांवर महिला बसल्या होत्या. सभा उधळण्यासाठी कोणीतरी एक गाय त्या महिलांमध्ये सोडली. थोडा गोंधळ झाला; पण अत्रे पटकन म्हणाले, ‘‘त्या गरीब गाईच्या मागे कुणीतरी काँग्रेसचा बैल लागलेला दिसतोय.’’ काँग्रेसचे निवडणूक चिन्ह तेव्हा बैलजोडी हे होते. त्यामुळे श्रोते खळखळून हसले आणि सभा पुढे सुरू झाली.

प्रचाराच्या ऐन रणधुमाळीत अत्रे यांनी ‘सांज मराठा’ सुरू केला. अत्रे यांच्या या नव्या उपक्रमाला शुभेच्छा देताना सेनापती बापट यांनी म्हटले, ‘‘घर स्वच्छ ठेवायचे तर सांजसकाळ दोनदा तरी झाडू मारणे जरूर असते. आमच्या मोठ्या घरात, विशाल महाराष्ट्रात कट्टर महाराष्ट्रद्वेष्टे श्री. नेहरू आणि कट्टर स्वार्थनिष्ठांचा तांडा दिवसरात्र घाण करीत आहे. ही घाण आपण आता सांजसकाळ दोनदा तरी काढण्याचे ठरवले आहे ही फार चांगली गोष्ट आहे.’’

समितीच्या अत्यंत आक्रमक प्रचारमोहिमेमुळे यशवंतराव चव्हाण बचावात्मक पवित्र्यात आले. मुख्यमंत्री होण्याआधी त्यांनी घेतलेल्या भूमिकेमुळे त्यांच्या जवळचे मित्रही बिथरले होते. संभाजीबाबा थोरात, व्यंकटराव माने या त्यांच्या जुन्या मित्रांनी

उंब्रज गावी कार्यकर्त्यांची एक बैठक बोलावली. तेव्हा आपल्या नेतृत्वाला हे आव्हान आहे असे वाटून चव्हाणांनी दोघांनाही बोलावून घेतले आणि संतप्त स्वरात विचारले, "तुम्ही माझे राजकीय जीवन संपवायला निघालात काय?" त्यानंतरही वादावादी झालीच. नंतर यशवंतरावांनी राग निवळल्यावर दोघांना परत बोलावून उंब्रजची सभा रद्द करायला लावली; पण या एका घटनेने यशवंतराव किती हवालदिल झाले होते, हे लक्षात येते. समितीचा प्रचार शिगेला पोहोचला तेव्हा संयुक्त महाराष्ट्राचे खरे वातावरण काय आहे हे त्यांच्या लक्षात आले. संभाजीबाबा थोरातांना पाठविलेल्या पत्रात यशवंतरावांनी आपल्या तेव्हाच्या मन:स्थितीचे वर्णन केले आहे. "महाराष्ट्रात संयुक्त महाराष्ट्राच्या मागणीच्या चळवळीने उग्र रूप धारण केले आहे. मला एका बाजूला खवळलेला अरबी समुद्र दिसतो आहे तर दुसऱ्या बाजूला पेटलेली मुंबई दिसते आहे. मला आज तरी समजत नाही की या वादळी वातावरणात माझी राजकीय जीवननौका कोठे जाईल."

यशवंतरावांच्याच मतदारसंघात येऊन समितीचे बडे बडे नेते 'यशवंतरावांना पराभूत करा' असे सांगत होते. यशवंतरावांना आदरणीय असलेले माधवराव बागलही त्यांच्याविरुद्ध उभे राहिलेल्या केशवराव पवारांचा प्रचार करीत होते. मसूर सभेत भावनाविवश होऊन बागल म्हणाले, "माझे वय आता बरेच झाले आहे... मतदारांना माझी एकच विनंती आहे की यशवंतरावांना तुम्ही निवडणुकीत प्रचंड मतांनी हरविलेले मी माझ्या डोळ्यानी पाहावे व मगच माझे डोळे मिटावेत." बागलांच्या प्रचाराला उत्तर देताना कसलीही आगपाखड न करता यशवंतरावांनी समयसूचकता दाखवून पुढील उत्तर दिले. 'सन्माननीय माधवराव बागल हे थोर आणि ज्येष्ठ स्वातंत्र्यसैनिक असून ते आम्हाला वडीलभावाप्रमाणे आहेत. माधवरावांची देशाला व समाजाला फार गरज आहे. त्यांचे डोळे इतक्या लवकर मिटावेत असे मला वाटत नाही. ते एवढ्या लवकर देवाघरी जाऊ नयेत म्हणून तुम्ही आम्ही सर्वजण ही निवडणूक जिंकून त्यांना अधिक आयुष्यदान करू या." यशवंतराव चव्हाण संयमाने या सगळ्याचा सामना करीत होते.

या सर्व पार्श्वभूमीवर कऱ्हाडमध्ये यशवंतराव चव्हाण विरुद्ध केशवराव पवार ही निवडणूक अत्यंत चुरशीची झाली. ४ मार्च १९५७ला मतमोजणी सुरू झाली, तेव्हा ही चुरस ठळकपणे स्पष्ट झाली. पारडे कधी चव्हाणांच्या बाजूला तर कधी पवारांच्या बाजूला झुकत होते. मतमोजणी सुरू असताना दुपारी साडेतीनच्या सुमाराला केशवराव पवारांनी तीन हजार मतांची आघाडी घेतल्याचे वृत्त कऱ्हाडच्या 'मराठा' प्रतिनिधीने दूरध्वनीवरून अत्रे यांना कळविले. तीन हजारांची आघाडी

काही चव्हाण भरून काढत नाही असे वाटल्याने अत्रे यांनी 'यशवंतराव पराभूत' अशी बातमी 'सांज मराठा'त दिली. चव्हाणांची परिस्थिती खरोखरच गंभीर होती. रात्री १० च्या सुमारास मतमोजणी पूर्ण होऊन यशवंतराव फक्त १६२६ मते अधिक मिळवून निवडून आल्याचे जाहीर झाले. अत्रे यांनी ५ मार्चच्या 'मराठा'त 'आमचा पराभव झाला' असे शीर्षक देऊन अग्रलेखात लिहिले. "दुर्दैव आमचे! दुर्दैव महाराष्ट्राचे! परमेश्वर अजून आमची कसोटी पाहतो आहे! धीर सोडण्याचे कारण नाही. तानाजी (केशवराव पवार) पडला तरी सिंहगड आपण जिंकलाच की नाही? हा इतिहास विसरू नये. हिंमते मर्दा तो मदते खुदा!"

मुंबईतील निवडणुकीची धामधूम अजूनही सुरूच होती. ६ मार्चला प्रबोधनकार ठाकरे यांच्या अध्यक्षतेखाली शिवाजी पार्कवर समितीची प्रचंड सभा झाली. ठाकरे यांनी श्रोत्यांना विचारले, "काँग्रेसच्या पेटीत काय आहे? या पेटीत जागोजागी शिवरायांची केलेली बदनामी, भगिनींच्या कुंकवाचे सारवण, पिचलेल्या बांगड्या, १०५ भावांचे रक्त आहे. तिथे तुम्ही मते द्याल?" प्रबोधनकारांच्या शेलारमामा थाटातील या भाषणाला श्रोत्यांनी उत्स्फूर्तपणे 'नाही नाही' असा गजर करीत प्रतिसाद दिला.

९, १०, ११ मार्चला होळीची सुट्टी असल्याने मुंबईतील मराठीभाषक कामगार कोकणात सणासाठी जाण्याची शक्यता होती. शिवाजी पार्कच्या या सभेत अत्रे यांनी कामगारांना आवाहन केले. "ह्यावेळी लोकांनी मुंबईबाहेर जाऊ नये. कारण ते गावी गेल्यास त्यांची मते वाया जातील आणि महाराष्ट्राची होळी होईल तेव्हा लोकांनी सं. म. लढ्यासाठी मुंबईतच राहिले पाहिजे आणि आपले मत समितीच्या पेटीत टाकून मग काँग्रेसच्या नावाने शिमगा साजरा करावयास आपापल्या गावी निर्धास्तपणे जावे." ह्या आवाहनाला कामगारांनी प्रतिसाद दिल्यामुळे माझगाव, वरळी, माटुंगा,भायखळा, शिवडी, परळ ह्या मुख्यत: कामगारांची वस्ती असलेल्या विधानसभेच्या मतदारसंघांमधून समितीपुरस्कृत उमेदवार निवडून आले.

११ मार्चला मुंबईतील मतदान होते. त्या दिवशीचा 'मराठा'चा अंक म्हणजे जणू विशेषांकच होता. 'मराठा'चे एक संपूर्ण पान २६ हुतात्म्यांच्या छायाचित्रांनी भरले होते. पानाच्या शिरोभागी "मुंबईच्या मराठ्यांनो या राक्षसी कत्तलीचा सूड घ्या." असा मोठ्ठा मथळा होता. पानाच्या तळाशी "काँग्रेसची मतपेटी रक्ताने भरलेली आहे", असे वाक्य जाड ठशात छापले होते. याच अंकात कविवर्य विंदा करंदीकरांची 'समतेचे हे तुफान उठले' या शीर्षकाची कविता अत्रे यांनी प्रकाशित केली होती. या कवितेत ज्ञानेश्वर, शिवछत्रपती यांची भाषा मराठी असल्याची

आठवण देत विंदांनी टिळक, गोखले, फुले, रानडे, आगरकर यांनी वाणीच्या रूपात पेटविलेल्या स्वातंत्र्याच्या पाच मशालींवर आपलेही दीप पेटवा असे आवाहन केले होते. त्या दिवशीच्या 'मराठ्या'च्या अग्रलेखात अत्र्यांनी लिहिले, ''आज मुंबईची निवडणूक नाही. मुंबईची लढाई आहे. महाराष्ट्राच्या इतिहासामध्ये कित्येक शतकात असा निर्वाणीचा दिवस उगवला नसेल. अग्नी आणि पाणी यांचे जे वैर असते तेच यापुढे महाराष्ट्र आणि काँग्रेस यामध्ये राहणार आहे. काँग्रेस ही महाराष्ट्राची दुष्मन आहे. उत्तर भारतातील भय्यांना आणि गुजरातमधल्या बनियांना महाराष्ट्राच्या क्षात्रधर्माचा मत्सर वाटतो आहे. मुंबई ही तर महाराष्ट्राचा प्राण! तो हिरावून घेण्यासाठी द्विभाषिकाचा सूळ त्याच्या मस्तकामध्ये मारण्यात आला आहे.''

संयुक्त महाराष्ट्रासाठी लढविल्या गेलेल्या या निवडणुकीत संयुक्त महाराष्ट्र समितीला मोठा विजय मिळाला. मुंबईतील २४ विधानसभा मतदारसंघांपैकी ११ जागा समिती पुरस्कृत उमेदवारांनी जिंकल्या. लोकसभेच्या ४ जागांपैकी २ जागा समितीला मिळाल्या. लोकसभेच्या दक्षिण मध्य मुंबई मतदारसंघातून कॉम्रेड डांगे ३ लाखांहून अधिक मते मिळवून विजयी झाले. मुंबईतील ११ विजयी उमेदवारांत आचार्य अत्रे, एकमेव अपक्ष उमेदवार होते. विदर्भ-मराठवाड्यातील १०५ विधानसभा मतदारसंघांपैकी फक्त १५ जागा समितीला मिळविता आल्या.

समितीला खरा दणदणीत विजय मिळाला, तो पश्चिम महाराष्ट्रात. पुणे शहरासकट जिल्ह्यात विधानसभेच्या १६ जागा होत्या. त्यापैकी फक्त इंदापूरमधून काँग्रेसचे शंकरराव बाजीराव पाटील विजयी झाले. बाकीच्या सर्व जागा समितीने जिंकल्या. खरी लढत होती, ती एस. एम. जोशी आणि बाबूराव सणस यांच्यात. एस. एम. निवडून येणे अशक्यप्राय आहे असे वाटत होते. 'दै. सकाळ'ने तर 'हा समितीचा एक्का, याला पाडलाच पाहिजे', अशी घोषणा दिली होती. त्याला 'समितीचा एक्का आता झाला पक्का' असे उत्तर मिळाले. यशवंतरावांनी तर आडवळणाने जातीयवादी प्रचार केला. 'समितीला बहुमत मिळाले, तर समितीचा नेता मुख्यमंत्री होईल', असे ते भाषणात म्हणाले म्हणजे एस.एम. जोशी हा ब्राह्मण मुख्यमंत्री होईल असे चव्हाणांना सुचवायचे होते. तरीही एस. एम. जोशी दणदणीत मतांनी विजयी झाले.

नगर जिल्ह्यातील १२ पैकी ११ जागा समितीने जिंकल्या. काँग्रेसचे एकमेव उमेदवार विजयी झाले, ते बाळासाहेब भारदे. नाशिक व डांग जिल्ह्यातील ११ विधानसभा जागांपैकी काँग्रेसचे भाऊसाहेब हिरे नांदगावमधून विजयी झाले. बाकी सर्व जागा समितीला मिळाल्या. कोल्हापूर जिल्ह्यातील विधानसभेच्या सर्व १२

जागा समितीने जिंकल्या. रत्नागिरी जिल्ह्यातील फक्त चिपळूणची जागा काँग्रेसला, तर बाकी १३ जागा समितीला मिळाल्या. कुलाबा जिल्ह्यातील सर्व ८ जागा समितीला मिळाल्या. ठाणे जिल्ह्यातील १२ पैकी ७ जागा समितीने मिळविल्या. काँग्रेसला सर्वाधिक यश सोलापूर जिल्ह्यात मिळाले. विधानसभेच्या १३ पैकी १० जागा काँग्रेसने जिंकल्या. पूर्व व पश्चिम खानदेशातील सातही जागा काँग्रेसला मिळाल्या. पश्चिम महाराष्ट्रातील १२८ विधानसभा जागांपैकी ९७ जागा समितीने जिंकल्या.

'या निवडणुकीचे सर्वात मोठे वैशिष्ट्य म्हणजे समितीच्या यशाच्या महापुरात काँग्रेसचे रथी-महारथी बुडून गेले. अत्रे यांनी आपल्या खास शैलीत त्याचे वर्णन केले आहे. ''पुण्याचे काका (गाडगीळ) आणि 'बू' (साठे) बुडाले. फलटणचे मालोजी (निंबाळकर), तपासे तडफडले. रत्नागिरीचे मोरोपंत जोशी अन् जगन्नाथराव (भोसले) गचकले. अलिबागचे नाना कुंटे अन् नाशिकचे परमिट गोविंद (गो. ह. देशपांडे) डुबकले. सोलापूरचे तुळशीदास अन् कोल्हापूरचे रत्नाप्पा कुंभार कोलमडले. चाळीसगावचे हरिभाऊ पाटसकर विरघळले. नगरचे बोगावत आणि कानवडे पाटील उलथले.''

१९५७च्या लोकसभा निवडणुकीतील काही समिती पुरस्कृत उमेदवारांचे यश आणि मताधिक्य समिती नेत्यांनाही अनपेक्षित होते. लोकसभेच्या कोपरगाव मतदारसंघात सर्वसाधारण जागेवर समितीने शे. का. फेडरेशनचे नेते ॲड. बी. सी. कांबळे यांना उमेदवारी दिली होती. ६४ टक्क्यांहून जास्त मते मिळवून कांबळे विजयी झाले. सर्वसाधारण मतदारसंघातून दलित नेता निवडून देण्याची ही पहिलीच घटना. रत्नागिरी मतदारसंघात काँग्रेसने आझाद हिंद सेनेचे सेनानी जगन्नाथराव भोसले यांना उभे केले होते. जनसंघाचे प्रेमजीभाई आसर यांनी त्यांच्याविरुद्ध ७० टक्क्यांहून जास्त मते घेत विजय मिळविला. केंद्रीय मंत्री ह. वि. पाटसकर पूर्व खानदेशातील एरंडोलमध्ये उभे होते. समितीने नौशेर भरुचा यांना तिथे उभे केले होते. तेही पाटसकरांचा पराभव करून निवडून आले.

निवडणुकीचे निकाल

मुंबई शहर एकूण जागा	काँग्रेसला मिळालेल्या	समितीने जिंकलेल्या
	विधानसभा १३ लोकसभा २	विधानसभा ११ लोकसभा २
महाराष्ट्र पश्चिम (जागा)	विधानसभा ३३	१०२

	काँग्रेस	समिती
	लोकसभा २०	**लोकसभा २३**

विधानसभा निवडणूक मते	५,७४,७३९	२२,३८,१४२	वैध मते ३०,५५,०५५
लोकसभा निवडणूक मुंबई शहर	७,०९,०८३	८३१,८१७	
पश्चिम महाराष्ट्र २० जागा	२१,१४,४१६	२३ जागा मते ३१,५०,३५१	
सबंध महाराष्ट्र विधानसभा जागा	१३६	एकूण मते ५३,०३,२६६	
सबंध महाराष्ट्र लोकसभा जागा	२०	एकूण मते ५२,४७,९९०	

सबंध महाराष्ट्र – विधानसभा समितीला मिळालेल्या जागा : १२८

मते : ५३,२३,१५८

सबंध महाराष्ट्र – लोकसभा समितीला मिळालेल्या जागा : २३

मते : ५०, ६५, ०७८

संयुक्त महाराष्ट्राच्या प्रश्नावर निवडणूक लढवून समितीने विधानसभेच्या १२८ आणि लोकसभेच्या २३ जागा जिंकल्या. या बहुसंख्य जागा पश्चिम महाराष्ट्रातील होत्या. त्यामुळे इतरत्र काँग्रेसला विजय मिळून त्यांची सत्ता आली, तरी यशवंतरावांचा पश्चिम महाराष्ट्र त्यांच्या मागे नसून मुंबईसह संयुक्त महाराष्ट्राच्या मागे आहे, हे स्पष्ट झाले. समितीने दिलेला हा हादरा काँग्रेसला भयचकित करणारा होता.

❑❑❑

१८

गर्जा 'संयुक्त महाराष्ट्र माझा'

१९५७च्या सार्वत्रिक निवडणुकीने विशाल द्विभाषिकाचे आणि महाराष्ट्राचे चित्र एकदम बदलून गेले. विदर्भ-मराठवाडा आणि मुंबई शहरासह संपूर्ण महाराष्ट्रात काँग्रेसला १३६ जागा मिळाल्या, तर संयुक्त महाराष्ट्र समितीने १२८ जागा जिंकल्या. गुजरातेत मात्र महागुजरात जनता परिषदेला काँग्रेसविरोध पुरेसा तापविता आला नाही. त्यामुळे कच्छ-सौराष्ट्रासह गुजरातेतील १३२ जागांपैकी त्यांना फक्त ३३ जागाच जिंकता आल्या. त्याही मेहसाणा-अहमदाबाद आणि खेडा या तीन जिल्ह्यातीलच होत्या. महागुजरात परिषदेच्या या अपयशामुळे महागुजरात परिषद आणि समिती एकत्र येऊन मंत्रिमंडळ बनवू शकतील अशी स्थितीच निर्माण झाली नाही. याउलट काँग्रेसने २३५ जागा मिळवून निर्विवाद बहुमत मिळविले. यशवंतराव चव्हाणांनी विशाल द्विभाषिक मुंबई राज्याचे मुख्यमंत्री म्हणून १२ एप्रिल १९५७ला दुसऱ्यांदा शपथ घेतली. हे राज्य पाच वर्षे टिकणार याची सर्वांनाच खात्री होती.

पश्चिम महाराष्ट्रात काँग्रेसचा झालेला पराभव यशवंतरावांनी एक संधी म्हणून स्वीकारला. नवे मंत्रिमंडळ बनविताना अनुभवी आणि कदाचित डोईजड होतील अशा काँग्रेस नेत्यांना मंत्रिमंडळात घेण्याची वेळच यशवंतरावांवर आली नाही. १९५७च्या सार्वत्रिक निवडणुकीत काकासाहेब गाडगीळ, ह. वि. पाटसकर, नानासाहेब कुंटे, मोरोपंत जोशी, गणपतराव आळतेकर, गोविंद हरी देशपांडे, 'बु' साठे, वगैरे ब्राह्मण स्वातंत्र्यसैनिक व नेते पराभूत झाले आणि महाराष्ट्र काँग्रेसच्या राजकारणातील उरला-सुरला ब्राह्मणी प्रभाव संपुष्टात आला. भाऊसाहेब हिरे, पु.का. देशमुख या ज्येष्ठ मराठा नेत्यांनाही यशवंतरावांनी मंत्रिमंडळात स्थान दिले नाही. मराठवाड्यातील स्वामी रामानंद तीर्थांचा गट हिरेवादी असल्यामुळे त्यांना वगळून भगवंतराव गाढे यांना मंत्रिमंडळात घेतले. देवीसिंग चौहान आणि सोलापूरचे

छन्नूसिंग कल्याणसिंग या दोघा राजपुतांपैकी देवीसिंग यांना मंत्रिमंडळात स्थान मिळाले; पण छन्नूसिंग यांना बाजूला सारून चव्हाणांनी अक्कलकोटच्या राणीसाहेब निर्मलाराजे भोसले यांची वर्णी लावली. काँग्रेस मंत्रिमंडळाचे पूर्वी असणारे सर्वसमावेशक स्वरूप बदलून चव्हाणांनी प्रथमच मराठा वर्चस्व असणारे मंत्रिमंडळ बनविले. प्रदेश काँग्रेसवरही आपलीच पकड असावी म्हणून चव्हाणांनी देवगिरीकर त्यांच्या बाजूचे असूनही पराभूत मालोजीराजे निंबाळकरांना, प्रदेशाध्यक्ष म्हणून, कौल दिला.

स्वातंत्र्यपूर्व काळात शंकरराव देवांच्या पुढाकाराने 'लोकशक्ती' हे दैनिक सुरू होते. आचार्य शं. द. जावडेकरांसारखा विचारवंत त्याचा संपादक असल्याने महाराष्ट्र काँग्रेसचे मुखपत्र म्हणून त्याला प्रतिष्ठा होती. स्वातंत्र्यानंतर हे दैनिक नरहर वामन ऊर्फ नरूभाऊ लिमये यांच्याकडे आले. त्यांनीही ते उत्तमरीतीने चालविले; पण १९५७च्या निवडणुकीचा पहिला बळी ठरले ते 'लोकशक्ती.' या दैनिकाशी संबंधित सर्वचजण राजकारणातून आणि काँग्रेसमधूनही बाहेर फेकले गेले. साहजिकच १ एप्रिल १९५७ पासूनच 'लोकशक्ती'चे प्रकाशन थांबले.

चव्हाणांच्या नव्या मंत्रिमंडळाविषयीचे अचूक मत नरूभाऊंनी रोजनिशीत नोंदवले आहे. "मंत्रिमंडळावर नजर टाकली तर सर्वजण कच्चे व दुय्यम दर्जाचे मंत्री महाराष्ट्राचे आणि पक्के कसलेले गुजरातचे (वित्तमंत्री जीवराज मेहता, मजूरमंत्री शांतीलाल शहा, रसिकलाल पारीख वगैरे) दिसतात. श्री. काकासाहेब गाडगीळ यांना मुद्दाम शपथविधीस हजर राहण्यासाठी बोलावले होते. खातेवाटणीत बांधकामखाते श्री. देसाई डी. एस. (दौलतराव श्रीपतराव ऊर्फ बाळासाहेब देसाई) यांचेकडे आले आहे. आता पाच वर्षांत पाच लाखांची इस्टेट करण्यास हरकत नाही. ज्याने स्वातंत्र्ययुद्धाचे काळात रावसाहेबी मिळविली, त्याने स्वातंत्र्योत्तर काळात दहा वर्षांत मंत्रिपदी बसावे हे भाग्य, की त्याने केलेला महाराष्ट्रद्रोह फळास आल्याची साक्ष? १९५५ साली नोव्हेंबर महिन्यातले पहिले राजीनामे प्रकरण मला आज आठवते. त्यावेळी हा गृहस्थ अत्यंत लाचारवृत्तीने मोरारजींच्या समोर कसा लुगुलुगु करून गेला होता, ते स्मरण झाले. भाऊसाहेब हिरे यांचा विश्वासघात करण्यास या माणसाने निंबाळकर-भारदे प्रभृतींच्या बरोबरीने कशी सुरी फिरविली ते आठवले. आता हा अर्ध्या हळकुंडाने पिवळा झालेला पुढारी बेफाम बनेल. बांधकाम खात्यासारखे चराऊ रान त्याला मोकळे सापडेल. दुसरे बाळासाहेब भारदे. आधुनिक युगातला कलुषा... याच माणसाने गेल्या पाच वर्षांत सदैव हिरे-मोरारजी लढत चालू ठेवण्यास मदत केली आणि आज तोच हिरे यांचा काटा काढून मंत्री

बनला. संधिसाधू विश्वासघातकी आज मंत्री बनले. बाळासाहेब, चव्हाणांना पूरक ठरणार की मारक? यशवंतराव मात्र एका दृढ नजरेने पुढे जात आहेत. त्यांनी एक धोरण आखले. त्यात चूक व मतभेद असतील; पण विश्वासघात नाही. आज सुरू झालेले द्विभाषिक अस्तित्वात आणण्याचे पाप श्री. हिरे, कुंटे यांनी केले. चव्हाण म्हणतात, 'मी फक्त लोकसभेने हे दिले म्हणून चालवतो. ते प्रामाणिक ठरले.''

यशवंतरावांनी बनविलेल्या नव्या मंत्रिमंडळात स्वातंत्र्यलढ्याशी संबंधित नसलेल्या आणि ब्रिटिश सरकारची इमाने-इतबारे सेवा करणाऱ्या काहीजणांचा समावेश झाला. राज्याच्या इतिहासात हे प्रथमच घडत होते.

निवडणुकीनंतर 'संयुक्त महाराष्ट्र' समितीची पहिली सभा ४ एप्रिल १९५७ला मुंबईत भरली. या सभेमध्ये संयुक्त महाराष्ट्रवादी विविध पक्ष आणि व्यक्ती यांची आघाडी म्हणून फक्त कार्य न करता समितीला व्यापक स्वरूप देण्याचे ठरविण्यात आले. सर्वसामान्य जनतेलाही समितीचे थेट सदस्य होता येईल, अशी रचना यासाठी असावी, असा आग्रह धरण्यात आला. या चर्चेतून एक ठराव संमत करण्यात आला. तो असा -

(१) गेल्या दीड वर्षातील आंदोलनातील अनुभव लक्षात घेता समितीची अधिक व्यापक पुनर्घटना करण्याची वेळ आलेली आहे असे समितीच्या सर्वसाधारण सभेचे मत आहे. ही घटना तयार करताना केवळ पक्षावर आधारित न ठेवता समितीचे सभासद बनण्याचा व संघटनेत भाग घेण्याचा जनतेसही अवकाश मिळावा अशा तऱ्हेची ही घटना असावी असेही त्या सभेचे मत आहे.

(२) घटना तयार करण्यासाठी मसुदा समिती आणि निवडून आलेल्या सभासदांना मार्गदर्शन करण्यासाठी पार्लमेंटरी (संसदीय) बोर्ड (मंडळ) नेमण्यात आले. अध्यक्ष डांगे, उपाध्यक्ष डॉ. नरवणे, चिटणीस, एस. एम. जोशी, सदस्य अत्रे, दत्ता देशमुख, जयंत टिळक, भाऊराव गायकवाड, रा.का. म्हाळगी, र. के. खाडिलकर, रसिक भट आणि दाजीबा देसाई.

(३) स्थानिक स्वराज्य संस्थांचा कारभार लोकहिताचा व्हावा यासाठी सं. म. समितीच्या नेतृत्वाखाली निवडणुका लढवण्यास हरकत नाही.

(४) सं. म. समितीच्या पुरस्काराने निवडून आलेले मुंबई विधानसभेतील व विधानपरिषदेतील सभासद एक 'पार्लमेंटरी गट' या नात्यानेच काम करतील.

समितीने स्वीकारलेल्या या नव्या व्यवस्थेतील धोके 'केसरी'कारांनी आपल्या अग्रलेखात उलगडून दाखविले. ''निवडणुकीपूर्वी समिती गौण होती व पक्ष प्रबल होते. आता ते चित्र बदलले आहे. निवडणुकीत जनशक्तीची जागृती दिसली. तिच्यापुढे पक्षीय अभिनिवेश लटका पडला आहे. श्री. डांगे यांनी बैठकीत म्हटल्याप्रमाणे 'निवडणुकीपूर्वी एखादा पक्ष समितीतून बाहेर गेला असता तर समिती क्षीण झाली असती. आज एखादा पक्ष समितीतून बाहेर पडू म्हणेल तर तोच लंगडा होईल.' समितीच्या यशानेच सत्तेचे राजकारण तिच्यापर्यंत आणून पोहोचवले असून, त्यातील डावपेचाखातर समितीच्या ग्राम-तालुका संघटना ताब्यात घेऊन आपले सर्वस्व लादण्याचा खटाटोप कोणी करणारच नाही, असे कसे म्हणावे? नाहीतर पक्षीय अभिनिवेश नष्ट करून समिती जनताव्यापी करण्याच्या नादात गटबाजीला वाव करून दिल्याचे अपश्रेय मात्र पदरात पडावयाचे!'' (केसरी : ९ एप्रिल १९५७)

'केसरी'कारांना दिसलेला हा धोका प्रत्यक्ष अनुभवावर आधारित होता. मार्चच्या अखेरीपासूनच नाशिक, नगर, दक्षिण व उत्तर सातारा या जिल्ह्यांतील स्थानिक स्वराज्य संस्थांच्या जागावाटपावरून घटकपक्षातील गटबाजी उफाळून आली होती. त्यासाठी परस्पर लवादही नेमले गेले होते. मुंबई महापालिकेची निवडणूक ९ मे ला होणार असे जाहीर झाले. येथेही घटकपक्षांमध्ये जाहीर वादावादी झाली. एकमेकांचा पाठिंबा काढून घेण्यापर्यंत मजल गेली. प्रसपच्या गुजराती नेत्यांनी आपली स्वतंत्र उमेदवारीही जाहीर केली; पण या सर्व घटनांचा मतदारांवर मात्र परिणाम झाला नाही. मुंबई महापालिकेच्या १३१ जागांपैकी समितीने ९७ जागा लढविल्या; पण ७१ जागा जिंकून निर्विवाद बहुमत मिळविले. काँग्रेसला मात्र ५४ जागांवर समाधान मानावे लागले. अशा रीतीने मुंबई महापालिकेवरची स.का. पाटील यांची एकाधिकारशाही संपुष्टात आली.

लोकसभेसाठी डांगे यांची वाट मोकळी करून देणाऱ्या मो. वा. दोंदे यांना मुंबईचे महापौरपद दिले गेले. महापौर म्हणून आपले औपचारिक भाषण मराठीत करून त्यांनी चांगला पायंडा पाडला. ४ जुलैला महापालिकेत एक महत्त्वाचा ठराव झाला. द्विभाषिक मुंबई राज्याऐवजी मुंबईसह संयुक्त महाराष्ट्र आणि महागुजरात यांच्या वेगळ्या राज्यांची निर्मिती करावी, अशी मागणी या ठरावात होती. तो ६८ विरुद्ध ५३ मतांनी संमत झाला. मुंबईत झालेल्या नोव्हेंबर १९५५ आणि जानेवारी १९५६च्या गोळीबाराची न्यायालयीन चौकशी करण्याचा ठरावही ५४ विरुद्ध ४२ मतांनी संमत करण्यात आला.

समितीच्या निवडणूक समितीचे अध्यक्ष म्हणून डांगे यांनी १९५७च्या निवडणूक निकालांचे विश्लेषण करणारा एक अहवाल तयार केला आणि तो समितीला विचारार्थ पाठवून दिला. त्यासोबत जोडलेल्या पत्रात इतरांच्या सूचना, मते आणि टीका लक्षात घेऊन मसुद्याला अंतिम रूप दिले जाईल असे त्यांनी म्हटले होते. समितीचे नेते, स्थानिक स्वराज्य संस्थांच्या निवडणुकीत गुंतले असल्याने हा अहवाल निवडणूक समितीच्या बैठकीत सादर होऊ शकला नाही म्हणून तो सर्व सदस्यांना टपालाने पाठविण्यात आला. डांगे यांच्या अहवालाला अंतिम रूप मिळण्याची वाट न पाहता 'युगांतर' या कम्युनिस्ट मुखपत्राने ५ मे १९५७च्या अंकात तो प्रसिद्ध केला. त्यामुळे अहवालावरील ज्या चर्चा आणि वाद समितीच्या बैठकीत होणे अपेक्षित होते, ते आता जाहीरपणे सुरू झाले.

डांगे यांनी आपल्या अहवालात जी विशिष्ट शब्दयोजना केली होती, ती अत्यंत वादग्रस्त ठरली. त्यामध्ये राष्ट्रीय संतापाचा उद्रेक (नॅशनल अपसर्ज), भाषिक राष्ट्रीय निष्ठा (लिंग्विस्टिक नॅशनल लॉयल्टी), मराठी जनतेची पुरोगामी राष्ट्रीय जाणीव (प्रोग्रेसिव्ह नॅशनल कॉन्शसनेस ऑफ द मराठी पीपल), भाषिक राष्ट्रवाद (लिंग्विस्टिक नॅशनॅलिझम) या शब्दयोजना म्हणजे जोसेफ स्टॅलिनने १९३५ साली मांडलेला सिद्धान्त डांगे मांडत आहेत, असा आक्षेप प्रजासमाजवादी पक्षाच्या विचारवंतांनी घेतला. यानिमित्ताने डाव्या विचाराच्या दोन गटांत वैचारिक वाद सुरू झाला. हिंदुस्थान हे एक राष्ट्र आहे किंवा होणार आहे, असे मानणाऱ्या मंडळींचा गट एका बाजूला, हिंदुस्थान हा बहुराष्ट्र (मल्टीनॅशनल) गटांचा समूह असून त्यातील प्रत्येक राष्ट्रसंघाला स्वयंनिर्णयाचा (सेल्फ डिटर्मिनेशन) अधिकार आहे, असे मानणारी मंडळी दुसरीकडे, हिंदुस्थान हा देश बहुराष्ट्र गटांचा संघ असेल, तर प्रत्येक राष्ट्रगटाला फुटून बाहेर पडण्याचा अधिकार असल्याचे तत्त्वत: का होईना, मान्य करावे लागते. भारतीय घटनेच्या शिल्पकारांनी मात्र ही संकल्पना पूर्णपणे फेटाळून लावली आहे. घटनेमध्ये संघराज्य (फेडरल स्टेट) हा शब्दप्रयोग कटाक्षाने टाळून 'इंडियन युनियन' असे म्हटले आहे. घटनेने कोणत्याही राज्याला फुटून बाहेर पडण्याचा अधिकार दिलेला नाही. त्यामुळे डांगे यांचे अहवालातील प्रतिपादन भारतीय घटनेच्याच विरोधात आहे का, असा प्रश्न निर्माण झाला. लाल निशाण गटानेही स्टॅलिनचे मत मान्य करीत, भारत हा बहुराष्ट्रीय देश असल्याचे प्रतिपादन केले.

प्रजासमाजवादी पक्षाने मात्र या अहवालाला जोरदार आक्षेप घेतला. प्रसपचे चिटणीस बा. न. राजहंस यांनी समितीला पत्र पाठवून आपले आक्षेप नोंदविले आणि प्रसपच्या खास परिषदेत त्यासंदर्भात झालेला ठरावही समितीला पाठविला.

“सोबत आमच्या पक्षाच्या खास परिषदेमध्ये ता. ८ जून रोजी मंजूर झालेला ठराव आपल्या माहितीसाठी व योग्य त्या तजविजीसाठी पाठवला आहे. श्री. डांगे यांनी निवडणूक मंडळाचे अध्यक्ष या नात्याने महाराष्ट्रातील निवडणुकीसंबंधी जो अहवाल प्रसिद्ध केला आहे त्यासंबंधी आमच्या मते पुढील दोन गोष्टींची दखल घेणे जरूर आहे. (१) समितीमध्ये चर्चा करण्याच्या अगोदर श्री. डांगे यांनी या अहवालाला प्रसिद्धी का दिली? या अहवालामध्ये भाषिक राष्ट्रवादासंबंधी जे उल्लेख आहेत ते सं. म. समितीच्या धोरणाला विसंगत व २९ आणि ३० सप्टेंबर १९५६ रोजी मुंबई येथे झालेल्या द्वैभाषिक परिषदेतील ठरावाला विरोधी आहेत. इतकेच नव्हे तर त्यामुळे महाराष्ट्रावर फुटीरपणाचा आरोप करणाऱ्यांच्या हातात कोलीत दिल्यासारखे होईल.”

“**ठराव** : श्री. डांगे यांनी सं. म. समितीच्या ध्येयधोरणाशी सर्वस्वी विसंगत अशी ‘भाषिक राष्ट्रवादा’ची भारतीय संघराज्याच्या निष्ठेवर घाव घालणारी विधाने घुसडून द्यावीत, याची महाराष्ट्र प्रदेश प्रजासोशॅलिस्ट पार्टीच्या या खास अधिवेशनास चिंता वाटत आहे. भारत हे राष्ट्रकुल नसून ते एक संघराज्यात्मक राष्ट्र आहे, अशी भूमिका समितीने निःसंदिग्धपणे स्वीकारली आहे; परंतु समितीच्या या विचारसरणीला बाधा येऊन महाराष्ट्र हे एक स्वतंत्र राष्ट्र आहे अशी समितीची भूमिका आहे असा गैरसमज करणारी विधाने समितीच्या पदाधिकाऱ्यांकडून केली जावीत, ही गोष्ट जितकी निषेधार्ह आहे, तितकीच समितीच्या ऐक्यास विघ्न आणणारी व त्या ऐक्यासाठी झटत असलेल्या पक्षावर अन्याय करणारी आहे असे महाराष्ट्र प्रजासोशलिस्ट पार्टीच्या खास अधिवेशनाचे स्पष्ट मत आहे.

“श्री. डांगे यांनी तयार केलेला अहवाल मंजूर करण्याचे तर राहोच, त्यावर चर्चाही झालेली नसताना इतकेच नव्हे, तर बेळगावसारख्या महत्त्वाच्या केंद्रातील कार्यकर्त्यांनी आपली भिन्न मते श्री. डांगे यांना कळवलेली असतानादेखील त्यांनी आपला अहवाल छापून तो अनेकांना उपलब्ध केला व ‘युगांतर’सारख्या साप्ताहिकात तो प्रसिद्ध केला. समितीच्या अधिकारपदाचा उपयोग करून अशा प्रकारे आपल्याच पक्षाची तात्त्विक भूमिका पुढे दामटवण्याचा प्रयत्न करणे हे सर्वथैव निषेधार्ह आहे.”

हा गदारोळ सुरू होताच कम्युनिस्ट पक्षाच्या प्रवक्त्याने घाईघाईने वृत्तांकडे एक खुलासा प्रसिद्धीला दिला.... “प्रत्येक भाषिक प्रदेश हे स्वतंत्र राष्ट्र आहे आणि ही सर्व राष्ट्रे मिळून भारताचे संघराज्य झाले आहे आणि प्रत्येक राष्ट्राला स्वनिर्णयाचा हक्क आहे, अशी आमची भूमिका आहे, हे म्हणणे बरोबर नाही.

सं. म.ची चळवळ ही राष्ट्रवादाची चळवळ आहे असा जिथे कॉ. डांगे यांनी उल्लेख केला आहे तिथे राष्ट्र हा शब्द राजकीयदृष्ट्या न वापरता भाषिकदृष्ट्या वापरलेला आहे. त्याऐवजी कोणत्याही शब्दाचा उपयोग करण्याची आमची तयारी आहे. गेल्या दोन वर्षांत अनेक कम्युनिस्ट कार्यकर्त्यांनी नि पुढाऱ्यांनी शेकडो व्याख्याने दिली आहेत. लेख लिहिले आहेत; पण त्यामध्ये महाराष्ट्र राजकीयदृष्ट्या स्वतंत्र राष्ट्र आहे अशी भूमिका कुणीही मांडलेली नाही.'' (मराठा : १५ जून १९५७)

या प्रकरणी डांगे यांनी एक विस्तृत पत्रक काढून आपली भूमिका मांडली. ती 'मराठा'ने तशीच्या तशी प्रसिद्ध केली. ''निवडणुकीसंबंधी मी प्रसिद्ध केलेल्या अहवालात समितीच्या धोरणाशी विसंगत अशी भाषिक राष्ट्रवादाची विधाने असून त्यामुळे भारतीय संघराज्याच्या निष्ठेवर घाव घातला जातो अशा आशयाचा ठराव महाराष्ट्र प्र. स. पक्षाने ८ जूनच्या परिषदेत केला आहे. वस्तुत: माझ्या अहवालात अशा प्रकारचे एकही विधान नाही. राष्ट्र शब्द आला की, सार्वभौम राज्यातून फुटून जाणारे राष्ट्र अशी विचारसरणी नाही. अहवालात चळवळीचे वर्णन करताना मी तिला भाषिक राष्ट्रीय असे म्हटले आहे. या शब्दाने संघराज्याशी द्रोह कोठे येतो? फुटीरपणा कोठे येतो? स्वतंत्र राज्य स्थापण्याचा इशारा कोठे दिसतो? हे सर्व अर्थ ठराव करणाऱ्यांनी व या शब्दावर भाष्य करणाऱ्यांनी आपल्याच मनाने लादले व ते माझे आहेत, असा उगीचच डांगोरा पिटला आहे. कोठेही राष्ट्र शब्द आला की संघराज्याला सोडून जाणारे स्वतंत्र सार्वभौम राज्य असाच अर्थ करावा असे म्हणण्याला हिंदी कम्युनिस्ट पक्षाच्या कार्यक्रमात किंवा माझ्या विधानांत जागा नाही. तसा अर्थ काढण्याची ज्यांना हौस असेल त्यांनी तो काढावा; पण तो माझा नाही.''

''भाषिक राष्ट्रीय चळवळ' असे शब्द नको असतील तर या चळवळीचे योग्य वर्णन करणारे दुसरे शब्द घालण्यास माझी काहीच हरकत नाही. 'राष्ट्र' या शब्दामागे भाषिक हे विशेषण एवढ्याचसाठी लावले की, त्यामुळे सार्वभौम, स्वतंत्र अशा राजकीय राष्ट्राचा अथवा राष्ट्रीयत्वाचा अर्थ निघू नये व भाषिकत्वाला राष्ट्रीय विशेषण अशासाठी लावले की, प्रांतीयतेचा, जातीयतेचा वा इतर संकुचितपणाचा त्याला वास येऊ नये. आपल्या चळवळीत महाराष्ट्राच्या इतिहासाचा, भूगोलाचा, मराठमोळ्या संस्कृतीचा, समाजरचनेचा, शिवछत्रपतींचा, आपल्या वाङ्मयाचा अभिमान, भावना, जाणीव ही सर्व येतात. या सर्वांचे संकलन कोठल्या शब्दाने होऊ शकते?''

पत्रकात डांग्यांनी पुढे म्हटले होते, ''निव्वळ मराठी भाषेची किंवा मराठी प्रांताची किंवा मराठी जिल्ह्यांची चळवळ असे तिला म्हणायचे का? माझ्या मते ती

चळवळ ना केवळ भाषेची, ना जातीची, ना धर्माची, ना केवळ मराठी भूमिकेचा नकाशा काढण्याची, ना एकट्या-दुकट्या वर्गाची. ज्याला महाराष्ट्रीयत्व किंवा मराठी बाणा म्हणू शकतो अशा महाराष्ट्राचे हिंदी संघराज्यात राहूनच; पण मराठी भाषिकांच्या सर्व भावनांना व्यक्तिमत्त्व देणारे सं. म.चे (स्टेट) राज्य स्थापण्याची ती चळवळ आहे. गणगोत, जातपात, धर्मभेद, वर्गभेद, गावगावकी या सर्व भेदांच्या अतीत होऊन सर्वहितासाठी जुलुमांविरुद्ध जनतेला एक करते अशी जी भावना ती राष्ट्रीय भावना अनेकभाषी हिंदुस्थानात आहे. अशा भावनेला एकभाषी, सलग भूगोल, इतिहास व आत्मीयता यांचे अधिष्ठान देऊन जी जनता एकत्वाने वावरू लागते ती अधिक राष्ट्रीय भावनेने वागली, असा ढोबळ अर्थ मी केला आहे. हा अहवाल कम्युनिस्ट या नात्याने मी लिहिला नसून समितीचा एक चालक म्हणून लिहिला आहे. ४ एप्रिलच्या समितीच्या सभेत अहवाल प्रथम कच्चा खर्डा म्हणून देण्याचा मी प्रयत्न केला; पण समितीला वेळ नव्हता. २२ एप्रिलपर्यंत प्र. स. पक्षाकडून एकही प्रश्न विचारण्यात आला नाही किंवा टीका करण्यात आली नाही.'' (मराठी : २२ जून १९५७).

डांगे वेगवेगळ्या पद्धतीने जे समजावून सांगू पाहात होते, त्याला त्या काळातल्या राज्यशास्त्रात योग्य शब्द वा संज्ञा नव्हती. गेल्या ३० वर्षांत 'एथनिक ग्रुप', 'एथ्निसिटी', 'मल्टीएथनिक' अशा संज्ञा प्रचलित झाल्या आहेत. यामध्ये 'एथनिक' असे म्हटले असले, तरी तो निव्वळ वांशिक गट नव्हे, हेही पुरेसे स्पष्ट झाले आहे. त्यामुळे डांगे यांनी नमूद केलेल्या मुद्द्यांना आजच्या भाषेत 'एथनिक गटाची चळवळ'असे म्हणता येऊ शकेल; पण ही शब्दयोजना तेव्हा उपलब्ध नसल्याने हा वाद रंगला. डांगे यांच्या शब्दयोजनेवरच सर्व वादविवाद घडत राहिल्याने अहवालाच्या मूळ आशयाकडे मात्र सर्वांचेच दुर्लक्ष झाले.

डांगे यांनी आपल्या अहवालात समितीच्या विजयाची प्रमुख वैशिष्ट्ये नमूद केली होती. ती नीटपणे वाचली, तर वरील सर्व वाद किती भंपकपणाचा होता, हे लक्षात येते. ही वैशिष्ट्ये अशी -

(१) सोलापूर शहर व अमळनेर वगळता पश्चिम महाराष्ट्रातील अन्य औद्योगिक केंद्रातील कामगारांनी समितीला मते दिली.

(२) ज्या जिल्ह्यात पूर्वी शेतकरी आंदोलने झाली होती आणि जेथे भूमिहीन शेतमजुरांचे व गरीब किसानांचे प्रमाण जास्त होते अशा ठिकाणी समितीला जास्त पाठिंबा मिळाला.

(३) मध्यमवर्ग समितीशी एकनिष्ठ राहिला.

(४) निवडणूक काळात महिलांनी व मुलांनी समितीला सक्रिय पाठिंबा दिला.

(५) समितीचा उमेदवार कोणत्या पक्षाचा आहे, असा विचार न करता मतदारांनी जो कोणी समितीचा उमेदवार असेल त्याला मते दिली.

(६) समितीच्या यशामागे आंधळा राष्ट्रवाद किंवा भाषावाद अगर प्रतिगामी प्रदेशवाद नव्हता.

(७) समितीच्या कार्यक्रमाचाही मतदारांच्या मनावर प्रभाव पडला होता.

(८) सर्वसाधारण मतदारसंघात समितीने उभ्या केलेल्या अनुसूचित जातीच्या उमेदवारांनाही मतदारांनी निवडून दिले.

(९) समितीच्या व्यासपीठावर एकत्र आलेल्या सर्व जाति-जमातींमुळे जातीयवादी काँग्रेसचा पराभव करणे सहज शक्य झाले.

(१०) समितीने जनतेची राजकीय एकजूट घडवून आणल्यामुळे घटक पक्षातील हेवेदावे व पूर्वग्रह निष्प्रभ ठरले.

(११) समितीतून बाहेर पडलेल्या लोहियावादी, समाजवादी पक्षाने १२ उमेदवार उभे केले; पण त्यातला एकही निवडून आला नाही.

(१२) स्वतंत्र म्हणून उभे राहिलेल्या उमेदवारांपैकी फारच थोडे उमेदवार निवडून आले.

(१३) समितीचे उमेदवार मोठे मताधिक्य मिळवून विजयी झाले तर यशस्वी काँग्रेस उमेदवार अटीतटीच्या लढतीत थोडेसे मताधिक्य मिळवून विजयी झाले.

(१४) गुजरातमध्ये मजबूत विरोधी पक्ष उदयाला आला.

(१५) मराठी व गुजराती भाषकांमधील दुराव्याला शह देण्यात समिती व महागुजरात जनता परिषदेला यश मिळाले.

(१६) विदर्भात व मराठवाड्यात समिती अधिक कृतिशील राहिली असती तर काँग्रेस मंत्रिमंडळाला सत्तेवरून दूर करणे समितीला शक्य झाले असते.

समितीने आता काय करावे, यासंबंधी मत मांडताना डांगे यांनी म्हटले होते, ''विधानसभेत समितीने विरोधी गट म्हणून कार्य करण्यावर लक्ष केंद्रित करावे. आता सत्याग्रहासारखे आंदोलन करण्याची आवश्यकता राहिलेली नाही.''

लोकसभा, विधानसभा निवडणुकीप्रमाणेच समितीला स्थानिक स्वराज्य संस्थांच्या निवडणुकीतही मोठे यश मिळाले. नाशिक जिल्ह्यात ५६ पैकी समितीने ४१ जागा जिंकल्या. कुलाबा जिल्ह्यात ४२ पैकी ३२ जागांवर समितीला विजय

मिळाला. दक्षिण सातारा जिल्ह्यात समितीच्या घटक पक्षात फूट पडली असली, तरी ४२ पैकी १९ जागांवर तिला विजय मिळाला.

प्रजासमाजवादी पक्षाच्या राष्ट्रीय कार्यकारिणीची बैठक ६ ते ८ एप्रिल १९५७ ला मुंबईत भरली. त्यात प्रसपच्या मुंबई विधिमंडळातील आमदारांनी वेगळा गट म्हणून काम करावे, असा ठराव करण्यात आला. पाठोपाठ ८ जूनला प्रसपच्या महाराष्ट्र शाखेचे अधिवेशन ओझर येथे झाले. येथे महाराष्ट्र शाखेने राष्ट्रीय कार्यकारिणीचा ठराव धुडकावून लावण्याचा निर्णय एकमताने घेतला.

समितीच्या वतीने निवडून आलेल्या आमदारांनी विधिमंडळात कसे काम करावे हे ठरविणे अगत्याचे होते. त्यासाठी विधानसभा पक्षाची ९ कलमी घटना तयार करण्यात आली. (१) गटाचे नाव संयुक्त महाराष्ट्र विधानपक्ष असे राहील. (२) संयुक्त महाराष्ट्राच्या निर्मितीसाठी समितीच्या कार्यक्रमाची अंमलबजावणी करण्यास पक्ष झटेल. (३) पक्षात समितीतर्फे निवडून आलेले आमदार, समिती-पुरस्कृत स्वतंत्र आमदार व यापुढचे समितीचे प्रतिज्ञापत्रक भरून नव्या पक्षात दाखल होणारे असे सर्व विधानसभेचे सभासद असतील. (४) समिती व तिचे संसदीय मंडळ यांच्या मार्गदर्शनाखाली पक्ष काम करील. मात्र दैनंदिन कामात त्याला स्वातंत्र्य राहील. (५) पक्षनेता दरवर्षी बदलला जाईल आणि समाजवादी, शेतकरी-कामगार, कम्युनिस्ट, रिपब्लिकन पक्ष व काँग्रेस जनपरिषद या पक्षक्रमाने तो निवडला जाईल. विधानसभेतील समितीच्या मदतीला चार उपनेते असतील. त्याखेरीज एक सरचिटणीस, तीन उपचिटणीस असतील. खेरीज एक मुख्य प्रतोद (चीफ व्हिप) व ३ उपप्रतोद असतील. खेरीज १ खजिनदार व कार्यकारिणीचे सभासद असतील. (६) बैठक चालू असताना आठवड्यात निदान एक सभा भरेल. (७) विधानमंडळाचे सत्र सुरू होण्यापूर्वी दोन दिवस आणि संपण्यापूर्वी एक वेळ सर्वसाधारण सभेची (जनरल बॉडीची) बैठक होईल. (८) समितीच्या कार्यक्रमाशी विसंगत नाही अशा प्रश्नावर आपले मत व्यक्त करणे जरूर आहे, असे घटक पक्षांना वाटले तर त्यांना तशी मुभा दिली जाईल. (९) वर्गणी दरमहा ५ रुपये. अत्रे विधानसभेतील समिती पक्षाचे मुख्य प्रतोद होते. दत्ता देशमुख सरचिटणीस होते; तर जयंतराव टिळक खजिनदार होते.

१७ जून १९५७ पासून विधिमंडळाचे पहिले सत्र सुरू झाले. राज्यपालांच्या अभिभाषणाच्या वेळीच समिती आमदारांनी 'मुंबईसह संयुक्त महाराष्ट्र झालाच पाहिजे' अशा घोषणा देत सभात्याग केला. अभिभाषणावरील चर्चेत अत्रे, जयंतराव टिळक अशा सर्वच सदस्यांनी भाषणातील उणिवांवर बोट ठेवत सरकारवर

जबरदस्त हल्ले चढविले. गोळीबाराच्या चौकशीचीही मागणी झालीच; पण यशवंतरावांनी समंजस भूमिका घेत समितीच्या आमदारांचा प्रक्षोभ कमी केला.

या पहिल्या सत्रात एक नवीनच प्रकरण उद्भवले. त्याचा संबंध समितीच्या आमदारांनी विधिमंडळात कोणती भूमिका घेतली पाहिजे, याविषयी होता. 'प्रभात'कार वा. रा. कोठारी यांनी १४ जूनच्या 'प्रभात'मध्ये 'मुंबई राज्याचे कायदेमंडळ व समितीचे आमदार' या मथळ्याखाली एक अग्रलेख लिहिला. त्यात म्हटले होते, ''गिल्ला केला पाहिजे. कायदेमंडळाला मंडईचे अथवा मच्छीबाजाराचे स्वरूप आणून दिले पाहिजे. इतके पाजीपणाचे वर्तन ज्यांनी केले त्यांच्याशी वागताना पार्लमेंटरी अथवा दुसऱ्या कसल्या शिष्टपणाची कसलीही तमा बाळगण्याचे कारण नाही. अध्यक्षांनी अशा प्रसंगी कसलेही 'रूलिंग' (अधिनिर्णय) दिले तरी धाब्यावर बसवले पाहिजे. सभागृह सोडून जाण्याचा हुकूम दिला तरी तो धुत्कारून लावला पाहिजे.'' (प्रभात : १४ जून १९५७)

कोठारींनी वापरलेली भाषा समितीच्या नेत्यांना व आमदारांनाही आवडली नाही. कोठारी संपूर्ण विधिमंडळाचा आणि अध्यक्षांचा अवमान व अप्रतिष्ठा करीत आहेत, असे एस. एम. सह सर्व प्रजासमाजवाद्यांना वाटत होते. समितीतच झालेली चलबिचल हेरून यशवंतरावांनी कोठारींविरुद्ध हक्कभंग प्रस्ताव मांडला. तो २१० विरुद्ध ८८ मतांनी संमत झाला. कोठारींना विधिमंडळात बोलावून समज देण्यात आली.

कोठारी प्रकरण इथे संपले असले, तरी समितीच्या आमदारांनी विधिमंडळात कसे वागावे, यावर वाद सुरू झाला. 'द्विभाषिक राबविणे अशक्यप्राय करून टाकणे आणि संयुक्त महाराष्ट्र मिळविणे हेच आमदारांचे उद्दिष्ट असले पाहिजे', असे बी. टी. रणदिवे यांचे म्हणणे होते. एस. एम. जोशी यांना मात्र, समिती अडवणूक करण्यासाठी विधिमंडळात शिरली नाही, समिती आमदारांनी कायद्यानेच चालले पाहिजे, असे वाटत होते. लाल निशाण गटाच्या दत्ता देशमुख यांनी एस.एम.ना पाठिंबा देत म्हटले, ''सत्ता हाती आली, तर ज्या जबाबदारीने वागू, त्याच जबाबदारीने विरोधी पक्ष म्हणूनही काम केले पाहिजे.'' त्यावर माधवराव बागल यांनी ठणकावले, ''विधानसभेचे हे शिष्टाचाराचे व नियमांचे कुंपण उपयोगाचे नाही.'' या सर्व गोंधळात आमदारांनी विधिमंडळात नेमका काय पवित्रा घ्यावा, हेच ठरत नव्हते.

लोहियावादी समाजवादी पक्ष सप्टेंबर १९५६ मध्येच समितीकडून बाहेर पडला होता. स्वतंत्रपणे लढविलेल्या निवडणुकीत त्यांचा एकही उमेदवार विजयी

तर झालाच नव्हता; एवढेच नव्हे, तर त्यांच्या अनामत रकमाही जप्त झालेल्या होत्या. समितीत सुरू झालेले हेवे-दावे हीच आपली संधी समजून समाजवादी पक्ष पुढे सरसावला. कामगार चळवळीत स्थान मिळविण्यासाठी जॉर्ज फर्नांडिस यांनी मुंबई महापालिका कामगारांचा संप पुकारला. डांगे यांनी हा संप होऊ नये म्हणून शर्थीचे प्रयत्न केले. प्रजासमाजवाद्यांचा संपाला विरोध होता. यातून प्रजासमाजवाद्यांनी डांगे त्यांच्यावरच संपाचे खापर फोडले आणि मग डांगे व एस. एम. जोशी यांच्यातच भांडण जुंपले. लोहियावाद्यांनी महापालिका आणि बेस्टच्या संघटना आपल्या खिशात घातल्यावरच संप संपविला.

या दरम्यान आणखी एक वाद सुरू झाला, तो संयुक्त महाराष्ट्र समितीच्या १५ कलमी घटनेवरून १९५७च्या जुलैत समितीच्या १५ कलमी घटनेची पाच पानी पुस्तिका सरचिटणीस एस. एम. जोशी यांनी प्रकाशित केली.

(१) **नाव** : संघटनेचे नाव संयुक्त महाराष्ट्र समिती असे राहील व तिचा उल्लेख समिती असा केला जाईल.

(२) **उद्देश** : (अ) भाषावार प्रांतरचना तत्त्वानुसार, हिंदी संघराज्याचा घटक असलेले संयुक्त महाराष्ट्राचे मराठी भाषिकांचे एकात्मक व सलग राज्य प्रस्थापित करणे. (ब) लोकसत्ताक व समाजवादी महाराष्ट्र प्रस्थापित करणे आणि समितीने पुरस्कारिलेला कार्यक्रम पूर्ण करणे. (क) महाराष्ट्रातील आर्थिक, सांस्कृतिक व सामाजिक जीवनाची सहकारी तत्त्वावर उभारणी करणे.

(३) **साधने** : वरील उद्देश साध्य करण्यासाठी अवश्य त्या सर्व लोकशाही व शांततामय साधनांचा उपयोग करणे.

(४) **समितीचे घटक** : समिती ही एक घटक पक्ष व स्वतंत्र व्यक्ती यांची संयुक्त आघाडी आहे. तिचे पुढील घटक असतील. (अ) वर्गणी देऊन झालेले व्यक्तिगत सभासद, (ब) घटक पक्षांचे कलम १० नियम अ, ब प्रमाणे प्रतिनिधित्व असलेले सभासद.

(५) **घटक पक्ष** : (अ) समितीचे पुढील घटक पक्ष राहतील - (१) प्र. स. पक्ष, (२) कम्युनिस्ट पक्ष, (३) शेतकरी कामगार पक्ष, (४) सं. म. वादी काँग्रेस जनपरिषद, (५) मजदूर किसान पक्ष, (६) लालनिशाण गट, (७) शेड्युल्ड कास्टस् फेडरेशन, (८) हिंदू महासभा, (९) जनसंघ, (१०) रेव्होल्युशनरी कम्युनिस्ट पक्ष, (११) बोल्शेविक पार्टी, (ब) घटक पक्ष म्हणून ज्यांना मान्यता मिळाली असेल त्यांनी

१००रु. वार्षिक वर्गणी दिली पाहिजे. वार्षिक वर्गणी दिल्यावाचून घटक पक्षांना मान्यता मिळणार नाही. (क) वरील घटक पक्षांशिवाय समितीचे उद्देश मान्य असणाऱ्या अन्य पक्षांना कलम ११ नियम (अ) प्रमाणे मान्यता द्यावी.

(६) **सभासदत्व** : समितीचे उद्देश लेखी प्रतिज्ञापत्रकाने मान्य करणाऱ्या १८ वर्षे पूर्ण झालेल्या महाराष्ट्र प्रदेशातील कोणाही व्यक्तीला चार आणे देऊन समितीचे प्राथमिक सभासद होता येईल.

(७) **समितीची रचना** : (अ) तालुका समिती व तालुका कार्यकारिणी, (ब) जिल्हा समिती जिल्हा कार्यकारिणी, (क) मध्यवर्ती समिती व मध्यवर्ती कार्यकारिणी.

(८) **तालुका समिती व तालुका कार्यकारिणी** : (अ) तालुका समितीत प्रत्येक सदस्यामागे किमान ५० प्राथमिक सभासद असले पाहिजेत. (ब) तालुका समितीचे कमीत कमी ७ व अधिकाधिक २० सभासद असतील, याखेरीज त्या समितीला वाटल्यास जास्तीत जास्त ५ सभासद स्वीकृत करून घेता येतील. (क) तालुका समित्यातून पदाधिकाऱ्यांसह ३ ते ९ सदस्यांची कार्यकारिणी निवडता येईल. (ड) ज्या शहरांची लोकसंख्या पन्नास हजार आहे त्या शहरांना तालुका समितीचा दर्जा राहील.

(९) **जिल्हा समिती व जिल्हा कार्यकारिणी** : (अ) जिल्ह्यातील सर्व तालुका कार्यकारिणीच्या सदस्यांची मिळून जिल्हा समिती बनेल. (ब) या जिल्हा समितीच्या सदस्यांतून पदाधिकाऱ्यांसह १३ ते १५ सदस्यांची जिल्हा कार्यकारिणी निवडण्यात येईल. (क) या जिल्हा समितीवर जास्तीत जास्त ५ व कार्यकारिणीवर जास्तीत जास्त २ सभासद स्वीकृत करता येतील. (ड) पुणे व नागपूर या शहरांना १ जिल्ह्याचा व मुंबई शहरास तीन जिल्ह्यांचा दर्जा राहील. (इ) मुंबई शहरास तीन जिल्ह्यांचा दर्जा असला तरी मुंबई शहर एकच घटक म्हणून काम करणार असल्याने तेथे समितीवर जास्तीत जास्त ७ व कार्यकारिणीवर जास्तीत जास्त ३ सभासद स्वीकृत करता येतील.

(१०) **मध्यवर्ती समिती व मध्यवर्ती कार्यकारिणी** : (अ) सर्व जिल्ह्यातील कार्यकारिणीचे सदस्य व घटक पक्षाचे एक प्रतिनिधी यांची मध्यवर्ती समिती बनेल. या समितीत ५ सभासद स्वीकृत करता येतील. (ब)

मध्यवर्ती समितीने आपल्या सदस्यांतून अध्यक्ष, खजिनदार यांचेसकट ३३ सदस्यांची कार्यकारिणी निवडावी. याशिवाय मध्यवर्ती समितीवरील घटक पक्षांचे प्रतिनिधी हे मध्यवर्ती कार्यकारिणीचे पदसिद्ध सभासद राहतील. (क) मध्यवर्ती कार्यकारिणीने आपले इतर पदाधिकारी नेमावेत.

(११) **निर्णय** : (अ) निवडणुकी, प्रचारात्मक लढे व मूलभूत धोरणविषयक प्रश्न या संबंधाने अंतिम निर्णय मध्यवर्ती कार्यकारिणीने शक्यतो एकमताने घ्यावेत. ते अशक्य झाल्यास तीन चतुर्थांश बहुमताने घ्यावे. अन्य महत्त्वाच्या प्रश्नांवर दोनतृतीयांश बहुमताने निर्णय घ्यावेत. (क) एखाद्या घटक पक्षास अगर कार्यकारिणीच्या एकपंचमांश सदस्यांना मध्यवर्ती कार्यकारिणीने तीनचतुर्थांश बहुमताने घेतलेला निर्णय मान्य नसल्यास मध्यवर्ती समितीची बैठक बोलावण्याची मागणी करता येईल. मात्र अशी मागणी निर्णय झाल्या दिवसापासून ८ दिवसांचे आत लेखी सादर करावी लागेल. अशी मागणी आल्यास अध्यक्षांनी, एक महिन्याचे आत मध्यवर्ती समितीची बैठक बोलावली पाहिजे. या सभेने तीन चतुर्थांश बहुमताने घेतलेला निर्णय अखेरचा राहील आणि तो सर्व सभासदांवर व घटक पक्षांवर बंधनकारक राहील. बाकीच्या ठरावांचा निर्णय साध्या बहुमताने होईल.

(१२) **सभासद वर्गणीची विभागणी** : (अ) सभासदांच्या वर्गणीपैकी २ आणे तालुक्यास, १ आणा जिल्ह्यास व १ आणा मध्यवर्तीस मिळेल. (ब) घटक पक्षांची वार्षिक वर्गणी मध्यवर्तीकडे राहील. (क) याशिवाय मध्यवर्ती समितीस देणगीच्या रूपाने पैसे जमवता येतील.

(१३) **निवडणूक पद्धती** : तालुका समित्या, तालुका कार्यकारिणी, जिल्हा कार्यकारिणी व मध्यवर्ती कार्यकारिणी या सर्व निवडणुका प्रमाणशीर मतदान पद्धतीने होतील.

(१४) **नियम** : दैनंदिन कामकाजाच्या दृष्टीने आवश्यक ते नियम करण्याचा अधिकार मध्यवर्ती कार्यकारिणीस राहील.

(१५) **घटनेची अंमलबजावणी** : या घटनेप्रमाणे सुरू झालेली सभासद नोंदणी ३१ डिसेंबर १९५७ रोजी संपेल. त्यानंतर दोन महिन्यांचे आत तालुका, जिल्हा व मध्यवर्ती समितीच्या कार्यकारिणीच्या निवडणुका पुन्हा होतील. या निवडणुका होईपर्यंत सध्याची यंत्रणा कायम राहील.

(टीप : ही घटना प्रायोगिक स्वरूपाची असून तिच्या अनुरोधाने पहिल्या वार्षिक निवडणुकीनंतर तिच्यात फेरबदल करता येतील.)

समितीच्या या घटनेवरून घटकपक्षात आणि अपक्षांत वादविवाद सुरू झाला. समितीने घटकपक्षांची आघाडी म्हणूनच काम करावे की एक स्वतंत्र पक्ष म्हणून स्वतःचा विकास करावा, असा प्रश्न या घटनेने उभा राहिला. या विषयाबद्दल अग्रलेखात 'मराठा'कारांनी लिहिले, ''समिती ही एक संयुक्त आघाडी आहे आणि तिला आम्ही राजकीय पक्षाचे स्वरूप देण्याचा प्रयत्न करीत आहोत. हा आक्षेप खरा नाही. सं.म. समिती हा एक राजकीय पक्ष नाही आणि तसा तो बनू शकत नाही ही गोष्ट इतकी स्वयंसिद्ध आहे की, आमच्या मते ती नाकारण्याचा प्रश्नच उद्भवत नाही; परंतु मूलभूत प्रश्नांवर समितीतील निरनिराळ्या प्रवृत्तींना मतस्वातंत्र्य असावे हे म्हणणे वेगळे आणि शक्यतोवर महाराष्ट्रातील आर्थिक, राजकीय व सामाजिक प्रश्न निरनिराळ्या पक्षांनी वेगळेपणाने हाताळावे व समितीने कमीत कमी प्रश्न हाताळावे हे म्हणणे वेगळे. या दोन भूमिकांची गल्लत होऊ नये. आमच्या मते पहिली भूमिका योग्य व श्रेयस्कर आहे. दुसरी घातक आणि त्याज्य आहे. कारण समिती हा एकजिनसी राजकीय पक्ष नसला तरी ती एक व्यापक, एकसूत्री आणि शिस्तबद्ध राजकीय संघटना असली पाहिजे. काँग्रेसची प्रतिस्पर्धी शक्ती, पर्याय शक्ती या नजरेने आता जनता समितीकडे पाहते. या दृष्टीने महाराष्ट्रातील जनता आज समितीतील कोणत्याही एकट्या राजकीय पक्षाकडे पाहात नाही.'' (मराठा : २८ सप्टेंबर १९५७)

प्रजासमाजवादी पक्षाची राष्ट्रीय कार्यकारिणी २९ ऑक्टोबरपासून दिल्लीत झाली. प्रेम भसीन, सुरेंद्रनाथ द्विवेदी आणि मीर मुश्ताक अहमद या तिघांनी मुंबईतील नेत्यांना भेटून तयार केलेला अहवाल सभेत मांडला. त्यात, समिती ही केवळ आघाडी न राहता, तिचे रूपांतर एका राजकीय पक्षात होण्याची शक्यता असल्याचे म्हटले होते. त्यावर पुन्हा वादळी चर्चा झाली. एस.एम. जोशी वगैरे मंडळींनी 'मुंबईसह संयुक्त महाराष्ट्र झाल्याशिवाय प्रसप आमदारांना वेगळेपणाने कार्य करता येणार नाही', असे सांगितले. त्याला कार्यकारिणीने मान्यता दिली. तरीही पक्षाचे धोरण व कार्यक्रम यांचाच पक्षाच्या आमदारांनी विधिमंडळात पुरस्कार करावा आणि अन्य पक्षांबरोबरच्या सहकार्याबद्दल पूर्वसंमती घ्यावी, अशी बंधने कार्यकारिणीने घातलीच.

संयुक्त महाराष्ट्र समिती आणि महागुजरात जनता परिषद या दोघांचेही उद्दिष्ट, द्विभाषिक राज्याचे विभाजन हेच असल्याने दोन्ही संघटनांनी एकत्र यावे म्हणून

एस. एम. जोशी यांनी पुढाकार घेतला. दोन्हीकडून त्याला चांगला प्रतिसाद मिळून वाटाघाटीसाठी दोन्ही संघटनांनी समित्या नेमल्या. ५ व ६ नोव्हेंबर १९५७ला दोन्ही संघटनांच्या प्रतिनिधींची वाटाघाटींची पहिली फेरी पार पडली. दुसरीकडे काँग्रेसने द्विभाषिक मुंबई राज्य टिकून राहावे म्हणून प्रयत्न चालविले होते. त्यात महाराष्ट्र आणि गुजरात प्रदेश काँग्रेस समित्या एकत्र करण्याचे प्रयत्नही सुरू झाले.

याच वेळी प्रतापगडावर शिवरायांचा पुतळा उभारण्यात आला होता. त्यांच्या अनावरणावरून समिती आणि काँग्रेसमध्ये संघर्ष सुरू झाला. द्विभाषिक अस्तित्वात येण्यापूर्वी हरेकृष्ण मेहता १९५४ मध्ये मुंबईत राज्यपाल होते. मेहता हे ओरिसाचे इतिहासकार. त्यामुळे कुतूहल म्हणून ते प्रतापगड पाहण्यास गेले. तिथे हैदराबादच्या निजामाने बांधलेली अफजलखानाची कबर त्यांनी पाहिली आणि त्यांना प्रतापगडावर शिवरायांचा पुतळा उभारण्याची कल्पना सुचली. मालोजीराजे निंबाळकरांच्या अध्यक्षतेखाली समिती तयार झाली. यथावकाश भव्य पुतळा तयार झाला. या दरम्यान यशवंतराव चव्हाण दुसऱ्यांदा मुख्यमंत्री झाले होते. बाळ गंगाधर खेर आणि मोरारजी देसाईंनी शिवछत्रपती युगपुरुष नसल्याची वक्तव्ये केली होती आणि शिवजयंती व टिळक पुण्यतिथीला सार्वजनिक सुट्टी देण्यास नकार दिला होता. त्यावेळी यशवंतरावांनी त्याचा निषेध केला नव्हता; पण संयुक्त महाराष्ट्राच्या लढ्यात शिवाजीमहाराज हा मराठी अस्मितेचा मानबिंदू बनला आणि लोकमानस आपल्याकडे वळवायचे तर शिवछत्रपतींची उज्ज्वल प्रतिमाच उपयोगाच आणली पाहिजे, हे चव्हाण यांच्या लक्षात आले.

प्रतापगडावरील शिवरायांच्या पुतळ्याचे अनावरण ३० नोव्हेंबर १९५७ला करण्याचे ठरले. हे अनावरण यशवंतरावांनी किंवा दुसऱ्या एखाद्या नेत्याने केले असते तर वादाचा प्रसंग उद्भवला नसता; पण यशवंतरावांनी त्यासाठी निमंत्रण दिले ते पंतप्रधान नेहरूंना. नेहरूंनी आपल्या तुरुंगवासात व अन्य फावल्या वेळात अनेक महत्त्वाचे ग्रंथ लिहिले. त्यामध्ये 'ग्लिम्प्सेस ऑफ वर्ल्ड हिस्टरी' या नावाचा एक हजार पानांचा ग्रंथ १९३४ साली प्रसिद्ध झाला होता. जदुनाथ सरकार आणि इंग्रज राज्यकर्त्यांनी, पोर्तुगीज इतिहासकारांनी लिहिलेल्या ग्रंथांवरून नेहरूंनी या ग्रंथात शिवरायांबद्दल लिहिले होते, त्यात 'शिवाजीने त्याच्या लुटारू कारकिर्दीची सुरुवात वयाच्या १९व्या वर्षी केली, तो उलाढाली करणारा साहसी माणूस होता. शिवाजीने अफजलखानाचा विश्वासघात करून त्याला ठार मारले', अशी विधाने केली होती. त्यामुळे शिवाजी महाराजांबद्दल अवमानकारक विधाने करणाऱ्या नेहरूंच्या हस्ते या पुतळ्याचे अनावरण होणार, यावरून वादंग सुरू झाले.

समितीच्या नेत्यांना अडचणीत आणून तिच्या घटक पक्षांना रस्त्यावर उतरवायचे आणि या निमित्ताने पडझड झालेल्या काँग्रेसची पुनर्बांधणी करायची, या हेतूने यशवंतरावांनी हा डाव टाकला होता आणि भावनेवरच चालणारे समितीचे नेते त्यात बरोबर अडकले.

१९५७च्या निवडणुकीत महाराष्ट्र काँग्रेसमधील सर्व ब्राह्मण नेते पराभूत झाल्याने यशवंतरावांचा मार्ग निष्कंटक झाला होता. समितीच्या नावाखाली सर्व विरोधी पक्ष एकत्र आले असले, तरी त्यांचे नेतृत्व ब्राह्मण नेत्यांकडे होते. त्यांना नामोहरम करण्यासाठी सातारा जिल्ह्यात ब्राह्मण-ब्राह्मणेतर वाद उकरून काढण्यात आला आणि गावोगाव विखारी जातीय प्रचार सुरू झाला. याचे वृत्त 'युगांतर'मध्ये कॉम्रेड शांताराम गरुड यांनी पाठविलेल्या जिल्हा बातमीपत्रात प्रसिद्ध झाले.

"अव्याहत प्रचार आहे तो 'भटशाही' विरुद्ध. संयुक्त महाराष्ट्राची चळवळ ही भटाब्राह्मणांनी पेशवाईचे पुनरुज्जीवन करण्यासाठी सुरू केलेली आहे. इतकेच नव्हे, तर काँग्रेसमधील देव-देवगिरीकर-गाडगीळ ही भटावळ दूर सारून अस्सल मराठ्यांची सभा निर्माण करण्याची कामगिरी यशवंतराव चव्हाण करीत आहेत. म्हणून सर्व मराठ्यांनी त्यांच्या पाठीशी उभे राहिले पाहिजे." (युगांतर : १४ ऑक्टोबर १९५६)

२५ ऑक्टोबर १९५७ला समितीच्या आमदारांची पुण्यात बैठक झाली त्यात शिवरायांच्या पुतळ्याचे अनावरण करण्यासाठी पंतप्रधान येतील, तेव्हा निदर्शने करण्याचा निर्णय घेण्यात आला. याविरुद्ध पहिला बंडाचा बावटा फडकविला, तो र. के. खाडिलकर यांनी. सांगलीच्या सभेत ते म्हणाले, "हा निर्णय समितीच्या आमदारांचा आहे. तो समितीवर बंधनकारक नाही. अशी निदर्शने करणे तत्त्वत: चुकीचे आहे. नेहरूंविरुद्ध महाराष्ट्र असा वाद माजविणे उथळपणाचे राजकारण आहे." खाडिलकरांचे हे म्हणणे त्यांच्या मजदूर-किसान पक्षाला मात्र मान्य नव्हते. त्यांनी पत्रक काढून निदर्शनांना पाठिंबा दिला. ३० ऑक्टोबरला मुंबई चौपाटीवर झालेल्या सभेत अत्रे यांनी 'प्रतापगडावर निदर्शने होणारच' असे जाहीर केले. डांगे यांचा मात्र नेहरूंना विरोध होता, तो त्यांनी संयुक्त महाराष्ट्राचे राज्य मारले म्हणून. ५ नोव्हेंबरला समितीच्या कार्यकारिणीची बैठक पुण्यात झाली. या बैठकीत पुढील ठराव संमत करण्यात आला. "हल्लीच्या केंद्रीय मंत्रिमंडळातील एका मंत्र्याने (म्हणजे मोरारजींनी) श्री छत्रपती शिवाजीमहाराज यांच्याविषयी निंद्य उद्गार काढले आहेत. अशा परिस्थितीत पंडित नेहरू प्रतापगडावरील श्री शिवस्मारकाचे अनावरण करण्यासाठी महाराष्ट्रात येत आहेत. पंडितजींच्या हस्ते होणाऱ्या समारंभामागील हेतू

हा शिवछत्रपतींना आदरांजली वाहण्याचा नसून द्विभाषिक मुंबई राज्य स्थिर करण्याचा तो प्रयत्न आहे असे सं. म. समितीचे स्पष्ट मत आहे. म्हणून पंतप्रधानांच्या प्रतापगडच्या भेटीच्या वेळी जनतेने निदर्शने-मोर्चात सहभागी व्हावे व द्विभाषिक मुंबई राज्याबद्दल तीव्र नापसंती शांततेच्या मार्गाने व्यक्त करावी अशी समितीची विनंती आहे.'' (सोलापूर समाचार : ७ नोव्हेंबर १९५७)

प्रतापगडावर निदर्शने करण्याच्या समितीच्या निर्णयाला भारतीय जनसंघाचा विरोध होता. रामभाऊ म्हाळगी यांनी त्यासंबधी एस. एम. जोशींना एक पत्र पाठविले. 'श्री शिवाजीमहाराजांसंबंधी सरकारी यंत्रणेतील उच्चपदस्थांनी काढलेल्या अनुदार उद्‌गाराबद्दल येणारा आंतरिक संताप आणि महाराष्ट्रावर लादल्या गेलेल्या द्विभाषिकांसंबंधी अन्यायाची चीड या दोन्ही गोष्टी भिन्न आहेत. या दोन्ही गोष्टी एकत्र साधणे व श्रीशिवरायांना केवळ मराठी जनतेचे मानबिंदू संबोधून त्यांच्या पूज्य स्मृतीबद्दलच्या जनमनातील भावनांवर द्विभाषिकाविरोधी आंदोलन उभारणे ही गोष्ट राष्ट्रीय विभूतीचा अपमान करण्यासारखी आहे... पंडित नेहरू दि. ३० नोव्हेंबरच्या दिवशी महाराष्ट्रात प्रथम ज्या ठिकाणी उतरतील त्या ठिकाणी निदर्शने करणे अधिक युक्त ठरले असते. जनसंघाचे वतीने असा ठरावही मी बैठकीत मांडला होता... आपण समितीच्या कक्षा आता विस्तृत करू शकलो आहोत. संयुक्त महाराष्ट्राच्या उद्दिष्टांशी संबंधित नसलेल्या विषयांनासुद्धा समितीच्या कक्षेत ओढण्याचे प्रयत्न होत आहेत.'' (लोकसत्ता १९ नोव्हेंबर १९५७)

नेहरूंविरोधी निदर्शनांच्या निमित्ताने चालू झालेल्या वादाला उघड उघड ब्राह्मण-ब्राह्मणेतर वादाचे स्वरूप आले. त्याच्या बातम्या 'मराठा'ने प्रसिद्ध केल्या, त्या अशा - ''शिवाजीमहाराज हयात होते तेव्हा तर भिक्षुकांचा विरोध होताच; पण ते मेल्यानंतरही आजतागायत ब्राह्मण लोक त्यांच्यामागे हात धुरून लागलेले आहेत. शिवस्मारकाच्या प्रत्येक चळवळीला त्यांचा विरोध असतो. समितीची ही निदर्शने त्याच शिवद्वेष्ट्या ब्राह्मणी परंपरेतील आहेत असा बाबुराव जेध्यांनी निष्कर्ष काढला. समितीतील माधवराव बागल, नाना पाटील, दत्ता देशमुख वगैरे जी मराठा मंडळी आहेत ती समितीमधल्या गोरे-जोशी-डांगे ह्या भटांच्या कच्छपी लागली आहेत असे गलिच्छ गरळ ओकावयाला सुद्धा त्यांनी कमी केले नाही. (मराठा : १३ नोव्हेंबर १९५७) 'नेहरूंच्या जीविताच्या संरक्षणासाठी प्रतापगडावर चला', 'प्रतापगडावर दुसरा गोडसे निर्माण होणार' अशी शीर्षके असलेली पत्रके काँग्रेसवाले सर्वत्र वाटत होते. (मराठा : २४ नोव्हेंबर १९५७)

काँग्रेसच्या या विखारी प्रचाराला अत्रे यांनी खास त्यांच्या भाषेत उत्तर दिले. समितीचे नेतृत्व ब्राह्मण आहे या असत्यकथनाचे खंडन करताना अत्र्यांनी विचारले, "हे या खादीवाल्या गाढवांना सांगितले कोणी? समितीच्या पुढारी मंडळींमध्ये नाना पाटील, माधवराव बागल, व्ही. एन. पाटील, दत्ता देशमुख, उद्धवराव पाटील, ल. मा. पाटील, यशवंतराव मोहिते आणि दाजीबा देसाई हे मराठा, प्रबोधनकार केशवराव ठाकरे, बी. टी. रणदिवे, मो. वा. दोंदे यांच्यासारखे कायस्थ, वालचंद कोठारी, भाऊसाहेब राऊत, बापूराव जगताप, सावळाराम पाटकर हे ब्राह्मणेतर, साथी पीटर अल्वारिस, साथी एफ. एम. पिंटो ह्यांच्यासारखे ख्रिस्ती होते. कर्मवीर भाऊराव गायकवाड, रा. धों. भंडारे, बापूसाहेब कांबळे हे बौद्ध आणि नौशेर भरुचा हे पार्शी आणि अमर शेख, हरून अन्सारी, निहाल अहमद हे मुस्लिम यांचा समावेश होता." जो समितीशी एकनिष्ठ आहे त्यालाच समितीत स्थान असल्याचे सांगून अत्र्यांनी 'नवयुग'मध्ये लिहिले, "संयुक्त महाराष्ट्राशी हरामखोरी करणारे सारे सूर्याजी पिसाळ, चंद्रराव मोरे आणि कलुशा कबजी ह्यांना आश्रय देणारा काँग्रेस हा एकच पक्ष पांजरपोळ आता शिल्लक उरला आहे. काँग्रेसमधल्या जातीयवादी मंडळींना 'ब्राह्मणा'चे एवढे वावडे वाटते तर शिवछत्रपतींच्या पुतळ्याचे उद्घाटन करावयाला पंडित नेहरूंसारख्या काश्मिरच्या ब्राह्मणाला का बोलावले हो? का त्यांना काश्मिरचा ब्राह्मण तेवढा चालतो अन् महाराष्ट्रातला चालत नाही होय? हलकट लेकाचे!" (प्र. के. अत्रे : झालाच पाहिजे)

प्रतापगडचा अनावरण समारंभ सरकारी दिमाखात पार पडला. प्रतापगडावरील सभेसाठी यशवंतरावांनी भाडोत्री ट्रकमधून हजारो माणसे प्रतापगडावर नेली. भाडोत्री माणसे आणून नेत्यांच्या सभेला गर्दी जमविण्याचा हा पहिलाच प्रयत्न होता. समितीने जाहीर केलेली निदर्शने मात्र अत्यंत शांततेत पार पडली.

यशवंतरावांनी आपल्या 'ऋणानुबंध' या लेखसंग्रहात समारंभाविषयीच्या आठवणी सांगितल्या आहेत. "प्रतापगडचा समारंभ व त्यावेळी झालेली निदर्शने, या निदर्शनांचे नियंत्रण यांचा नेहरूंच्या मनावर चांगला परिणाम झाला. त्यांची अशी खात्री झाली की माझाही जनतेशी जवळचा संबंध आहे व मी तिचे नेतृत्व करू शकतो. नेहरूंनाही लोकांचे प्रचंड प्रदर्शन पाहता आले आणि त्यांच्या भावना ओळखता आल्या. निदर्शन प्रचंड होते; पण लोक संयमाने वागले व त्याचाही नेहरूंच्या मनावर परिणाम झाला. आमच्या सभातूनही ते लोकांशी बोलले. त्यावेळी त्यांच्या लक्षात आले की, आम्ही जरी द्वैभाषिक राबवीत आहोत तरीही लोकांच्या मनात काही संदेह आहे."

वाईहून परतताना अनेक निदर्शक पायी व सायकलवरून चाललेले नेहरूंना दिसले. ते बंद मोटारीतून जात असलेल्या नेहरूंना ओझरते पाहिल्यावर त्यांना नमस्कार करीत आणि काहीजण 'मुंबई महाराष्ट्राला मिळालीच पाहिजे', अशी घोषणा करीत होते. ते पाहून नेहरू चव्हाणांना म्हणाले, "पंजाबी रागवतातही लवकर आणि विसरतातही लवकर; परंतु तुम्ही मराठी लोक मोठे विलक्षण आहात. तुम्हाला लवकर राग येत नाही व आल्यानंतर तुम्ही तो विसरू शकत नाही." मुंबईपासून महाराष्ट्र हिरावून घेऊ नका अशा घोषणा लोक देत असल्याचे चव्हाणांनी नेहरूंना सांगताच 'मुंबई त्यांच्यापासून कोण हिरावून घेत आहे?' असा नेहरूंनी प्रतिप्रश्न केला. (यशवंतराव चव्हाण : ऋणानुबंध : दुसरी आवृत्ती)

प्रतापगडचा समारंभ आणि समितीची शांततापूर्ण निदर्शने यामुळे संयुक्त महाराष्ट्राच्या इतिहासाला एक नवे वळण मिळाले. महाराष्ट्रातील सामान्य माणसाचा द्विभाषिकाला विरोध असून वेळीच द्विभाषिक राज्याचे विभाजन केले नाही, तर १९६२ सालच्या सार्वत्रिक निवडणुकीत काँग्रेसला सत्तेवर येता येणार नाही, हे नेहरूंना या प्रकरणातून उमगले.

सप्टेंबर १९५८ मध्ये औरंगाबादला मराठवाडा विद्यापीठाचे उद्घाटन पंडित नेहरूंच्या हस्ते झाले. त्यावेळी प्रथमच नेहरूंनी द्विभाषिक मुंबई राज्याच्या निर्णयाचा फेरविचार करण्यास तयार असल्याचे सूचित केले.

२३ ते २७ ऑक्टोबर १९५८ या कालावधीत काँग्रेस महासमितीचे अधिवेशन हैदराबादला झाले. त्यात मुंबई राज्यातील काँग्रेस समित्यांचे एकीकरण करण्याचा ठराव मांडला गेला. त्यावर भाषण करताना नेहरू म्हणाले, "एका वेगळ्या स्वरूपात पूर्वीच्याच प्रदेश काँग्रेस समित्यांचे कार्य पुढे चालवण्याचा ह्या ठरावाद्वारे प्रयत्न केला जात आहे, अशी टीका गोविंदराव देशपांडे यांनी केली. ही टीका मला ग्राह्य वाटत नाही. मोठ्या राज्यात एकाहून अधिक प्रादेशिक समित्या कार्यरत असणे फायदेशीर ठरते. एकभाषी किंवा द्विभाषिक राज्याच्या दृष्टीने मी त्याबद्दलचा आग्रह धरलेला नव्हता. उत्तर प्रदेशासारख्या राज्यालाही एकाहून अधिक प्रदेश समित्या असाव्यात असे मत फार पूर्वीपासून मी मांडत होतो."

"गेल्या काही दिवसात मी केलेल्या भाषणांमुळे द्विभाषिक मुंबई राज्याचा प्रश्न मी पुन्हा खुला करीत आहे असे सं. म. समितीच्या सदस्यांना वाटत असल्याचा श्री. हनुमंतय्यांनी उल्लेख केला. कदाचित हनुमंतय्यांना तसे वाटले असेल; पण मी काय म्हणालो त्याची पुनरुक्ती येथे करणे हेच योग्य ठरेल असे मला वाटते. द्विभाषिक मुंबई राज्याकडे बघण्याचा सं. म. समितीचा आणि महागुजरात

जनता परिषदेचा दृष्टिकोन लोकशाही दृष्टिकोनापासून मैलोन्मैल दूर आहे. धमक्या देऊन, दहशत निर्माण करून आपल्याला हवे ते मिळवण्याचा प्रयत्न करणाऱ्या संघटना ह्या लोकशाही स्वरूपाच्या आहे अशी मी कल्पनाही करू शकत नाही. माझ्या मते सध्याच्या मुंबई राज्याची जडणघडण चांगली आहे. या घटकेला मुंबई राज्य यशवंतराव चव्हाण यांच्या समर्थ नेतृत्वाखाली अधिक चांगला कारभार करीत आहे हे नि:संशय... मुंबई राज्यासंबंधीचा निर्णय बराच युक्तिवाद केल्यानंतर घेण्यात आला. द्विभाषिक मुंबई राज्याच्या निर्मितीबाबत लोकसभेतील काही प्र.स. पक्षाच्या आघाडीच्या सदस्यांनी पुढाकार घेतला. राज्यपुनर्रचना विधेयक मंजूर होण्यापूर्वीच अखेरचा टप्पा गाठला होता. अशावेळी लोकसभेच्या वजनदार सदस्यांच्या सह्या असलेला दस्ताऐवज माझ्या हाती देण्यात आला तेव्हा मी काहीसा अडचणीत आलो. तो स्वीकारल्यानंतर लोकसभेत त्यावर मतदान होण्यापूर्वी काँग्रेस पक्षाच्या प्रतोदाने सदस्यांसाठी आदेश जरी केला नव्हता. कोणत्याही प्रकारची सक्ती कुणावरही केली नव्हती. माझ्या मते, महाराष्ट्रीयांना जे हवे होते ते मिळालेच, शिवाय आणखी अधिक बरेच काही मिळाले.''

नेत्यांची उक्ती आणि कृती यात किती महदंतर असते, हे दाखविणारे हे भाषण आहे. अधिवेशनाच्या आरंभीच 'द्विभाषिक राहणारच' असे सांगणारे नेहरू प्रत्यक्षात मात्र अधिवेशनात चव्हाणांशी द्विभाषिकाच्या विभाजनाबद्दल बोलत होते. चव्हाणांनीच आपल्या 'ऋणानुबंध' पुस्तकात हा प्रसंग वर्णन केला आहे. अधिवेशन सुरू असतानाच नेहरूंनी दुपारी अडीच वाजता विश्रांतीच्या खोलीत एकट्या चव्हाणांना बोलविले अणि द्विभाषिकांविषयी सविस्तर चर्चा केली. त्याचवेळी नेहरू द्विभाषिकाचा फेरविचार करीत आहेत, याचा अंदाज चव्हाणांना आला. 'दोघांच्यामधील संभाषण तिसऱ्या कोणाच्या कानी जाऊ देऊ नका', असे नेहरूंनी बजावल्यामुळे आपण त्याची गंधवार्ता कोणाला लागू दिली नाही, असे चव्हाणांनी लिहिले आहे.

काँग्रेस एकीकडे द्विभाषिकांच्या विभाजनाची तयारी करीत असताना संयुक्त महाराष्ट्र समितीला मात्र स्वत:च विभाजित होण्याचे वेध लागले होते. स्थानिक स्वराज्य संस्थांतल्या निवडणुकांवरून घटक पक्षात रणधुमाळी माजलीच होती. त्यातच ५ जानेवारी १९५८ला प्रजासमाजवादी पक्षाने संयुक्त महाराष्ट्रावर नानासाहेब गोरे यांचे व्याख्यान शिवाजीपार्कवर आयोजित केले. प्रसप समितीचा मुख्य घटक असताना त्याच प्रश्नावर पक्षीय व्यासपीठावर स्वतंत्र व्याख्यान का? असा प्रश्न उपस्थित झाला. या पार्श्वभूमीवर महाराष्ट्र प्रदेश जनसंघाची बैठक २८ जानेवारी

१९५८ला ठाण्यात भरली. या सभेत समितीच्या नव्या घटनेला विरोध करण्यात आला. या ठरावात म्हटले होते, "समितीची नवी घटना जशास तशी स्वीकारली, तर समितीचा एक नवा पक्ष बनणे अपरिहार्य आहे. समितीचा असा राजकीय पक्ष होऊ नये, असे जनसंघाचे मत आहे." जनसंघाच्या या ठरावाला समितीच्या नेत्यांनी काहीही किंमत दिली नाही. तेव्हा १९५८च्या फेब्रुवारीअखेर जनसंघ समितीतून बाहेर पडला.

संयुक्त महाराष्ट्र समितीत मिळेल त्या मार्गाने फूट पाडण्याचे प्रयत्न काँग्रेसवाले अत्यंत हुशारीने करीत होते. नोव्हेंबर १९५६ला सोविएत युनियनची लाल सेना हंगेरीत घुसली होती. हंगेरीचे पंतप्रधान इम्रे नाझ यांच्यासह प्रमुख हंगेरियन नेत्यांना सोविएत सरकारने अटक केली. त्यानंतर हंगेरीत उठाव करणाऱ्या तीन नेत्यांना ८ एप्रिल १९५७ला फाशी देण्यात आली. पाठोपाठ जुलै १९५८ मध्ये हंगेरी सरकारने इम्रे नाझ यांना फाशी दिले. या सर्व घटनेचा विविध विरोधी पक्ष आपापल्या पातळीवर निषेध करीत होते. या घटनेचा मुंबई महापालिकेशी काहीही संबंध नव्हता; पण काही काँग्रेस नगरसेवकांनी इम्रे नाझ यांना फाशी देण्याच्या घटनेचा निषेध करणारा ठराव महापालिकेच्या सभेत मांडला. त्यावरून समितीतील घटक पक्षांमध्ये रणधुमाळी माजली. त्यातूनच प्रजासमाजवादी पक्ष विरुद्ध अत्रे असा संघर्ष सुरू झाला. समितीचे मूळ काम विसरून घटक पक्ष भलत्याच प्रश्नावरून एकमेकांशी हमरीतुमरीवर येत होते. एकीकडे बेळगावात सीमा-सत्याग्रह सुरू होता, त्याकडे मात्र समितीचे फारसे लक्ष नव्हते.

समितीच्या नेत्यांची एक बैठक १४ जानेवारी १९५९ला मुंबईत झाली. तीत मुंबईतील सर्व गिरणी कामगारांची एक युनियन करण्याचा निर्णय घेण्यात आला. नव्या युनियनचे नाव 'मुंबई गिरणी कामगार युनियन' असे ठरविण्यात आले. अध्यक्षपदी एस.एम. जोशी आणि सरचिटणीस डांगे अशी रचना झाली. समितीतील या सर्व प्रकारांमुळे खवळलेल्या अत्रे यांनी 'मराठा'मधून 'समितीची संघटना' या नावाची एक लेखमालाच लिहिली. समितीवर हल्ला चढविताना अत्रे यांनी एस. एम. जोशी यांना सरळ सवाल केले, "नव्या गिरणी कामगार युनियनचे एक लाख सभासद एक आठवड्याच्या आत नोंदवण्याच्या कामी तुम्ही आकाशपाताळ एक केलेत आणि समितीचे सभासद नोंदवण्याच्याकामी तुम्ही दीड वर्ष पाताळात तोंड खुपसून का हो बसलात? कारण नव्या घटनेप्रमाणे सच्चे हजारो सभासद नोंदले गेले तर पहिल्याच निवडणुकीमध्ये समितीतले पुष्कळसे बुद्रुक पक्ष आपोआपच नष्ट होतील आणि ते तर नेमके ह्यांना नको आहे. समितीचे सर्वसामान्य सभासद जितक्या प्रमाणात नोंदवावेत तितक्या प्रमाणात समितीमध्ये पक्ष नि पक्षीयता

आपोआप नष्ट होते. आमच्या ह्या सं.म.च्या झगड्यात महाराष्ट्राबाहेरील अखिल भारतीय पक्षांनी अशी काय मदत आमच्या पक्षाला केली आहे हो म्हणून आम्ही या पक्षांची पत्रास बाळगावी ? उडत गेले ते भारतीय पक्ष! आमच्या महाराष्ट्रापेक्षा आणि आमच्या समितीपेक्षा या भारतात काहीही आणि कोणीही मोठे नाही. समितीपेक्षा अ.भा. पक्ष मोठे आहेत असे जे म्हणतात त्यांच्यात आणि तीन कोटी मराठी माणसापेक्षा नेहरू मोठे आहेत असे म्हणणाऱ्या यशवंतराव चव्हाणात आम्हाला काडीमात्र फरक दिसत नाही.'' (मराठा : २१ मार्च १९५९)

समितीमध्ये मवाळ आणि जहाल गट असल्याची भाषा अत्रे त्यांनी 'मराठा'तून सुरू केली. त्यांच्या दृष्टीने जहाल गटात सेनापती बापट, प्रबोधनकार ठाकरे, माधवराव बागल, वा.रा. कोठारी आणि स्वत: अत्रे हे अपक्ष पंचायतन होते. त्यामुळे महाराष्ट्रनिष्ठा आणि पक्षनिष्ठा असा संघर्ष त्यांच्या बाबतीत कधीही उद्‌भवला नाही. त्यामुळे हे पाचही जण आधी तिखटपणे नेहरू-मोरारजी-यशवंतरावांवर तुटून पडत असत. आता समितीच्या वर्तनाने नाराज झालेल्या या पंचायतनाने समितीवरच लेखणी चालविण्यास सुरुवात केली.

समितीच्या संघटनेबद्दल अत्र्यांनी लिहिलेल्या पाचव्या लेखात 'समितीच्या जाहीर सभेत घटक पक्षाच्या प्रतिनिधीने आपले तोंड वाजवलेच पाहिजे हा शुद्ध जुलूम नव्हे, तर काय?'' असा प्रश्न विचारलेला आढळतो. ''परगावी जाणाऱ्या समितीच्या सत्याग्रह्यांना स्टेशनवर निरोप देण्यासाठी किंवा परत आल्यानंतर त्यांचा सत्कार करण्यासाठी त्यांच्या पक्षाची तेवढी माणसे जमतात. पुण्यामुंबईत महापालिकेमध्ये समिती अधिकारारूढ आहे असे आम्ही जाहीर सभांमधून मोठ्या दिमाखाने सांगत असतो; पण समिती नुसते पांघरूण आहे. आतमध्ये मानासाठी आणि अधिकारपदासाठी पावलोपावली जी झोंबाझोंबी आणि मारामाऱ्या चाललेल्या असतात त्याचे महाराजा काय वर्णन करावे? दरवर्षी पक्षनिहाय अधिकारांच्या जागांच्या वाटण्या करावयाच्या हा काय चावटपणा आहे? गेल्या दोन वर्षांमध्ये ह्या दोन्ही महापालिकांमध्ये समितीने काय काय कामगिरी केली हे मतदारांना सांगावयाची पाळी आली तर लाजेने माना खाली घालाव्या लागतील. मुंबई शहरात तर काही विचारूच नका. नागरिकांच्या तक्रारींचे प्रचंड डोंगर साचून राहिलेले आहेत. महापालिकेच्या नोकरवर्गाचे दर चारसहा महिन्यांनी संप आपले साथीसारखे ठरलेले ! गेल्या दोन महिन्यात मुंबई महापालिकेचा पाणीपुरवठा जवळजवळ बंद आहे. समितीमधल्या पक्षबाजीमुळे आम्ही स्वत: इतके विटून गेलेलो आहोत की एक ती नष्ट तरी झाली पाहिजे, नाहीतर तिचे सध्याचे घातक स्वरूप बदलले तरी पाहिजे.'' (मराठा : २१ मार्च १९५९)

अत्रे यांच्या या प्रचंड तोफखान्यामुळे समितीने नेते घायाळ झाले होते; पण अत्रे म्हणत होते त्यात तथ्य असल्याने त्यांना काहीच बोलता येत नव्हते. प्रजासमाजवादी पक्षाचे अधिवेशन ऑगस्ट १९५९च्या अखेरीस नगरमध्ये भरले. त्यात नानासाहेब गोरे म्हणाले, ''अत्रे इतके दिवस काँग्रेसजनांचे वस्त्रहरण करीत होते, तेव्हा मौज म्हणून आम्ही टाळ्या वाजवून त्या तमाशात भाग घेतला. आता हेच अत्रे आमच्या कासोट्याला हात घालीत आहेत. आता ओरडून काय उपयोग?'' गोरे म्हणाले ते खरेच होते. 'मराठा' निघाला तेव्हाच घटकपक्षांनी त्याचे शेअर घेतले असते, तर अत्रे यांच्यावर नियंत्रण ठेवणे शक्य झाले असते; पण आता संयुक्त महाराष्ट्राची चळवळ जवळ जवळ एकहाती लढवीत ठेवणाऱ्या अत्रे यांचे व 'मराठा'चे तोंड बंद करणे अवघड होते.

समिती एकीकडे अशी सुंदोपसुंदीत गुंतली असताना ज्येष्ठ काँग्रेस नेते मात्र द्विभाषिकाचे विभाजन करण्याच्या दिशेने पावले टाकीत होते. असे विभाजन झाले, तर गुजरातेतील सत्ता काँग्रेसकडे राहणार, हे निश्चित होते; पण महाराष्ट्रातील सत्ता काँग्रेसकडे राहील की नाही, याची नेहरूंना चिंता होती. कारण काँग्रेस व समितीतील फरक फक्त २ जागांचा होता. काँग्रेसमधील असंतुष्ट आमदारांचा ८-१० जणांचा गट जरी समितीला मिळाला, तरी महाराष्ट्रातील काँग्रेस सरकार गडगडणार होते. डिसेंबर १९५८ अखेरीस नेहरू मुंबई भेटीला आले, तेव्हा त्यांनी चव्हाणांना हाच हिशोब विचारला होता. '१९६२ सालच्या निवडणुकीत काँग्रेसला महाराष्ट्रात पुन्हा बहुमत मिळेल का?' असेही नेहरूंनी विचारले. 'या दोन्ही प्रश्नांवर जरा विचार करून ठेवा' असा सल्लाही त्यांनी चव्हाणांना दिला.

जानेवारी १९५९ मध्ये काँग्रेसचे अधिवेशन नागपूरला भरले. ते संपवून दिल्लीला जाण्यापूर्वी नेहरूंनी चव्हाणांना बोलावणे पाठविले आणि पुन्हा तोच प्रश्न केला, ''काँग्रेसला बहुमत मिळेल की नाही? याचा हिशोब केलात का?'' चव्हाणांनी उत्तर दिले, ''विरोधकातले निदान पंधरा सदस्य केवळ महाराष्ट्राच्या प्रश्नावरच विरोधी पक्षात आहेत; पण द्विभाषिक तोडले जात असून महाराष्ट्र स्थापन होत आहे हे जर त्यांना कळले तर हे पंधराजण तरी काँग्रेसला पाठिंबा देतील. ते काँग्रेसमध्ये येतील की नाही हे सांगता येणार नाही; पण ते शक्य आहे.''
(यशवंतराव चव्हाण : ऋणानुबंध)

द्विभाषिकाचे विभाजन करण्याची कल्पना मोरारजी देसाईंच्या गळी उतरविणे आवश्यक होते. मुळातच मान्य नसलेला द्विभाषिकाचा तोडगा मोरारजींनी पक्षशिस्त म्हणून स्वीकारला होता. तेव्हा 'द्विभाषिकाचे कधीही विभाजन करणार नाही' असे

तोंडी वचन नेहरू व पंतांनी मोरारजींना दिले होते. म्हणून आता मोरारजींशी बोलण्याची जबाबदारी नेहरूंनी पंतांवरच सोपविली. मार्चच्या मध्यावर यशवंतरावांवर मूत्रपिंडाची शस्त्रक्रिया झाली. त्यामुळे विभाजनाची चर्चा सहा महिने पुढे गेली. १९ ऑगस्ट १९५९ ला चव्हाणांना नेहरूंनी दिल्लीत बोलाविले. नेहमीप्रमाणे चव्हाण मोरारजींच्या निवासस्थानीच उतरले होते; पण द्विभाषिकाच्या विभाजनाची चर्चा सुरू आहे, याचा त्यांनी मोरारजींना पत्ताही लागू दिला नाही. २१ ऑगस्टला आपल्याला अंधारात ठेवून विभाजनाच्या वाटाघाटी सुरू असल्याचे समजले, तेव्हा मोरारजी अस्वस्थ झाले. त्यांनी चव्हाणांना निरोप पाठविला, ''नेहरूंना भेटण्यापूर्वी मला कार्यालयात ४ वाजता. भेटा.'' चव्हाण त्यांना भेटले आणि त्यांनी द्विभाषिकाच्या विभाजनाशिवाय पर्याय राहिलेला नाही, असे स्वच्छ मत दिले. त्यानंतर रात्री उशिरा मोरारजी-चव्हाण-पंडित नेहरू आणि पंत यांची भेट पंतांच्या घरी झाली. तेव्हा मोरारजींनी 'द्विभाषिक मोडण्याची कल्पना मला मान्य नाही, तेव्हा ते मोडा असे मी सांगणार नाही; पण चव्हाणांचे मत वेगळे आहे आणि आपल्याला त्याचा विचार करावा लागेल' असे सांगितले.

यशवंतराव चव्हाणांनी मुंबईला परतल्यावर ज्येष्ठ सहकारी मंत्री डॉ. जीवराज मेहता यांना 'द्विभाषिकाचे विभाजन होणार' हे सांगितले तेव्हा मेहता संतप्त झाले. 'हा विधिमंडळाचा विश्वासभंग आहे.'' अशी प्रतिक्रिया त्यांनी व्यक्त केली. मालोजीराजे निंबाळकर मोरारजींना दिल्लीत भेटले, तेव्हा 'विभाजन हा माझ्या पाठीत खुपसलेला खंजीर आहे' अशी तिखट प्रतिक्रिया मोरारजींनी व्यक्त केली. आपला विश्वासात न घेता नेहरू व पंतांनी हा निर्णय घेतला याचा ढेबर यांना संताप आला. 'गुजरातच्या लोकांना आम्ही ही बदललेली भूमिका कशी समजावून सांगणार?' असा थेट प्रश्न त्यांनी नेहरूंना विचारला. मोरारजीही असाच जाब विचारायला नेहरूंना भेटले आणि त्यांच्यावर प्रश्नांची सरबत्ती केली. ती मोरारजींनी आपल्या आत्मकथनात नोंदविली आहे. 'द्विभाषिकासंबंधीचा आधीचा निर्णय काँग्रेस कार्यकारिणीने आणि भारत सरकारने घेतला असता द्विभाषिक मोडण्यासंबंधीचा निर्णय फक्त चारपाच नेत्यांनी घेणे योग्य म्हणता येईल का? आधीच्या निर्णयाबद्दल मला का बळीचा बकरा (स्केपगोट) बनवले? आधीच्या निर्णयाच्या संदर्भात मला जबाबदार धरून माझ्यावर हल्ले केले जात असताना नेहरूंनी माझा बचाव का केला नाही?'' तेव्हा त्यांची आणि देशाची स्थिती फार बिकट झाली होती आणि बदललेल्या आधीच्या निर्णयाची जबाबदारी घेणे मला भाग पडले होते असे नेहरूंनी सौम्य भाषेत उत्तर दिले.''

१९५९च्या ऑगस्टच्या अखेरीलाच द्विभाषिकाचे विभाजन होणार अशा बातम्या वृत्तपत्रांतून प्रसिद्ध झाल्या. स्वामी रामानंद तीर्थांनी औरंगाबादला पत्रकार परिषद घेऊन मुंबईसह संयुक्त महाराष्ट्र करण्याचे काँग्रेसश्रेष्ठींनी ठरविल्याचे जाहीर केले. समितीमध्ये सामील झालेली संयुक्त महाराष्ट्र काँग्रेस जनपरिषद ही डॉ. नरवणे यांची संघटना नव्या निर्णयाने खुष झाली. डॉ. नरवणे यांनी 'आम्ही सर्व काँग्रेसमध्ये परत जाऊ' असे जाहीर केले. जनपरिषदेचे तीन आमदार समितीच्या तिकिटावर निवडून आले होते. मुंबई विधिमंडळ काँग्रेस पक्षाची बैठक ३ सप्टेंबर १९५९ला मुंबईत झाली. 'द्विभाषिक मोडायचे असेल, तर हीच वेळ सर्वोत्तम आहे', असे आपण काँग्रेसश्रेष्ठींना सांगितल्याचे यशवंतरावांनी बैठकीत सांगितले.

समितीच्या संसदीय मंडळाची बैठक ५ व ६ ऑक्टोबरला मुंबईत झाली. या बैठकीच्या आदल्याच दिवशी नेहरू मुंबईत आले असताना एस.एम. जोशींनी त्यांची व्यक्तिगत भेट घेतली होती. यावरून बैठकीत वादंग माजले. एस.एम. यांनी भावी सरकार स्थिर होण्यासाठी सहकार्याचे आश्वासन दिले आणि महागुजरात परिषदेबरोबर झालेल्या वाटाघाटीतील उभयपक्षी मान्य तत्त्वे पुढेही चालू राहतील असे आश्वासन दिले. एस.एम. जोशींनी, 'मी दिलेली आश्वासने वैयक्तिक आहेत, समितीची नाहीत' असे सांगून सुटका करून घेतली. समितीच्या या बैठकीत विभाजनाच्या निर्णयासंबंधात आठ कलमी ठराव करण्यात आला. तो असा –

(१) "मुंबई राज्याची भावी काळातली रचना कशी असावी ह्या प्रश्नाशी संबंधित काँग्रेस समित्यांशी विचारविनिमय करण्याचा अ.भा. काँग्रेसने निर्णय घेतला आहे. तशा घोषणाही प्रमुख काँग्रेस नेत्यांनी केल्या आहेत. त्यामुळे अखेर महाराष्ट्र आणि महागुजरात अशी दोन एकभाषी राज्ये लवकरच निर्माण होणार अशा आशा पालवल्या आहेत. ज्यासाठी मराठी आणि गुजराती जनता लढली आणि तिने बरेच काही सोसले ते ध्येय आता जवळजवळ गाठण्यात आले आहे.

(२) मात्र बेळगाव, कारवार, बिदर ह्या वादग्रस्त सीमाभागाचा प्रश्न सोडवून हा सीमाभाग जोपर्यंत महाराष्ट्रात समाविष्ट केला जात नाही, तोपर्यंत संयुक्त महाराष्ट्र पूर्णतया अस्तित्वात आला नाही असे समितीचे संसदीय मंडळ मानते हे ते स्पष्ट करू इच्छिते.

(३) कोणत्याही स्वरूपात मुंबई शहराला विशेष दर्जा देण्याची मागणी करण्याचा प्रयत्न झाल्यास महाराष्ट्राच्या भावी विकासास ते धोकादायक ठरेल.

(४) भारतीय संविधानात भाषिक किंवा धार्मिक अल्पसंख्याकांना ज्या हमी

देण्यात आल्या आहेत त्यांचे नवे महाराष्ट्र राज्य काटेकोर पालन करील. मुंबई शहरात आणि अन्यत्र राहणाऱ्या अल्पसंख्याकांचे व्यापार, सेवा आणि रोजगार ह्या क्षेत्रातील वाजवी हितसंबंध जपले जातील. एवढेच नव्हे, तर ते अधिक मजबूत करण्याचा प्रयत्न नवे महाराष्ट्र राज्य करील, असे समिती ह्या अल्पसंख्याकांना आश्वासन देत आहे. कारण राज्याच्या निर्मितीत अल्पसंख्याकांनीही वाटा उचलला आहे. धर्मांतर केलेल्या नवबौद्धांना त्यांनी धर्मांतर करण्यापूर्वी ज्या सवलती व सुविधा दिल्या जात असत त्या तशाच देणे चालू राहील हे समिती स्पष्ट करू इच्छिते.

(५) हे प्रश्न तसेच भाषिक आधारावर पूर्वी डांग जिल्ह्याबाबत लवादाने दिलेला निर्णय तसेच नव्या गुजरात राज्याला महाराष्ट्र राज्याने द्यावयाची आर्थिक मदत ह्या प्रश्नावरही सं.म. समितीने चर्चा केली, ती समान संघर्षात महागुजरात जनता परिषदेबरोबर संयुक्त आघाडी करण्याची इच्छा असल्यामुळे. जरी ह्या प्रश्नाबाबत अंतिम निर्णय अद्याप घेतलेला नसला तरी महागुजरात जनता परिषदेबरोबर आधी झालेल्या चर्चेत उभयपक्षातील करारासंबंधी काही तात्पुरते प्रस्ताव पुढे आले आहेत. ह्या प्रस्तावातील तत्त्वांपासून समिती ढळलेली नाही; पण सध्या ह्या प्रश्नांची चर्चा करण्याची आवश्यकता नाही.कारण नव्या महाराष्ट्र राज्याच्या जडणघडणीविषयी व स्वरूपाविषयी अद्याप कोणतेही ठोस प्रस्ताव समितीच्या किंवा जनतेच्या विचारासाठी तसेच स्वीकारासाठी मांडण्यात आलेले नाहीत.

(६) नव्या महाराष्ट्र राज्याच्या सरकारच्या रचनेविषयी तसेच त्याच्या स्थैर्याबाबत समितीची भूमिका काय असेल, असा प्रश्न उपस्थित करण्यात आला आहे.

(७) ह्या प्रश्नाविषयी आपण केलेले हे निवेदन व्यक्तिगत स्वरूपाचे असून ते समितीच्या वतीने केलेले नाही अशी एस. एम. जोशींनी संसदीय मंडळाला माहिती दिली.

(८) अद्याप संयुक्त महाराष्ट्र अस्तित्वात आलेला नाही. त्याच्या रचनेविषयीचे ठोस चित्रही आपल्यासमोर ठेवण्यात आलेले नाही. त्यामुळे संमिश्र सरकार (कोॲलिशन गव्हर्मेंट) संबंधी चर्चा करण्याचा खराखुरा राजकीय प्रश्न समितीसमोर आलेली नाही. त्यामुळे ह्या प्रश्नासंबंधी समिती आपले मत तूर्त व्यक्त करू इच्छित नाही.

द्विभाषिकाच्या विभाजनाचा निर्णय नेहरू व पंतांनी घेतला असला, तरी सरकारी व्यवस्थेतून तो राबविणे आवश्यक होते. त्यासाठी गृहमंत्र्यांच्या

अध्यक्षतेखाली एखादी समिती नेमून त्याचा विचार होणे आवश्यक होते; पण नेहरूंनी हा विषय पक्षीय पातळीवर हाताळला. इंदिरा गांधी, तेव्हा पक्षाच्या अध्यक्ष झाल्या होत्या. पक्षाने गोविंद वल्लभ पंत यांच्या अध्यक्षतेखाली नऊ जणांची समिती नियुक्त केली. समितीला मदतीसाठी सरकारी कर्मचारीही पुरविले. या समितीने विभाजन करण्यासंबंधीचा आपला अहवाल २ डिसेंबर १९५९ला काँग्रेस अध्यक्षांना दिला. ४ डिसेंबरच्या काँग्रेस कार्यकारिणीत मात्र तो नेहरूंनी मांडला.

जवाहरलाल नेहरूंनी तयार केलेल्या ठरावाच्या मसुद्यात काहीही फेरबदल न करता काँग्रेसने ठराव मंजूर केला. ठरावात पुढील तरतुदी करण्यात आल्या.

(१) मुंबई राज्याच्या पुनर्रचनेबाबत नऊ सदस्यांच्या समितीने सादर केलेल्या अहवालावर काळजीपूर्वक चर्चा करून पुढील अंतिम निर्णय घेण्यात आले.

(२) मुंबईचे बहुरंगी रूप लक्षात घेऊन तिचे जतन केले पाहिजे. मुंबई शहरातील भाषक अल्पसंख्याकांचे रक्षण केले पाहिजे आणि मुंबई शहराच्या विकासाकडे विशेष लक्ष दिले पाहिजे.

(३) मुंबई राज्याच्या पुनर्रचनेमुळे निर्माण होणारे वित्तीय व्यवस्थापनाविषयीचे प्रश्न, सीमा निश्चित करण्याचे प्रश्न वगैरेंची चर्चा करून यशवंतराव चव्हाण आणि डॉ. जीवराज मेहता यांनी तोडगे सुचवावेत अशी त्यांना विनंती करण्यात आली होती. त्यानुसार दोघांनी एकमताने ज्या शिफारशी केल्या त्या ठरावासोबत जोडलेल्या परिशिष्टामध्ये दिलेल्या आहेत.

विदर्भ : विदर्भाच्या प्रश्नाचा काँग्रेस कार्यकारिणीने काळजीपूर्वक विचार केला आहे. विदर्भाच्या आणि नागपूर शहराच्या हितसंबंधांचे रक्षण करण्याची पुरेशी व्यवस्था केल्यास विदर्भ नव्या राज्याचा भाग होणे विदर्भाच्या तसेच नव्या मुंबई राज्याला लाभदायक ठरेल असे काँग्रेस कार्यकारिणीस वाटते. नऊ सदस्यीय समितीच्या शिफारशींशी काँग्रेस कार्यकारिणी सहमत असून त्या शिफारशी भारत सरकारच्या पुढे मुंबई राज्याच्या विचारासाठी पाठवल्या आहेत.''

काँग्रेस कार्यकारिणीच्या ह्या ठरावाला जोडलेल्या परिशिष्टात पुढील तपशील दिलेला होता. (१) गुजरात राज्याला नवी राजधानी बांधता यावी यासाठी भत्ता आणि दायित्वे (ॲसेट्स अँड लायबिलिटीज) यांची वाटणी करण्यापूर्वी १० कोटी रुपये वेगळे काढून ठेवावेत. (२) तूर्त लोकसंख्येच्या आधारे आणि नंतर राज्यपुनर्रचनेबाबतच्या १९५६च्या कायद्यातील तरतुदींच्या आधारे भत्ता आणि

दायित्वे यांची अंतिम वाटणी करावी. (३) गुजरात राज्य अस्तित्वात आल्यानंतर पहिली ६ वर्षे त्याला दरवर्षी येणाऱ्या तुटीपोटी मुंबई राज्याने सालिना ६ कोटी रुपये द्यावेत आणि नंतरच्या ४ वर्षांमध्ये सालिना २० टक्के इतकी घट करून गुजरातला रक्कम द्यावी.

भूक्षेत्रासंबंधी व्यवस्था : डांग जिल्हा हा गुजरात राज्यात समाविष्ट करावा. उंबरगाव तालुक्याचे विभाजन करावे. नवापूर, नंदुरबार, अक्कलकुवा आणि तळोदा तालुक्यातील काही भूभाग संकल्पित उकाई धरणामुळे पाण्याखाली जाणार असल्यामुळे त्यालगतचा दोन मैलांचा पट्टा गुजरातला द्यावा.

काँग्रेस समितीने केलेला हा ठराव पुढे तब्बल वीस दिवस वृत्तपत्रांना देण्यात आला नव्हता; पण पंत समितीच्या अहवालात शिफारशी काय असणार हे मात्र नोव्हेंबर १९५९च्या मध्यालाच वृत्तपत्रांनी प्रसिद्ध केले होते. या शिफारशी वाचून समितीचे नेते संतप्त झाले. उघड उघड नव्या गुजरात राज्याला झुकते माप देणाऱ्या या शिफारशी होत्या. समितीच्या २० नोव्हेंबरला झालेल्या बैठकीत या बातम्यांच्या अनुषंगाने एक ठराव करण्यात आला.

(१) काँग्रेस कार्यकारिणीने केंद्रीय गृहमंत्री पंत यांच्या अध्यक्षतेखाली नेमलेल्या नऊ सदस्यीय समितीच्या चर्चेच्या वृत्ताबद्दल समिती चिंता व्यक्त करीत आहे.

(२) डांग जिल्ह्याबाबत सौदा केला असल्याचे वृत्तपत्रांमध्ये प्रसिद्ध झालेल्या बातम्यांवरून दिसते. मूठभर लोकांचे स्थानिक हितसंबंध जपण्यासाठी आणि गुजरात प्रदेश काँग्रेस समितीत राजकीय नेत्यांनी आग्रह धरल्यामुळे डांग जिल्हा गुजरातला फुकटात देणगी म्हणून देण्याचा सौदा केला जात असल्याचे वृत्त वाचून समितीला धक्का बसला आणि आश्चर्यही वाटले.

(३) जेव्हा समितीने महागुजरात जनता परिषदेशी वाटाघाटी केल्या तेव्हा महागुजरात जनता परिषदेच्या प्रतिनिधींनी डांग जिल्ह्याबाबत खेर व मोरारजी यांनी स्वेच्छेनुसार व घाईघाईने निर्णय घेतला असा युक्तिवाद केला हे खरे आहे. ह्या युक्तिवादाची दखल घेऊन विशाल द्विभाषिक मुंबई राज्याच्या विभाजनासाठी संयुक्त आघाडी स्थापन करण्याचा प्रयत्न करण्यात आला आणि गुणवत्तेच्या आधारे डागं प्रश्नाचा फेरविचार करण्यास उभय पक्षांच्या वाटाघाटीत मान्यता देण्यात आली. मात्र या प्रश्नाबाबत अंतिम निर्णय घेतलेला नाही.

(४) काँग्रेसने मात्र कोणतीही कारणे न देता संकल्पित गुजरात राज्याला डांग

जिल्हा देऊन टाकल्याचे दिसते. काँग्रेसच्या ह्या कोलांटउडीमुळे मुंबई राज्याचे सरकार आणि केंद्र सरकार यांनी आधी डांगबाबत घेतलेले निर्णय रद्द केले आहेत. हे सारे लोकशाहीविरुद्ध तर आहेत; खेरीज ते अन्याय्य असून कोणालाही पटण्यासारखे नाही.

(५) अलीकडे डांग जिल्ह्यात झालेल्या जिल्हा लोकल बोर्डाच्या निवडणुका, ह्या प्रश्नावरील लोकमत अजमावण्यासाठी झाल्या नव्हत्याच. अशा स्थितीत डांग जिल्हा गुजरात राज्यात समाविष्ट करण्यास तेथील लोकमत अनुकूल आहे, हा युक्तिवाद अकल्पनीय आहे असे म्हणावे लागेल.

नव्याने होऊ घातलेल्या मुंबईसह संयुक्त महाराष्ट्राचे स्वरूप काय राहणार, हा अनेक विचारवंतांसमोर मुख्य प्रश्न होता. खरे तर याची चर्चा आंदोलन सुरू झाल्यापासूनच सुरू झाली होती. या चर्चेला पुन्हा वाट करून दिली, ती ग. त्र्यं. माडखोलकर यांनी. 'नागपूर तरुण भारत'च्या १६ डिसेंबर १९५९च्या अंकात 'मुख्यमंत्र्यांना विनंती' असा अग्रलेख त्यांनी लिहिला. त्यात 'मराठी राज्य की मराठा राज्य?' असा प्रश्न उपस्थित केला होता. 'मुख्यमंत्र्यांनी दोन मुद्दे ध्यानात ठेवावेत' असे म्हणत माडखोलकरांनी लिहिले होते, ''पहिला मुद्दा हा की, नवे महाराष्ट्र राज्य हे मराठा राज्य होईल आणि त्या राज्यात मराठा जातीच्या लोकांना सर्व बाबतीत प्रामुख्य मिळेल अशी जी भीती विदर्भ आणि मराठवाडा या दोन्ही विभागात आज उत्पन्न झालेली आहे ती निराधार आणि चुकीची आहे हे राज्यकारभाराच्या धोरणावरून लोकांच्या प्रत्ययाला आले पाहिजे... नागपुरातील एक मंत्री तर ही भीती खासगी बैठकीत उघड उघड बोलून दाखवतात. डॉ. मा. श्री. अणे हे संयुक्त महाराष्ट्रात फेटेवाल्यांचे राज्य होईल असे ज्या भवितव्याचे वर्णन करतात ती हीच भीती! मराठा समाजातील देशमुख, पाटील इत्यादी सरंजामी वर्गाचे प्राबल्य नव्या मराठी राज्यात होईल याच भावनेने आज मराठवाड्यातील सर्वसामान्य कार्यकर्तेही अस्वस्थ झालेले दिसतात.'' (तरुण भारत नागपूर : १६ डिसेंबर १९५९)

सांगलीमध्ये ५ जानेवारी १९६० ला नेहरूंच्या पुतळ्याचे अनावरण करताना यशवंतरावांनी या मुद्द्यांचा परामर्श घेतला. महाराष्ट्राचे सामाजिक जीवन 'भंगलेल्या मनासारखे' झाले असल्याचे मान्य करून ते जातीयवादामुळे भंगल्याचे सांगत यशवंतराव म्हणाले,

''जातीयवादाच्या या विषारी विचारापासून आपण महाराष्ट्राला मुक्त केले पाहिजे. जातीयतावादाचा हा विचारच समूळ नष्ट केला पाहिजे, तेव्हाच महाराष्ट्राचे

सामाजिक मन एकजिनसी होईल.'' माडखोलकरांचा नामोल्लेख करून चव्हाण म्हणाले, ''हे मराठा राज्य आहे की मराठी राज्य? असले प्रश्न उभे करणे ही भंगलेले मन साधण्याची प्रक्रिया नाही.'' असे म्हणून त्यांनी निर्वाळा दिला, ''हे मराठा राज्य मुळीच होणार नाही, जोपर्यंत माझ्या हातात सत्तेची सूत्रे असतील तोपर्यंत निदान मी हे राज्य एका जातीचे, मराठ्यांचे किंवा आणखी एखाद्या जातीचे होऊ देणार नाही. ते तसे होत आहे, असे वाटले तर महाराष्ट्राच्या कल्याणाकरिता, मराठा जातीत जन्माला आलो आहे म्हणून मला कदाचित बाजूला हटावे लागले तरी मी हटण्याचा प्रयत्न करीन; पण ही गोष्ट मी होऊ देणार नाही... 'मराठा' हा शब्द जातिवाचक नाही. 'मराठा' शब्दामागे महाराष्ट्राच्या एकजिनसी जीवनाची भावना आहे.'' (यशवंतराव चव्हाण : सह्याद्रीचे वारे)

काँग्रेस कार्यकारिणीने ४ डिसेंबर १९५९ला मंजूर केलेल्या ठरावात विभाजनाला पाठिंबा देताना नव्या राज्याचे नाव 'मुंबई राज्य' असे दिले होते. त्यामुळे राज्याचे नाव 'मुंबई' की 'महाराष्ट्र' असा नवा वाद सुरू झाला. खासदार बॅ. नाथ पै यांनी नेहरूंना पत्र लिहून नव्या राज्याचे नाव 'मुंबई' ऐवजी 'महाराष्ट्र' असावे असे सुचविले.

उत्तरादाखल पाठवलेल्या पत्रात ३१ जानेवारी १९६० रोजी पंतप्रधान नेहरूंनी बॅ. नाथ पै यांना कळवले, ''मराठीभाषक लोकांच्या नव्या राज्याला मुंबई राज्य न म्हणता महाराष्ट्र राज्य म्हणावे असे तुम्ही पत्रात म्हटले आहे. राज्याच्या हिताच्या दृष्टीने पाहता नव्या राज्याला महाराष्ट्र म्हणावे असे सुचविणाऱ्यांची मला व्यक्तिश: कीव येते. मुंबई हे नाव जगभरातील लोकांना माहीत आहे. या नावाचा फायदा घेणे महाराष्ट्रीयांना आवडेल असे मला वाटत असले तरी अखेर या प्रकरणी राज्यातील जनतेने अंतिम निर्णय घ्यावयाचा आहे. त्यांची इच्छा असेल तर नंतरही त्यांना मुंबई राज्य हे नाव बदलून महाराष्ट्र राज्य असे नाव ठेवता येईल.''

''तुमच्या पत्रात ज्या अन्य बाबींचा उल्लेख केला आहे त्याविषयी मी युक्तिवाद करू इच्छित नाही. काँग्रेस कार्यकारिणीने नेमलेल्या समितीने सर्व विषयांचा विचार करून सादर केलेला अहवाल कार्यकारिणीने स्वीकारण्यापलीकडे काहीही केलेले नाही.''

मार्च १९६० मध्ये भरलेल्या विधिमंडळ अधिवेशनातही नव्या राज्याच्या नावाचा हा प्रश्न चर्चेला आला.

चव्हाण एका भाषणात म्हणाले, ''महाराष्ट्राच्या नावाबद्दलही समिती नेत्यांनी उगाच वादळ उठविले आहे. काँग्रेसश्रेष्ठींनी किंवा केंद्रातील प्रमुख व्यक्तींनी नव्या

राज्याचे अमूक नाव ठेवावे अशी सक्ती केलेली नाही. हा प्रश्न मुंबई असेम्ब्लीतील मराठीभाषकांवर सोपवलेला आहे. 'मुंबई' नावाला विरोध असण्याचे खरोखरच काही कारण नाही. या नावाला देशात व आंतरराष्ट्रीय क्षेत्रात स्थान आणि वजन आहे. घटनेत भारताचे नाव 'इंडिया' का ठेवण्यात आले? कारण 'इंडिया' नावाला जगात काही वजन अन् स्थान आहे. ब्रिटिशांपूर्वी काही हे नाव अस्तित्वात नव्हते. कर्नाटकासाठी चळवळ झाली, तमिळनाडूसाठी चळवळ झाली, तथापि अखेरीस म्हैसूर व मद्रास या नावांचाच स्वीकार करण्यात आला. मुंबई (महाराष्ट्र) असा पर्याय काहीजण सुचतात... समितीने नावाने भांडवल करून अपप्रचार करणे योग्य नाही." (प्र. के. अत्रे : कऱ्हेचे पाणी; खंड ५)

नेहरूंचे समर्थन करण्याच्या नादात यशवंतरावांना काही गोष्टींचा विसर पडला. जगात 'इंडिया' हे नाव प्रसिद्ध होते, म्हणून ते घटनेने स्वीकारले नव्हते. संयुक्त राष्ट्र संघटनेची जेव्हा स्थापना झाली, तेव्हा संस्थापकांत भारत हा महत्त्वाचा घटक होता; पण त्यावेळी तो स्वतंत्र झाला नव्हता. म्हणून संयुक्त राष्ट्रसंघाच्या यादीत 'इंडिया' असे नाव नमूद केले होते. भारत स्वतंत्र होताच, लगेच ते बदलणे शक्य नव्हते. म्हणून घटनाकारांनी घटनेच्या पहिल्या कलमात 'इंडिया म्हणजे भारत' अशी शब्दयोजना केली होती. म्हणजे एका अर्थाने नाव बदललेच होते.

विधानसभेत बोलताना आचार्य अत्रे तर आपल्या खास शैलीत या मुद्द्यावर तुटून पडले.

"नव्या गुजरातला गुजरात असे नाव देण्यात आले; परंतु नव्या महाराष्ट्राला 'कंसात' बसवण्यात आले. (म्हणजे मुंबई हे राज्याचे नाव कायम ठेवून कंसात 'महाराष्ट्र' असा उल्लेख करण्याची शक्कल प्रथम लढवण्यात अली.) परंतु महाराष्ट्र कंसात राहणार नाही. श्रीकृष्णाने ज्याप्रमाणे कंसाचे पोट फाडून त्याचे पारिपत्य केले त्याप्रमाणे कंसात ठेवलेला हा महाराष्ट्र कंस फोडून बाहेर आल्याशिवाय राहणार नाही." (प्र. के. अत्रे : आमदार आचार्य अत्रे)

महाराष्ट्र, गुजरात सीमेवरील डांगचा प्रदेश गुजरातला द्यावा असे काँग्रेसच्या ठरावात म्हटले होते. त्याचे यशवंतरावांनी समर्थनच केले; पण या डांग प्रश्नावरून समितीत मात्र लढाई जुंपली! 'डांगे आणि एस.एम. जोशी यांनीच डांग गुजरातला दिला', असा आरोप समितीच्या नेत्यांनी केला. त्याच परिसरात होणाऱ्या उकाई धरणावरूनही समितीतच संघर्ष झाला.

द्विभाषिकाचे अधिकृत विभाजन होण्यापूर्वीच संयुक्त महाराष्ट्र समितीचे विघटन सुरू झाले होते. प्रजासमाजवादी पक्षामध्ये, समितीत राहावे की बाहेर पडावे,

याची चर्चा सुरू झाली होती. समितीचे सरचिटणीस एस.एम. जोशी यांनी आपल्या पदाचा राजीनामा दिल्याच्या बातम्या प्रसिद्ध झाल्या होत्या. मार्च १९६०च्या अखेरीस प्रसपचे एक शिबिर आळंदीत भरले होते. त्यानंतर नानासाहेब गोरे यांनी एक पत्रक काढले. त्यात म्हटले होते, ''बेळगाव आदीकरून सीमाप्रदेश महाराष्ट्रात समाविष्ट करून घेण्याचा जो शेष पश्न आहे त्या व्यतिरिक्त सं. म. समितीचे इतिहासदत्त कार्य संपले असल्याकारणाने तद्व्यतिरिक्त क्षेत्रात समितीचे विसर्जन करण्यात यावे याबाबतीत उपस्थितांमध्ये एकवाक्यता दिसून आली.'' (लोकसत्ता : १ एप्रिल १९६०) गोरे यांच्या या पत्रकामुळे प्रसपचे पाठीराखेही अस्वस्थ झाले. 'मराठवाडा' हे वृत्तपत्र प्रसपची पाठराखण करणारे; पण त्या वृत्तपत्रानेही प्र.स. पक्षाला इशाला दिला, ''ज्या समितीसाठी प्र.स. पक्षाने इतक्या खस्ता खाल्ल्या ती नेमकी कम्युनिस्टांच्या स्वाधीन करून निघून जाणे कितपत उचित आहे या प्रश्नाचा सांगोपांग विचार झाला पाहिजे. व्यवहार आणि प्रत्यक्ष जीवन यांच्या संदर्भात हे गणित चुकल्यासारखे दिसते म्हणून प्र.स. पक्षाने आपल्या भूमिकेचा फेरविचार करावा अशी आमची आग्रहाची विनंती आहे. सर्व भारतात काँग्रेसला पर्याय होऊ शकेल असा एकही डावा पक्ष आज नाही. हे कार्य प्र.स. पक्ष समितीच्या आधारे होऊ शकेल. लोकशाहीच्या ज्या ज्या शक्ती पक्षांच्या आणि विस्कळीत जनतेच्या द्वारे आज समितीच्या मागे आहेत त्यांना अधांतरीच नव्हे, तर कम्युनिस्टांच्या स्वाधीन करून प्र.स. पक्ष आपण होऊन कम्युनिस्ट पक्षाचे हात बळकट करणार आहे.''

समितीच्या इतर घटक पक्षांतही चलबिचल सुरू झाली. संयुक्त महाराष्ट्रवादी काँग्रेस जनपरिषद विसर्जित होऊन काँग्रेसवासी झाली. पाठोपाठ यशवंतराव मोहिते, र. के. खाडिलकर यांनी आपल्या मजदूर किसान पक्षाचे विसर्जन केले अणि तेही काँग्रेसमध्ये गेले. यशवंतरावांनी १६ मार्च १९६०ला कोल्हापुरात माधवराव बागल यांची भेट घेतली आणि त्यांचेही मन वळविले. बागल स्वत: काँग्रेसमध्ये गेले नाहीत; पण 'बहुजनसमाजाने काँग्रेसमध्ये जाऊन तिचे शुद्धीकरण करावे' असे जाहीर आवाहन त्यांनी 'पुढारी'मधून केले. पी. बी. साळुंखे आणि डी.एस. खांडेकर यांचे मन वळवून माधवरावांनी त्यांना काँग्रेसवासी केले. शे.का. फेडरेशनचा एव्हाना रिपब्लिकन पक्ष झाला होता; पण त्यातही दुफळी माजली होती आणि एक गट काँग्रेसच्या वाटेवर होता.

द्विभाषिकाचे विभाजन करणारे मुंबई राज्य पुनर्रचना विधेयक मार्च १९६० मध्ये मुंबई विधिमंडळात चर्चेला आले. विधानसभेत पाच दिवस आणि

विधानपरिषदेत चार दिवस चर्चा झाल्यानंतर काही दुरुस्त्यांसह विधिमंडळाने हे विधेयक संमत केले. त्यात सर्वात महत्त्वाची दुरुस्ती 'नवीन राज्याचे नाव मुंबईऐवजी महाराष्ट्र असावे' अशी होती. ३१ मार्च १९६०ला लोकसभेत गृहमंत्री पंतांनी मुंबई राज्यपुनर्रचना विधेयक मांडले. आपल्या भाषणात 'मुंबईऐवजी महाराष्ट्र' या दुरुस्तीसह लोकसभेने त्याला संमती द्यावी, असे आवाहन केले आणि अधिक विचारासाठी ते संयुक्त समितीकडे सोपवावे, असा ठराव मांडला. संयुक्त समितीत, लोकसभेचे ११ आणि राज्यसभेचे ४ मराठी भाषक खासदार होते. संयुक्त समितीने एकमताने विधेयकाला मान्यता दिली आणि आपला अहवाल दोन्ही सदनात सादर केला. २१ एप्रिल १९६० ला लोकसभेत आणि २३ एप्रिलला राज्यसभेत मूळ विधेयक संमत झाले. मुंबईऐवजी महाराष्ट्र हे नाव ठेवावे ही दुरुस्तीही संसदेच्या दोन्ही सभागृहांनी स्वीकारली.

नव्या संयुक्त महाराष्ट्र राज्याचा मुहूर्त गुढीपाडव्याला व्हावा, अशी यशवंतरावांची इच्छा होती; पण संसदेत विधेयक त्यापूर्वी मंजूर होऊ शकले नाही. २७ एप्रिलला शिवजयंती होती त्या दिवशी तरी महाराष्ट्र राज्य अस्तित्वात यावे असा प्रयत्न त्यांनी करून पाहिला; पण तेही शक्य झाले नाही. तेव्हा २७ एप्रिलला शिवनेरी किल्ल्यावर शिवजयंती साजरी करून यशवंतरावांनी बालशिवाजी आणि जिजाबाईंच्या प्रतिमेचे उद्घाटन केले आणि महाराष्ट्र राज्याची घोषणा शिवनेरीवर केली. आपल्या भाषणात यशवंतराव म्हणाले,

''शिवाजीमहाराज एकदाच जन्मले तसाच विसाव्या शतकातील हा महाराष्ट्र आता जन्मास येत आहे.. जसा भारत एकदाच आणि कायमचा निर्माण झाला तसा महाराष्ट्रही एकदाच निर्माण होत आहे... मी सं.म. निर्मितीसाठी झालेल्या प्रयत्नांचे दोन कालखंड मानतो.

प्रतापगडावर पंडित नेहरू यांच्या हस्ते शिवप्रभूंच्या पुतळ्याचे अनावरण होण्यापूर्वीचा एक आणि प्रतापगडापासून शिवनेरीपर्यंतचा दुसरा. भारताचे पंतप्रधान पंडित जवाहरलालजी ज्या दिवशी शिवछत्रपतींना प्रणाम करण्यासाठी प्रतापगडावर आले तेव्हापासून माझ्या मताने या निरगाठीने बांधलेल्या प्रश्नाचे धागे उकलले गेले. एक एक गोष्ट घडत गेली आणि प्रकाश दिसू लागला. शेवटी साडेतीन कोटींचा महाराष्ट्र आज एकत्र येत आहे... या आनंदोत्सवाची स्मृती म्हणून या राज्याची जी मुद्रा आम्ही निश्चित केली आहे तिच्यावर 'प्रतिपच्चंद्रलेखेव वर्धिष्णु विश्ववंदिता महाराष्ट्रस्य राज्यस्य मुद्रा भद्राय राजते' ही शिवाजीमहाराजांनी निवडलेली वाक्ये आम्ही घेतली आहेत... येत्या काही वर्षांत महाराष्ट्रापुढे फक्त एकच राजकारण

आहे. ते म्हणजे सर्वांगीण विकास साधण्याचे राजकारण. महाराष्ट्र निर्मितीसाठी शिवशक्ती निर्माण झाली आहे तर ती कायम टिकवली पाहिजे. भारताबरोबर महाराष्ट्र आपणाला मोठा करावयाचा आहे.'' (यशवंतराव चव्हाण : सह्याद्रीचे वारे)

नव्या महाराष्ट्र राज्याच्या स्थापनेसाठी यशवंतरावांना नेहरूच हवे होते. त्यामुळे कामगारदिनाचा १ मे चा मुहूर्त पकडावा लागला. १ मे १९६०ला पहाटे राजभवनात झालेल्या विशेष समारंभात पंडित नेहरूंनी नव्या राज्याच्या फलकाचे अनावरण करून महाराष्ट्र राज्य स्थापनेची अधिकृत घोषणा केली. संध्याकाळी शिवाजी पार्कवर झालेल्या जाहीर सभेत यशवंतराव चव्हाण म्हणाले, ''नवीन महाराष्ट्राच्या जन्माचा मंगलकलश घेऊन भारताचे भाग्यविधाते आणि राष्ट्राचे लाडके पंतप्रधान जवाहरलालजी स्वत: येथे आले आहेत. सौ. इंदिरा गांधी यांनीही महाराष्ट्रनिर्मितीसाठी थोर कामगिरी बजावली आहे.''

□□□

परिशिष्ट १

संयुक्त महाराष्ट्र चळवळीतील हुतात्मे

सीताराम बनाजी पवार
जोसेफ डेव्हिड पेजारकर
चिमणलाल डी. शेठ
भास्कर नारायण कामतेकर
रामचंद्र सेवाराम
शंकर खोटे
धर्माजी गंगाराम नागवेकर
रामचंद्र लक्ष्मण जाधव
के. जे. झेवियर
पी. एस. जॉन
शरद जी. वाणी
बेदीसिंग
रामचंद्र भाटिया
गंगाराम गुणाजी
गजाज ऊर्फ बंडू गोखले
निवृत्ती विठोबा मोरे
आत्माराम पुरुषोत्तम पानलकर
बालण्णा मुतण्णा कामाठी
भिकाजी महादेव भोसले
धोंडू लक्ष्मण पारडुले
भाऊ सखाराम कदम
यशवंत बाबाजी भगत
नरेंद्र नारायण प्रधान
शंकर गोपाळ कुष्टे
दत्ताराम कृष्णा सावंत
बबन बापू भरगुडे
विष्णु सखाराम बने

सीताराम धोंडू राड्ये
तुकाराम धोंडू राड्ये
विठ्ठल गंगाराम मोरे
रामा लखन विंदा
एडवीन आमब्रोझ साळवी
बाबा महादू सावंत
वसंत द्वारकानाथ कन्याळकर
विठ्ठल दौलत साळुंखे
रामनाथ पांडुरंग अमृते
परशुराम अंबाजी देसाई
घनश्याम बाबू कोलार
धोंडू रामकृष्ण सुतार
मुनीमजी बलदेव पांडे
मारुती विठोबा म्हस्के
भाऊ कोंडिबा भास्कर
धोंडो राघो पुजारी
ऱ्हदयसिंग दारजेसिंग
पांडू महादू अवरीकर
शंकर विठोबा राणे
विजयकुमार सदाशिव भडेकर
गोविंद बाबूराव जोगल
पांडुरंग धोंडू धाडवे
गोपाळ चिमाजी कोरडे
पांडुरंग बाबाजी जाधव
बाबू हरी दाते
अनुप महावीर
विनायक पांचाळ

सीताराम गणपत म्हादे
सुभाष भिवा बोरकर
गणपत रामा नानकर
सीताराम गयादीन
गोरखनाथ रावजी जगताप
महंमद अली
तुळाशीराम पंजाजी बेलसरे
देवाजी सखाराम पाटील
शामलाल जेठानंद
सदाशिव महादेव भोसले
भिकाजी पांडुरंग रंगोटे
वासुदेव सूर्याची मांजरेकर
भिकाजी बाबू बावस्कर
सखाराम श्रीपत ढमाले
कृष्णाजी गणू शिंदे
रामचंद्र विठ्ठल चौगुले
धोंडू भागू जाधव
रघुनाथ सखाराम बिनगुडे
काशिनाथ गोविंद बिंदुरकर
करपय्या किरमल देवेंद्र
चुलाराम मंबराज
बालमोहन
अनंता
गंगाराम विष्णु गुरव
रत्नू गोदीवरे
सय्यद कासम
भिकाजी दाजी
अनंद गोलतकर
किसन वीरकर
सुखलाल रामलाल वंसकर
पांडुरंग विष्णू वाळके
फुलवरी मगरू

गुलाब कृष्णा खवळे
बाबूराव देवदास पाटील
लक्ष्मण नरहरी थोरात
ठमाबाई विठ्ठल सूर्यभान
गणपत रामा भुते
मुन्शी वझीर अली
दौलतराम मथुरादास
विठ्ठल नारायण चव्हाण
देवजी शिवन राठोड
रावजीभाई डोसाभाई पटेल
होरमसजी करसेटजी
गिरधर हेमचंद्र लोहार
सत्तू खंडू वाईकर

नाशिक
गणपत श्रीधर जोशी
माधव राजाराम तुरे (बेलदार)

बेळगाव
मारुती बेन्नाळकर
मधुकर बापू बांदेकर
लक्ष्मण गोविंद गावडे
महादेव बारीगडी

निपाणी
कमलाबाई मोहिते

मुंबई
सीताराम दुलाजी घाडीगांवकर

संदर्भसूची

मराठी

* अत्रे प्र. के. – आमदार आचार्य अत्रे
* अत्रे प्र. के. – कऱ्हेचे पाणी, खंड ४ व ५
* अत्रे प्र. के. – झालाच पाहिजे
* गाडगीळ न. वि. – समग्र काका: पथिक भाग २ व ३
* चव्हाण यशवंतराव – ऋणानुबंध
* चव्हाण यशवंतराव – झुंजार नेतृत्वाचा
* चव्हाण यशवंतराव – सह्याद्रीचे वारे
* चव्हाण यशवंतराव, – विधिमंडळातील निवडक भाषणे, खंड१ – संपा. व्ही. जी. पेंडसे
* जोशी एस. एम. – मी एसेम
* थोरात संभाजीबाबा – शोध आणि बोध
* देव शंकरराव – दैव देते पण कर्म नेते
* देवगिरीकर त्र्यं. र. – राजकीय आठवणी
* पेंडसे लालजी – महाराष्ट्राचे महामंथन
* फडके य. दि. – विसाव्या शतकातील महाराष्ट्र, खंड ७ व ८
* बागल माधवराव – जीवनप्रवाह, भाग ३
* बागाईतकर सदाशिव – संयुक्त महाराष्ट्राचा लढा आणि सोशॅलिस्ट पार्टी
* माळी मा. गो. संपा. व अन्य – भाई माधवरावजी बागल (निवडक लेखसंग्रह)
* मिरजकर एम. एस. – अंधारातून प्रकाशाकडे

प्रकाशित इतिवृत्ते

* मध्यप्रदेश विधानसभा प्रोसिडिंग्ज
* महाराष्ट्र विधानसभा व विधानपरिषद प्रोसिडिंग्ज
* मुंबई राज्य विधानसभा व विधानपरिषद प्रोसिडिंग्ज
* याशिवाय विविध पक्षांची प्रकाशने, महाराष्ट्रातील विविध वृत्तपत्रे व नियतकालिके.
* राजसभा प्रोसिडिंग्ज
* हैदराबाद विधानसभा प्रोसिडिंग्ज
* लोकसभा प्रोसिडिंग्ज

इंग्रजी

* इंडियन नॅशनल कॉंग्रेस – रेझोल्युशन्स ऑन स्टेट्स रि–ऑर्गनायझेशन –
* देवगिरीकर टी. आर. – ट्रॅवेल्व्ह इयर्स ऑफ माय लाईफ
* देशमुख सी. डी. – द कोर्स ऑफ माय लाईफ
* देसाई मोरारजी – द स्टोरी ऑफ माय लाईफ, खंड २
* रणदिवे वसंत – हूज कॉन्स्पिरसी?

www.ingramcontent.com/pod-product-compliance
Lightning Source LLC
LaVergne TN
LVHW021425240825
819400LV00048B/822